ஊரின் மிக அழகான பெண்

# ஊரின் மிக அழகான பெண்

*(மொழிபெயர்ப்புச் சிறுகதைகள்)*

*(ஜான் பால் சார்த்தரின் புகழ்பெற்ற சுவர் என்ற சிறுகதை சேர்க்கப்பட்ட புதிய பதிப்பு)*

சாரு நிவேதிதா

எழுத்து பிரசுரம்

First Edition : 2007

First Edition by Ezutthu Prachuram: August 2020
(An imprint of Zero Degree Publishing)

ISBN : 978-93-88860-45-1
TITLE NO EP : 118



**Ezutthu Prachuram**
(An imprint of Zero Degree Publishing)
No.55(7), RBlock,
6th Avenue, Anna Nagar
Chennai - 600040

Website: www.zerodegreepublishing.com
E Mail id: zerodegreepublishing@gmail.com
Phone : 98400 65000

Cover Art : Humshini
Layout : Vidhya Velayudham

***நன்றி***

காயத்ரி ஆர்.

ராம்ஜி நரசிம்மன்

அராத்து

ஸ்ரீராம்

முத்துக்குமார்

To the memory of

Emily Nasrallah

# முதல் பதிப்பின் முன்னுரை

இந்த மொழிபெயர்ப்புச் சிறுகதைகளை இன்று ஒரு சேர வாசிக்கும் போது, அது என்னுடைய முப்பதாண்டுக்கால இலக்கிய வாசிப்பை ஒருக்கணம் திரும்பிப் பார்க்கக் கோருகிறது. இதே போன்ற ஒரு தொகுப்பு வரும் அளவுக்கு இன்னும் பல கதைகளை மொழிபெயர்த்திருக்கிறேன். எண்பதுகளின் ஆரம்பத்தில் வெளிவந்த *இங்கே இன்று* என்ற பத்திரிகையில் ஜான் பால் சார்த்தரின் *Intimacy* என்ற குறுநாவல் என்னுடைய மொழிபெயர்ப்பில் தொடராக வெளிவந்தது. சுஜாதா குமுதம் பத்திரிகையின் ஆசிரியராக இருந்தபோது அதில் *Decameron* தொகுப்பிலுள்ள சில பாலியல் கதைகளை மொழிபெயர்த்தேன். இதுபோல் இன்னும் பல உண்டு. ஆனால் எதுவும் என் கைவசம் இல்லை.

அன்றாட வாழ்வில் அதீத ஒழுங்கைக் கடைபிடிக்கும் நான், என் எழுத்துக்களை சேகரித்து வைப்பதில் மிகவும் ஒழுங்கற்று இருந்திருக்கிறேன். மேலும், என்னுடைய மொழிபெயர்ப்பில் வந்த சில முக்கியமான கதைகளை என்னால் உரிமை பாராட்ட முடியாத நிலையில் இருப்பதால் அவை இத்தொகுப்பில் சேர்க்கப்படவில்லை. ஹூலியோ கொர்த்தஸாரின் ஒரு கதையில், ஒரே ஒரு வார்த்தைக்காக ஒரு மாதகாலம் போராடியது என் ஞாபகத்தில் தங்கியிருக்கிறது. ஆனால் இப்போது தமிழ்ச் சூழலில் மொழிபெயர்ப்பும், தமிழ் வாழ்வின் ஏனைய துறைகளின் சீரழிவையே பிரதிபலிப்பதாக மாறிவிட்டது. இதையும் மீறி எஸ்.வி.ராஜதுரை, திலகவதி, எம்.எஸ்., ஆர்.சிவகுமார், ஜி.குப்புசாமி, காயத்ரி போன்ற சில நல்ல மொழிபெயர்ப்பாளர்கள் தமிழில் உண்டு. தமிழ்ச் சூழலில் இலக்கியம் என்பது ஒரு தவத்தைப் போன்றதாகவே இருந்து வருகிறது. இங்கே இலக்கிவாதிகள் துறவிகளைப் போலவும், சித்தர்களைப் போலவும் சமூகத்திலிருந்து விலகித் திரிந்துகொண்டிருக்கின்றனர். காஞ்சிபுரத்திலிருந்து சில இளைஞர்கள் *ங்* என்ற பத்திரிகையைக் கொண்டுவந்தனர். அதில் நான் மொழிபெயர்த்த பல கதைகள் வெளிவந்தன. அதற்கும் முன்னால், கோணங்கியின் *கல்குதிரை*... உடம்பில் ஏதோ ஒரு ஆவி புகுந்து விட்டாற்போல் பேய் வேகத்தில் கதைகளை மொழிபெயர்த்து கோணங்கிக்கு அனுப்பி வைப்பேன்.

ஒவ்வொரு கதை போய்ச் சேர்ந்ததும் கோணங்கி அற்புதமாக ஒரு கடிதம் எழுதுவான். அவன் எழுதும் அந்தக் கடிதங்களுக்காகவே இன்னும் பல கதைகளை மொழிபெயர்க்க வேண்டும் என்று தோன்றும். (அக்கடிதங்கள் இன்னமும் என்னிடம் பத்திரமாக உள்ளன.)

*கல்குதிரை*யின் ஒரு தொகுப்பில் என் மொழிபெயர்ப்பில் ஆறு கதைகள் வந்தால் நாகார்ச்சுனனின் மொழிபெயர்ப்பில் ஏழு கதைகள் இருக்கும். அடுத்த தொகுப்பில் என்னுடைய ஏழு கதைகள் இருந்தால் நாகார்ச்சுனன் எட்டு கதைகளை மொழிபெயர்த்திருப்பார். இம்மாதிரி உள்சதி வேலைகளுக்காக கோணங்கியைத் திட்டி நான் ஒரு கடிதம் போடுவேன். அவன் பதிலுக்கு ஆறுதல் கடிதம் எழுதுவான்.

மேற்கண்ட பத்திக்கு அடுத்ததாக 'அதெல்லாம் ஒரு காலம்' என்று எழுதினால் எனக்கு வயதாகிவிட்டது என்று அர்த்தமாகும். அதனால் அப்படி எழுதுவதைத் தவிர்க்கிறேன்.

–

ஷேக்ஸ்பியருக்கு அடுத்ததாக என்னை எப்போதும் ஈர்த்து வந்தது லத்தீன் அமெரிக்க இலக்கியம். எனக்கு எதிலும் காமா சோமா என்று ஈடுபடுவது பிடிக்காது. அதனால் எஸ்பஞோல் மொழியின் அடிப்படையை ஓரளவு கற்றுக்கொண்டேன். பாப்லோ நெரூதாவின் கவிதைகளை எஸ்பஞோலிலேயே படித்துப் புரிந்து கொள்ளும் அளவுக்கு எஸ்பஞோல் இப்போது பரிச்சயம்.

லத்தீன் அமெரிக்க இலக்கியத்துக்கு அடுத்தாற்போல் என்னைக் கவர்ந்தது, சமகாலஅரபி இலக்கியம். அதற்காக அரபி மொழியையும் ஓரளவு கற்றுக்கொண்டேன். மூல மொழியின் பரிச்சயம் இல்லாமல் மொழிபெயர்ப்பில் ஈடுபட்டால் பலவித குளறுபடிகள் நேரும் – போர்ஹேஸ் போர்ஹே ஆனது போல், பினோசெத் பினோஷே ஆனது போல. இந்தியாவுக்கு வெளியே இலக்கியம் என்னவாக இருக்கிறது என்பதை அறிந்து கொள்ள இந்தப் புத்தகம் உதவினால் இது வெளிவந்ததன் அர்த்தம் நிறைவடையும்.

*சென்னை–28*  சாரு நிவேதிதா

*19.12.2007*

# இரண்டாம் பதிப்பின் முன்னுரை

> எழுதுவதற்காக மட்டுமே வாழ விரும்புகிறேன். எழுதுவதைத் தவிர வேறு எதைப் பற்றியுமே நான் யோசிக்க விரும்பவில்லை. எனக்குக் காதல் தேவையில்லை; பணம் தேவையில்லை. வெற்றிகரமான முறையில் என் வாழ்க்கையை அமைத்துக் கொள்ள விரும்பவில்லை. எனக்குத் தேவை அமைதி. படிக்கவும், சிறிதளவு பணம் சம்பாதிக்கவும் எனக்கு அமைதி தேவை. கொஞ்சம் பணம் இருந்தால்தான் குடும்பத் தளையிலிருந்து விலகி என் எழுத்தை கவனிக்க முடியும்.
>
> **மே 1959 நாட்குறிப்பில் அலெஹாந்த்ரா பிஸார்னிக்**

இந்தத் தொகுப்பில் உள்ள கதைகள் இருபத்தைந்து ஆண்டுகளுக்கு முன்பாக மொழிபெயர்க்கப்பட்டவை. சில கதைகள் அதற்கும் முன்னால். முதல் கதையாக வரும் *சுவர்* என்ற கதையை நாற்பது ஆண்டுகளுக்கு முன்னால் மொழிபெயர்த்தேன். இதில் உள்ள பெரும்பாலான கதைகள் கோணங்கியின் *கல்குதிரை* இதழில் வந்தவை. லத்தீன் அமெரிக்க சிறுகதைகளை தமிழில் முதன்முதலில் மொழிபெயர்த்தது அடியேனாகத்தான் இருக்க வேண்டும். அதற்கும் முன்னால் ஹோர்ஹே லூயிஸ் போர்ஹேஸ் பற்றி தர்மு சிவராமு அடிக்கடி குறிப்பிடுவதுண்டு. கார்ஸியா மார்க்கேஸ் பற்றி அசோகமித்திரன் எழுதியிருக்கிறார். முழுமையாக லத்தீன் அமெரிக்கச் சிறுகதைகளில் கவனம் செலுத்தி மொழிபெயர்த்தது அடியேன்தான் என்று நினைக்கிறேன். பின்னர் கொஞ்ச காலத்திலேயே நாகார்ச்சுனனும், சிவகுமாரும், பிரம்மராஜனும் இணைந்தார்கள். இப்போது தமிழில் மொழிபெயர்க்கப்படாத லத்தீன் அமெரிக்க எழுத்தாளரே இல்லை என்ற அளவுக்கு மொழிபெயர்ப்புகள் பெருகி விட்டன.

*ஊரின் மிக அழகான பெண்* என்ற இந்தத் தொகுப்பில் உள்ள கதைகள் உலகின் பிரபலமான சிறுகதைத் தொகுதிகளில் பார்க்க முடியாத அரிதினும் அரிதான கதைகள். லத்தீன் அமெரிக்க இலக்கியத்தில் பரிச்சயம் உள்ளவர்களுக்குக் கூட பனாமாவைச்

சேர்ந்த ரொஹேலியோ சினான் (Rogelio Sinan) என்பவரைப் பற்றித் தெரிந்திருக்க வாய்ப்பு இல்லை. ஏனென்றால், லத்தீன் அமெரிக்கச் சூழலிலேயே அதிகம் விவாதிக்கப் படாதவர் அவர். தமிழ்ச் சூழலில் தி.ஜ.ரங்கநாதன், ப. சிங்காரம், நகுலன் போல் என்று வைத்துக் கொள்ளலாம். ரொஹேலியோ சினான் பற்றி இணையத்தில் தேடினால் கூட மூன்று வரிகளே கிடைக்கின்றன. இவர்களைப் பற்றியெல்லாம் நான் கூபாவிலிருந்து வந்து கொண்டிருந்த *Granma* என்ற வாரப் பத்திரிகையிலிருந்து தெரிந்து கொண்டேன். டேப்ளாய்ட் அளவில் வரும் அந்தப் பத்திரிகை. அதுவரை ஆங்கிலத்தில் மொழிபெயர்க்கப்படாத தென்னமெரிக்கக் கதைகளை முதன்முதலாக மொழிபெயர்த்து வெளியிட்டு வந்தார்கள் அப்பத்திரிகையில். அந்த வகையில் இந்தத் தொகுப்பில் உள்ள கதைகளை பிரபலமான லத்தீன் அமெரிக்கச் சிறுகதைகளின் தொகுப்பிலேயே கூட பார்க்க இயலாது.

மற்றொரு உதாரணம், அர்ஹெந்த்தினாவைச் சேர்ந்த அலெஹாந்த்ரா பிஸார்னிக். (Alejandra Pizarnik) *(1936 - 1972)* அவரது *ரத்த வேட்கை* என்ற தலைப்பிலான ஒரு கதை இத்தொகுப்பில் உள்ளது. அப்படி ஒரு கதையை என் வாழ்நாளில் படித்தது கிடையாது.

மற்றும், ரொனால்ட் சுகேனிக் என்று ஒரு அமெரிக்கர். வில்லியம் பர்ரோஸ், ஜாக் கெரோவாக், ஆலன் கின்ஸ்பெர்க், கேத்தி ஆக்கர் போன்ற விளிம்புநிலை எழுத்தாளர்கள் கூட உலக அளவில் விவாதிக்கப் பட்டு விட்டார்கள். ஆனால் ரொனால்ட் சுகேனிக் பற்றி யாரும் ஒரு வார்த்தை சொன்னதில்லை. நான்–லீனியர் எழுத்தின் உச்சம் ரொனால்ட் சுகேனிக் என்று சொல்லலாம். அவருடைய *98.6* என்ற நாவல் முற்றுப்புள்ளியோ வேறு எந்த நிறுத்தற்குறிகளோ இல்லாமல் எழுதப்பட்ட நாவல். மொழி என்றும், எழுத்து என்றும் நாம் எதை நினைத்துக் கொண்டிருக்குமோ அதையெல்லாம் உடைத்து நொறுக்கிக் கொண்டு மொழியின் சாத்தியங்கள் அனைத்தையும் தாண்டிச் சென்றவர் ரொனால்ட் சுகேனிக். அவருடைய *வாக்கியம்* என்ற சிறுகதை ஒரே வாக்கியத்தால் அமைந்தது. அவருடைய *முடிவற்ற சிறுகதை* என்ற சிறுகதையும் இத்தொகுப்பில் உள்ளது.

இன்றைய உலக இலக்கியத்தில் ஸ்பானிஷ், ஃப்ரெஞ்ச், ஆங்கிலம் போன்ற ஐரோப்பிய மொழிகளையெல்லாம் விட அரபி மொழி இலக்கியம்தான் உச்சத்தில் இருக்கிறது. மொராக்கோ என்ற ஒரே ஒரு தேசத்தில் இன்றைய தினம் நோபல் பரிசு பெறத்தக்க ஒரு டஜன் எழுத்தாளர்கள் இருக்கிறார்கள். தமிழ்நாட்டின் மூன்றே மூன்று

மாவட்டங்கள் மட்டுமே வரக்கூடிய பரப்பளவைக் கொண்ட லெபனானில்தான் உலகில் உள்ள எல்லா நாடுகளையும் விட அதிக அளவில் உருவாகிக் கொண்டிருக்கிறது நவீன இலக்கியம். பத்தொன்பதாம் நூற்றாண்டில் ருஷ்யாவில் எப்படி ஒரு மாபெரும் எழுத்தாளர் கூட்டம் இருந்ததோ அதே போன்ற ஒரு இலக்கியவாதிகளின் கூட்டம் லெபனானிலிருந்து கிளம்பி சர்வதேச அளவில் பரவியிருக்கிறது. எழுத்தாளர்கள் வாழ்வதற்கான சூழல் லெபனானில் இல்லை என்பதால் அந்நாட்டைச் சேர்ந்த பல எழுத்தாளர்கள் வெளிநாடுகளில் குறிப்பாக ஐரோப்பாவில் வாழ்ந்து வருகிறார்கள்.

சமகால அரபி இலக்கியத்தில் முன்னணியில் இருக்கும் எகிப்தைச் சேர்ந்த ராத்வா அஷூர் (1946 - 2014), சிரியாவில் பிறந்து லெபனானில் வாழ்ந்து வரும் காதா ஸம்மான் (பிறப்பு: 1942), பெய்ரூத்திலும் பாரிஸிலும் மாறி மாறி வாழ்ந்து வரும் நஜ்வா பரக்கத் (பிறப்பு: 1966), எகிப்தைச் சேர்ந்த நவ்வல் அல்–சாதவி (பிறப்பு: 1931), லெபனானைச் சேர்ந்த எமிலி நஸ்ரல்லா (1931 - 2018) ஆகிய அரபி எழுத்தாளர்களின் மிகச் சிறந்த கதைகள் இத்தொகுப்பில் சேர்க்கப்பட்டுள்ளன.

இது தவிர ஜான் பால் சார்த்தர் எழுதிய உலகப் புகழ்பெற்ற சிறுகதை *சுவர்*. இந்தக் கதையை எண்பதுகளில் பெங்களூரிலிருந்து வெளிவந்து கொண்டிருந்த *படிகள்* என்ற இதழில் மொழிபெயர்த்தேன். வெளிவந்த ஆண்டு 1982. அப்போது என் வயது 28. சுமார் 40 ஆண்டுகளுக்கு முன்பு நான் மொழிபெயர்த்த அந்தச் சிறுகதை இப்போதுதான் முதல்முதலாக புத்தகமாக வெளிவருகிறது. அதுவும் விமலாதித்த மாமல்லனின் புண்ணியத்தில். ஒருநாள் அவர் எனக்கு ஃபோன் செய்து “*படிகளில்* வெளிவந்த *சுவர்* என்ற கதையை நீதானே மொழிபெயர்த்தாய்?” என்று கேட்டார். இல்லவே இல்லை என்று சொல்லி விட்டேன். ஏனென்றால், எனக்கு நினைவில் இருந்ததெல்லாம் சார்த்தரின் குறுநாவலான *Intimacy* தான். அந்தக் குறுநாவலைத்தான் மொழிபெயர்த்து *படிகள்* குழுவினரே *படிகளுக்குப்* பிறகு நடத்திய *இங்கே இன்று* என்ற மாதப் பத்திரிகையில் தொடராக எழுதினேன். *படிகள்* மிகவும் ஆழ்ந்து படிக்க வேண்டிய ஆய்வுப் பத்திரிகை. ஆனால் *இங்கே இன்று* ஒரு middle magazine. அதே காலகட்டத்தில் க்ரியா ராமகிருஷ்ணனும் *இனி* என்ற மிடில் மேகஸினைக் கொண்டு வந்து கொண்டிருந்தார். அது எஸ்.வி. ராஜதுரையின் ஆசிரியத்துவத்தில் வந்தது. *இனி* கொஞ்சம் ஆசாரமான பத்திரிகை. சுந்தர ராமசாமி பள்ளி. *இங்கே இன்று*

பின்நவீனத்துவவாதிகள் நடத்தியது. இங்கே இன்று வந்த போது நான் பாண்டிச்சேரியில் இருந்தேன். அப்போது நண்பர் ரவிக்குமாரின் (இப்போது விடுதலைச் சிறுத்தைகள் கட்சியின் பொதுச் செயலாளர்) சைக்கிளில் இங்கே இன்று பிரதிகளின் மூட்டைகளை வைத்துக் கொண்டு தெருத்தெருவாகப் போய் பேப்பர் கடைகளில் அதைத் தொங்க விடுவோம். ஒரு கடைக்கு ஐந்து பிரதி. ஒரு மாதம் முடிந்து அடுத்த பிரதி சூடாக பெங்களூரிலிருந்து எங்களுக்குக் கிடைத்ததும் அந்த மூட்டையைத் தூக்கிக் கொண்டு போய் ஒவ்வொரு கடையாகப் போய் ஏற்கனவே தொங்கிக் கொண்டிருக்கும் மண்ணும் தூசியும் படிந்த இங்கே இன்றுவை எடுத்துக் கொண்டு புதிய இதழ்களை மாட்டிவிட்டு வருவோம். கடைக்காரர் எங்களை ஒருமாதிரியாகப் பார்ப்பார். ஆமாம், ஒரு பிரதி கூட விற்காத பத்திரிகைக்கு இத்தனை தீவிரமான தொண்டர்கள் என்றால் அவருக்கு ஆச்சரியமாக இராதா? மாமல்லன் பேசியபோது எனக்கு அந்த இங்கே இன்றுதான் ஞாபகம் இருந்தது. ஆனால் மாமல்லன் விடவில்லை. “யோவ் போய்யா, நான் சுகுமாரனிடம் கேட்டுக் கொள்கிறேன்” என்று சொல்லி விட்டு, 1982ஆம் ஆண்டு *படிகள்* 13ஆவது இதழில் நான் மொழிபெயர்த்த *சுவர்* கதையின் புகைப்பட நகலை எனக்கு அனுப்பி வைத்தார். அப்புறம்தான் நான் மொழிபெயர்த்த கதையே எனக்கு ஞாபகம் வந்தது.

அந்தக் கதையும் இந்தத் தொகுதியில் சேர்க்கப்பட்டுள்ளது.

மைலாப்பூர் — சாரு நிவேதிதா
சென்னை 4
1.8.2019.

# உள்ளே

## *ஜான் பால் சார்த்தர்* (1905-1980)

—

**எ**ன்னுடைய பதினேழு வயதிலிருந்து முப்பது வயது வரை என் சிந்தனையில் பெரும் தாக்கத்தை ஏற்படுத்தியவர் சார்த்தர். பிறகு மிஷல் ஃபூக்கோ (Michel Foucault), ஜாக் தெரிதா (Jacques Derrida), ரொலான் பார்த் (Roland Barthes), லக்கான் (Jacques Lacan) போன்ற ஸ்ட்ரக்சுரலிஸ்ட் சிந்தனாவாதிகளின் அறிமுகமும் பயிற்சியும் ஏற்பட்ட பிறகு சார்த்தரின் போதாமையை உணர்ந்தேன். ஆனால் சார்த்தரையே முற்காலத்திய சார்த்தர், பிற்காலத்திய சார்த்தர் என்று இரண்டு விதமாகப் பிரிக்கலாம். *Being and Nothingness* எழுதிய சார்த்தர் வேறு; *Critique of Dialectical Reason* எழுதிய சார்த்தர் வேறு. பிந்தைய சார்த்தர் மாவோயிஸ்டுகளோடு எல்லாம் உரையாடியவர். அந்த மாற்றத்தை அவரிடம் ஏற்படுத்தியவர் ஃப்ரான்ஸ் ஃபானன் (Frantz Fanon). முக்கியமாக ஃபானனின் *The Wretched of the Earth* என்ற புத்தகம். ஆனாலும் பிற்காலத்திய சார்த்தர் எக்ஸிஸ்டென்ஷியலிஸ்ட் சார்த்தரைப் போல் என்னை ஈர்க்கவில்லை. ஏனென்றால், அவர் மார்க்ஸீயத்தை எட்டிப் பார்க்க ஆரம்பித்த போது மார்க்ஸீயம் உலக அளவில் தன் ஈர்ப்பை இழந்திருந்தது. சார்த்தரால் எந்தக் காலத்திலும் ஸ்ட்ரக்சுரலிஸ்டுகளுடன் உரையாட முடிந்ததில்லை. மாறாக, அவர் மாவோயிஸ்டுகளுடன் உரையாடினார்.

இருந்தாலும் எக்ஸிஸ்டென்ஷியலிஸம் என்ற தத்துவ நிலைப்பாட்டுக்கு சார்த்தர் அளித்த பங்கு மிகவும் முக்கியமானது. எக்ஸிஸ்டென்ஷியலிஸத்தில் Angst, Choice, Freedom, Absurdity ஆகிய கருத்தாக்கங்கள் முக்கியமானவை. 1939 இல் எழுதப்பட்ட *சுவர்* என்ற இந்தக் கதையில் பாப்லோ

இபீதா, டாம், ஜுவான் என்ற மூன்று பேர் தங்களின் மரண தண்டனையை எதிர்நோக்கிக் காத்திருக்கிறார்கள். அந்த ஒரு இரவில் நடக்கும் சம்பவங்களே கதை. மூவரையும் அதிகாலையில் சுவர் அருகே நிறுத்தி சுடப் போகிறார்கள். கதைசொல்லி பாப்லோ இண்டர்நேஷனல் ப்ரிகேட் என்ற புரட்சி இயக்கத்தைச் சேர்ந்தவன். பல்வேறு நாடுகளைச் சேர்ந்த அந்த இயக்கத்தினர் ஸ்பெயினில் ஃப்ராங்கோவின் ஃபாஸிஸ்ட் ஆட்சியை முடிவுக்குக் கொண்டு வருவதற்காகப் போராடுபவர்கள். பாப்லோவும் டாமும் அந்த இயக்கத்தைச் சேர்ந்தவர்கள். ஆனால் சிறுவனான ஜுவான் ஒரு போராளியின் தம்பி என்பதைத் தவிர அவனுக்கும் புரட்சிக்கும் எந்த சம்பந்தமும் இல்லை.

மூவரும் மரணத்தை எதிர்நோக்கிக் காத்திருப்பது Angst. அப்படிப்பட்ட நிலையிலும் பாப்லோவுக்கு ஒரு 'சாய்ஸ்' கிடைக்கிறது. அவனுடைய சக கைதிகளான டாமும், சிறுவன் ஜுவானும் சுட்டுக் கொல்லப்பட்ட பிறகும் அவன் நினைத்தால் விடுதலை ஆகலாம். அவன் உயிர் அவன் கையில்தான் இருக்கிறது என்கிறான் ஃப்ராங்கோவின் ராணுவ அதிகாரி. அவன் செய்ய வேண்டியது ஒன்றே ஒன்றுதான். ரமோன் க்ரிஸ்ஸின் இருப்பிடத்தைச் சொல்ல வேண்டும். சொல்லி விட்டால் அவன் வாழ்க்கை அவனுக்கே திரும்பக் கிடைத்து விடும்.

அப்போதுதான் பாப்லோ விடுதலை என்பதற்கு ஒரு புதிய அர்த்தத்தைக் காண்கிறான். ரமோனைக் காட்டிக் கொடுப்பதை விட தான் சாவது மேல் என்ற முடிவுக்கு வருகிறான். அந்த முடிவை எடுத்த பிறகு, தன்னைக் கொல்லப் போகும் ராணுவத்தினரை அலைக்கழித்து சித்ரவதை செய்யத் திட்டமிடுகிறான் பாப்லோ. அதனால் ரமோன் அந்த ஊர் இடுகாட்டில் வெட்டியான் குடிலில் ஒளிந்திருப்பதாகப் பொய் சொல்கிறான். "நீ பொய் சொல்வது தெரிந்தால் உன்னை உடனடியாகக் கொல்லாமல் சித்ரவதை செய்து கொல்லுவோம்" என்கிறான் அதிகாரி. பாப்லோ அதற்குக் கவலைப்படுவதில்லை. ஏனென்றால், அவன் உடலற்று இருக்கிறான். அவன் ஏற்கனவே செத்துப் போனவன். தொடையைத் தொடுகிறான். உணர்ச்சியே இல்லை. அவனுடைய சகாக்கள் ஆடையிலேயே மூத்திரம் போகிறார்கள். அதை அவர்களால் உணரக்

கூட முடியவில்லை. அந்த மூவரின் மரணமும் ஏற்கனவே தீர்மானிக்கப்பட்ட ஒன்று. அவர்கள் நடமாடும் பிரேதங்கள். இனிமேல் நீ என்னைச் சித்ரவதை செய்தால் என்ன, செய்யாவிட்டால் என்ன? இதுவே பாப்லோவின் மனநிலை.

சார்த்தரின் எக்ஸிஸ்டென்ஷியலிஸ்ட் சகாவான ஆல்பெர் கம்யு தன் வாழ்நாளெல்லாம் சொல்லிக் கொண்டிருந்த விஷயம், Absurdity. அதற்காகவே அவர் *Myth of Sysiphus* கதையை எடுத்து விளக்கினார். அப்படிப்பட்டவரின் வாழ்க்கை மிக அபத்தமாக முடிவுக்கு வந்தது. 1960, ஜனவரி 4ஆம் தேதி கம்யூவும் அவரது நண்பர் மிஷல் காலிமாரும் தத்தம் குடும்பத்தினருடன் கிறிஸ்துமஸ் விடுமுறையைக் கழித்து விட்டு பாரிஸுக்குத் திரும்பிக் கொண்டிருந்தனர். கம்யூவின் மனைவியும் குழந்தைகளும் பாரிஸுக்கு ரயிலில் செல்ல, காலிமார் கம்யூவைத் தன் காரில் அழைத்ததால் காலிமார் குடும்பத்தினருடன் கிளம்பினார் கம்யூ. காலிமார் தன் காரை வேகமாக ஓட்டிச் செல்லவில்லை; சாலையில் பனி எதுவும் இல்லை. அன்றைய தினம் மழை கூட இல்லை. இப்படி எந்தக் காரணமுமே இல்லாமல் கார் ஒரு மரத்தில் மோதி கம்யூ மட்டும் இறந்தார். மற்றவர்கள் பிழைத்துக் கொண்டனர். கம்யூவின் கோட்டுப் பாக்கெட்டில் பாரிஸ் திரும்புதற்கான ரயில் டிக்கட் இருந்தது. காரில் அவர் எழுதிக் கொண்டிருந்த சுயசரித நாவலின் 144 பக்கங்கள் இருந்தன. அல்ஜீரியாவில் அவர் வாழ்ந்த இளம்பிராயத்து அனுபவங்களை அடிப்படையாகக் கொண்ட அந்த நாவலை *The First Man* என்ற தலைப்பில் கம்யூவின் மகள் கத்ரீன் 1995 இல் வெளியிட்டார்.

சார்த்தரின் *சுவர்* கதையிலும் இதே போன்றதொரு அபத்தக் காட்சி நடக்கிறது. தன் உறவுக்காரன் வீட்டில் தங்கியிருந்த ரமோன் அன்றைய தினம்தான் தன் மறைவிடத்தை இடுகாட்டில் இருந்த வெட்டியான் குடிலுக்கு மாற்றி யிருந்தான்.

பாப்லோ சொன்ன இடத்தில் ரமோன் பிடிபட்டதால் பாப்லோ விடுதலை செய்யப்பட்டான்.

***

# சுவர்

**ஜான் பால் சார்த்தர்**

**அ**வர்கள் எங்களை ஒரு பெரிய வெள்ளை அறையில் தள்ளினார்கள். அந்த வெளிச்சத்தில் என் கண்கள் கூசின. பின்னால் ஒரு மேஜை இருந்தது. அதன் பின்னால் நான்கு சிவிலியன்கள் காகிதங்களை சோதித்துக் கொண்டிருப்பதைப் பார்த்தேன். அவர்கள் இன்னொரு கைதிக் கூட்டத்தையும் பின்புறத்தில் அடைத்திருந்தார்கள். அவர்களுடன் சேர்ந்து கொள்வதற்கு அந்த முழு அறையையும் நாங்கள் கடந்து செல்ல வேண்டியிருந்தது. அதில் எனக்குத் தெரிந்த பலர் இருந்தார்கள்; மற்ற சிலர் வெளிநாட்டவராக இருக்க வேண்டும். எனக்கு முன்னால் இருந்த இருவரும் பொன்னிறமாக இருந்தார்கள்; உருண்டைத் தலை; இருவரும் ஒரே மாதிரி இருந்தார்கள். ஃப்ரெஞ் சுக்காரர்களாக இருக்க வேண்டும். அதில் சிறியவன் பீதியின் காரணமாகத் தன் பேண்ட்டை இழுத்து இழுத்து சரி செய்து கொண்டே இருந்தான்.

இப்படியே மூன்று மணி நேரம் கழிந்தது. நான் மயங்கிய நிலையில் இருந்தேன். என் தலை வெறுமையாகிவிட்டது போல் இருந்தது; ஆனால் அறை நன்றாக உஷ்ணப்படுத்தப்பட்டிருந்ததால் கொஞ்சம் இதமாக இருந்தது; ஏனென்றால் கடந்த இருபத்து நான்கு மணி

நேரமாக நாங்கள் குளிரால் நடுங்கிக் கொண்டிருந்தோம். சிப்பாய்கள் கைதிகளை ஒருவர் பின் ஒருவராக மேஜைக்கருகில் கொண்டு வந்தார்கள். அந்த நால்வரும் கைதிகளின் பெயரையும், தொழிலையும் கேட்டார்கள். அநேகமாக அதற்கு மேல் எதுவும் கேட்கவில்லை – அல்லது ஏதாவது ஒன்றிரண்டு கேள்விகள்:

“வெடிமருந்துக் கிடங்கு நாசவேலையில் உனக்கு ஏதாவது சம்பந்தமுண்டா?”

“ஒன்பதாம் தேதி காலையில் நீ எங்கே இருந்தாய்? என்ன செய்து கொண்டிருந்தாய்?”

பதிலில் அவர்கள் எந்தவித அக்கறையும் காட்டவில்லை. கொஞ்ச நேரம் கைதிகளையே பார்த்துக் கொண்டிருந்து விட்டு எழுத ஆரம்பித்தார்கள்.

டாமிடம் அவன் இன்டர்நேஷனல் ப்ரிகேடில் இருந்தது உண்மையா என்று கேட்டார்கள்; அவர்கள் அவனுடைய கோட்டிலிருந்தே அந்தக் காகிதங்களைக் கைப்பற்றி இருந்ததால் அவனால் அதற்கு வேறுவிதமாக பதில் சொல்ல முடியவில்லை. ஜுவானை அவர்கள் எதுவும் கேட்கவில்லை; ஆனால் அவன் தன் பெயரைச் சொன்னதும் நீண்ட நேரம் எழுதினார்கள்.

ஜுவான் சொன்னான்: “என் சகோதரன் ஜோஸ்தான் கிளர்ச்சிக்காரன். அவன் அங்கே இல்லை என்று உங்களுக்குத் தெரியும். நான் எந்தக் கட்சியையும் சேர்ந்தவனில்லை. அரசியலுக்கும் எனக்கும் எந்த சம்பந்தமும் கிடையாது.”

அவர்கள் பதில் சொல்லவில்லை. ஜுவானே மேலும் சொன்னான்: “நான் ஒன்றுமே செய்யவில்லை. இன்னொருத்தருக்காக நான் சாக விரும்பவில்லை.”

பேசும்போது அவன் உதடுகள் துடித்தன. அவன் பேசுவதை நிறுத்தச் செய்து, ஒரு சிப்பாய் அவனை அழைத்துக் கொண்டு சென்றான். இப்போது என் முறை.

“உன் பெயர்தானே பாப்லோ இபிதா?”

“ஆமாம்.”

“ரமோன் க்ரிஸ் எங்கே இருக்கிறான்?”

“தெரியாது.”

“அவனை நீ ஆறாம் தேதியிலிருந்து பத்தொன்பதாம் தேதி வரை மறைத்து வைத்திருந்தாய்.”

“இல்லை.”

ஒரு நிமிடம் அவர்கள் ஏதோ எழுதினார்கள். பிறகு சிப்பாய் என்னையும் கொண்டு சென்று விட்டான். குறுகலான தாழ்வாரத்தில் டாமும், ஜுவானும் இரண்டு சிப்பாய்களோடு காத்துக் கொண்டிருந்தார்கள். பின் நாங்கள் நடக்க ஆரம்பித்தோம். சிப்பாய்களில் ஒருவனை டாம் கேட்டான். “இதற்குப் பிறகு?”

“பிறகு என்ன?” என்று திருப்பிக் கேட்டான் சிப்பாய்.

“நடந்தது விசாரணையா? தீர்ப்பா?”

“தீர்ப்பு” என்றான் சிப்பாய்.

“அவர்கள் எங்களை என்ன செய்யப் போகிறார்கள்?”

சிப்பாய் வறட்சியாகக் கூறினான், “தண்டனையை உங்கள் அறையில் படிப்பார்கள்.”

சொல்லப்போனால் எங்கள் அறை என்பது ஆஸ்பத்திரியின் நிலவறைகளில் ஒன்று. காற்றின் சுழற்சியால் அங்கே பயங்கர குளிராக இருந்தது. இரவு முழுவதும் நாங்கள் நடுங்கிக் கொண்டே இருந்தோம், பகலிலும் கூட நிலைமை தேவலாம் என்று சொல்ல முடியாது. மேலும் கடந்த ஐந்து நாட்களையும் நான் ஒரு மடாலயத்தின் அறையில்தான் கழித்திருந்தேன். அதன் சுவரின் சிதிலத்தைப் பார்த்தபோது அது மத்திய காலகட்டத்தைச் சேர்ந்ததாகத்தான் இருக்க வேண்டும் என்று தோன்றியது. கைதிகளும் அதிக எண்ணிக்கையில் இருந்ததால் இடம் போதாமல் அவர்கள் எங்களை எங்கெல்லாம் அடைக்க முடியுமோ அங்கெல்லாம் அடைத்திருந்தார்கள். நான் என்னுடைய அறையை விட்டுவிடவில்லை. குளிரால் அதிகம் பாதிக்கப்படாவிட்டாலும், நான் தனியாக இருந்தேன். கொஞ்ச நேரத்திலேயே அது எரிச்சலைத் தந்தது. நிலவறை என்றால் அங்கே மற்ற கைதிகளும் இருப்பார்கள். ஜுவான் எப்போதாவதுதான் பேசினான். அந்த அளவுக்கு அவன் பயந்துபோயிருந்தான். மேலும் எதுவும் சொல்கிற அளவுக்கு அவனுக்கு வயதும் இல்லை. ஆனால் டாம் அதிகமாகப் பேசுவான். அவனுக்கு

ஸ்பானிஷ் ரொம்ப நன்றாகத் தெரிந்திருந்தது. நிலவறையில் ஒரு பெஞ்சும் நான்கு பாய்களும் கிடந்தன. அவர்கள் எங்களைத் திரும்ப அழைத்துச் சென்றதும் நாங்கள் உட்கார்ந்தபடி அமைதியாகக் காத்திருந்தோம். நீண்ட நேர அமைதிக்குப் பிறகு டாம் சொன்னான், “நம் கதை அவ்வளவுதான்.”

“நானும் அப்படித்தான் நினைக்கிறேன்... ஆனால் இந்தப் பொடியனை எதுவும் செய்து விடுவார்கள் என்று தோன்றவில்லை” என்றேன்.

“அவனுக்கு எதிராக அவர்களிடம் எதுவுமே கிடையாது. அவன் ஒரு போராளியின் தம்பி, அவ்வளவுதான்” என்றான் டாம்.

நான் ஜுவானைப் பார்த்தேன். அவன் இதையெல்லாம் கேட்டுக் கொண்டிருப்பதுபோல் தெரியவில்லை. டாம் மேலும் சொன்னான், “ஸரகோஸாவில் அவர்கள் என்ன செய்கிறார்கள் என்று தெரியுமா உனக்கு? ரோட்டில் மனிதர்களைப் படுக்க வைத்து அவர்கள் மேல் ட்ரக்குகளை ஓட விடுகிறார்கள். தப்பி ஓடி வந்த மொராக்கோ நாட்டுக்காரன் ஒருவன் சொன்னான். குண்டுகளை மிச்சப்படுத்துவதற்காக அப்படிச் செய்கிறார்களாம்.”

“பெட்ரோல் செலவாகுமே?” என்றேன் நான்.

டாமின் மேல் எரிச்சலடைந்தேன். அவன் அதைச் சொல்லியிருக்கக் கூடாது.

“இதையெல்லாம் அதிகாரிகள் தங்கள் பாக்கெட்டில் கைவிட்டுக் கொண்டு சிகரெட் பிடித்தபடி மேற்பார்வை செய்து கொண்டு போகிறார்கள். அந்த ஆட்களையெல்லாம் சுத்தமாக முடித்துவிடுவார்கள் என்றா நினைக்கிறாய்? அதுதான் இல்லை. அப்படியே உயிருக்குப் போராடியபடி அலறிக்கொண்டே இருக்க வைத்து விடுகிறார்கள். சமயங்களில் உயிர் பிரிவதற்கு ஒரு மணி நேரம் ஆகிறது. மொராக்கன் சொன்னான், முதல் தடவை பார்க்கும்போது அவன் வாந்தியெடுக்கும் நிலைக்கு வந்துவிட்டானாம்.”

“அதையே அவர்கள் இங்கேயும் செய்வார்கள் என்று நான் நினைக்கவில்லை, உண்மையிலேயே குண்டுகள் போதவில்லை என்றால் தவிர” என்றேன் நான்.

நான்கு காற்றுத் துவாரங்கள் வழியாக வெளிச்சம் வந்து கொண்டிருந்தது. மேல்கூரையின் இடப்பக்கத்தில் அவர்கள் வட்டமான ஒரு திறப்பைச்

செய்திருந்தார்கள். அதிலிருந்து வானத்தைப் பார்க்கலாம். வழக்கமாக ஒரு அடைப்பால் மூடியிருக்கும் இந்த துவாரத்திலிருந்துதான் அவர்கள் இந்த நிலவறைக் கிடங்கில் நிலக்கரியைக் கொட்டுவார்கள். அந்த துவாரத்துக்குக் கொஞ்சம் கீழே ஒரே நிலக்கரித் தூளாயிருந்தது; ஆஸ்பத்திரியை உஷ்ணப்படுத்துவதற்கு வேண்டிய நிலக்கரி. ஆனால் போரின் ஆரம்பத்தில் நோயாளிகள் எல்லாம் வெளியேற்றப்பட்டு விட்டதால் நிலக்கரி உபயோகப்படுத்தப்படாமலேயே இங்கு தங்கிவிட்டது. சமயங்களில் அவர்கள் மறந்துபோய் மேல்திறப்பை மூடாமல் விடும்போது இதன்மேல் மழையும் பெய்திருக்கிறது.

டாம் குளிரால் நடுங்கிக்கொண்டே சொன்னான். “குட் ஜீஸஸ்! பயங்கரமாக குளிர்கிறது...”

எழுந்து நின்ற அவன் உடற்பயிற்சி செய்ய ஆரம்பித்தான். ஒவ்வொரு அசைவிலும் மார்பில் அவனுடைய சட்டை திறந்தது. ரோமத்துடன், வெள்ளை நிற மார்பு. மல்லாந்து படுத்து, கால்களை உயர்த்தி சைக்கிள் விடுவது போல் கால்களைச் சுழற்றினான். அவனுடைய பிருஷ்டப் பகுதி துடிப்பதைப் பார்த்தேன். டாம் திடமானவன் என்றாலும் கொஞ்சம் சதைப்பற்றாகவும் இருந்தான். துப்பாக்கி ரவை அல்லது அதன் கூர்மையான கத்தி முனை இந்த மென்மையான சதைக் குவியலில் எப்படி வெண்ணெயில் செருகுவது போல் சட்டென்று புகுந்து மறையும் என்பதை நினைத்துப் பார்த்தேன். அவன் மெலிந்தவனாக இருந்திருந்தால் அது என்னை இப்படி நினைக்க வைத்திருக்காது.

குளிரில் நான் உறையவில்லை, ஆனால் தோள்களையும் கைகளையும் என்னால் உணரவே முடியவில்லை. சமயங்களில் எதையோ மறந்து போய் விட்டுவிட்ட மாதிரி எனக்குத் தோன்றி, என் கோட் எங்கேயென்று சுற்றிலும் தேடி, பின்புதான் எனக்கு அவர்கள் கோட்டே தரவில்லை என்பது ஞாபகத்துக்கு வரும். அது அசௌகர்யமாகவே இருந்தது. எங்களின் சட்டையை மட்டும் விட்டுவிட்டு மற்ற துணிமணிகளையெல்லாம் எடுத்து சிப்பாய்களுக்குக் கொடுத்துவிட்டார்கள். எங்களுக்குக் கிடைத்தது, நோயாளிகள் வெய்யில் காலத்தில் போட்டுக் கொள்ளும் கித்தான் பேண்ட்தான். கொஞ்ச நேரம் கழித்து டாம் எழுந்து வேகமாக மூச்சுவிட்டுக் கொண்டே எனக்கு அடுத்து உட்கார்ந்தான்.

“கதகதப்பாயிருக்கிறதா?”

"இல்லை. ஆனால் குளிர்காற்றிலிருந்து தப்பினேன்."

இரவு எட்டுமணி அளவில் ஒரு மேஜர் இரண்டு ஃபலாஞ் ஜிஸ்டுகளுடன்* வந்தார். அவர் கையில் காகிதமும் இருந்தது. காவல்கார சிப்பாயிடம் அவர் கேட்டார்.

"அந்த மூன்று பேரின் பெயர் என்ன?"

"ஸ்டீன்பாக், இபீதா, மீர்பால்" என்றான் காவல்காரன்.

மேஜர் கண்ணாடியை எடுத்து மாட்டிக் கொண்டு பட்டியலைக் கூர்ந்து படித்தார்: "ஸ்டீன்பாக்... ஸ்டீன்பாக்...ம்... ஆமாம். உனக்கு மரண தண்டனை. நாளை காலை உன்னைச் சுடுவார்கள்."

அடுத்து மற்ற இருவரின் பெயரையும் தேடிக் கொண்டே போனார். "ம்ம்... அந்த இரண்டு பேருக்கும் கூட அதுதான்."

"அது நடக்காது" என்றான் ஜுவான். "நான் அதில் கிடையாது."

மேஜர் அவனை ஆச்சரியத்துடன் பார்த்துக் கேட்டார்: "உன் பெயர் என்ன?"

"ஜுவான் மிர்பால்."

"உன் பெயர் இங்கே இருக்கிறதே? உனக்கு மரண தண்டனைதான்" என்றார் மேஜர்.

பின் தோள்களைக் குலுக்கிக் கொண்டு டாமையும், என்னையும் பார்த்துத் திரும்பினார் .

"நீங்கள் பாஸ்க் இனத்தவரா?"

"இல்லை."

அவர் எரிச்சலுற்றவர் போல் பார்த்தார்.

"இங்கு மூன்று பேர் பாஸ்க் என்று அவர்கள் சொன்னார்கள். அவர்களைத் தேடிக்கொண்டு என் நேரத்தை நான் வீணடிக்கப் போவதில்லை. ஆக உங்களுக்கு மரண சடங்குகளைச் செய்ய குருமார் தேவையில்லை?"

---

* ஃபலாஞ்ஜிஸ்ட் : ஸ்பானிஷ் சர்வாதிகாரி ஃப்ராங்கோவின் ஃபாஸிஸ தேசியவாதக் கோட்பாடு

நாங்கள் பதில் சொல்லவில்லை.

"இந்த இரவை உங்களுடன் கழிக்க ஒரு பெல்ஜிய டாக்டர் இப்போது வருவார்" என்று சொன்ன அவர் ஒரு ராணுவ சல்யூட் அடித்துவிட்டுப் போய்விட்டார்.

"நான் உன்னிடம் என்ன சொன்னேன், பார்... அது நடக்கிறது" என்றான் டாம்.

"ஆமாம், இந்தப் பொடியனுக்கு இது ஒரு மோசமான தண்டனைதான்." நாகரிகத்துக்காக நான் அதைச் சொன்னாலும் அந்தப் பொடியனை நான் விரும்பவில்லை. அவன் முகம் ரொம்பவும் மெலிந்தும் பயத்துடனும் இருந்தது. பயத்தினால் ஆளே வேறு மாதிரி இருந்தான். அவன் ஒரு மிடுக்கான பையனாக இருந்திருப்பான்; ஆனால் இப்போது மருட்சி கொண்ட ஒரு தேவதையைப் போல் மாறி விட்டான். இவனை அவர்கள் வெளியே விட்டால் கூட இனி இவன் முன்னைப் போல் இருக்க மாட்டான் என்று தோன்றியது. இவன் மேல் இரக்கம் கொள்வது ஒன்றும் அவ்வளவு கடினமானதல்ல. ஆனால் இரக்கம் கொள்வது எனக்கு அருவருப்பூட்டுகிறது, அல்லது இன்னும் சரியாகச் சொன்னால், அது என்னை பயமுறுத்துகிறது. அவன் அதற்கு மேல் எதுவும் சொல்லவில்லை. ஆனால் அவன் முகமும் கைகளும் வெளுத்துப் போயிருந்தன. அவன் மறுபடியும் உட்கார்ந்து தன் உருண்டைக் கண்களால் தரையைப் பார்த்தான். டாம் நல்ல மனதுடையவன். அவன் சிறுவனின் கைகளை ஆறுதலாகப் பற்ற முயன்றான். ஆனால் சிறுவனோ ஆக்ரோஷமாகத் தன்னை விடுவித்துக் கொண்டு முறைத்தான். "அவனை விட்டு விடு" என்று தணிந்த குரலில் சொன்னேன். "பார்... இப்போது அவன் கதறி அழப் போகிறான்."

நான் சொன்னவுடன் டாம் வருத்தத்துடன் கீழ்ப்படிந்தான். அவன் சிறுவனை அமைதிப்படுத்த விரும்பியிருக்கலாம். அதனால் நேரமும் கடந்திருக்கும். இவனும் தன்னைப் பற்றி நினைக்காமல் இருந்திருக்கலாம்.

ஆனால் இது எனக்கு எரிச்சல் ஊட்டியது: மரணத்தைப் பற்றி நான் எப்போதுமே நினைத்ததில்லை. எனக்கு அதற்கான காரணமே இருந்ததில்லை; ஆனால் இப்போது இருக்கிறது. இருந்தாலும் அதைப் பற்றி நினைப்பதைத் தவிர செய்வதற்கு ஒன்றுமில்லை.

டாம் பேச ஆரம்பித்தான்: “சொல், நீ எப்போதாவது யாரையும் அடித்து வீழ்த்தியிருக்கிறாயா?” நான் பதில் சொல்லவில்லை. அகஸ்டின் ஆரம்பத்திலிருந்து அவன் ஆறு பேரை அடித்து வீழ்த்தியதை விவரிக்க ஆரம்பித்தான்; சூழ்நிலையை அவன் உணரவில்லை. உணர்வதற்கு அவன் விரும்பவுமில்லை என்று நான் சொல்ல முடியும். நானே கூட அதைச் சரியாக உணரவில்லை. அது என்ன ரொம்பவும் வலிக்குமா? துப்பாக்கி ரவைகளைப் பற்றி நினைத்தேன். என் உடம்பில் அது எரிந்து கொண்டு துளைப்பதை கற்பனை செய்தேன். எல்லாமே எதார்த்தத்திற்கு அப்பால்தான் இருந்தன. ஆனால் நான் அசைவற்று அமைதியாக இருந்தேன்; இரவு பூராவும் இருக்கிறது, அதைப் புரிந்து கொள்ள. சற்று நேரத்தில் டாம் பேசுவதை நிறுத்தினான். நான் ஓரப்பார்வையில் அவனை கவனித்தேன். அவனும் கூட சாம்பல் நிறத்தில் அருவருப்பாகத் தெரிந்ததைப் பார்த்தேன். எனக்கு நானே சொல்லிக் கொண்டேன். “இப்போதுதான் ஆரம்பிக்கிறது.”

கிட்டத்தட்ட இரவாகிவிட்டது. மங்கிய ஒளி காற்றுத் துவாரங்களின் வழியே கரித்தூளினூடே ஊடுருவி வானம் தெரிந்த இடத்திற்குக் கீழே ஒரு பெரிய கறையாய்ப் பதிந்திருந்தது. மேற்கூரைத் துவாரத்தின் மூலம் நான் ஏற்கனவே ஒரு நட்சத்திரத்தை பார்த்து விட்டேன். இரவு நிர்மலமாகவும் ரொம்பக் குளிராகவும் இருக்கும்.

வெளிறிய பழுப்பு நிறச் சீருடை அணிந்த பொன்னிறமான ஒருவர் தொடர இரண்டு சிப்பாய்கள் கதவைத் திறந்து கொண்டு உள்ளே வந்தார்கள். அந்த நபர் எங்களுக்கு சல்யூட் அடித்து விட்டு சொன்னான்: “நான்தான் டாக்டர், இனி இருக்கப் போகும் நேரத்தில் உங்களுக்கு உதவ எனக்கு அதிகாரம் இருக்கிறது.” சுபாவமான குரல். ஆனால் தனித்துவமான குரலும் கூட.

“உங்களுக்கு இங்கே என்ன வேண்டும்?” என்றேன் நான்.

“உங்களுக்காக நான் வந்திருக்கிறேன். உங்களுடைய இந்தக் கடைசி நேரத்தைக் கஷ்டம் இல்லாததாக ஆக்க என்னால் முடிந்த எல்லாவற்றையும் செய்வேன்.”

“அதற்கு ஏன் இங்கே வந்திருக்கிறீர்கள்? இந்த ஆஸ்பத்திரியிலேயே இன்னும் பலபேர் இருக்கிறார்களே?”

“நான் இங்கேதான் அனுப்பப்பட்டிருக்கிறேன்” என்று குறிப்பற்ற பார்வையுடன் பதில் சொன்னான் அவன். “ம்... உங்களுக்கு சிகரெட்

பிடிக்க வேண்டுமா?" என்று அவசரமாகக் கேட்ட அவன் "என்னிடம் சிகரெட் இருக்கிறது... சுருட்டு கூட இருக்கிறது" என்றான்.

எங்களுக்கு இங்கிலீஷ் சிகரெட்டும் சுருட்டும் கொடுத்தான். ஆனால் நாங்கள் அதை வாங்கிக் கொள்ளவில்லை. நான் அவன் கண்களையே பார்த்தேன். அவன் எரிச்சலடைந்தவன் போல் தெரிந்தான். நான் அவனிடம் சொன்னேன்: "நீங்கள் ஒன்றும் இங்கே எங்களுக்கு அருள் பாலிக்க வரவில்லை. அதோடு, எனக்கு உங்களைத் தெரியும். நான் கைதான அன்று உங்களை ஃபாஸிஸ்டுகளுடன் ராணுவ முகாமின் முற்றத்தில் பார்த்திருக்கிறேன்."

தொடர்ந்து பேசியிருப்பேன்; ஆனால் ஆச்சரியமாக எனக்கு ஏதோ நேர்ந்தது; இந்த டாக்டரின் வருகையால் எனக்கு அதற்கு மேல் ஈடுபாடு இருக்கவில்லை. பொதுவாக நான் இப்படிச் செய்வதில்லை. ஆனால் பேசும் விருப்பம் முழுமையாக என்னை விட்டு அகன்று விட்டது. தோள்களைக் குலுக்கிக் கொண்டு கண்களை அவனிடமிருந்து அகற்றினேன். கொஞ்ச நேரம் சென்று தலையை உயர்த்தினேன்; அவன் என்னை ஆச்சரியத்துடன் கவனித்துக் கொண்டிருந்தான். சிப்பாய்கள் ஒரு பாயில் அமர்ந்திருந்தார்கள். உயரமாய் மெலிந்திருந்த பெத்ரோ விரல்களை நெட்டி முறித்துக் கொண்டிருந்தான்; அடுத்தவன், தூங்கி விழுந்து விடாமல் இருக்க தலையை அடிக்கடி நிமிர்த்திக் கொண்டிருந்தான்.

"வெளிச்சம் தேவையா?" திடீரென்று டாக்டரிடம் பெத்ரோ கேட்டான். அவனும் ஆமாம் என்று தலையாட்டினான். அவன் மரக்கட்டையைப் போல் இருப்பதாக எனக்குத் தோன்றியது. ஆனால் நிச்சயமாக அவ்வளவு கெட்டவன் இல்லை.

அவனுடைய உணர்ச்சியற்ற நீலநிறக் கண்களைப் பார்த்தபோது அவனுடைய ஒரே குற்றம், கற்பனா சக்தி அவனிடம் குறைந்திருந்தது தான் என்று தோன்றியது. பெத்ரோ போய் ஒரு எண்ணெய் விளக்கைக் கொண்டு வந்து பெஞ்சின் ஓரத்தில் வைத்தான். மந்தமான வெளிச்சம்தான் என்றாலும் ஒன்றுமில்லாததற்கு இது தேவலாம். அவர்கள் எங்களை சென்ற இரவு வெறும் இருட்டிலேயே விட்டிருந்தார்கள். மேற்கூரையில் விளக்கு ஏற்படுத்திய வட்டமான வெளிச்சத்தையே நீண்ட நேரம் கவனித்துக் கொண்டிருந்தேன். என்னை அது மிகவும் ஈர்த்தது. பிறகு திடீரென்று எழுந்தேன். ஒளிவட்டம் மறைந்து விட்டது. மிகப்பெரிய சுமையின் கீழ் நசுக்கப்படுவதைப் போல் உணர்ந்தேன்.

மரணத்தைப் பற்றிய நினைவோ அல்லது பயமோ இல்லை; என்னவென்று சொல்ல முடியாத உணர்வு அது. என் கன்னம் எரிந்தது. தலை வலித்தது.

தலையை சிலுப்பிக் கொண்டு என் இரண்டு நண்பர்களையும் பார்த்தேன். டாம் முகத்தை கைகளில் புதைத்துக் கொண்டிருந்தான். என்னால் அவனுடைய வெண்மையான பிடரியை மட்டுமே பார்க்க முடிந்தது. பொடியன் ஜுவானின் நிலைதான் மோசம். அவன் வாய் திறந்திருந்தது. மூக்கின் ஓரம் துடித்தது. டாக்டர் அவனருகில் சென்று அவனைத் தேற்றுவதுபோல் தோள்களில் கையை வைத்தான்; ஆனால் அவன் கண்கள் உணர்ச்சியற்று இருந்தன. பின் அந்த பெல்ஜியனின் கை ஜுவானின் தோளிலிருந்து கை வரைக்கும் அனிச்சையாக இறங்கி வந்ததைப் பார்த்தேன். ஆனால் ஜுவான் இதில் கவனம் செலுத்தவில்லை. பெல்ஜியனும் விடாமல் கொஞ்சம் முன்னால் போய் எனக்குத் தன் பின்புறத்தைக் காட்டிக் கொண்டு ஜுவானின் கையைத் தன் மூன்று விரல்களுக்கிடையில் எடுத்தான். ஆனாலும் நான் பின்னால் கொஞ்சம் சாய்ந்து கொண்டு பார்த்தேன்; பிறகு அவன் பாக்கெட்டிலிருந்து வாட்சை எடுத்து ஒரு கணம் பார்த்தான். ஒரு நிமிடம் பொறுத்து கையை அசைவற்று கீழே விட்டுவிட்டு, பின் சட்டென்று ஏதோ அந்த இடத்திலேயே குறிக்க வேண்டிய முக்கியமான விஷயம் ஞாபகம் வந்ததுபோல் பாக்கெட்டிலிருந்து குறிப்பேட்டை எடுத்து ஏதோ எழுதினான். 'பாஸ்டர்ட்... என்னிடம் வந்து அவன் என் நாடியைப் பார்க்கட்டும், அவன் கோணல் மூஞ்சியிலேயே ஒரு குத்து விடுகிறேன்.'

அவன் என்னிடம் வரவில்லை. ஆனால் என்னை அவன் கவனித்துக் கொண்டிருப்பதை உணர்ந்தேன். தலையை உயர்த்திப் பார்த்தேன்.

"உனக்கு இங்கு குளிரவில்லை?" என்று பட்டும்படாமலும் கேட்டான். அவன் குளிரால் மிகவும் பாதிக்கப்பட்டு, அவன் நிறமே கன்றிப் போயிருந்தது.

"எனக்குக் குளிரவில்லை" என்றேன்.

அவன் என்னை விட்டுத் தன் கண்களை எடுக்கவேயில்லை. திடீரென நான் உணர்வு வந்து புரிந்து கொண்டேன். என் கைகள் என் முகத்தைத் தொட்டன. நான் வியர்வையில் குளித்திருந்தேன். இந்த நிலவறையில், இந்தக் குளிர் காலத்தில், இந்த ஈரக்கசிவுக்கு மத்தியில் நான் வியர்த்திருந்தேன். கைகளால் தலைமயிரை கோதினேன்.

அது வியர்வையில் கோந்து போல் ஒட்டிக் கொண்டிருந்தது. என் சட்டையும் ஈரத்தால் உடம்போடு ஒட்டிக் கொண்டிருந்ததைப் பார்த்தேன். சொட்டச் சொட்ட ஒரு மணி நேரமாக வியர்த்திருந்தும் நான் அதை உணர்ந்திருக்கவில்லை. அந்த பெல்ஜியம் பன்றிப் பயல் இதைக் கவனிக்கத் தவறவில்லை. வேர்வைத் துளிகள் என் கன்னத்தின் மீது வழிவதைப் பார்த்து அவன் நினைத்திருக்க வேண்டும்: 'பயப்பிராந்தியின் உச்சக்கட்டமாக உடம்பில் ஏற்படும் வெளிப்பாடுதான் இது' என்று அவன் இதைச் சாதாரணமாக எடுத்துக் கொண்டிருப்பான். மேலும், தான் உயிரோடு இருக்கிறோம், குளிரவும் செய்கிறது என்பது பற்றி அவனுக்குக் கொஞ்சம் பெருமையாகவும் இருந்திருக்கும். நான் எழுந்து நின்று அவன் முகத்தைக் குத்திக் கிழிக்க வேண்டும் என்று நினைத்தேன். ஆனால் நான் ஒரு சிறிய அசைவை ஏற்படுத்துவதற்குள் என் கோபமும் அவமானமும் மறைந்தன; அந்த பெஞ்சு மீதே சோர்வுடன் விழுந்தேன்.

என் கைக்குட்டையால் கழுத்தைத் துடைத்துக் கொள்வதில் திருப்திப் பட்டுக் கொண்டேன்; ஏனென்றால் இப்போது வியர்வை என் தலைமுடியிலிருந்து கழுத்தில் விழுவதை உணர முடிந்தது. துடைப்பதால் பயனில்லை. கைக்குட்டை எப்போதோ வியர்வையில் நனைந்து ஈரமாகி விட்டது. ஆனால் இன்னும் வேர்த்துக் கொட்டிக் கொண்டுதான் இருந்தது. என் புட்டத்தில் கூட வேர்த்து என் ஈரமான கால்சராய் பெஞ்சுடன் ஒட்டிக் கொண்டது. திடீரென்று ஜுவான் பேசினான்: "நீங்கள் டாக்டரா?"

"ஆமாம்" என்றான் பெல்ஜியன்.

"அது வலிக்குமா... ரொம்ப நேரம் எடுக்குமா?"

"எது? எப்போது? ஓ... இல்லையில்லை, வலிக்காது" என்ற பெல்ஜியன் மேலும் சொன்னான், "நிச்சயம் வலிக்காது... சீக்கிரமே முடிந்து விடும்." ஏதோ ஒரு வங்கி வாடிக்கையாளனை அமைதிப்படுத்துவதுபோல் பதில் சொன்னான் அவன்.

"ஆனால்... நான்... என்னிடம் சொன்னார்களே, சில சமயங்களில் அவர்கள் இரண்டு முறை சுட வேண்டியிருக்குமென்று!"

"சில சமயங்களில்தான்..." என்று ஆமோதித்தபடியே பெல்ஜியன் சொன்னான். "முதல் குண்டு முக்கியமான உறுப்புகளுக்குப் போகாமல் இருந்தால் அப்படி நடக்கும்."

"பிறகு அவர்கள் மறுபடியும் துப்பாக்கியை நிரப்பி, குறி பார்த்து எல்லாவற்றையும் திரும்பிச் செய்ய வேண்டுமா?"

கொஞ்சம் நேரம் யோசித்துவிட்டு கம்மலான குரலில் அவனே தொடர்ந்தான். "அப்படியானால் அது ரொம்ப நேரம் எடுக்குமே!"

வேதனையின் பயம் பயங்கரமாக இருந்தது அவனுக்கு. அவன் நினைத்ததெல்லாம் அதைப் பற்றித்தான். அவன் வயது அப்படி. நான் அதைப்பற்றி நினைக்கவேயில்லை. என்னை வியர்க்க வைத்ததும் வேதனையின் பயமல்ல.

நான் எழுந்து கரித்தூசுக் குவியலை நோக்கி நடந்தேன். குதித்தெழுந்த டாம் என்னை நோக்கி வெறுப்பு மிகுந்த பார்வையை வீசினான். என் 'ஷு' கிறீச்சிட்டதால் நான் அவனை எரிச்சலூட்டியிருந்தேன். என் முகமும் அவனுடையதைப் போல் பீதியுற்றுக் கிடக்கிறதா என்று ஆச்சரியப்பட்டேன். அவனுக்கும் வியர்த்துக் கொட்டியிருந்ததைப் பார்த்தேன். வானம் பிரமாதமாக இருந்தது, அந்த இருட்டு மூலைக்குள் ஒளி ஊடுருவவில்லை. Big Dipper விண்மீன்களைப் பார்க்க தலையை மட்டுமே தூக்க வேண்டியிருந்தது. ஆனால் அது முன்பிருந்ததைப் போல் இல்லை. சென்ற இரவு என்னுடைய மடாலய அறையிலிருந்து ஒரு பெரிய விண்வெளிப் பிரதேசத்தைப் பார்க்க முடிந்தது. பகலின் ஒவ்வொரு மணி நேரமும் ஒரு வித்தியாசமான நினைவை என்னுள் கொண்டு வந்தது. காலையில் வானம் கடினமாகி வெளிர்நீலமா யிருந்தபோது 'அட்லாண்டிக்'கின் கடற்கரைகளை நினைத்துப் பார்த்தேன். நடுப்பகலில் சூரியனைப் பார்த்தேன். Seville நகரில் ஒரு மதுபான விடுதியில் குடித்து ஆலிவ்வும் நெத்திலி மீன்களும் சாப்பிட்டதை நினைத்துக் கொண்டேன்; மதியங்களில் நிழலில் இருக்கும் போது, எருது பிடிக்கும் அரங்கின் ஒரு பாதி ஆழ்ந்த நிழலிலும் மறுபாதி சூரிய வெளிச்சத்தில் மின்னுவதும் ஞாபகத்துக்கு வந்தது. இப்படி முழு உலகையும் வானத்தில் பிரதிபலிக்கக் காண்பது கடினமாகவும் இருந்தது. ஆனால் இப்போது என் விருப்பம் போல் வானத்தைப் பார்த்துக் கொண்டிருக்க முடியும். என்னுள் எதையும் அது தூண்டிவிடவில்லை. அதுவே நல்லதாகப் பட்டது எனக்கு. நான் திரும்பி வந்து டாமின் அருகில் உட்கார்ந்தேன். சிறிது நேரம் கடந்தது.

டாம் மெல்லிய குரலில் பேச ஆரம்பித்தான். அவன் பேச வேண்டி யிருந்தது. இல்லாவிட்டால் தன்னையே அவனால் அவன் மனதில்

அடையாளம் கண்டு கொண்டிருக்க முடியாது. என்னிடம் அவன் பேசிக் கொண்டிருந்தான் என்று நினைத்தேன். ஆனால் அவன் என்னைப் பார்த்துப் பேசவில்லை. வெளிறிப் போய், வியர்த்து இருந்த நிலையில் என்னைப் பார்க்க நிச்சயமாக அவனுக்குப் பயமாகத்தான் இருக்கும். நாங்கள் இருவரும் ஒரே மாதிரி இருந்தோம். ஒருவரை மற்றவர் பிரதிபலித்துக் கொண்டு, கண்ணாடியை விட மோசமாக இருந்தோம். அவன் பெல்ஜியனைப் பார்த்தான்; பெல்ஜியன் உயிரோடு இருப்பவன்.

“உனக்குப் புரிகிறதா? எனக்குப் புரியவில்லை” என்றான் டாம்.

நானும் மெல்லிய குரலில் பேச ஆரம்பித்தேன். பெல்ஜியனைப் பார்த்தேன், “ஏன், என்ன விஷயம்?”

“எனக்குப் புரியாத ஏதோ ஒன்று நமக்கு நடக்கப் போகிறது.”

டாமைச் சுற்றி வித்தியாசமான நாற்றம் அடித்தது. நாற்றத்தை மற்றவர்களைவிட நான் எளிதில் உணரக் கூடியவன் என்று எனக்குப் பட்டது. நான் நகைத்தேன். “இன்னும் கொஞ்ச நேரத்தில் புரிந்து கொள்வாய்.”

“ம்ஹூம், தெளிவாக இல்லை” என்று பிடிவாதமாகச் சொன்ன அவன், “நான் தைரியமாக இருக்க நினைக்கிறேன். ஆனால் குறைந்தபட்சம் எனக்கு ஒன்று தெரிய வேண்டும்... கேட்டுக் கொள். அவர்கள் நம்மை வெளிக்கட்டு முற்றத்துக்கு எடுத்துச் செல்லப் போகிறார்கள். சரி, நமக்கு எதிரில் நிற்கப் போகிறார்கள். எத்தனை பேர்?”

“தெரியாது. ஐந்து அல்லது எட்டு பேர். அதைவிட அதிகம் இல்லை.”

“சரி... எட்டு பேர் இருப்பார்கள். யாராவது ஒருவன் கத்துவான், ‘குறி பார்’ என்று. உடனே எட்டு துப்பாக்கிகள் என்னை நோக்கிக் குறி வைக்கப்பட்டிருப்பதைப் பார்ப்பேன். எப்படி சுவருக்குள் புகுந்து வெளியே போய்விட முடியும் என்று யோசிப்பேன். முதுகை சுவரில் அழுத்தி என் சக்தி முழுவதையும் வைத்துத் தள்ளுவேன். ஆனால், ஒரு தீக்கனவில் வருவது மாதிரி சுவர் அப்படியே இருக்கும். என்னால் அது எல்லாவற்றையும் கற்பனை செய்ய முடிகிறது. எவ்வளவு சரியாக என்னால் இதைக் கற்பனை செய்ய முடிகிறது என்பது உனக்கு மட்டும் தெரிந்தால்...”

“சரி... சரி... என்னாலும் கற்பனை செய்ய முடிகிறது” என்றேன் நான்.

“பயங்கரம். உன் உடலைக் கிழித்து எறிவதற்காக அவர்கள் உன் கண்களையும் வாயையும் குறி பார்க்கிறார்கள், தெரியுமா உனக்கு?”

வெறுப்போடு அவன் தொடர்ந்தான்: "ஏற்கனவே என்னால் காயத்தை உணர முடிகிறது. தலையிலும் கழுத்திலும் கடந்த ஒரு மணி நேரமாக வலி இருந்து கொண்டிருக்கிறது. நிஜ வலி அல்ல. அதைவிட மோசம். நாளை காலை நான் உணரப் போவது இதைத்தான். அப்புறம் என்ன?"

அவன் என்ன சொன்னான் என்று எனக்கு நன்றாகப் புரிந்தது. ஆனாலும் புரிந்தது போல் நடந்து கொள்ள எனக்கு விருப்பம் இல்லை. எனக்கும் வலிகள் இருந்தன, ஏராளமான சின்னச்சின்ன காயங்கள் போல் உடலில் வலி. அதற்கு என்னைப் பழக்கப்படுத்திக் கொள்ள முடியவில்லை. ஆனால் நான் அவனைப் போல் இருந்தேன், அதற்கு முக்கியத்துவம் கொடுக்கவில்லை.

அவன் தனக்குத் தானே பேச ஆரம்பித்தான். பெல்ஜியனை கவனித்துக் கொண்டிருப்பதை அவன் விடவில்லை. பெல்ஜியன் கேட்டுக் கொண்டிருந்ததாகத் தெரியவில்லை. அவன் என்ன செய்ய வந்திருக்கிறான் என்று எனக்குத் தெரியும். நாங்கள் என்ன நினைக்கிறோம் என்பதில் அவனுக்கு ஈடுபாடு இல்லை; எங்களுடைய உடல்களைத்தான் பார்க்க வந்திருக்கிறான், உயிரோடு இருந்தும் வேதனையால் மரித்துக் கொண்டிருக்கும் உடல்களை.

"இது ஒரு தீக்கனாவைப் போல் இருக்கிறது." டாம் சொல்லிக் கொண்டிருந்தான். "நீ எதையோ யோசிக்க விரும்புகிறாய். எல்லாமே சரியாக இருப்பது போல் உணர்கிறாய். பிறகு அது நழுவி உன்னிடம் இருந்து தப்பித்து மங்கலாகி விடுகிறது. பிறகு ஒன்றுமே இருக்கப்போவதில்லை என்று எனக்கு நானே சொல்லிக் கொள்கிறேன். ஆனால் அதற்கு என்ன அர்த்தம் என்று எனக்குத் தெரியாது. சில சமயங்களில் அது எனக்குத் தெரிகிறது... பிறகு மங்கிப் போகிறது. மறுபடியும் வலியைப் பற்றி, துப்பாக்கி ரவை பற்றி, வெடிச் சத்தத்தைப் பற்றி நினைக்க ஆரம்பித்துவிடுகிறேன். நிச்சயமாக உனக்குச் சொல்கிறேன். நான் ஒரு எதார்த்தவாதி; நான் பைத்தியமாகவில்லை. ஆனால் ஏதோ ஒன்று இருக்கிறது... என் பிணத்தை நானே பார்க்கிறேன். அது கஷ்டமல்ல, ஆனால் பார்ப்பது நானேதான்; என் கண்ணால் எதையும் இனிமேல் பார்க்கப்போவதில்லை, இந்த உலகம் மற்றவர்களுக்காக இருக்கப் போகிறது என்பதை நான் நினைக்க வேண்டியிருக்கிறது. இப்படி நினைப்பதற்காக உருவானவர்கள் அல்ல நாம். பாப்லோ என்னை நம்பு. ஏற்கனவே ஒரு முழு இரவும் எதற்காகவோ காத்திருந்து கழித்து விட்டேன். ஆனால் இதுவும் அதுவும் ஒன்றல்ல. இது நம்மைப்

பின்பற்றி ஊர்ந்து வரும், பாப்லோ. அதற்கு நம்மைத் தயார் செய்து கொள்ள முடியாதவர்களாய் இருப்போம்.”

“வாயை மூடு... என்னை என்ன இப்போது ஒரு சாமியாரை அழைக்கச் சொல்கிறாயா ?”

அதற்கு அவன் பதில் சொல்லவில்லை. நான் ஏற்கனவே கவனித்திருந்தேன், என்னை பாப்லோ என்று உணர்ச்சியற்ற தொனியில் அழைத்து ஒரு தீர்க்கதரிசியைப் போல் நடந்து கொள்ளும் போக்கு அவனிடம் இருந்தது. எனக்கு அது பிடிக்கவில்லை. ஆனால் எல்லா ஐரிஷ்காரர்களும் அப்படித்தான் என்று நினைக்கிறேன். அவன் மேல் மூத்திர வாடை அடிப்பதைப் போல் ஒரு உணர்வு. அடிப்படையில் நான் டாமிடம் இரக்கம் கொள்ளவில்லை. ஒன்றாக சாகப் போகிறோம் என்ற நிலையில் எதற்காக இரக்கம் கொள்ள வேண்டும் என்று எனக்குப் புரியவில்லை. மற்றவர்கள் சம்பந்தப்பட்ட விஷயத்தில் இது வேறுவிதமாக இருந்திருக்கலாம். உதாரணமாக ரமோன் க்ரிஸ். ஆனால் டாமுக்கும் ஜுவானுக்கும் இடையில் நான் என்னைத் தனியனாக உணர்ந்தேன். இருந்தாலும் அது எனக்குக் கொஞ்சம் பிடித்திருந்தது. ரமோனோடு நான் இன்னும் கொஞ்சம் நெருக்கமாகப் பழகியிருக்கலாம். ஆனால் அப்போது நான் பயங்கரமாக இறுகிப் போய் இருந்தேன். அப்படியேதான் இருக்கவும் விரும்பினேன்.

ஏதோ ஒரு பேதலித்த நிலையில் அவன் வார்த்தைகளை மென்று கொண்டிருந்தான். நிச்சயமாக, யோசிப்பதிலிருந்து அவன் தன்னை விடுவித்துக் கொள்வதற்காகவே பேசினான். அவனிடமிருந்து மூத்திர வாடை அடித்துக் கொண்டிருந்தது. உண்மையில் நான் அவனோடு ஒத்துப்போனேன். அவன் சொன்ன ஒவ்வொன்றையும் நான் சொல்லியிருக்கக் கூடும். இறந்து போவது இயற்கையானதல்ல; நான் சாகப் போவதால் எதுவுமே எனக்கு இயற்கையானதாகத் தோன்றவில்லை. கரித்தூசுகளின் இந்தக் குவியல், இந்த பெஞ்ச், பெத்ரோவின் அசிங்கமான முகம்... எதுவுமே. டாமைப் போல் அதையே நினைத்துக் கொண்டிருப்பது மட்டும் எனக்குத் திருப்தியானதாயில்லை. மேலும், இரவு பூராவும் ஒவ்வொரு ஐந்து நிமிடமும் நாங்கள் ஒரே விஷயத்தை ஒரே நேரத்தில் நினைத்துக் கொண்டிருப்போம் என்று எனக்குத் தெரியும். அவனை நான் பக்கவாட்டில் பார்த்தேன். முதல்முறையாக அவன் எனக்கு வித்தியாசமாகத் தோன்றினான். மரணத்தை முகத்தில் பூசிக் கொண்டு இருந்தான். என் கர்வம் காயமுற்றது. கடந்த இருபத்து நான்கு மணி நேரமும் டாமுக்கருகில்

நான் வாழ்ந்திருந்தேன். அவனுக்கு செவி சாய்த்திருந்தேன். அவனிடம் பேசி இருந்தேன். மேலும் எங்களுக்குள் பொதுவான அம்சம் என எதுவும் இல்லையென்று எனக்குத் தெரியும். ஒன்றாக சாகப் போகிறோம் என்ற காரணத்தால் மட்டுமே இப்போது நாங்கள் இருவரும் இரட்டைச் சகோதரர்கள் போல் ஒத்திருக்கிறோம். டாம் என்னைப் பார்க்காமலேயே என் கையை எடுத்துக் கொண்டான்.

“பாப்லோ, ஆச்சரியமாக இருக்கிறது... எல்லாம் முடியப் போகிறது என்பது நிஜந்தானா என்று பிரமிப்பாய் இருக்கிறது.”

என் கைகளை விடுவித்துக் கொண்டு நான் சொன்னேன்: “டேய் பன்றி, உன் கால்களுக்கிடையில் பார்.”

அவன் பாதங்களுக்கிடையில் ஒரு குட்டை தேங்கியிருந்தது. அவன் கால் சராயிலிருந்து துளிகள் சொட்டின.

“என்ன அது?” மிரண்டு போய்க் கேட்டான்.

“உன் கால் சட்டையில் நீ மூத்திரம் போகிறாய்” என்றேன் அவனிடம்.

“இல்லவே இல்லை, நான் மூத்திரம் போகவில்லை. நான் அப்படி உணரவும் இல்லை” என்ற வெறியோடு சொன்னான்.

பெல்ஜியன் எங்களை நெருங்கினான். “உடம்பு சரியில்லையா?” என்று பொய்யான கவலையோடு கேட்டான்.

டாம் பதில் சொல்லவில்லை. பெல்ஜியன் அந்தக் ‘குட்டை’யைப் பார்த்தான். ஒன்றும் சொல்லவில்லை.

“இது என்னவென்று எனக்குத் தெரியாது.” கடுங்கோபத்தோடு சொன்னான் டாம். “எனக்கு பயம் இல்லை. நிச்சயமாகச் சொல்கிறேன். எனக்கு பயம் இல்லை.”

பெல்ஜியன் பதில் சொல்லவில்லை. டாம் எழுந்து சிறுநீர் கழிப்பதற்காக மூலைக்குச் சென்றான். பட்டனைப் போட்டுக் கொண்டு திரும்பி வந்து ஒரு வார்த்தை பேசாமல் உட்கார்ந்தான். பெல்ஜியன் ‘நோட்ஸ்’ எடுத்துக் கொண்டிருந்தான்.

நாங்கள் மூவரும் அவனை கவனித்துக் கொண்டிருந்தோம். ஏனென்றால் அவன் உயிரோடு இருந்தான். உயிருள்ள மனித ஜீவனின் அசைவுகள், கவலைகள் அவனிடம் இருந்தன. உயிருள்ள ஒன்று நடுங்க வேண்டிய முறையில் அவனும் அந்த அறையில் நடுங்கினான். அவனுக்குக் கட்டுப்படுகின்ற, நன்றாக ஊட்டம் பெற்ற

உடல் அவனுக்கு. மீதி இருந்த நாங்கள் எங்களுடைய உடல்களை உணரவேயில்லை – உணர்ந்தாலும் நிச்சயமாக அதே விதத்தில் அல்ல. கால்களுக்கிடையில் என் கால்சராயை நான் உணர விரும்பினேன். ஆனால் துணியவில்லை. பெல்ஜியனைப் பார்த்தேன். உறுதியாக நின்றுகொண்டிருந்தான். அவன் உடம்புக்கு அவனே எஜமானன். நாளையைப் பற்றி நினைக்க முடிகின்ற ஒருவன். நாங்களோ மூன்று நடமாடும் பிரேதங்கள். அவனைப் பார்த்தோம். அவனுடைய வாழ்க்கையை ரத்தக் காட்டேரியைப் போல் உறிஞ்சிக் கொண்டோம்.

கடைசியில் அவன் சிறுவன் ஜுவானிடம் சென்றான். அவனுடைய கழுத்தைத் தொழில்ரீதியில் தொட விரும்பினானா அல்லது கருணையின் தூண்டுதலா? கருணைதான் என்றால் அவ்வாறாகத்தான் இரவு முழுவதுமே நடந்து கொண்டான் என்று சொல்ல வேண்டும்.

ஜுவானின் தலையையும் கழுத்தையும் அவன் அணைத்துக் கொண்டான். அந்தச் சிறுவனும் எதிர்ப்பைக் காட்டவில்லை; அவன் கண்கள் பெல்ஜியனை விட்டு அகலவே இல்லை. திடீரென்று இவன் கைகளைப் பிடித்துக் கொண்டு விநோதமாக அதைப் பார்த்தான். பெல்ஜியனின் கைகளை தன் இரண்டு கைகளுக்கிடையே வைத்துக் கொண்டான். அது பற்றி சந்தோஷப்படுவதற்கு எதுவுமில்லை; ஒரு கிடுக்கி ஒரு கொழுத்துச் சிவந்த கையைப் பற்றிக் கொண்டிருந்தது போல் இருந்தது. என்ன நடக்கப் போகிறது என்று நான் சந்தேகித்தேன். டாமும் அப்படியே சந்தேகித்திருக்கக் கூடும். ஆனால் பெல்ஜியன் எதையும் பார்க்கவில்லை. ஒரு தந்தையைப் போல் அவன் புன்னகைத்துக் கொண்டிருந்தான். சற்று நேரத்தில் அந்தக் கொழுத்துச் சிவந்த கையை சிறுவன் தன் வாய்க்குக் கொண்டு வந்து கடிக்க முயன்றான். பெல்ஜியன் அவசரமாக கையை இழுத்துக் கொண்டு இடறி சுவரில் இடித்துக் கொண்டான். சில நொடிகள் எங்களை பீதியோடு பார்த்தான். திடீரென்று அவனுக்கு உறைத்திருக்கும், நாங்கள் அவனைப் போல் மனிதர்கள் அல்ல என்று. நான் சிரிக்க ஆரம்பித்தேன். ஒரு சிப்பாய் உள்ளே குதித்தான். இன்னொருவன், விழித்த கண்கள் வெற்றிடத்தைப் பார்க்க நித்திரையில் இருந்தான்.

நான் தளர்வாக உணர்ந்தேன். அதே சமயம் அதிக உணர்ச்சி வசப்பட்டிருந்தேன். விடிகாலையில் என்ன நடக்கும் என்பது பற்றியோ அல்லது சாவைப் பற்றியோ இனிமேல் நான் யோசிக்க விரும்பவில்லை. அதற்கு எந்த அர்த்தமும் இல்லை. வெறுமையையோ அல்லது வார்த்தைகளையோதான் கண்டேன். ஆனால் வேறு

எதையேனும் நினைக்க முயற்சி செய்த மாத்திரத்தில் என்னை நோக்கித் திரும்பியிருக்கும் துப்பாக்கி முனைகள் கண்ணுக்குத் தெரிந்தன. என் மரண தண்டனையை அநேகமாக இருபது முறை அனுபவித்தேன். அதுவும் நல்லதுக்குத்தான் என்று கூட ஒரு சமயம் தோன்றியது. ஒரு நிமிடம் நான் உறங்கியிருக்க வேண்டும். அவர்கள் என்னை சுவரின் அருகே இழுத்துச் சென்றார்கள்; நான் போராடிக் கொண்டிருந்தேன்; கருணைக்காக கெஞ்சினேன். வாரிச்சுருட்டி எழுந்து பெல்ஜியனைப் பார்த்தேன். நான் தூக்கத்தில் கத்தியிருப்பேனோ என்று பயந்தேன். ஆனால் அவன் தன் மீசையைத் தடவிக் கொண்டிருந்தான். அவன் எதையும் கவனிக்கவில்லை. விரும்பியிருந்தால் இன்னும் கொஞ்ச நேரம் நான் தூங்கியிருக்கலாம். நாற்பத்தெட்டு மணி நேரமாக நான் விழித்துக் கொண்டிருக்கிறேன். நான் என்னுடைய கயிற்றின் இறுதியில் இருந்தேன்.

ஆனால் இரண்டு மணி நேர வாழ்க்கையை நான் இழக்க விரும்பவில்லை. விடிகாலையில் என்னை எழுப்ப வருவார்கள். தூக்கக் கலக்கத்தோடு நான் அவர்கள் பின்னே செல்வேன். "ஊஃப்!" என்பதைத் தவிர வேறு எப்படியும் அரற்றியிருக்கமாட்டேன். நான் அதை விரும்பவில்லை. ஒரு மிருகத்தைப் போல் நான் சாக விரும்பவில்லை. நான் அதைப் புரிந்து கொள்ள விரும்பினேன். மேலும் தீக்கனா பற்றியும் பயமாக இருந்தது. எழுந்து,என் நினைவுகளை மாற்றிக் கொள்ள முன்னும் பின்னும் நடந்தேன். என் கடந்து போன வாழ்க்கையைப் பற்றி நினைக்க ஆரம்பித்தேன். ஒரு நினைவுக்கூட்டமே திரும்ப என்னுள் ஓடி வந்தது, அவற்றில் நல்லவை கெட்டவை இரண்டுமே இருந்தன – குறைந்தபட்சம், முன்னால் அவைகளை அப்படி அழைத்தேன். முகங்களும் நிகழ்ச்சிகளும்... திருவிழாவின்போது வாலன்ஸியாவில் குத்திக் கிழிக்கப்பட்ட ஒரு இளம் Bullfighter இன் முகத்தை, என்னுடைய ஒரு மாமாவின் முகத்தை, ரமோன் க்ரிஸ்ஸின் முகத்தை நான் பார்த்தேன். என் முழு வாழ்க்கையையும் நினைத்துப் பார்த்தேன்; 1926இல் எப்படி மூன்று மாதங்கள் வேலையில்லாமல் இருந்தேன், எப்படி உயிர் போகும் அளவுக்குப் பட்டினி கிடந்தேன், எப்படி க்ரனாடாவில் ஒரு பெஞ்சில் படுத்து ஒரு இரவு முழுவதையும் கழித்தேன், எல்லாவற்றையும் நினைத்துக் கொண்டேன்; அப்போது நான் மூன்று நாட்களாக சாப்பிட்டிருக்கவில்லை. கோபக்கார இளைஞன். சாக விரும்பாதவன். இப்போது நினைத்தால் சிரிப்பு வந்தது. எவ்வளவு பைத்தியக்காரத்தனமாக சந்தோஷத்தைத் தேடி, பெண்களைத் தேடி, சுதந்திரத்தைத் தேடி ஓடியிருக்கிறேன்! ஏன்?

ஸ்பெய்னை விடுவிக்க விரும்பினேன், Margallஐப் போற்றினேன், புரட்சி இயக்கத்தில் சேர்ந்தேன், பொதுக்கூட்டங்களில் பேசினேன். ஏதோ நான் அழிவே இல்லாதவன் என்பது போல் எல்லாவற்றையும் தீவிரமாக எடுத்துக் கொண்டேன்.

அந்தக் கணத்தில் என் முழு வாழ்க்கையும் என் முன்னால் நிற்பதாக உணர்ந்தேன். 'அதெல்லாம் படுமோசமான பொய்' என்று தோன்றியது. அதற்கெல்லாம் எந்த அர்த்தமும் இல்லை. ஏனென்றால் அது முடிந்த போன கதை. பெண்களோடு சேர்ந்து சிரிக்க முடிந்ததை, அவர்களோடு சேர்ந்து செல்ல முடிந்ததை நினைத்தால் இப்போது ஆச்சரியமாக இருக்கிறது. இப்படி ஒரு முடிவு வரும் என்று மட்டும் தெரிந்திருந்தால் என் சுண்டு விரலைக் கூட அசைத்திருக்க மாட்டேன். என் வாழ்க்கை முடிந்து போய் மூடப்பட்ட பையைப் போல் என் முன்னே கிடந்தது. இன்னும் அதன் உள்ளிருந்த ஒவ்வொன்றும் முடிக்கப்படாமல் அரைகுறையாயிருந்தது. ஒரு நொடி அதைக் கணிக்க முயன்றேன். இது ரம்மியமான வாழ்க்கை என்று எனக்கு நானே சொல்லிக் கொள்ள விரும்பினேன். ஆனால் என்னால் எதையும் கணிக்க முடியவில்லை; அது ஒரு வரைபடம். அவ்வளவுதான். என் காலத்தை நித்தியமாக எண்ணியே வீணாக்கி விட்டேன். எதையுமே நான் புரிந்து கொள்ளவில்லை. எதையும் நான் தவறவிடவில்லை: நான் தவறவிட்டிருக்கக் கூடிய விஷயங்கள் நிறையவே இருந்தன. மதுவின் சுவை, காதிஸ் நகரில் கோடையில் குளித்த அனுபவங்கள் இப்படி. ஆனால் மரணம் எல்லாவற்றையுமே கவர்ச்சியிழக்கச் செய்து விட்டது.

பெல்ஜியனுக்கு திடீரென்று ஒரு யோசனை தோன்றி எங்களிடம் சொன்னான்: "நண்பர்களே, ராணுவ நிர்வாகம் அனுமதித்தால் உங்களுக்குப் பிரியமானவர்களுக்கு ஏதாவது செய்தியோ அல்லது ஞாபகச் சின்னமோ அனுப்ப ஏற்பாடு செய்கிறேன்."

டாம் முணுமுணுத்தான்: "எனக்கு யாரும் இல்லை."

நான் ஒன்றும் சொல்லவில்லை. சற்றுநேரம் காத்திருந்து விட்டு டாம் ஆர்வத்தோடு என்னைப் பார்த்தான். "நீ கோஞ்சாவுக்கு சொல்வதற்கு ஒன்றுமே இல்லையா?"

"இல்லை."

இம்மாதிரி மென்மையான விஷயங்களை நான் வெறுத்தேன். கடந்த இரவில் கோஞ்சாவைப் பற்றிப் பேசியது என் தவறுதான். என்னைக்

கட்டுப்படுத்திக் கொண்டிருக்க வேண்டும். அவளோடு நான் ஒரு வருடம் இருந்தேன். கடந்த இரவு அவளை மறுபடியும் ஒரு ஐந்து நிமிடம் பார்ப்பதற்கு விருப்பப்பட்டிருக்கலாம்; அதனால்தான் நான் அவளைப் பற்றிப் பேசினேன். அது அவ்வளவு வலுவாய் இருந்திருக்கிறது. இனிமேல் அவளைப் பார்ப்பதற்கு எனக்கு விருப்பமில்லை. அவளிடம் சொல்வதற்கு இதற்கு மேல் என்னிடம் ஒன்றுமில்லை. அவளை என் தோளில் சாய்த்துக் கொள்ளக்கூட விரும்ப மாட்டேன். என் உடல் என்னுள் திகிலை இறைத்திருந்தது, ஏனென்றால் அது வெளிறிப் போய் வியர்த்துக் கொண்டிருந்தது. மேலும், அவளுடைய உடல் என்னுள் திகிலை நிறைக்கவில்லை என்று எனக்கு நிச்சயமில்லை. நான் இறந்துவிட்டேன் என்று அறிந்து அவள் அழுவாள். அதற்குப் பிறகு பல மாதங்களுக்கு அவளுக்கு வாழ்க்கையில் சுவையிருக்காது. இருந்தாலும் சாகப் போகிறவன் நானாகத்தான் இருந்தேன். அவளுடைய மிருதுவான அழகிய கண்களை நினைத்தேன். அவள் என்னைப் பார்த்தபோது அவளிடமிருந்து ஏதோ ஒன்று என்னுள் கடந்து சென்றது. ஆனால் அது முடிந்து விட்டது என்பதை நான் அறிவேன். இப்போது அவள் என்னைப் பார்த்தால், பார்வை அவளுடைய கண்களிலேயே நிற்கும். என்னுள் செல்லாது. நான் தனித்துப் போய் விட்டேன்.

டாமும் தனியாகத்தான் இருந்தான். ஆனால் என்னைப் போல் அல்ல. குறுக்காகக் கால்களைப் போட்டுக் கொண்டு ஒருவித புன்னகையோடு அங்கிருந்த பெஞ்சை வெறித்துப் பார்க்க ஆரம்பித்திருந்தான். பிரமித்தவனாய்த் தென்பட்டான். கைகளை நீட்டி எதையாவது உடைத்து விடுவோமோ என்ற பயத்தில்தானோ என்னவோ, ஜாக்கிரதையாக பெஞ்சைத் தொட்டு விட்டு உடனே வேகமாக கையை இழுத்துக் கொண்டு நடுங்கினான். நான் டாமாக இருந்திருந்தால் பெஞ்சைத் தொட்டு நான் குதூகலித்திருக்க மாட்டேன். இது மேலும் ஒரு ஐரிஷ் மடத்தனம். ஆனால் பொருட்கள் விநோத உருக்கொண்டு இருப்பதை நானும் பார்க்கத்தான் செய்தேன். அவைகள் சரியாகப் புரியாமல், தெளிவற்று, சாதாரணத்தைவிட குறைந்த அடர்த்தியோடு இருந்தன. நான் சாகப்போகிறேன் என்று உணர்வதற்கு இந்த பெஞ்ச், விளக்கு, கரித்தூசுக் குவியல் இவற்றைப் பார்ப்பதே போதுமானதாயிருந்தது. வாஸ்தவத்தில் என்னால் என் மரணத்தைப் பற்றித் தெளிவாக சிந்திக்க முடியவில்லை. ஆனால் அதை நான் ஒவ்வொரு இடத்திலும் பார்த்தேன். எல்லாவற்றிலும் பார்த்தேன். சாகப் போகிறவனின் படுக்கைக்கருகில் நின்றுகொண்டு

மெதுவாகப் பேசுகிறவர்களைப்போல் அதைப் பார்த்தேன். டாம் இப்போது பெஞ்சில் தொட்டது கூட அவனுடைய மரணத்தைத்தான்.

நான் இருந்த நிலையில் யாராவது வந்து என்னுடைய மீதி வாழ்க்கை பூராவையும் என்னிடம் கொடுத்து அமைதியாக வீட்டுக்குப் போகச் சொன்னால் அது என்னை உறைந்து போகச் செய்திருக்கும். அழிவற்று இருக்கப் போகிறோம் என்ற மாயை போன பிறகு பல மணி நேரம் காத்திருப்பதோ அல்லது பல வருடங்கள் காத்திருப்பதோ எல்லாம் ஒன்றுதான். நான் சூன்யத்திடம் ஒட்டிக் கொண்டேன். ஒரு விதத்தில் நான் அமைதியாக இருந்தேன். ஆனால் இது ஒரு பயங்கரமான அமைதி. என் உடலால் ஏற்பட்ட அமைதி. என் உடலை அதன் கண்களால் நான் பார்த்தேன். அதன் செவிகளால் நான் கேட்டேன். ஆனால் இதற்கு மேல் அது நானாக இல்லை. அது தானே வியர்த்து நடுங்கியது. இதற்கு மேல் நான் அதை அடையாளம் கண்டு கொள்ளவில்லை. என்ன நேர்ந்தது என்பதை அறிய அதை நான் தொட்டுப் பார்க்க வேண்டியிருந்தது, அதை இன்னொருவனின் உடலைப் போல் என்னால் உணர முடிந்தது. விமானத்திலிருந்து கொண்டு செங்குத்தாக இறங்குவது போல் இருந்தது. என் இதயம் அடித்துக் கொள்வதை உணர முடிந்தது. ஆனால் அது எனக்கு எந்த நிச்சயத்தையும் அளிக்கவில்லை. பல சமயங்களில் இந்த உடல் அமைதியாக இருந்தது. ஒருவித பளுவைத் தவிர வேறு எதையும் நான் உணரவில்லை. என் சம்பந்தப்பட்ட ஒரு அசிங்கமான இருப்பு.ஒரு பெரிய ஜந்துவோடு கட்டப்பட்டிருப்பது போன்ற ஓரு உணர்வு. ஒரு முறை என் கால்சராயை உணர்ந்தேன். அது நனைந்திருந்து. மூத்திரமா வியர்வையா என்று தெரியவில்லை. ஆனால் முன்னெச்சரிக்கையாக கரிக்குவியலுக்குச் சென்றேன், சிறுநீர் கழிக்க.

பெல்ஜியன் தன் கடிகாரத்தைப் பார்த்துவிட்டுச் சொன்னான்: “இப்போது மணி மூன்றரை ஆகிறது.”

பாஸ்டர்ட்!வேண்டுமென்றே அவன் அதைச் செய்திருக்க வேண்டும். டாம் குதித்தான். நேரம் ஓடிக் கொண்டிருப்பதை நாங்கள் கவனிக்கவில்லை. உருவமற்ற கட்டியைப் போல் இரவு எங்களைச் சூழ்ந்தது. அது ஆரம்பமாகி விட்டது என்பதை என்னால் நினைத்துக் கூடப் பார்க்க முடியவில்லை.

சிறுவன் ஜுவான் அழ ஆரம்பித்தான். “நான் சாக விரும்பவில்லை, நான் சாக விரும்பவில்லை” என்று கை கூப்பிக் கெஞ்சினான். அந்த

அறையின் குறுக்கே கையை வீசிக் கொண்டு ஓடிய அவன் அழுது கொண்டே ஒரு பாயில் விழுந்தான். டாம் அவனைத் தேற்ற வேண்டும் என்ற எண்ணம் கொஞ்சங் கூட இல்லாமல், கண்களில் நீர் ததும்ப அவனைப் பார்த்தான். ஏனென்றால், இந்த நிலையில் தேற்றுவது என்பதற்கு எந்த அர்த்தமும் இல்லை. சிறுவன் எங்களை விட அதிகம் சத்தம் போட்டான். ஆனால் எங்களை அது அதிகம் பாதிக்கவில்லை. ஜுரத்தின் வேதனையிலிருந்து தன்னைக் காப்பாற்றிக் கொள்ளும் நோயாளியைப் போல் இருந்தான் அவன். ஜுரம் இல்லாதபோது இது ரொம்பவும் சீரியஸான விஷயம்.

அவன் அழுதான். தன்னையே நொந்து கொண்டான் என்பதை என்னால் தெளிவாகப் பார்க்க முடிந்தது. அவன் மரணத்தைப் பற்றி சிந்தித்துக் கொண்டிருக்கவில்லை. ஒரு நொடி – ஒரே ஒரு நொடி நான் அழ விரும்பினேன். என்னையே நொந்து கொண்டு அழ விரும்பினேன். ஆனால் அதற்கு எதிராகத்தான் நடந்தது. நான் அவனைப் பார்வையிட்டேன். அவனுடைய எலும்பான, விசும்பும் தோள்களைப் பார்த்தேன். குரூரமாக, மனிதத்தன்மையற்று உணர்ந்தேன். என்னையோ அல்லது மற்றவர்களையோ கண்டு என்னால் அனுதாபப்பட முடியவில்லை; எனக்கு நானே சொல்லிக் கொண்டேன்: “நான் சுத்தமாகச் சாக விரும்புகிறேன்.”

டாம் எழுந்தான். வட்டமான திறப்புக்குக் கீழே தன்னை நிறுத்திக் கொண்டு காலை வெளிச்சத்திற்காகப் பார்க்க ஆரம்பித்தான். நான் சுத்தமாகச் சாகத் தீர்மானித்தேன். அதையேதான் நினைத்துக் கொண்டிருந்தேன். ஆனால் டாக்டர் எங்களிடம் நேரம் சொன்ன திலிருந்து நேரம் பறந்து கொண்டிருப்பதாக, ஒவ்வொரு துளியாகப் பறந்து செல்வதாகத் தோன்றியது.

டாமின் குரலைக் கேட்டபோதும் இருட்டாகவே இருந்தது. “அவர்கள் வருவது கேட்கிறதா?”

“ம்...”

முற்றத்தில் ஆட்கள் நடந்து கொண்டிருந்தார்கள்.

“என்ன செய்து கொண்டிருக்கிறார்கள் அவர்கள்? இருட்டில் அவர்களால் சுட முடியாது.”

சற்று நேரம் கழித்து எந்த சப்தமும் கேட்கவில்லை. நான் டாமிடம் சொன்னேன்:

“விடிந்து விட்டது.”

பெத்ரோ கொட்டாவி விட்டுக்கொண்டே எழுந்தான். விளக்கை அணைக்கச் சென்றவன், தன் சகாவிடம் சொன்னான். “பயங்கரமாகக் குளிர்கிறது.”

அந்த அறை முழுவதும் வெளிறியிருந்தது. தூரத்தில் துப்பாக்கியின் வெடிச் சப்தத்தைக் கேட்டோம்.

“ஆரம்பித்து விட்டது... அவர்கள் இதை கோர்ட்டின் பின்புறம்தான் செய்வார்கள்” என்று டாமிடம் சொன்னேன்.

டாம் டாக்டரிடம் சிகரெட் கேட்டான். நான் அதை விரும்பவில்லை. எனக்கு சிகரெட்டோ மதுவோ தேவையிருக்கவில்லை. அந்தக் கணத் திலிருந்து அவர்கள் சுடுவதை நிறுத்தவேயில்லை.

“என்ன நடந்து கொண்டிருக்கிறது என்று தெரிகிறதா?” என்று கேட்டான் டாம்.

அவன் இன்னும் ஏதோ சொல்ல விரும்பினான். ஆனால் அமைதியாகக் கதவைப் பார்த்துக் கொண்டிருந்தான். கதவு திறந்து ஒரு லெஃப்டினன்ட் நான்கு வீரர்களோடு உள்ளே வந்தான். டாம் சிகரெட்டைக் கீழே போட்டு விட்டான்.

“ஸ்டீன்பாக்?”

டாம் பதில் சொல்லவில்லை. பெத்ரோ அவனைச் சுட்டிக் காட்டினான்.

“ஜுவான் மிர்பல்?”

“அதோ அந்தப் பாயில்.”

“எழுந்திரு” என்றான் லெஃப்டினன்ட்.

ஜுவான் நகரவில்லை. இரண்டு சிப்பாய்கள் அவனைத் தோளைப் பிடித்துத் தூக்கி நிறுத்தினார்கள். ஆனால் அவர்கள் விட்ட மாத்திரத்தில் அவன் விழுந்தான்.

சிப்பாய்கள் தயங்கினார்கள்.

“அவன்தான் இங்கே முதல் நோயாளியா?” என்ற லெஃப்டினன்ட், “நீங்கள் இரண்டு பேரும் இவனைத் தூக்கிச் செல்லுங்கள். அவர்கள்

அங்கே சரி பண்ணி விடுவார்கள்” என்றான். பிறகு அவன் டாமைப் பார்த்து “நாம் போகலாம்” என்றான். இரண்டு வீரர்களுக்கிடையில் டாம் வெளியே போனான். மற்ற இருவர் சிறுவனின் கக்கத்தையும் கால்களையும் பிடித்துத் தூக்கிக் கொண்டு பின்னால் போனார்கள். அவன் மயக்கத்தில் இல்லை. அவன் கண்கள் அகலத் திறந்திருந்தன. கண்ணீர் கண்களில் வழிந்தோடியது. நான் வெளியே போக விரும்பிய போது லெஃப்டினன்ட் என்னை நிறுத்தினான்.

“நீ தான் இபீதாவா?”

“ஆமாம்.”

“நீ இங்கேயே இரு. உனக்காக அவர்கள் பிறகு வருவார்கள்.” சொல்லி விட்டு அவர்கள் அகன்றார்கள். பெல்ஜியனும் இரண்டு ஜெயிலர்களும் கூடப் போய்விட்டார்கள். நான் தனியாக இருந்தேன். எனக்கு என்ன நேர்ந்து கொண்டிருக்கிறது என்றே புரியவில்லை. அவர்கள் உடனே அதைச் செய்து முடித்திருந்தால் நன்றாக ஏற்றுக் கொண்டிருப்பேன். அநேகமாக சீரான இடைவெளி விட்டு துப்பாக்கிச் சூடு கேட்டது. ஒவ்வொன்றின் போதும் நான் நடுங்கினேன். தலைமயிரைப் பிய்த்துக் கொண்டு அலற நினைத்தேன். ஆனால் பற்களைக் கிட்டிக்கொண்டு பாக்கெட்டுக்குள் கைகளை விட்டுக் கொண்டேன். ஏனென்றால் நான் அமைதியாக இருக்க விரும்பினேன்.

ஒரு மணி நேரம் கழித்து அவர்கள் என்னை அழைத்துக்கொண்டு போக வந்தார்கள். முதல் கட்டுக்கு இட்டுச் சென்றார்கள். சூடாகி, சுருட்டு நாற்றம் அடித்துக் கொண்டிருந்த சிறிய அறைக்குள் போட்டு விட்டுச் சென்றார்கள். அங்கே இரண்டு அதிகாரிகள் நாற்காலியில் அமர்ந்து புகைபிடித்துக் கொண்டிருந்தார்கள். அவர்கள் முழங்காலின் மீது காகிதங்கள் இருந்தன.

“நீ தான் இபீதாவா?”

“ஆமாம்.”

“ரமோன் க்ரிஸ் எங்கே?”

“தெரியாது.”

என்னைக் கேள்வி கேட்டவன் குட்டையாக தடிமனாக இருந்தான், கண்ணாடிக்குள் அவன் கண்கள் கடினமாகத் தெரிந்தன.

“இங்கே வா” என்று என்னிடம் சொன்னான். அவனிடம் சென்றேன். அவன் எழுந்து என் தோள்களைப் பற்றினான். இந்தப் பூமிக்குள்ளேயே என்னைத் தள்ளி விடக்கூடிய பார்வையோடு என்னை முறைத்துப் பார்த்துக் கொண்டிருந்தான். அதே நேரத்தில் தன் முழுச் சக்தியோடு என் கைச்சதைகளைக் குத்தினான். எனக்கு அது வலிக்கவில்லை. விளையாட்டைப் போல் தோன்றியது. என்னை அவன் ஆக்ரமிக்க விரும்பினான். நாற்றம் அடிக்கும் அவன் மூச்சை நேராக என் முகத்தின் மீது ஊத வேண்டும் என்றும் நினைத்தான். சில கணங்கள் அப்படியே இருந்தோம். எனக்கு சிரிக்கத் தோன்றியது. சாகப் போகும் ஒருவனை பயமுறுத்திக் கட்டாயப்படுத்த ரொம்பவும் பிரயாசைப்பட வேண்டியிருக்கிறது. அது பலிக்கவில்லை. முரட்டுத்தனமாக என்னைப் பின்னே தள்ளிவிட்டு மறுபடியும் உட்கார்ந்து கொண்டான். பின் என்னிடம் சொன்னான்: “அவனுடைய உயிருக்குப் பதிலாக உன்னுடைய உயிர் இருக்கிறது, அவன் எங்கேயிருக்கிறான் என்று நீ சொல்லிவிட்டால் உன் உயிரை நீ காப்பாற்றிக் கொள்ளலாம்.”

சாட்டைக் கோல், பூட்ஸ் சகிதமாக இருக்கும் இந்தப் பொம்மைகளும் கூட சாகத்தான் போகின்றன; எனக்குப் பின் கொஞ்சம் பொறுத்து. ஆனால் ரொம்ப காலம் பொறுத்து அல்ல. கசங்கியிருந்த காகிதங்களில் பெயர்களைத் தேடுவதில் அவர்கள் மும்முரமாக இருந்தார்கள். மற்றவர்கள் பின்னால் ஓடினார்கள். ஸ்பெய்னின் எதிர்காலம் பற்றியும் மற்ற விஷயங்கள் குறித்தும் அவர்களுக்குக் கருத்துக்கள் இருந்தன. அவர்களின் செயல்கள் எல்லாம் எனக்கு அதிர்ச்சி தரக் கூடியதாகவோ சிரிப்பு மூட்டுவதாகவோ இருந்தன. என்னை அவர்களின் இடத்தில் வைத்துப் பார்க்க முடியவில்லை. அவர்கள் பைத்தியங்கள் என்று தான் நினைத்தேன்.

அந்தச் சிறிய மனிதன் என்னையே பார்த்துக் கொண்டிருந்தான். கையிலிருந்த சாட்டைக் கோலால் பூட்ஸைத் தட்டிக் கொண்டிருந்தான். ஒரு வெறி பிடித்த மிருகத்தைப் போல் இருந்தான்.

“ஆக, உனக்குப் புரிகிறதா?”

“ரமோன் க்ரிஸ் எங்கே இருக்கிறான் என்று எனக்குத் தெரியாது. அவன் மாத்ரித்தில் இருந்தான் என்று நினைக்கிறேன்” என்று பதில் சொன்னேன்.

இன்னொரு அதிகாரி வெளிறிய தன் கையை சோம்பலோடு நீட்டினான். அந்தச் சோம்பல் கூட கணக்கிடப்பட்டது போல்

இருந்தது. இப்படியெல்லாம் கூடச் செய்து தங்களைக் கிளர்ச்சியூட்டிக் கொள்கிற இவர்களின் இந்தச் சீண்டல்களைப் பார்க்க முடியாமல் நான் மயங்கி இருந்தேன். “நினைத்துப் பார்ப்பதற்கு இன்னும் உனக்குக் கால் மணி நேரம் இருக்கிறது” என்று அவன் மெதுவாகச் சொன்னான். “இவனை லாண்டரிக்கு எடுத்துச் செல்லுங்கள். கால் மணி நேரத்தில் திருப்பி எடுத்து வாருங்கள். பிறகும் இவன் மறுத்தால் அந்த இடத்திலேயே அவனுடைய மரண தண்டனை நிறைவேற்றப்படும்.”

தாம் செய்வது இன்னதென்று அவர்களுக்குத் தெரிந்தேயிருந்தது. இரவையெல்லாம் துளித்துளியாகக் கழித்திருக்கிறேன்; பிறகு டாமையும் ஜுவானையும் சுட்டுத் தள்ளி விட்டு, அறையில் ஒரு மணி நேரம் என்னைக் காக்க வைத்தார்கள். இப்போது சலவை அறையில் என்னைப் பூட்டி வைக்கிறார்கள்; தங்கள் விளையாட்டை இவர்கள் முந்திய இரவே தயார் செய்திருக்க வேண்டும். சலவை அறையில் போட்டால், இருக்கின்ற தைரியம் எல்லாம் போய் விடும், உண்மையைக் கக்கி விடுவான் என்று அவர்கள் தங்களுக்குள்ளேயே சொல்லிக் கொண்டார்கள். அவர்கள் மிக மோசமான தவறு செய்து விட்டார்கள். சலவை அறையில் ஒரு ஸ்டூல் மீது நான் உட்கார்ந்தேன். ரொம்பவும் பலகீனமாக உணர்ந்தேன். பின் யோசிக்க ஆரம்பித்தேன். ஆனால் அவர்களைப் பற்றியல்ல; ரமோன் க்ரிஸ் எங்கே இருந்தான் என்று எனக்குத் தெரியும்; அவன் தன்னுடைய ஒன்றுவிட்ட சகோதரர்களோடு நகரத்திலிருந்து நான்கு கிலோ மீட்டர் தூரத்தில் ஒளிந்து கொண்டிருந்தான். அவர்கள் என்னைச் சித்திரவதை செய்தாலொழிய அவன் மறைந்திருந்த இடத்தை நான் காட்டிக் கொடுக்க மாட்டேன் என்றும் எனக்குத் தெரியும். (ஆனால் அவர்கள் அதைப் பற்றி யோசிப்பதாகத் தெரியவில்லை). எல்லாமே கச்சிதமாக இருந்தது; ஆனால் எதுவும் எவ்விதத்திலும் என்னை ஈர்க்கவில்லை. என் நடத்தைக்குக் காரணத்தை மட்டும் நான் புரிந்து கொள்ள விரும்பியிருப்பேன். ரமோனைக் காட்டிக் கொடுப்பதை விட நானே செத்துப் போவேன். ஏன்? ரமோன் க்ரிஸ்ஸை அதற்கு மேல் நான் விரும்பவில்லை. கொஞ்சாவிடம் கொண்டிருந்த என் காதலும், ரமோன் க்ரிஸ்ஸிடம் கொண்டிருந்த நட்பும், அதே சமயம், வாழ வேண்டும் என்ற ஆசையும் கூட விடிகாலைக்குச் சற்று முன்பே செத்துப் போய்விட்டன. சந்தேகமில்லாமல் நான் அவனைப் பற்றிப் பெரிதாகவே நினைத்தேன். அவன் கடினமானவனாக இருந்தான். ஆனால் அந்தக் காரணத்துக்காக நான் இந்த இடத்தில் செத்துப்

போவதில் திருப்தி கொள்ளவில்லை. அவனுடைய வாழ்க்கை என்னுடையதை விட அதிக மதிப்புடையதல்ல; மேலும் எந்த வாழ்க்கையுமே மதிப்புடையது அல்ல. அவர்கள் சுவரோடு ஒருவனை நிறுத்தி அவன் சாகும் வரை சுட்டுக் கொல்கிறார்கள்; அது நானாகவோ ரமோன் க்ரிஸ்ஸாகவோ அல்லது வேறு யாராகவுமே இருந்தாலும் அவர்களுக்கு எந்த வித்தியாசமும் இல்லை. ஸ்பெய்னுககு என்னை விட அவன் மிகவும் பயனுள்ளவன் என்று நான் அறிவேன். ஆனால் ஸ்பெய்னும் அதன் புரட்சியும் எக்கேடும் கெட்டுத் தொலையட்டும் என்று எண்ணினேன். ஆம்; எதுவுமே முக்கியமில்லை. இருந்தாலும் நான் அங்கேயே இருந்தேன். என் உடம்பை நான் காப்பாற்றிக் கொண்டு ரமோன் க்ரிஸ்ஸை நான் கைவிட்டிருக்க முடியும். அதைச் செய்ய மறுத்து விட்டேன். அது எனக்கு வேடிக்கையாகவே தெரிந்தது. வேறென்ன, என் பிடிவாதம்தான். ஆம், முரட்டுப் பிடிவாதமாகத்தான் இருக்க வேண்டும். ஒருவித களிப்பு என்னுள் படர்ந்தது. எனக்காக வந்த அவர்கள் இரண்டு அதிகாரிகளிடம் என்னைக் கொண்டு சென்றார்கள். என் பாதத்திற்கு அடியிலிருந்து ஒரு எலி ஓடி என்னை மிகவும் ஆச்சரியப்படுத்தியது. ஒரு ஸ்பெயின் ஃபாஸிஸ்டை திரும்பிப் பார்த்து “நீ எலியைப் பார்த்தாயா?” என்று கேட்டேன்.

அவன் பதில் சொல்லவில்லை. இறுக்கமான பேர்வழி போல் இருக்கிறது. நான் சிரிக்க விரும்பினேன். ஆனால் கட்டுப்படுத்திக் கொண்டேன். ஏனென்றால், ஆரம்பித்துவிட்டால் பின் நிறுத்தவே முடியாமல் போய்விடுமோ என்று பயமாக இருந்தது. அந்த ஃபாஸிஸ்ட் மீசை வைத்திருந்தான். “மடையா, உன், மீசையை எடுத்து விடு” என்று அவனிடம் சொன்னேன். அவன் உயிரின் ரோமம் தன் முகத்தை ஆக்ரமிக்க விட்டுவிடுவான் போலிருக்கிறதே என்று நினைத்தபோது சிரிப்பு வந்தது. அவன் என்னைத் திடவுறுதியின்றி உதைத்தான். நான் அமைதியாக இருந்தேன். “சரி, நீ அதைப் பற்றி யோசித்துவிட்டாயா?” என்று அந்தத் தடிமனான அதிகாரி கேட்டான்.

அபூர்வமான ஜந்துக்களைப் பார்ப்பது போல் மிகவும் ஆர்வத்தோடு அவர்களைப் பார்த்தேன். “ரமோன் க்ரிஸ் இருக்கும் இடம் எனக்குத் தெரியும். அவன் இடுகாட்டில் ஒளிந்திருக்கிறான். அடி நிலக் கல்லறை. இல்லாவிட்டால் வெட்டியான் குடில்” என்று அவர்களிடம் சொன்னேன்.

அது ஒரு கேலிக் கூத்துதான். அவர்கள் எழுந்து நின்று பெல்ட்டை இறுக்கிக் கொண்டு சுறுசுறுப்பாகக் கட்டளைகள் இடுவதைப் பார்க்க விரும்பினேன்.

அவர்கள் குதித்துக் கொண்டு கிளம்பினார்கள். “நாம் போகலாம். லெஃப்டினன்ட் லோப்பெயிடமிருந்து பதினைந்து பேரை அழைத்து வா” என்று அந்தச் சிறிய தடித்த மனிதன் சொன்னான். “நீ சொல்வது உண்மையானால் உன்னைப் போக விட்டுவிடுவோம். ஆனால் எங்களை குரங்காக்க நினைத்தாயானால் நீ ரொம்ப கஷ்டப்பட வேண்டியிருக்கும்“ என்று அவன் என்னிடம் சொன்னான். ஒரே பேச்சு சத்தமாக இருந்தது. நான் வெகு அமைதியாக ஃபாஸிஸ்டுகளின் காவலில் காத்திருந்தேன். அவர்கள் தேடப் போகும் வேடிக்கையை எண்ணி இடைக்கிடையே சிரித்துக் கொண்டேன். சமாதிக் கற்களை அகற்றி ஒவ்வொரு கல்லறைக் கதவையும் திறந்து அவர்கள் தேடுவதைக் கற்பனை செய்து பார்த்தேன். என்னை வேறு யாராகவோ கற்பித்துக் கொண்டு இந்தச் சூழ்நிலையை எனக்கே பொருத்திப் பார்த்துக் கொண்டேன். இந்தக் கைதி பிடிவாதமாக கதாநாயகனாய் நடந்து கொள்ள, இந்த மீசை வைத்த ஃபாஸிஸ்டுகளும் அவர்களின் ஆட்களும் சீருடையில் சமாதிகளுக்கிடையில் ஓடும் காட்சி! நினைக்கவே வேடிக்கையாக இருந்தது. அரை மணி நேரம் கழித்து அந்தத் தடித்த குட்டை மனிதன் தனியாகத் திரும்பி வந்தான். என்னைக் கொல்வதற்கான உத்திரவுடன் வந்திருக்கிறான் என்று எண்ணினேன். மற்றவர்கள் இடுகாட்டில் தங்கி இருக்க வேண்டும்.

அதிகாரி என்னைப் பார்த்தான். அவன் பார்வை செம்மறியாட்டுத்தனமாக இல்லை. “இவனை முற்றத்திற்குள் மற்றவர்களோடு எடுத்துச் செல்லுங்கள்” என்றான். “ராணுவ வேலைகளுக்குப் பிறகு இவனை என்ன செய்வது என்று ஒரு கோர்ட் முடிவு செய்யும்“ என்று மேலும் சொன்னான். எனக்கு இது புரிந்ததாகத் தோன்றவில்லை. “பிறகு அவர்கள் என்னை... என்னை சுடப் போவதில்லையா?” என்று கேட்டேன். “இப்போது இல்லை. எப்படியும் அப்புறம் என்ன நடக்கிறது என்பது எங்கள் வேலையில்லை.”

இன்னும் எனக்குப் புரியவில்லை. “ஆனால்... ஏன்?” என்று கேட்டேன்.

பதில் சொல்லாமல் தோள்களைக் குலுக்கிக் கொண்டு சிப்பாய்கள் என்னை அழைத்துச் சென்றார்கள். அந்தப் பெரிய முற்றத்தில் கிட்டத்தட்ட நூறு கைதிகள் இருந்தார்கள். பெண்கள், குழந்தைகள்,

சில வயதானவர்கள். மத்தியிலிருந்த புல்தரையைச் சுற்றி நடக்க ஆரம்பித்தேன். நான் மயங்கியிருந்தேன். மதியம் மெஸ் ஹாலில் எங்களைச் சாப்பிட விட்டார்கள். இரண்டு மூன்று ஆட்கள் என்னை ஏதோ கேட்டார்கள். எனக்குத் தெரிந்திருந்தாலும் நான் பதில் சொல்லவில்லை. நான் எங்கிருக்கிறேன் என்று கூட எனக்குத் தெரியாது.

மாலையில் பத்து கைதிகளை கோர்ட்டுக்குள் தள்ளினார்கள். கார்ஸியாவை அடையாளம் கண்டு கொண்டேன். ரொட்டி தயாரிப்பவன் “என்ன ஒரு அதிர்ஷ்டசாலி நீ! உன்னை உயிரோடு பார்ப்பேன் என்று நான் நினைக்கவேயில்லை” என்றான் என்னிடம்.

“அவர்கள் முதலில் மரண தண்டனைதான் கொடுத்திருந்தார்கள். பிறகு மாற்றிக் கொண்டார்கள். ஏனென்று இன்னும் தெரியவில்லை” என்று சொன்னேன். “என்னை இரண்டு மணிக்குக் கைது செய்தார்கள்” என்றான் கார்ஸியா.

“ஏன்?”

அரசியலோடு கார்ஸியாவுக்கு எந்தவித சம்பந்தமும் கிடையாதென்று எனக்குத் தெரியும்.

“தெரியாது... அவர்களைப் போல் சிந்திக்காத ஒவ்வொருவரையும் கைது செய்கிறார்கள்” என்ற அவன் பிறகு மெல்லிய குரலில் சொன்னான்: “அவர்கள் ரமோன் க்ரிஸ்ஸைப் பிடித்து விட்டார்கள்.”

“எப்போது?” நான் நடுங்க ஆரம்பித்தேன்.

“இன்று காலை தன் கஸினோடு ஏதோ விவாதம் என்று அவனை விட்டுவிட்டு செவ்வாய்க்கிழமையே வந்து விட்டான். அவனை மறைத்து வைக்க ரொம்பப் பேர் இருந்தார்கள். ஆனால் அவன் யாருக்கும் எப்படியும் கடன்பட நினைக்கவில்லை. ‘இபீதாவின் இடத்தில் போய் ஒளிந்து கொள்ளலாம். ஆனால் அவனைத்தான் பிடித்து விட்டார்கள். அதனால் நான் கல்லறைத் தோட்டத்தில் போய் ஒளிந்து கொள்கிறேன்’ என்று சொல்லி விட்டுப் போனான்.”

“என்ன, கல்லறைத் தோட்டத்திலா?”

"ஆமாம். எவ்வளவு பெரிய மடையன். இன்று காலை மூன்று மணிக்கு அவர்கள் அங்கே போனார்கள். இது நடக்குமென்று இருந்திருக்கிறது. அவர்கள் அவனை வெட்டியான் குடிலில் கண்டுபிடித்தார்கள்."

"கல்லறைத் தோட்டத்தில்!"

எல்லாமே சுழல ஆரம்பித்தன. நான் தரையில் உட்கார்ந்திருக்கக் கண்டேன். பிறகு பெரிதாகச் சிரிக்க ஆரம்பித்தேன்.

***

*(படிகள் 13ஆவது இதழில் 1982ஆம் ஆண்டு வெளியான சிறுகதை)*

# மரீயா லூயிஸா போம்பல்

**M**aria Luisa Bombal (1910 – 1980) சீலே நாட்டில் பிறந்தவர். ஃபிரெஞ்ச் பள்ளியில் படிப்பு. இவரது பதின்மூன்றாவது வயதில் தந்தை இறந்தார். பிறகு தாயுடனும் இரண்டு சகோதரிகளுடனும் பாரீஸ் சென்ற அவர் அங்கே ஸோர்போன் பல்கலைக்கழகத்தில் தனது படிப்பைத் தொடர்ந்தார். பிறகு பத்தொன்பதாம் நூற்றாண்டின் ஆரம்ப கால சிறுகதை எழுத்தாளரான Prosper Merimee பற்றி ஆய்வு செய்தார். 1931இல் சீலே திரும்பிய போம்பல், எலொஹியோ சாஞ் செஸ் என்பவரை மணந்தார். சாஞ்செஸுக்கு போம்பலின் இலக்கிய ஈடுபாடு பிடிக்கவில்லை. அதன் காரணமாக தீவிர மன உளைச்சலுக்கு ஆட்பட்ட போம்பல் தற்கொலைக்கு முயன்று, அம்முயற்சியில் தோல்வியுற்று அது குறித்து ஏற்பட்ட சச்சரவில் சாஞ்செஸை துப்பாக்கியில் சுட்டுவிட்டார். சாஞ் செஸ் பிழைத்துக்கொண்டார். நண்பர்களின் உதவியால் சீலே யிலிருந்து தப்பி அர்ஹெந்தினா சென்ற போம்பல், விக்தோரியா ஒகாம்போ (Victoria Ocampo) நடத்திக்கொண்டிருந்த *Sur* என்ற பத்திரிகையில் சேர்ந்தார். கனவுக்கும் நனவுக்கும் இடைப்பட்ட நிலையில் உளவியலுக்கு அதிக அழுத்தம் கொடுத்து எழுதப்பட்ட இவரது மூன்று கதைகளை ஒகாம்போ *Sur* பத்திரிகையில் வெளியிட்டார். (புதிய தீவுகள் – 1938; மரம் – 1939; மாரியா க்ரிசெல்டா – 1946). இவரது முதல் குறுநாவல் *The House of Mist* (1935), இரண்டாவது குறுநாவல் *The Shrouded Woman* (1938) இரண்டும் லத்தீன் அமெரிக்காவிலேயே முதல் ஸர்ரியலிஸ இலக்கிய வெளிப்பாடுகளில் முக்கியமானவை.

1944இல் மீண்டும் ஒரு திருமணம் செய்துகொண்டு நியூயார்க்கில் குடியேறினார். கணவரது உதவியுடன் *The House of Mist*-ஐ இன்னும் விரிவாக ஆங்கிலத்தில் எழுதினார்.

இவரது நாவல்கள் சீலேயில் ஸர்ரியலிஸம் அறிமுகமாவதற்கு பத்தாண்டுகளுக்கு முன்பாகவே எழுதப்பட்டுவிட்டன. பொதுவாகவே ஏனைய லத்தீன் அமெரிக்க எழுத்தாளர்களைப் போல் சமூகப் பிரச்சினைகளில் அதிக ஆர்வம் காட்டாமல் சீலே தேசத்து எழுத்தாளர்கள் ஸர்ரியலிஸம், ஃப்ராய்ட் என்று உளவியலில் அதிக அக்கறை கொண்டார்கள். இதற்கும் சமூக ரீதியான காரணம் உண்டு. சீலேயின் சூதாட்ட விடுதிகளிலும் மதுபானக் கடைகளிலும் கூட போஸ்டர்களில் ஃப்ராய்டைப் பார்க்க முடிவது அங்கே சர்வ சாதாரணமான விஷயம்!

***

# மரம்

***To a great artist, Nina Anguita, a wonderful friend who gave life and reality to my imaginary tree, I dedicate this story that, without realizing it, I wrote for her, even long before I knew her.***

**மரீயா லூரயிஸா போம்பல்**

**பி**யானோ வாசிப்பவன் அமர்கிறான் – அவன் வழக்கப்படி இருமி விட்டு ஒரு கணம் நிதானிக்கிறான். அரங்கை பிரகாசமாய் நிறைத்திருந்த ஒளிக்கற்றைகள் மெதுவாக, மெல்லிய, இதமான வெளிச்சமாகக் குறைகிறது. கூடவே இசைக்கீற்று அமைதியினூடே மேலெழும்ப ஆரம்பித்து சன்னமாக உருப்பெற்று தன் போக்கில் பரவுகிறது.

'மொஸார்ட்டாகத்தான் இருக்க வேண்டும்' என்று நினைத்தாள் பிரிகிடா. வழக்கம்போலவே நிகழ்ச்சி நிரல் பற்றிக் கேட்க மறந்து போயிருந்தாள். 'மொஸார்ட்டாகத்தான் இருக்க வேண்டும். அல்லது ஸ்கார்லட்டி.' இசை பற்றித்தான் எவ்வளவு குறைவாக அறிந்திருந்தாள்! இசையில் அவளுக்கு நாட்டமோ ரசனையோ இல்லை என்பதால் அல்ல. குழந்தையாக இருந்த போது பியானோ

கற்றுக்கொள்ள வேண்டும் என்று கேட்டவள்தான். அவள் சகோதரிகளுக்கு நடந்தது போல் பியானோ பாடங்களை அவள் மீது யாரும் திணிக்க அவசியமில்லாமல் இருந்தது. இருந்தாலும் அவள் சகோதரிகள் இப்போது சரியாக வாசித்தார்கள்; ஒரே பார்வையில் இசையைப் படித்தார்கள். ஆனால் அவள்... ஆரம்பித்த வருடத்திலேயே பியானோவை விட்டுவிட்டாள். அவளிடம் ஒரு ஸ்திரத்தன்மை இல்லாமல் போனதற்கான காரணம், எவ்வளவு சாதாரணமானதோ அந்த அளவுக்கு அவமானகரமானதாகவும் இருந்தது. *F* கட்டையை கற்றுக் கொள்வதில் ஒரு போதும் அவள் தேர்ச்சி பெறவே முடியவில்லை. "எனக்குப் புரியவில்லை. என் ஞாபகம் எப்போதும் *G* கட்டைக்குத்தான் போகிறது." அவள் தந்தைதான் எவ்வளவு ஆவேசப்பட்டார்!

"ஒற்றை ஆளாக இருந்து கொண்டு இத்தனை பெண்களை வளர்த்து ஆளாக்க வேண்டிய பொறுப்பை அவள் யாரிடம் வேண்டுமானாலும் கொடுத்திருக்கலாம். பாவம் கார்மென்! பிரிகிடாவால் நிச்சயம் கஷ்டப்பட்டிருப்பாள். இந்தக் குழந்தை மன வளர்ச்சி குன்றியவள்தான்."

ஆறு பெண்களிலும் – எல்லோரும் குணாதிசயங்களில் வித்தியாசப் பட்டவர்கள் – பிரிகிடாதான் கடைசியாய்ப் பிறந்தவள். அப்பா கடைசியாக ஆறாவது குழந்தையை அடைந்தபோது, முதல் ஐந்து பெண்களாலும் மிகவும் கலங்கியும் களைத்தும் போய்விட்டிருந்ததால், ஆறாவது குழந்தையை மன வளர்ச்சி குன்றியவள் என்று அறிவித்து விஷயங்களை சுலபமாக்கிக் கொண்டார். "இதற்கு மேலும் போராடிப் பயனில்லை. அவள் அப்படியே இருந்து விட்டுப் போகட்டும். படிக்காவிட்டாலும் பரவாயில்லை. சமையலறையில் பேய்க்கதைகள் கேட்டு காலம் கழிக்க விரும்பினால் அது அவள் இஷ்டம். பதினாறு வயதில் பொம்மை வேண்டுமென்று கேட்டால் அவள் பொம்மைகளுடனேயே விளையாடிக் கொண்டிருக்கட்டும்." அதைப்போலவே பிரிகிடாவும் தன் பொம்மைகளை வைத்துக் கொண்டாள். அறவே ஒன்றும் தெரியாதவளாக இருந்தாள்.

மொஸார்ட் என்றால் யார் என்று சரியாகத் தெரியாமல் இருப்பது – அவனுடைய ஆரம்பம் – அவனுடைய முக்கியத்துவம் – அவன் உத்தி பற்றிய விபரங்கள் எல்லாம் தெரியாமல் இருப்பது – அவனையே நம் கையைப் பிடித்து அழைத்துச் செல்ல அனுமதிப்பதைப் போன்றது. ஒன்றும் தெரியாமல் இருப்பதுதான் எவ்வளவு சந்தோஷமான விஷயம் தெரியுமா!

உண்மையில் மொஸார்ட் தான் அவளை இட்டுச் செல்கிறான். ரோஜா மலரை ஒத்த மணற்படுகையில் ஓடும் பளிங்கு நீரோடைக்கு மேல் தொங்கிக்கொண்டிருக்கும் பாலத்தின் குறுக்கே அவன் அவளை அழைத்துச் செல்கிறான். அவள் வெண்ணிற ஆடையில் இருந்தாள். சிலந்தி வலை போல் நேர்த்தியாய் நுணுக்கமாய் பின்னப்பட்டிருந்த இழையிலான ஒரு சிறு குடை அவள் தோளுக்கு மேல் விரிந்திருந்தது.

“ஒவ்வொரு நாளும் உனக்கு வயது குறைந்து கொண்டே போகிறது, பிரிகிடா. நான் நேற்று உன் கணவனைச் சந்தித்தேன். உன் மாஜி கணவன். அவன் முடியெல்லாம் நரைத்திருந்தது.”

அவள் பதில் சொல்லவில்லை. நிற்கவும் இல்லை. அவளது பதினெட்டாவது வயதின் இளம் பிராயத் தோட்டத்திற்குச் செல்வதற்காக மொஸார்ட் அமைத்துக்கொடுத்த பாலத்தில் அவள் தொடர்ந்து நடந்து கொண்டிருந்தாள். பாடல்களை இசைக்கும் உயர்ந்த நீரூற்றுகள். அவிழ்த்துவிட்டால் கணுக்கால் வரை நீளும் செஸ்ட்நட் சடைகள். தங்க நிறம். கேள்வி தொடுப்பதுபோல் அகன்று விரிந்த கரிய கண்கள். பெரிய உதடுகளுடன் சிறிய வாய். இனிய புன்சிரிப்பு. உலகத்திலேயே மிகவும் நளினமான, அதி மிருதுவான தேகம். நீரூற்றின் விளிம்பில் அமர்ந்துகொண்டு அவள் எதைப்பற்றி யோசித்துக் கொண்டிருக்கிறாள்? ஒன்றுமில்லை. ‘அவள் எவ்வளவு அழகானவளோ அவ்வளவுக்கு முட்டாள்’ என்று அவர்கள் சொன்னார்கள். ஆனால் அவர்களுக்கு அவள் முட்டாளாக இருந்ததோ அல்லது நடனம் ஆடத் தெரியாதவளாக இருந்ததோ ஒரு பொருட்டாகவே இல்லை. அவள் சகோதரிகள் ஒவ்வொருவருக்கும் திருமணம் செய்து வைக்கப்பட்டது. ஆனால் அவளைக் கேட்டு யாரும் வரவில்லை.

மொஸார்ட்! பனிக்கட்டி லில்லிகளின் இரட்டை வரிசைக்கு நடுவே அவள் இறங்கிவரும் பொருட்டு நீலப் பளிங்கிலான படிக்கட்டுகளை அவள் முன்னே வைக்கிறான். பிறகு அவள் தன் தந்தையின் நெருங்கிய நண்பரான லூயிஸின் கழுத்தை ஓடிப்போய் கட்டிக்கொள்ள ஏதுவாக அவன் இப்போது இரும்புக் கதவைத் திறக்கிறான். பளிச்சிடும் பொன்னிறக் குமிழ்களுடன் இருந்த பெரிய இரும்புக்கதவு அது. அவள் சிறு குழந்தையாய் இருக்கும் போதிருந்தே மற்றவர்களெல்லாம் கைவிட்டுவிடும்போது அவள் லூயிஸிடம்தான் ஓடுவாள். அவர் அவளைத் தூக்கிக்கொள்வார். மழலைப் பேச்சும் குதூகலமுமாய் அவள் அவருடைய கழுத்தைச்

சுற்றி கைகளைப் போட்டுக்கொள்வாள். முத்தமழையால் அவரைக் குளிப்பாட்டுவாள் – கண்களில், நெற்றியில், அவரது நரைத்த முடியில் (அவர் எப்போதாவது இளமையாய் இருந்திருக்கிறாரா?) என்று கண்டபடி முத்தமிடுவாள்.

"நீ ஒரு மாலை – பறவைகளாலான மாலையைப் போனறவள் நீ" என்று கொஞ்சுவார் லூயிஸ்.

அதனால்தான் அவள் அவரை மணந்துகொண்டாள். ஏனென்றால் அந்த அழுத்தமான, தீவிரமான மனிதரோடு மட்டும்தான் அவள் அவளாக இருப்பது – மடத்தனம், விளையாட்டுத்தனம், சோம்பேறித்தனம் எல்லாம் சேர்ந்த அவளாக இருப்பது – குறித்த குற்ற உணர்வு கொள்ளாமல் இருக்க முடிந்தது. ஆம் – இப்போது பல ஆண்டுகள் கடந்த பிறகுதான் அவளுக்குப் புரிகிறது – தான் லூயிஸை காதலினால் மணக்கவில்லை என்பது. ஆனாலும் அவளுக்கு நிச்சயமாகப் புரியவில்லை – ஏன், ஏன், திடீரென்று ஒருநாள் அவள் அவரைப் பிரிந்து விட்டாளென.

ஆனால் இந்தத் தருணத்தில் மொஸார்ட் நடுக்கத்தோடு அவள் கையைப் பிடித்து அவசர கதியில் இழுத்துக்கொண்டு செல்கிறான். எதிர்த்திசையிலிருந்த தோட்டத்தைக் கடக்க – பாலத்தைத் திரும்பவும் கடந்து செல்ல – கிட்டத்தட்ட பறந்து செல்வதைப்போல் அவளைக் கட்டாயப்படுத்தி ஓட வைக்கிறான். அவள் தோள்களிலிருந்த குடை விரிப்பையும், மெல்லிய ஸ்கர்ட்டையும் பறித்துக்கொண்ட பிறகு அவன் அவளுடைய கடந்த காலத்தின் கதவை ஒரு chord மூலம் சட்டென்று நாசுக்காவும், அழுத்தமாகவும் மூடி விடுகிறான். பின், செயற்கை விளக்குகள் எரியும் போது எந்திர கதியில் கைதட்டல் கேட்கும் இசையரங்கில் கறுத்த ஆடையில் அவளைக் கொண்டு வந்துவிடுகிறான். மறுபடியும் அரைநிழல், மறுபடியும் தீச்சகுணத்தை உணர்த்தும் அமைதி.

இப்பொது பீத்தோவனின் இசை வசந்தகால நிலவின் அடியில் பொங்கி எழுகிறது. கடல் எவ்வளவு தூரம் உள்வாங்கி இருக்கிறது! அவ்வப்போது பளிச்சிட்டு, தூரத்தில் சுருண்டு கொண்டிருக்கும் அமைதியான கடலை நோக்கி நடக்கிறாள் பிரிகிடா. ஆனால் அதன் பிறகு பொங்கிய கடல் மெல்ல வெளிக்கிளம்பி அவளைச் சந்திக்க வருகிறது. அவளைச் சூழ்ந்து மூடிக்கொள்கிறது. பிறகு மிருதுவான அலைகளினால் கொஞ்சம் கொஞ்சமாக அவளைத் தள்ளுகிறது. ஒரு மனிதனின் உடலில் அவள் கன்னம் தொட்டு நிற்கும் வரை தள்ளிச்

செல்கிறது. பிறகு அவளை லூயிஸின் நெஞ்சின் மீது விட்டு விட்டு அவள் பற்றிய நினைவற்று வடிகிறது.

“உனக்குத் தைரியமே கிடையாது; உனக்கு இதயமே கிடையாது” என்று அவள் லூயிஸிடம் சொல்வதுண்டு. அவள் கணவனின் இதயம் வெகு ஆழத்தில் துடித்துக்கொண்டிருந்தது – எப்போதேனும் அபூர்வமாக எதிர்பாராதபடி மட்டுமே அவளால் அதைக் கேட்க முடிந்தது. “என் அருகில் இருக்கும் போது நீ ஒருபோதும் என்னோடு இருப்பதில்லை.” உறங்கச் செல்வதற்கு முன் சடங்கைப்போல் அவன் மாலை நேர செய்தித்தாளை புரட்டும்போது அவள் படுக்கையறையில் எதிர்ப்புக்குரல் எழுப்புவாள். “ஏன் என்னை மணந்துகொண்டாய்?”

“ஏனென்றால் நீ ஒரு மிரண்ட முயல்குட்டியின் கண்களைப் பெற்றிருக்கிறாய்” என்று சொல்லி அவளை அவன் முத்தமிடுவான். அவள் திடீரென்று சந்தோஷமாகி பெருமிதத்துடன் தன் தோள் மீது அவனுடைய நரைத்த தலையின் சுமையை ஏற்றிக்கொள்வாள். ஓ, அவனுடைய பளபளப்பான அந்த வெள்ளி முடி!

“லூயிஸ், நீ என்னிடம் ஒருபோதும் சரியாகச் சொன்னதில்லை. நீ சிறுவனாக இருந்த போது உன் முடியின் நிறம் என்னவாக இருந்தது? பதினைந்து வயதில் உன் முடி நரைக்க ஆரம்பித்தபோது உன் தாய் என்ன சொன்னாள்? சிரித்தாளா? அழுதாளா? நீ பெருமைப்பட்டுக் கொண்டாயா? அல்லது வெட்கப்பட்டாயா? பள்ளிக்கூடத்தில் உன் நண்பர்கள் என்ன சொன்னார்கள்? என்னிடம் சொல் லூயிஸ், என்னிடம் சொல்.”

“நாளை சொல்கிறேன் பிரிகிடா. இப்போது தூக்கம் வருகிறது. மிகவும் களைப்பாக இருக்கிறது. விளக்கை அணை.”

தூக்கக் கலக்கத்தில் அவன் பிரக்ஞையற்று அவளிடமிருந்து நகர்ந்து விடுவான். அவளும் அரைத் தூக்கத்தில் இரவு முழுவதும் தன் கணவனின் தோளைத் தொடர்ந்தபடி அவன் முகத்தைத் தேடுவாள். அவள் அவனுடைய அரவணைப்பிலேயே வாழ விரும்பினாள் – அடைத்து வைக்கப்பட்ட ஒரு செடி தவிப்புடன் தனக்கான தட்பவெப்பத்தைத் தேடி கிளைகளை வெளியே நீட்டிச் செல்வது போல.

காலையில் பணிப்பெண் ஜன்னல் திரையை விலக்கியபோது லூயிஸ் அவளருகில் இல்லை. அவன் கவனமாக எழுந்து தன்னுடைய

'பறவைகளாலான மாலை' தன்னுடைய தோள்களை மறுபடியும் தீவிரமாக இழுத்துப் பிடித்துக்கொள்ளுமோ என்ற பயத்தில் காலை வணக்கம் கூட சொல்லாமல் போய்விட்டிருந்தான். "ஐந்து நிமிடங்கள், ஐந்தே நிமிடங்கள் நீ என்னுடன் அதிகமாகத் தங்குவதால் உன் அலுவலகம் ஒன்றும் கொள்ளை போய்விடாது லூயிஸ்."

அவளுடைய அதிகாலை அவளுக்கு மட்டும்தான் எவ்வளவு மோசமாகப் புலர்கிறது! ஆனால் ஒப்பனை அறைக்குள் நுழைந்த மாத்திரத்தில் ஏதோ மாயவித்தை போல் அவள் சோகம் மறைந்து போவதுதான் புதிராக இருந்தது.

இலைகளாலான கடலைப்போல் முணுமுணுத்துக்கொண்டே அலைகள் துள்ளி எழும்பி வெகு தூரத்தில் உடைகின்றன – அது பீத்தோவனா? இல்லை.

ஒப்பனை அறையின் ஜன்னலையொட்டி இருக்கும் மரம் அது. ஆச்சர்யமிக்க குதூகல உணர்வு தன்னுள் பரவுவதை உணர அவள் அந்த அறைக்குள் நுழைவதே போதுமானதாக இருந்தது. காலைப்பொழுதுகளில் படுக்கை அறைதான் எவ்வளவு சூடாக இருக்கிறது! அதோடு அந்தக் கொடூரமான வெளிச்சம் வேறு! அதற்கு மாறாக இந்த ஒப்பனை அறையில் கண்கள் கூட இளைப்பாறின. புத்துணர்வு பெற்றன. காட்டமான வண்ணங்களைக் கொண்ட திரைச்சீலைகள். சுவற்றில் சிற்றலைகள்போல் நிழல் பதிக்கும் மரம். குளிர்ந்த நீர். இலைகளைப் பிரதிபலிக்கும் கண்ணாடிகள். மற்றும் முடிவே இல்லாத பசுமையான காடு. இந்த அறைதான் எவ்வளவு இனிமை! மீன் தொட்டிக்குள் மூழ்கியிருக்கும் ஓர் உலகம்போல் இருந்தது அது. அந்த விசாலமான ரப்பர் மரம்தான் எப்படிச் சடசடத்தது! அருகாமையிலிருந்த பறவைகளெல்லாம் உறைவதற்கென இடம் தேடி அந்த மரத்திற்கு வந்தன. நகரத்தின் ஒரு மூலையிலிருந்து நேராக ஆற்றை நோக்கி இறங்கும் சரிவான குறுகலான அந்தத் தெருவிலிருந்த ஒரே மரம் அதுதான்.

"நான் ரொம்பவும் பிஸி. என்னால் உன்னோடு வர முடியாது... ஏகப்பட்ட வேலை இருக்கிறது. மதிய சாப்பாட்டுக்கு வர முடியாது... ஹலோ, ஆமாம், நான் கிளப்பில்தான் இருக்கிறேன். ஒரு முக்கியமான வேலை. நீ இரவு சாப்பிட்டுவிட்டுத் தூங்கிவிடு... இல்லை, எனக்குத் தெரியாது. நீ எனக்காகக் காத்திருக்க வேண்டாம் பிரிகிடா."

'எனக்கு மட்டும் யாராவது தோழிகள் இருந்தால்' என்று நினைத்துப் பெருமூச்சு விட்டாள். ஆனால் ஒவ்வொருத்தியும் அவளோடு

சலித்துப் போனாள். அவள் மட்டும் தனது முட்டாள்தனத்தை கொஞ்சம் குறைத்துக்கொள்ள முயற்சித்தால் எவ்வளவு நன்றாக இருக்கும்! ஆனால் இழந்து போன இவ்வளவையும் ஒரேயடியாய் எப்படிப் பெறுவது? புத்திசாலியாக இருக்க நீ குழந்தைப் பிராயத் திலிருந்தே மறுபடியும் ஆரம்பிக்க வேண்டுமே?

அவளுடைய சகோதரிகளை அவரவர் கணவன்களே ஒவ்வொரு இடத்திற்கும் அழைத்துச் சென்றார்கள். ஆனால் லூயிஸ்? அதை அவள் தனக்குத்தானே ஒத்துக்கொள்வதில் என்ன இருக்கிறது? அவளைப் பற்றி அவன் வெட்கப்பட்டான். அவளுடைய அறியாமை, கோழைத்தனம், மற்றும் அவளுடைய வயது கூட (பதினெட்டு) அவனுக்கு வெட்கமாக இருந்தது. அவனுக்கு அவளுடைய அதீத இளமையே கூட ஒரு ரகசியமான குறைபோல் தோன்றியது. அதனால்தானே அவள் வயதைக் குறைந்த பட்சம் இருபத்தொன்று என்று சொல்லச் சொல்லியிருக்கிறான்?

இரவில் படுக்கைக்குப்போகும் போதுதான் அவன் எவ்வளவு களைத்துப் போயிருந்தான்! அவள் பேசுவதை அவன் ஒரு நாளும் கேட்டதில்லை. செயற்கையாக அவளைப் பார்த்துப் புன்னகைப்பான். ஈடுபாடில்லாத அரவணைப்புகளால் அவளைக் குளிப்பாட்டுவான். அவளை ஏன் அவன் மணந்திருக்கக்கூடும் என்று யோசிக்கிறீர்களா? பழகிப்போன ஒன்றை நிலைநிறுத்தவே அவன் அவளை மணந்தான். ஒரு வேளை அவள் தந்தையுடன் அவனுக்கிருந்த சிநேகிதத்தை இன்னும் நெருக்கமாக்கிக் கொள்வதற்காகக்கூட இருந்திருக்கலாம். ஒருக்கால் ஆண்களுக்கு வாழ்க்கை என்பதே ஆழமாகப் பதிந்துவிட்ட பழக்கங்களின் தொடர்ச்சிதானோ என்னவோ! ஆனால் அதில் ஏதோ ஒன்று உடைந்தால் அநேகமாக குழப்பமும் தோல்வியும்தான் மிஞ்சுகிறது.

பிறகு அவர்கள் நகரத்தின் தெருக்களில் சுற்ற ஆரம்பிப்பார்கள். முச்சந்திகளின் பெஞ்சுகளில் உட்கார்ந்திருப்பார்கள். ஒவ்வொரு நாளும் இன்னும் மோசமான உடை அணிந்துகொண்டு வளர்ந்துபோன தாடியுடன் இருப்பான் லூயிஸ்! ஆக, லூயிஸின் வாழ்க்கை, நாளின் ஒவ்வொரு நிமிஷத்தையும் ஏதாவது ஒரு வேலையில் நிரப்புவதாகவே இருந்தது. இதை ஏன் அவள் முன்பே புரிந்து கொள்ளவில்லை! அவள் தந்தை அவளை ஒரு முட்டாள் என்று அறிவித்தது சரிதான்!

“பனி பெய்வதை நான் எப்போதாவது பார்க்க வேண்டும், லூயிஸ்.”

“வரும் கோடையில் உன்னை ஐரோப்பாவுக்கு அழைத்துச் செல்கிறேன். அப்போது அங்கே குளிர்காலம். பனி பெய்வதை நீ பார்க்கலாம்.”

“இங்கே கோடை என்றால் ஐரோப்பாவில் குளிர்காலம் என்பதெல்லாம் எனக்குத் தெரியும். நான் ஒன்றும் அவ்வளவு முட்டாள் அல்ல.”

சில சமயங்களில் அவனை நிஜமான காதல் உணர்ச்சிக்கு எழுப்பி விடுவது போல் அவள் தன்னை அவன் மீது வீழ்த்திக்கொண்டு முத்தங்களால் திக்குமுக்காடச் செய்து அழுதுகொண்டே, “லூயிஸ்... லூயிஸ்... லூயிஸ்” என்று புலம்புவாள்.

“என்ன? என்ன விஷயம்? என்ன வேண்டும் உனக்கு?”

“ஒன்றுமில்லை.”

“பிறகு ஏன் என்னை அப்படிக் கூப்பிடுகிறாய்?”

“ஒன்றுமில்லை. சும்மா உன்னைக் கூப்பிடத்தான். உன்னைக் கூப்பிடுவது எனக்குப் பிடித்திருக்கிறது.” அதற்கும் அவன் புன்னகைத்து அந்தப் புதுவிளையாட்டை அன்போடு அங்கீகரிப்பான்.

கோடை வந்தது. திருமணத்திற்குப் பிறகு அவளுடைய முதல் கோடை. புதிய வேலைகள் லூயிஸை தன் வாக்குறுதியை நிறைவேற்ற விடலாமல் தடுத்தன.

“பிரிகிடா, புவனோஸ் அய்ரஸில் இந்தக் கோடை பயங்கரமாக இருக்கப் போகிறது. நீ ஏன் உன் அப்பாவுடன் பண்ணைக்குப் போகக்கூடாது?”

“தனியாகவா?”

“ஒவ்வொரு வாரமும் வாரக்கடைசியில் உன்னைப் பார்க்க வருவேன்.”

அவனை அவமதிப்பதற்குத் தயாராக அவள் படுக்கையில் உட்கார்ந்திருந்தாள். ஆனால் கூர்மையான வார்த்தைகளைத் தேடி அவள் தோற்றுப் போனாள். அவளுக்கு ஒன்றும் தெரியவில்லை. ஒன்றுமே தெரியவில்லை. ஒருவரை அவமதிக்கக் கூடத் தெரியவில்லை.

“என்ன ஆயிற்று உனக்கு? எதைப்பற்றி யோசித்துக் கொண்டிருக்கிறாய் பிரிகிடா?”

முதல் முறையாக லூயிஸ் தான் அலுவலகம் போக வேண்டிய நேரத்தையும் விட்டுவிட்டு பின்னோக்கி நடந்து வந்து சங்கடத்தோடு

அவள் மீது சாய்ந்தான்.

“எனக்குத் தூக்கம் வருகிறது” என்று பிரிகிடா சிறுபிள்ளைத்தனமாக சொல்லிக்கொண்டே தலையணையில் முகத்தைப் புதைத்துக் கொண்டாள்.

முதல் முறையாக மதிய உணவின் போது கிளப்பிலிருந்து அவளைக் கூப்பிட்டான். ஆனால் அவள் தொலைபேசி அருகிலேயே போகவில்லை. யோசிக்காமலேயே தான் கண்டுபிடித்து விட்ட மௌனம் என்ற ஆயுதத்தை ஆவேசமாகப் பிரயோகித்தாள்.

அன்று மாலையில் தன் கணவன் எதிரில் உட்கார்ந்து நரம்புகள் புடைக்க, கண்களை உயர்த்தாமல் சாப்பிட்டாள்.

“இன்னும் கோபமாக இருக்கிறாயா பிரிகிடா?”

அவள் மௌனத்தைக் கலைக்கவில்லை.

“உனக்கு நிச்சயமாகத் தெரியும், நான் உன்னை நேசிக்கிறேன் என்று. ஆனால் அதற்காக எப்போதும் உன் கூடவே இருக்க முடியாது. நான் ரொம்பவும் பிஸியான ஆள். என் வயதை அடையும்போது யாராக இருந்தாலும் வேலைக்கு அடிமையாக வேண்டியதுதான்.”

“...”

“இன்றிரவு நீ வெளியில் போக விரும்புகிறாயா?”

“...”

“போக வேண்டாமா? பொறுமை... பொறுமை... சொல், மோந்த்தவிதேயோவிலிருந்து ராபர்ட் பேசினானா?”

“...”

“எவ்வளவு அருமையான டிரஸ்! புதிதா?”

“...”

“புதிதா பிரிகிடா? பதில் சொல், பதில் சொல்...”

இந்த முறையும் அவள் மௌனத்தைக் கலைக்கவில்லை. ஆனால் எதிர்பாராத, அதிர்ச்சியான, அபத்தமான ஒரு காரியம் நடந்தது. நாற்காலியிலிருந்து எழுந்து கைத்துண்டை ஆக்ரோஷமாக மேஜை மீது விட்டெறிந்துவிட்டு கதவை அடித்துச் சாத்தியபடி வெளியேறினான் லூயிஸ்.

தன் பங்குக்கு அவள் எழுந்து நின்றாள். இந்த அநியாயத்தைக் கண்டு அதிர்ச்சியில் வாயடைத்து ஆத்திரத்தில் நடுங்கிக் கொண்டிருந்தாள். "அப்படியானால் நான்... அப்படியானால் நான்..." என்று குழப்பத்துடன் முணுமுணுத்தாள். "நான் கிட்டத்தட்ட ஒரு வருஷமாக... முதல் முறையாக நான் கோபத்தை வெளிப்படுத்தினால் அதற்காக இப்படியா? நான் போய் விடுகிறேன். இன்று இரவே நான் போய் விடுகிறேன். இனி இந்த வீட்டில் ஒருபோதும் காலடி எடுத்து வைக்கமாட்டேன்..."

ஆவேசத்துடன் ஒப்பனை அறையின் அலமாரிகளைத் திறந்து பித்துப் பிடித்தவளைப் போல் அதிலிருந்த துணிகளைக் கீழே அள்ளி வீசினாள்.

அப்போதுதான் தன் விரல் முட்டியால் யாரோ ஜன்னல் கண்ணாடிகளைத் தட்டுவதை உணர்ந்தாள்.

ஓடினாள். வழக்கத்துக்கு மாறான தைரியத்தில் எப்படி அவள் ஜன்னலுக்கு ஓடினாள் என்று அவளுக்கே தெரியவில்லை. அது மரம்தான். காற்றின் கடும் வேத்தில் ஆடிக்கொண்டிருந்த ரப்பர் மரம் தன் கிளைகளால் கண்ணாடியை இடித்துக் கொண்டிருந்தது. அந்தக் கோடைக்கால மாலையில் சிவந்த வானத்தின் அடியில், மூர்க்கமான ஒரு கறுப்பு ஜுவாலைபோல் தான் ஆடிக்கொண்டிருப்பதை அவள் காணவேண்டும் போல் அவளை வெளியிலிருந்து அழைத்தது அந்த மரம்.

சீக்கிரமே ஒரு பெருமழை. அதன் இலைகள் மீது அடித்துக் கொட்டப் போகிறது. என்ன ஒரு ரம்மியம்...

மழையின் சடசடப்பையும், ஓராயிரம் கற்பனைக் குழாய்களில் ஓடுவது போல் ரப்பர் மர இலைகளினூடே மழை நீர் வழிந்து விழுவதையும் அவள் இரவு முழுவதும் கேட்டுக்கொண்டிருக்க முடியும். இரவு முழுவதும் அவள் லூயிஸுடன் இதமாகச் சுருண்டு கொண்டு விசாலமான படுக்கை விரிப்புக்கடியில் வேண்டுமென்றே நடுங்கிக் கொண்டிருக்கும் போது ரப்பர் மரத்தின் பழைய அடித்தண்டு முறுக்கி முனகிக்கொண்டு புயலைப் பற்றி சொல்லும் ஆயிரம் கதைகளைக் கேட்க முடியும்.

வெள்ளிக்கூரை மீது ஏகமாய்ப் பெய்யும் முத்து மழை. ஃப்ரெட்ரிக் ஷாப்பினின் *Etudes*.

எத்தனை வாரங்கள் அதிகாலையில் அவள் தன் கணவன் – பிடிவாதமாய் இன்னும் பேசாமல் இருப்பவன் – படுக்கையை விட்டு நழுவி விட்டதை அறிந்து திடுக்கிட்டு விழித்திருக்கிறாள்?

ஒப்பனை அறை: ஜன்னல் விரியத் திறந்திருக்க நதியும், நதியோரப் புல்வெளியின் மணமும் அந்த இனிய அறைக்குள் மிதந்து வர, கண்ணாடிகளைப் பனிப்படலம் திரையிட்டிருந்தது.

திரைச்சீலையின் பூக்களைக்கூட நனைத்துவிடுவது போல் தோன்றும் வெளியில் தெரியாத அந்த நீர்வீழ்ச்சியின் சப்தத்தோடு, ரப்பர் மரத்தின் இலைகளினூடே வழிந்து விழும் மழையும் ஷாப்பினும் குமுறிக் கொண்டிருக்கும் அவளின் ஏக்கத்தோடு ஒன்றாய்க் கலந்தன.

கோடையில் இப்படி மழை பெய்யும் போது ஒருவர் என்ன செய்ய முடியும்? நாள் முழுதும் அறையில் அடைந்து கிடந்து சுகவீனத்தையும் விசனத்தையும் பாராட்டிக்கொண்டு அதிலேயே உழன்று கொண்டிருப்பதா? ஒரு மதிய நேரத்தில் ஒடுங்கியபடி உள்ளே நுழைந்தான் லூயிஸ். இறுக்கத்தோடு அமர்ந்திருந்தான்.

“பிரிகிடா, அப்படியானால் இனிமேல் நீ என்னைக் காதலிக்க மாட்டாயா?”

திடீரென்று அவளுக்கு சந்தோஷமாக இருந்தது. முட்டாள்தனமாக அவள் வாய் திறந்து கத்தியிருப்பாள், “இல்லை, இல்லை. நான் உன்னைக் காதலிக்கிறேன்” என்று. அவன் அவளுக்கு இன்னும் சற்று அவகாசம் கொடுத்திருந்தால், வழக்கமான இறுக்கத்துடன் அவன் உடனடியாக பேச்சைத் தொடர்ந்திருக்காவிட்டால்.

“எப்படி இருந்தாலும் பிரிகிடா, நாம் பிரிவதென்பது விவேகமான காரியமாகத் தோன்றவில்லை. அதைப்பற்றி இன்னும் யோசிக்க வேண்டும் என்று நினைக்கிறேன்.”

அவளது துடிப்பான உணர்வுகள் எழுந்த வேகத்தில் அடங்கிப் போயின. ஏன் அவசியமின்றி உணர்ச்சிவசப்பட வேண்டும்? லூயிஸ் அவளை மென்மையாக, நிதானத்தோடு காதலித்தான். ஒருவேளை அவளை வெறுக்க நேர்ந்தால் அதையும் அவன் யோசித்து நிதானமாக நியாயமாகத்தான் வெறுப்பான். அதுதான் வாழ்க்கை. அவள் ஜன்னலை நெருங்கினாள். பனிக்கட்டி போலிருந்த கண்ணாடி மீது நெற்றியை வைத்தாள். அங்கே ரப்பர் மரம் தன் மீது மிருதுவாகவும்

ஒரே சீராகவும் அடித்த மழையை உள்வாங்கிக் கொண்டு நின்றிருந்தது. அமைதியாக, ஒரு ஒழுங்குடன், நிச்சலனமான நிழலில் இருந்தது அறை. எல்லாமே மிக உன்னதமான, முடிவே இல்லாத ஒரு முடிவுக்கு வந்துவிட்டது போலிருந்தது. அதுதான் வாழ்க்கை. அதை உள்ளது உள்ளபடியும், சராசரியாகவும், நிச்சயிக்கப்பட்ட ஒன்றாகவும், சரிசெய்ய முடியாததாகவும் ஏற்றுக் கொள்வதில் ஒருவித பெருந்தன்மை இருக்கிறது. விஷயங்களின் ஆழத்திலிருந்து இறுக்கமான, மெதுவான சில வார்த்தைகளின் ராகம் வெளிப்பட்டு மேலெழும்பி அதை அவள் கேட்டுக்கொண்டு நிற்பது போலிருந்தது. “எப்போதும்.” “ஒருபோதும் இல்லை.” இப்படியாக மணித்துளிகள், நாட்கள், ஆண்டுகள் ஓடுகின்றன. எப்போதும்! ஒருபோதும் இல்லை! வாழ்க்கை... வாழ்க்கை...

தன் நினைவுகளை மீட்டுக்கொண்ட பிறகுதான் தன் கணவன் அறையை விட்டு வெளியேறி விட்டான் என்பதை உணர்ந்தாள். எப்போதும்! ஒருபோதும் இல்லை!

ரகசியமாக, இடைவிடாமல் ஷாப்பினின் இசையில் தொடர்ந்து முணுமுணுத்துக் கொண்டிருந்தது மழை.

எரியும் தன் காலண்டரிலிருந்து பக்கங்களைக் கிழித்தது கோடை. கண்களைக் கூச வைக்கும் பளிச்சிடும் பக்கங்கள் தங்க வாட்களைப் போல் கீழே விழுந்தன. சதுப்பு நிலத்தின் மூச்சுக்காற்றைப்போல் முழுமையற்ற வெக்கையின் பக்கங்கள் – குறுகிய கால ஆவேசப் புயலின் பக்கங்கள் – உஷ்ணக்காற்றின் ‘அலங்காரப் பூக்களை’ கொண்டு வந்து பிரும்மாண்டமான ரப்பர் மரத்தில் தொங்கவிடும் காற்றின் பக்கங்கள்.

பக்கத்து நடைபாதையின் அடித்தளக் கற்களை மேலே கிளப்பிவிட்டு, முறுக்கிக்கொண்டு கிடந்த பெரும் பெரும் வேர்களுக்கிடையில் குழந்தைகள் கண்ணாமூச்சி விளையாடுவது வழக்கம். சிரிப்பாலும் கூச்சலாலும் நிறைந்திருந்தது அந்த மரம். அப்போது அவள் ஜன்னலில் தோன்றி கைத்தட்டினாள். தானும் விளையாட்டில் பங்கு பெற விரும்பிய பெண்ணின் சிரிப்பைக் கவனிக்காமல் மிரண்டு போய் கலைந்தன குழந்தைகள்.

தனியாக நீண்ட நேரம் தன் முழங்கைகளை ஜன்னலில் முட்டுக் கொடுத்து முன்னே சரிந்து இலைகள் படபடப்பதை வேடிக்கை பார்த்துக்கொண்டிருந்தாள். நேராக நதியை நோக்கி ஓடிய அந்தத் தெருவில் எப்போதும் மெல்லிய காற்று வீசிக்கொண்டிருந்தது.

ஓடிக் கொண்டிருக்கும் நீரில் அல்லது உலைக்களத் தீயில் கூர்ந்த பார்வையை மூழ்க வைப்பது போலிருந்தது அது. ஒருவர் தன்னுடைய வேலையற்ற நேரத்தை இதுபோல் எந்த நினைவுமின்றி சுகமான மயக்கத்தில் கழிக்க முடியுமானால்...

முதல் விளக்கை அவள் ஏற்றியபோது அந்திமாலையின் மந்தார ஒளி அறையை மெல்ல நிறைக்க ஆரம்பித்தது. இரவின் வருகையைத் துரிதப்படுத்தத் துடிக்கும் மின்மினிப்பூச்சியைப் போல் அந்த விளக்கு அங்கிருந்த கண்ணாடிகளில் பிரதிபலித்துப் பன்மடங்காய்ப் பளிச்சிட்டது. ஒவ்வொரு இரவும் அவள் தன் கணவன் அருகில் படுத்துக் கண்ணயர்ந்தாள். இடையிடையே தன் நிலைக்கு நொந்து கொண்டாள். ஆனால் கத்தியால் குத்தியது போன்ற வலி தாங்க முடியாமல் போகும்போது, லூயிஸை எழுப்பி அவனை அடிக்க வேண்டும் அல்லது கட்டியணைத்துக்கொள்ள வேண்டும் என்ற வேகம் அடக்க முடியாமல் அவளை ஆட்டுவிக்கும் போது ஒப்பனை அறைக்குள் ஓடிப்போய் ஜன்னலைத் திறந்து விடுவாள். ஜீவராசிகளின் அண்மையால், மர்மமான காலடிகளால், சிறகுகளின் படபடப்பால், செடிகொடிகளின் மந்தமான சடசடப்பால், கோடை இரவின் நட்சத்திர ஒளியில் அமுங்கிப்போயிருக்கும் ரப்பர் மரத்தின் பட்டைகளுக்கடியில் ஒளிந்து கொண்டிருக்கும் சில்வண்டுகளின் மென்மையான 'கிறீச்'சிட்டால் எழும்பும் விதவிதமான சப்தங்கள் அந்த அறையை நிரப்பும்...

கொஞ்சம் கொஞ்சமாக பாதங்கள் ஜில்லிட்டு அவளுடைய ஜுரம் நீங்கியது. இந்த அறையில் மட்டும் தன் வேதனையைக் கழிப்பதென்பது ஏன் அவ்வளவு சுலபமாக இருந்ததென்று அவளுக்குப் புரியவே இல்லை.

ஷாப்பினின் சோகம் ஒன்றன் பின் ஒன்றாக இணைவது போல், ஒரு சோகத்தின் பின் இன்னொன்றாகத் தடையின்றி இணைத்தது.

இலையுதிர்காலம் வந்தது. குறுகலான தோட்டத்தின் புற்களில் புரள்வதற்கு முன்னால் சரிவான தெருவின் பாதையோரத்தில் சருகுகள் ஒருக்கணம் காற்றில் வட்டமடித்தன. இலைகள் தளர்ந்து உதிர்ந்தன. ரப்பர் மரத்தின் உச்சி பசுமையாக இருந்தது. ஆனால் அடியில் மரம் சிவந்து போய், சட்டையின் பழுப்பான அழுக்கு மடிப்பைப்போல் கருமை படர்ந்திருந்தது. இப்போது அறை மங்கலான தங்கக் கிண்ணத்தில் மூழ்கியது போலிருந்தது.

மென்மையான நீண்ட மஞ்சத்தில் படுத்துக்கொண்டு இரவுச் சாப்பாட்டு நேரத்துக்காக பொறுமையாகக் காத்திருந்தாள் அவள்

– அநேகமாக வருவதற்கான சாத்தியமில்லாத லூயிஸூக்காக. மறுபடியும் அவனோடு பேச ஆரம்பித்திருந்தாள் அவள். மறுபடியும் அவனுடைய மனைவியாகியிருந்தாள் – உற்சாகமில்லாமலும், கோபமில்லாமலும். இதற்கு மேல் அவனை அவள் காதலிக்கவில்லை. இதற்கு மேல் வேதனைப்படவும் இல்லை. மாறாக, எதிர்பாராமல் ஒரு முழுமையான உணர்வு, சுலபமாக பாதிக்கப்படாத ஒரு நிலை அவளை ஆட்கொண்டது. இப்போது யாரும் எதுவும் அவளைப் புண்படுத்த முடியாது. சரிசெய்ய முடியாத அளவுக்கு ஒருத்தி சந்தோஷத்தைத் தொலைத்துவிட்டாள் என்று தீவிரமாக நம்புவதிலேயே நிஜமான இன்பம் உள்ளடங்கி இருக்கலாம். பிறகு நாம், வெகுகாலம் நீடிக்கக்கூடிய சின்னச் சின்ன சந்தோஷங்களையாவது அனுபவிக்க முடியும் என்ற நிலையை அடைந்து, கடைசியில் நம்பிக்கையோ அல்லது பயமோ இல்லாமல் வாழ்க்கையில் பயணிக்க ஆரம்பிக்கிறோம். ஒரு பயங்கர சப்தம் – பிறகு மின்னலிட்ட ஒரு வெளிச்சம் அவளைப் பின்னோக்கித் தூக்கிப்போட அவள் நடுங்கிப் போனாள்.

அது ரப்பர் மரம் – அவளுக்குத் தெரியும்.

கோடரியின் ஒரே வெட்டில் அதை வீழ்த்திவிட்டிருந்தார்கள். அதிகாலையிலேயே ஆரம்பித்துவிட்ட அந்த வேலையை அவள் கவனித்திருக்கவில்லை. “வேர்கள் பாதையோரத்து அடித்தளக் கற்களை உயர்த்தி விட்டன… அதனால் குடியிருப்போர் சங்கம்…”

கலங்கிவிட்ட அவள் தன் கைகளை கண்களுக்கு உயர்த்தினாள். மறுபடியும் கண்களைத் திறந்து எழுந்து நின்று சுற்றுமுற்றும் பார்த்தாள். எதைக் கூர்ந்து பார்த்துக்கொண்டிருக்கிறாள் அவள்? திடீரென்று வெளிச்சமாகிவிட்ட கூடத்தையா? கலைந்து செல்லும் மக்களையா? இல்லை. தன் கடந்த காலத்தின் பின்னலுக்குள் அவள் சிறைப்பட்டு நின்றாள். ஒப்பனை அறையைவிட்டு அவளால் வெளியே வரமுடியாது. அவளுடைய ஒப்பனை அறை வெண்மையான, பயமூட்டும் வெளிச்சத்தால் முற்றுகையிடப்பட்டது. கூரையைப் பிய்த்தெடுத்துவிட்டது போலிருந்தது. எங்கு பார்த்தாலும் வெளிச்சம் தடையின்றி உள்ளே வந்தது. அவள் தேகத்தின் துவாரங்களில் ஊடுருவியது. குளிரால் அவளை எரித்தது. அந்தக் குளிர்ந்த ஒளியின் வெளிச்சத்தில் அவள் ஒவ்வொன்றையும் பார்த்தாள். லூயிஸ் – அவனுடைய சுருக்கம் விழுந்த முகம் – நிறமிழந்த முரடான நரம்புகள் குறுக்கோடிய அவனுடைய கைகள் – காட்டமான நிறத்தில் தொங்கும் திரைச்சீலைகள்… பயந்துபோய் ஜன்னலுக்கு ஓடினாள்.

ஜன்னல் இப்போது நேரடியாக குறுகிய தெருவை நோக்கித் திறக்கிறது. எதிரிலிருக்கும் பிரம்மாண்டான மாடிக்கட்டிடத்தின் முன்புறம் தெரிகிறது. கிட்டத்தட்ட அவளுடைய அறையை இடிக்கும் அளவுக்குக் குறுகலான தெரு அது. கீழத்தள வீடுகளில் அலங்கார ஜன்னல்கள் கண்ணாடிப்புட்டிகளால் நிறைந்திருந்தன. தெருமுனையில் சிவப்புச்சாயம் அடித்த பட்டறையின் முன்னால் வாகனங்கள் வரிசையாக நிறுத்தப்பட்டிருந்தன. தெருவின் நடுவில் சிறுவர்கள் பந்தை உதைத்து விளையாடிக்கொண்டிருந்தார்கள்.

அத்தனை அசிங்கமும் அவளுடைய கண்ணாடிகளுக்குள் புகுந்து விட்டது. முலாம் புசப்பட்ட பால்கனிகளும், அழுக்குத்துணி வரிசைகளும் பறவைக் கூண்டுகளும்தான் இப்போது அவளுடைய கண்ணாடிகளில் தெரிந்தன.

அவளுடைய தனிமையை, அவளுடைய ரகசியத்தை அவர்கள் கலைத்து விட்டார்கள். தெருவின் நடுவில் தான் அம்மணமாய் நிற்பதாக உணர்ந்தாள். குழந்தைகளைத் தராத, படுக்கையில் முதுகு காட்டித் திரும்பிக்கொள்ளும் வயதான கணவனின் அருகே தான் அம்மணமாய் நிற்பதாக உணர்ந்தாள். இதுவரை எப்படி குழந்தைகள் வேண்டுமென்ற ஆசை இல்லாமலேயே இருந்தாள் என்பதோ, தன் வாழ்நாள் முழுவதும் குழந்தைகள் இல்லாமலேயே வாழ்ந்துவிடப் போகிறோம் என்ற கருத்தை அவள் எப்படி ஏற்றுக் கொண்டிருந்தாள் என்பதோ அவளுக்குப் புரியவில்லை. லூயிஸின் சிரிப்பை எப்படி ஒரு ஆண்டு காலத்துக்கு சகித்துக்கொண்டிருந்தாள் என்பதும் அவளுக்குப் புரியவில்லை. அதீத மகிழ்ச்சியைக் காட்டும் அந்தச் சிரிப்பு. சில குறிப்பிட்ட நேரங்களில் சிரிக்க வேண்டியதன் அவசியத்தைப் புரிந்து சிரிப்பதில் நிபுணனாகிவிட்ட ஒருவனின் பொய்யான சிரிப்பு அது. இது ஒரு பொய்! அவளுடைய அமைதியும் பற்றற்ற தன்மையும் பொய்! அவள் காதலை விரும்பினாள். ஆம் – ஒரு சின்ன தடுமாற்றத்தை – பைத்தியக்காரத்தனமான காதலை... காதலை...

“அப்படியானால் ஏன் போகிறாய் பிரிகிடா? இதுவரை ஏன் இருந்தாய்?” லூயிஸ் கேட்பான்.

அதற்கு எப்படி பதில் சொல்வதென்று இப்போது அவள் அறிந்திருந்தாள்.

“மரம் லூயிஸ்... மரம்! அவர்கள் ரப்பர் மரத்தை வெட்டி விட்டார்கள்.”

***

**கதையைப் பற்றி:**

*மரம் கதையில் பிரிகிடாவின் துயரமான வாழ்க்கை மரம், காலம், இசை இவைகளால் குறியீடாக வெளிப்படுத்தப்படுகிறது. இசை நிகழ்ச்சியில் வாசிக்கப்படும் மூன்று இசைக்கார்வைகளும் பிரிகிடாவின் வாழ்வின் மூன்று நிலைகளைக் குறிக்கின்றன. மொஸார்ட்டின் உக்கிரமற்ற rococo இசை அவளது குழந்தைப் பருவ நினைவுகளையும், இளம் பருவத்தின் குதூகலமான சூழலையும், பின்னர் அது கிட்டத்தட்ட பெயரளவிலான அவளது திருமணத்தில் முடிவதையும் ஒத்துப்போகிறது. பீத்தோவனின் ரொமான்டிக் இசை, இளம் மனைவியின் நிறைவேறாத தீவிர காதலும் ஆசைகளும் வசந்த காலத்தில் தொடங்கி கோடையின் வெப்பத்தோடும் பெரும் மழையோடும் முடிவதைப் பிரதிபலிக்கிறது. ஷாப்பினின் Etudes-இன் சோகம், கோடை மழையோடு ஆரம்பித்து அவள் திருமணத்தின் இலையுதிர் காலத்துத் துயர நினைவுகளைக் கிளப்புகிறது. கணவனிடமிருந்து பிரிகிடாவின் நிரந்தரப் பிரிவு கைத்தட்டலின் உச்சநிலையோடு முடிவுறும் இசையோடும், ரப்பர் மரத்தை வெட்டிச் சாய்க்கும் கோடாரியின் சத்தத்தோடும் இணைகிறது.*

*இசை மட்டுமல்லாமல் நீரும், கண்ணாடிகளும் பல உளவியல் எழுத்துகளைப் போலவே ஞாபகங்களைத் தூண்டி விடுகின்றன. மொஸார்ட்டோடு தண்ணீர், நீருற்றின் உருவம் கொள்கிறது; பீத்தோவனோடு கடலும், ஷோப்பினோடு மழையும் நீர்வீழ்ச்சியுமாக உருவெடுக்கிறது. மரம், ஜன்னல், குறுகிய தெரு, அதன் முடிவில் இருக்கும் நதி – இவைகளோடு கண்ணாடிகளும் அறிமுகப்படுத்தப்படுகின்றன. "ஒரு உலகம் மீன் தொட்டிக்குள் மூழ்கி யிருப்பது போல் இருந்தது." இந்த nightmarish பார்வை உளவியல் படிமத்துக்குள் எழுத்தாளர் தைரியமாகப் பிரவேசிக்கும் ஒரு சில இடங்களில் ஒன்று. சிக்கலான உளவியல் உவமைகள், உருவகங்களை உபயோகப்படுத்துவதில் எழுத்தாளர் தயக்கத்தோடுதான் இருக்கிறார். அவற்றில் மூன்றைத்தான் குறிப்பிட்டுச் சொல்ல முடிகிறது:*

*பனிக்கட்டி லில்லிகள், பறவைகளாலான மாலை, இலைகளான கடல் போன்ற படிமங்களின் மூலம் பிரிகிடாவின் அதிகரித்துவரும் ஆர்வம் மிக்க கவலையையும், வெறுப்பையும், சலிப்பையும் பிரதிபலிப்பதாக ஒருவித உளவியல் சிக்கலை உருவாக்குவதில் வெற்றியே காண்கிறார் ஆசிரியர்.*

*உரையாடலில் வாதப்பிரதிவாதங்கள், இசை நிகழ்ச்சி, நனவோடை, கணவன்-மனைவிக்கிடையே விரிசல் விட்ட உறவில் தொனிக்கும்*

இருத்தலியல் குறிப்பு–இவையெல்லாம் பலவிதமான இலக்கிய உத்திகளின் செல்வாக்கை நினைவுபடுத்தினாலும் அவை கதையின் பெரும் வெற்றியை விளக்குவதாயில்லை. மாறாக, தனது துயரக் கதையை விவரிப்பதில் பிரிகிடா காட்டும் நேர்மையைச் சார்ந்திருக்கிறது. மரம் வெட்டிச் சாய்க்கப்படும் போது அவள் உணரும் நிர்வாணத்தன்மை கதை நெடுகிலும் அவள் வெளிப்படுத்தும் அதே நிர்வாணத் தன்மைதான்.

Seymour Menton

# ஆர்த்துரோ ஊஸ்லார் பியெத்ரி

Arturo Uslar Pietri (*1906 - 2001*) யின் *மழை* என்ற இக்கதை *1935*இல் எழுதப்பட்டு அவரது *சிவப்பு* என்ற சிறுகதைத் தொகுதியில் சேர்க்கப்பட்டது. ஆரம்ப காலத்தில் எழுதப்பட்ட மேஜிகல் ரியலிஸக் கதைகளில் முக்கியமான ஒன்றாகக் கருதப்படும் *மழையை* ஒரு மேஜிகல் ரியலிஸக் கதையாக மாற்றுவது இக்கதையின் இரண்டு மையப்புள்ளிகளில் ஒன்றான 'சிறுவன்' தான். கதையில் வரும் சிறுவன் ஒரு கற்பனை. கதை என்பதே ஒரு கற்பனைதான் என்றால் சிறுவன் கற்பனைக்குள் கற்பனை. ஒரு non-being. கதையில் வரும் சிறுவனும், ஓடையும், மழையும் உண்மையில் 'இல்லாதவை!' கனவுக்கும் நனவுக்கும், கற்பனைக்கும் எதார்த்தத்துக்கும் இடைப்பட்ட நிலையில் எழுதப்பட்டிருக்கும் இக்கதையில் வெடித்துப் பிளவுண்ட நிலமும், கண்ணீரும், வறட்சியும், தனிமையும்தான் 'இருப்பவை'. ஆனால் கதையாடல் என்பது இங்கே 'இல்லாதவை'களால் பின்னப்பட்டிருப்பதால் இது மேஜிகல் ரியலிஸக் கதையாக மாறுகிறது.

ஊஸ்லார் வெனஸூவேலாவைச் சேர்ந்தவர். ஆசிரியர். அரசியல்வாதி. தூதர். காரகாஸில் பிறந்து வளர்ந்தவர். *1929* இல் அரசியல் படிப்பில் டாக்டர் பட்டம் பெற்ற ஊஸ்லார் பாரீஸில் கலாச்சார தூதராகப் பணியாற்றினார். சர்வாதிகாரி கோமஸின் வீழ்ச்சிக்குப் பிறகு ஜெனரல் Medina Angarita-வின் ஆட்சியில் அமைச்சராக இருந்தார். ஜெனரல் மெதீனாவின் ஆட்சி *1945*இல் கவிழ்க்கப்பட்ட போது வட அமெரிக்கா சென்றார். Romulo Betancourt மற்றும் Romulo Gallegos-இன் குறுகிய கால ஆட்சியின் போதும் அவர் வடஅமெரிக்காவிலேயே இருந்தார். *1947–50* காலகட்டத்தில்

கொலம்பியா பல்கலைக்கழகத்தில் லத்தீன் அமெரிக்க இலக்கியம் பயிற்றுவித்தார். அதற்கு முன்னர் அவர் 1934 –38இல் காரகாஸின் மத்தியப் பல்கலைக் கழகத்தில் பொருளாதாரப் பேராசிரியராகவும் இருந்திருக்கிறார். அறுபதுகளில் ஊஸ்லார் ஒரு செனட்டராக இருந்து, பிறகு அவரே உருவாக்கிய கனஸர்வேட்டிவ் கட்சியின் சார்பாக அதிபர் தேர்தலுக்குப் போட்டியிட்டுத் தோற்றார்.

கிட்டத்தட்ட ஐம்பது ஆண்டுக்கால இடைவெளியில் அவர் 5 சிறுகதைத் தொகுதிகளையும், 4 வரலாறு நாவல்களையும், மற்றும் பல விமர்சனக் கட்டுரைகளையும் வெளியிட்டார்.

***

# மழை

## ஆர்த்துரோ ஊஸ்லார் பியெத்ரி

**கூ**ரையின் இடுக்குகளின் வழியே நிலவின் ஒளி விழுந்து கொண்டிருந்தது. சோளக் கொல்லையிலிருந்து வந்து கொண்டிருந்த காற்றின் சப்தம் மழையின் சப்தத்தைப்போல் ஒரே சீராகக் கேட்டுக்கொண்டிருந்தது. சார்ப்பின் பளபளப்பான உலோகத் தகட்டினால் ஏற்பட்ட நிழலில் கிழவனின் ஊஞ்சல் மெதுவாக ஆடிக்கொண்டிருப்பது தெரிந்தது. ஊஞ்சலின் பக்கவாட்டில் கட்டியிருந்த நூல் கயிற்றின் முடிச்சு மரத்துடன் உராய்ந்து மூலை யிலிருந்த கேன்வாஸ் கட்டிலில் படுத்துக் கிடந்த கிழவியின் இழுப்புச் சத்தத்துக்கு லயம் சேர்த்தது.

சோளச் செடிகளின் காய்ந்த இலைகள் மற்றும் மரங்களினூடே வந்து கொண்டிருந்த இளந்தென்றலும் அந்த மழைச் சூழலுக்கு மேலும் ஒருவித ஈரமான தன்மையை அளித்துக் கொண்டிருந்தது.

தூங்காமல் வியர்வையுடன் படுத்துக் கிடந்த அவள் சட்டென்று நிமிர்ந்து கண்களை அரைகுறையாகத் திறந்து மின்னல் வெளிச்சத்தில் பார்க்க முயற்சித்தாள். பிறகு ஊஞ்சலின் பக்கம் திரும்பி கடுகடுப்பான குரலில் “ஹெசூசோ” என்று கத்தினாள்.

பதில் வருகிறதா என்று பார்த்துக்கொண்டே, "நாயைப்போல் தூங்குகிறான். உதவாக்கரைப் பிணம்" என்று எரிச்சலுடன் தனக்குத்தானே சொல்லிக்கொண்டாள்.

தூங்கிக்கொண்டிருந்தவன் அவள் குரலைக்கேட்டு விழித்துக்கொண்டு சோர்வான குரலில், "என்ன விஷயம் உசேபியா? என்ன பிரச்சினை? ராத்திரியில் கூட ஒரு மனிதனை உருப்படியாகத் தூங்கவிட மாட்டேன் என்கிறாயே?" என்று கேட்டான்.

"ஹெரூசோ, நான் சொல்வதைக் கொஞ்சம் கவனமாகக் கேள்."

"என்ன?"

"மழைபெய்கிறது ஹெரூசோ... மழை பெய்கிறது. அதுகூடவா உன் காதில் விழவில்லை? காது கூட உனக்குச் செவிடாகி விட்டதா?"

அலுத்துக்கொண்டே எழுந்த கிழவன் கதவின் அருகே சென்று கோபத்துடன் திறந்தான். சட்டை எதுவுமின்றி வெற்று மார்புடன் நின்று கொண்டிருந்த அவனால் வெள்ளி நிலவொளியையும், சோளக் கொல்லையிலிருந்து வந்து கொண்டிருந்த காற்றின் கடும் சீற்றத்தையும் மட்டுமே பார்க்க முடிந்தது. நட்சத்திரங்கள் மின்னிக் கொண்டிருந்தன. கைகளை நீட்டிப் பார்த்தான். ஒரு சொட்டுக்கூட விழவில்லை. சோம்பல் முறித்துக்கொண்டே கதவில் சாய்ந்துகொண்டு "உன் மழையை வந்து பார், பைத்தியக்காரக் கிழவி. என் பொறுமையை நீ ரொம்பவும் சோதிக்கிறாய்" என்றான்.

வாசல் வழியாகத் தெரிந்த அந்த வெளிச்சத்தையே பார்த்தாள் கிழவி. அவள் கன்னத்தில் ஒரு சொட்டு வியர்வை விழுந்தது. அந்தக் குடிசை வெப்பத்தில் மூழ்கிக் கிடந்தது.

ஹெரூசோ கதவைச் சாத்தினான். மெதுவாக நடந்து வந்து ஒரு கையை அந்த அழுக்குத் தரையில் ஊன்றி ஊஞ்சலில் படுத்தான். ஊஞ்சல் மீண்டும் கிறீச்சிட்டது.

காய்ந்து போன சருமத்தைப்போல் பூமி அதன் அடியாழம் வரை வறண்டு கருகிக் கிடந்தது. ஒவ்வொரு உயிரையும் சித்ரவதை செய்து கொண்டிருந்த தாகம் ஜுர வேகத்தில் தகித்துக் கொண்டிருந்தது.

மரத்தின் நிழலைப்போல் காத்திருந்த மேகங்கள் உயரமான மலைகளுக்குப் பின்னால் போய் மறைந்து விட்டன. ஓய்வும்

தூக்கமும் கூட மறைந்து விட்டன. பகல் சுட்டெரித்தது. நிலையாகப் பொருத்தப்பட்ட உலோக விளக்குகளின் வெளிச்சத்தைப்போல் இரவும் சுட்டெரித்தது. மலைகளிலும், வாய் பிளந்து சூன்யமாகக் கிடந்த பள்ளத்தாக்குகளிலும் மக்கள் மழையையே நினைத்து ஏங்கிக் கிடந்தார்கள். கானலை நம்பி அலைவது போல் மழைக்கான அறிகுறிகளையும் அடையாளங்களையும் தேடிச் சோர்ந்து கிடந்தார்கள். பள்ளத்தாக்குகளிலும், மலைகளிலும் இருந்த ஒவ்வொரு குடிசையிலும் அதே வார்த்தைகள்தான் திரும்பத் திரும்பச் சொல்லப்பட்டன. “கராவோ பாடி விட்டது. நிச்சயம் மழை உண்டு.”

“இல்லை, மழை பெய்யாது.” விரக்தியின் வெளிப்பாடாக வந்தன வார்த்தைகள்.

“பள்ளத்தாக்கிலிருந்து காற்று வீசியது. நிச்சயம் மழை பெய்யப் போகிறது.”

“பெய்யாது.”

முடிவேயில்லாத இந்தக் காத்திருத்தலில் ஒருவருக்கொருவர் தெம்பூட்டிக் கொள்வதைப்போல் இதே வார்த்தைகளைத் திரும்பத் திரும்பச் சொல்லிக்கொண்டார்கள். “சிள்வண்டுகள் கத்துவதை நிறுத்தி விட்டன. மழை பெய்யப் போகிறது.”

“பெய்யாது ஹெசூசோ, பெய்யாது.”

கட்டிலில் மிகுந்த சிரமத்துடன் அசைந்துகொண்டிருந்த நிழலுருவத்தைப் பார்த்தான் ஹெசூசோ. வார்த்தைகளால் அவன் வேதனையை அதிகப்படுத்துவதுதான் அவள் நோக்கம் என்று புரிந்தது. பேசுவதற்காக வாயைத் திறந்தான். ஆனால் சோர்வு மிகுதியால் பேச முடியாமல் கண்களை மூடித் தூக்கத்தில் ஆழ்ந்து போனான்.

காலையின் முதல் வெளிச்சம் வந்ததுமே எழுந்து சோளக்கொல்லைக்குப் போய் மெதுவாக சுற்றிப் பார்க்க ஆரம்பித்தான். செருப்பில்லாத அவனது வெறும் கால்களுக்கடியில் மிதிபட்டு உடைந்தன சருகான இலைகள். இரண்டு பக்கங்களிலும் இருந்த காய்ந்த சோளச்செடிகளின் நீண்ட வரிசையைப் பார்த்தான். மலையின் உச்சியில் நீண்டு உயர்ந்திருந்த பச்சை நிறக் கள்ளிச் செடிகளைப் பார்த்தான். அடிக்கடி பெருமூச்சு விட்டுக் கொண்டான். பீன்ஸ் செடியை எடுத்து மெதுவாகக் கசக்கித் தன் விரல்களிலிருந்து குதித்து விழுந்து கொண்டிருந்த பீன்ஸ் விதைகளைப் பார்த்தான்.

சூரியன் மேலே போகப் போக வறட்சியும் வெக்கையும் அதிகமாகிக் கொண்டிருந்தது. தீப்பிழம்பாய் எரிந்து கொண்டிருந்த வானத்தில் ஒரு மேகத்தைக்கூட பார்க்க முடியவில்லை. தினமும் செய்வதைப் போலவே எந்தக் குறிக்கோளுமற்று வரப்புகளினிடையே பழக்கத்தின் காரணமாகவும், உசேபியாவின் முணுமுணுப்பிலிருந்து தப்பிக்கும் எண்ணத்திலும் சுயநினைவற்ற நிலையில் நடந்து கொண்டிருந்தான் ஹெரசூசோ.

மலையிலிருந்து பார்க்கும் போது அந்த மொத்த நிலப்பகுதியே ஒரு வறட்சியான மஞ்சள் நிலப்பரப்பாகத் தெரிந்தது. குறுகிய பள்ளத்தாக்குகளிலும், மொட்டை மலைகளிலும், அதன் சரிவுகளில் சாக்கட்டிக் கோடுகளாய் ஆங்காங்கே தெரிந்த சாலைகளிலும் உயிர் வாழ்க்கையின் எந்தச் சுவடுமே தெரியவில்லை. விதைப்பு ஏற்கெனவே இல்லாமல் போய் விட்டது. காற்று இயக்கமற்றுப் போயிருந்தது. வெளிச்சம் கண்களைக் கூசியது. உலகமே பற்றி எரிவதற்குத் தயாராக இருப்பது போல் தோன்றியது.

அவ்வப்போது பெருமூச்சு விட்டுக்கொண்டும், தனக்குத்தானே பேசிக்கொண்டும், கண்கள் நிலத்தில் பதிய, ஒரு பயிற்சி பெற்ற விலங்கைப் போல் நடந்து கொண்டிருந்தான் ஹெரசூசோ. “கடவுளே! இந்த வறட்சியில் ஏழைகளின் கதி என்ன ஆகப்போகிறதோ? இந்த வருடம் ஒரு துளி மழை கூட இல்லை. சென்ற வருடம் மழைக்காலத்தில் வெள்ளம் வந்து ஆற்றின் கரையெல்லாம் உடைந்து, தாழ்வான கிராமங்களெல்லாம் வெள்ளத்தில் மூழ்கி, பாலம் உடைத்துக்கொண்டு போய்... எதற்குமே அர்த்தமில்லாமல் போய் விட்டது. மழை பெய்வதற்குக் காரணம் சொல்லமுடியுமா... அல்லது மழை பெய்யாததற்குத்தான் காரணம் சொல்ல முடியுமா மழை பெய்வதால் மழை பெய்கிறது... மழை பெய்யாதலால் மழை பெய்யவில்லை...”

தனக்குத்தானே பேசிக்கொள்வதை நிறுத்திவிட்டு திடீரென்று மௌனமானான். இன்னமும் கண்களை நிலத்தில் பதியவிட்டபடியே எந்தத் திட்டமுமில்லாமல் நடந்தான். திடீரென்று பாதையில் அசாதாரணமாக ஏதோ ஒன்றை உணர்ந்து என்னவென்று பார்த்தான். மெலிந்த ஒரு சிறுவன் முதுகைக் காட்டிக்கொண்டு எந்தச் சலனமுமில்லாமல் நிலத்தை உற்று நோக்கிக் கொண்டு உட்கார்ந்திருந்தான். சிறுவன் தன்னைக் கவனித்து விடாமல், அவன் என்ன செய்து கொண்டிருக்கிறான் என்பதைப் பார்க்கும் ஆர்வத்தில்

சிறுவனின் பின்னே நெருங்கினான் ஹெரூசோ. பாம்பைப் போல் வளைந்து நெளிந்து ஓடிக்கொண்டிருந்த சிறுநீர் முடிவில் சேறாய்க் குழம்பிக்கிடந்தது. தன் ஓடத்தில் நிறைய வைக்கோல் துண்டுகளையும் இழுத்துக்கொண்டு போன அந்தச் சிறுநீரில் சிறுவன் தன் விரல்களுக்கிடையில் பிடித்திருந்த எறும்பைப் போட்டான். "அணை உடைந்து விட்டது வெள்ளம் வந்துவிட்டது... ப்ரூஊஊ... ம்.... ப்ரூ...ம்.. ப்ரூ...ம்... எல்லோரும் ஓடுகிறார்கள். வெள்ளத்தில் டோட் மாமாவின் பெரிய பண்ணையும் அடித்துக்கொண்டு போகிறது. 'வெட்டுக்கிளி' கிழவியின் சிறிய பண்ணையும் அடித்துக்கொண்டு போகிறது... எல்லா மரங்களும் அடித்துக்கொண்டு போகிறது... ஆ... ஊ... ப்ரூ... ம்... இப்போது அந்த அத்தை எறும்பும் வெள்ளத்தில் போகப் போகிறது..."

யாரோ தன்னை கவனிப்பதை உணர்ந்து திரும்பிப் பார்க்கிறான் சிறுவன். சுருக்கம் விழுந்த அந்தக் கிழவனைப் பார்த்து பாதி பயமும் பாதி வெட்கமுமாக எழுந்து நிற்கிறான்.

நேர்த்தியான கால்களும் கைகளும் கொண்டிருந்த அந்தச் சிறுவனின் நெஞ்சு குறுகியிருந்தது. அழுக்கு உடம்பில் முரட்டுத் துணிச்சட்டை தொங்கிக்கொண்டிருந்தது. புத்திசாலியான முகம். நிலையில்லாமல் சுழன்று கொண்டிருக்கும் கண்கள். சிறிய கூர்மையான மூக்கு. பெண்களுக்குரிய வாய். தலையில் காதுகளுக்கு மேல் தூக்கி விடப்பட்டு ஒரு சிறிய விலங்கைப்போல் தோற்றத்தைத் தந்து கொண்டிருந்த ஒரு பழைய ஓட்டுக் கம்பளக் குல்லாய்.

ஹெரூசோ எதுவும் பேசாமல் அவனை ஆராய்ந்து விட்டு புன்முறுவலுடன் "நீ எந்த ஊரிலிருந்து வந்திருக்கிறாய் தம்பி?" என்று கேட்டான்.

"அங்கேயிருந்து."

"எங்கேயிருந்து?"

"அதோ, அங்கேயிருந்து."

தூரத்திலிருந்த வயற்காட்டை நோக்கிக் கையைக் காட்டினான் சிறுவன்.

"என்ன செய்து கொண்டிருக்கிறாய்?"

“நடந்து கொண்டிருக்கிறேன்.”

அவன் குரலில் தெரிந்த உறுதியும் அதிகார தொனியும் ஹெருசோவுக்கு மிகவும் விநோதமாக இருந்தது.

“உன் பெயர் என்ன?”

“சாமியார் என்ன பெயர் வைத்தாரோ அது.”

சிறுவனின் உறுதியான, தட்டிக் கழிக்கும் பதிலைக் கேட்டு எரிச்சலுடன் முகத்தைச் சுளித்தான் ஹெருசோ. அதை உணர்ந்து கொண்ட சிறுவன் ஆர்வத்துடனும் சிநேக பாவத்துடனும் பார்த்தான்.

“ரொம்பவும் அதிபுத்திசாலித்தனமாகப் பேசாதே” என்று ஆரம்பித்த கிழவன் இடையில் சிறுவனின் சிநேகமான பார்வையைக் கண்டவுடன் தன் குரலையும் தாழ்வாக்கிக் கொண்டு சிநேக பாவத்துடன் கேட்டான்: “ஏன் நீ பதில் சொல்லவில்லை?”

“ஏன் நீ கேட்டாய்?” சிறுவன் சிறிதும் கபடமில்லாமல் பதில் சொன்னான்.

“நீ எதையோ மறைக்கிறாய். நீ வீட்டை விட்டு ஓடி வந்து விட்டாய்.”

“இல்லை.”

எந்தவித ஆர்வமும் இல்லாமல் ஒரே விதமாக ஏதோ விளையாட்டைப் போல் கேட்டுக்கொண்டிருந்தான் கிழவன்.

“ஒருவேளை நீ ஏதாவது தப்பு செய்திருக்கலாம்.”

“இல்லை.”

“ஒருவேளை நீ கெட்ட பையனாக இருப்பதால் அவர்கள் உன்னை விரட்டி விட்டிருக்கலாம்.”

“இல்லை.”

ஹெருசோ தலையைத் தேய்த்துக் கொண்டு மேலும் கேட்டான்: “ஒருவேளை நீ காலில் சக்கரம் முளைத்தவனாக இருக்கலாம்; அதனால் தான் உன்னால் ஒரு இடத்தில் தரித்திருக்க முடியவில்லையோ என்னவோ...”

குதிகால்களால் தரையைத் தேய்த்தபடியே கைகளை பின்னே கோர்த்துக்கொண்டு, நாக்கை வாயின் மேல் அண்ணத்துடன் ஒட்ட வைத்துக் கொண்டு பதில் சொல்லாமல் நின்றான் சிறுவன்.

"சரி, இப்போது எங்கே போகிறாய்?"

"எங்கேயும் இல்லை."

"என்ன செய்து கொண்டிருக்கிறாய்?"

"நீ பார்த்துக் கொண்டிருப்பதைத்தான்."

"என்னடா இது, வம்பு பிடித்த பையனாக இருக்கிறாய்!"

கிழவனுக்கு அதற்குமேல் கேட்பதற்கு ஒன்றுமில்லை. எதிரும் புதிருமாக, கண்ணோடு கண் பார்த்துக்கொள்ள தைரியமற்று நின்று கொண்டிருந்தார்கள். அந்த மௌனத்தை எப்படி உடைப்பதென்று தெரியவில்லை. சிறிது நேரத்தில் எரிச்சலுற்று மெதுவாக, ஏதோ ஒரு பெரிய அருவருப்பான விலங்கு சிறுவனுக்கு வேடிக்கை காட்டுவதற்காக நடந்து காண்பிப்பதைப்போல் நடக்க ஆரம்பித்தான் ஹெரூசோ.

"வருகிறாயா?" என்று மட்டும் கேட்டான்.

சிறுவன் பதில் சொல்லாமல் அவன் பின்னே வந்து கொண்டிருந்தான். அவர்கள் குடிசைக்கு வந்து சேர்ந்த போது, உசேபியா அடுப்பு பற்ற வைத்துக்கொண்டிருந்தாள். கொஞ்சம் சுள்ளிகளையும் காகிதங்களையும் வைத்து மிகுந்த பிரயாசையுடன் ஊதிக் கொண்டிருந்தாள். "உசேபியா, இங்கே பார்" என்று தயக்கத்துடன் சொன்னான் ஹெரூசோ.

அவள் திரும்பிப் பார்க்காமலேயே உறுமிவிட்டு அடுப்பை ஊதிக் கொண்டிருந்தாள்.

அவளுக்கு அறிமுகப்படுத்துவதைப்போல் சிறுவனைத் தனக்கு முன்னே கொண்டு வந்து தன் பெரிய கைகளை அவனுடைய மெலிந்த தோள்களில் போட்டுக்கொண்டு நின்றான் கிழவன்.

"இப்போது பார்!"

"ம்" என்று சொல்லிக்கொண்டே திரும்பி புகைக்கு நடுவே மிகுந்த சிரமத்துடன் அந்த இரண்டு பேரையும் கடுப்புடன் பார்த்தாள் உசேபியா.

பிறகு சிறுவன் என்று தெரிந்ததும் ஒரு இனம் புரியாத மென்மையான உணர்வு ஏற்பட, “ஆஹா! யார் இது?” என்று கேட்டாள். சிறுவன் அவளைப் பார்த்து முறுவலித்தான். அவளும் அவனைப் பார்த்து சிரித்துக்கொண்டே, “யார் நீ?” என்று கேட்டாள்.

“உன் சக்தியை நீ வீணாக்கிக் கொள்கிறாய். இந்தக் குட்டி ராஸ்கல் ஒன்றுமே சொல்ல மாட்டேன் என்கிறான்” என்றான் ஹெஞூசோ.

அங்கேயே நின்று சிறிது நேரம் அவனைப் பார்த்துச் சிரித்துக் கொண்டே ஹெஞூசோவால் முடியாததைத் தன்னால் புரிந்து கொள்ள முடியுமா என்று பார்த்தாள். பிறகு மிக மெதுவாக குடிசையின் மூலைக்குச் சென்று ஒரு சிவப்புக் கந்தல் பையின் அடியிலிருந்து ஒரு பளபளப்பான உலோகத்தைப் போலிருந்த மஞ்சள் நிற மாவு உருண்டை ஒன்றைத் தேடி எடுத்து வந்து சிறுவனிடம் கொடுத்தாள். அவன் அதை சிரமப்பட்டுக் கடித்துக்கொண்டிருந்தபோது அவர்கள் இருவரையும் அவள் குழப்பத்துடன் பார்த்தாள். அவள் பார்வை ஏதோ ஒன்றை ஞாபகத்திலிருந்து மிகுந்த வேதனையுடன் தேடுவது போலிருந்தது. “ஹெஞூசோ, உனக்கு சீஃபை ஞாபகம் இருக்கிறதா? பாவம் அது” என்றாள்.

சிறுவன் தன் தலையைத் திருப்பி அவளைக் கள்ளங்கபடமில்லாமல் பார்த்தான். ஹெஞூசோ தன் மனைவியைப் பார்த்தான். இருவரும் சற்று கூச்சத்துடனும் ஆச்சரியத்துடனும் புன்முறுவல் செய்து கொண்டனர்.

குடிசைக்குள் பளிச்சென்ற வெயில் சிறுவனின் உருவத்தைச் சீராக செதுக்கிக் காட்டியது. அவன் தோலின் நிறம் அந்த மண் தரையின் நிறத்துக்கு மெருகூட்டியது. அவன் கண்களில் குளிர் நிழல் உயிர்த் துடிப்புடன் ஒளிர்ந்து கொண்டிருந்தது.

அவன் வந்த பிறகு அங்கிருந்த ஒவ்வொன்றுமே கொஞ்சம் கொஞ் சமாகத் தனது பழைய தன்மையை இழந்து அவற்றுக்கென்று தனி சோபை எற்பட்டது போல் தோன்றியது. வந்தவுடனேயே அந்தப் பளபளக்கும் மேஜையின் மீது கைகளை வைத்து வழுக்கி விளையாட ஆரம்பித்து விட்டான் சிறுவன். அதேபோல், வாசற்படியின் மேடு பள்ளங்களிலும் கால்களை வைத்து விளையாடினான். தோல் நாற்காலி அவனுக்கென்றே செய்யப்பட்டது போல் பொருத்தமாக இருந்தது. இப்படியே அந்தக் குடிசையின் ஒவ்வொரு இடமும் ஒவ்வொரு பொருளும் அவனுக்கென்றே உருவாக்கப்பட்டது போல் அவ்வளவு

அழகாகப் பொருந்தியது. ஹெரூசோ பாதி சந்தோஷத்துடனும் பாதி தயக்கத்துடனும் திரும்பவும் சோளக்காட்டை நோக்கிப் போனான். தன்னுடைய மிகக் கொடுமையான தனிமையைச் சிறுவனிடம் காட்டிக்கொண்டு விடக்கூடாது என்ற முயற்சியில் உசேபியா தன்னை வேலையில் ஈடுபடுத்திக்கொண்டாள். அடுப்பில் பானையை எடுத்து வைத்தாள். அங்குமிங்கும் சென்று சமையலுக்கு வேண்டிய காரியங்களைக் கவனித்தாள். அவ்வப்போது தன் தோளுக்குப் பின்னால் தெரியும் சிறுவனை லேசாக ஓரக் கண்ணால் பார்த்தாள்.

"அங்கே நின்று முணுமுணுத்துக்கொண்டிருக்கும் வெட்டுக்கிளியின் பெயர் என்ன?" தனக்கு எந்தச் சம்பந்தமும் இல்லாததைப் போன்ற பாவனையுடன் கேட்டாள் உசேபியா.

திடீரென்று கிளம்பும் பறவைக் கூட்டங்களின் குதூகலமான சப்தத்தைப்போல் வந்து கொண்டிருந்த அந்த சந்தோஷமான விசில் சப்தத்தைத் தவிர வேறு எந்தப் பதிலும் வராததைப் பார்த்து 'நாம் அன்பாகத்தானே கேட்டோம்?' என்று யோசித்தாள். "சீஃப்!" என்று ஒருவித கூச்சத்துடன் கூப்பிட்டாள்.

பதிலுக்கு சிறுவன் "ஆ!" என்று சொன்னதை ரசித்தாள்.

"உனக்கு நான் வைத்த பெயர் எப்படி இருக்கிறது?" என்று கேட்டுச் சற்றுப் பொறுத்து "என் பெயர் உபேசியா" என்றாள்.

உள்ளடங்கிய ஓர் எதிரொலியாய் அவளுக்கு உடனே கேட்டது. "பெலிதா தெ ஸெபோ" (பெலிதா தெ ஸெபோ – சிறிய குண்டு மெழுகுவர்த்தி).

சற்றே துணுக்குற்ற அவள் ஆச்சரியத்துடனும் புன்முறுவலுடனும் கேட்டாள்: "அப்படியானால் நீ மற்றவர்களுக்குப் பட்டப்பெயர் வைக்கிற ஆள், அப்படித்தானே?"

"நீதான் முதலில் வைத்தாய்."

"ஓ... அப்படியா?"

அவனுக்கு இங்கே வந்து சேர்ந்ததில் சந்தோஷம்தானே என்று கேட்க நினைத்தாள். ஆனால் அவள் வாழ்க்கையின் தனிமை அவளது உணர்வுகளையெல்லாம் இறுகிப் போகச் செய்து விட்டதில் இப்போது அவளுக்கு அதை எப்படிக் கேட்பது என்றே தெரியவில்லை.

அவள் மீண்டும் மௌனமானாள். அவள் தன் வாயைத் திறக்கச் செய்யவும், தொடர்ந்து பேசவும் வைத்த சக்தியைத் தடுத்து நிறுத்தும் கற்பனைப் போராட்டத்தில் இறங்கினாள். சிறுவன் மீண்டும் விசில் அடிப்பதில் ஈடுபட்டான். வெளிச்சம் மேலும் அதிகமாகி அந்த மௌனத்தை இன்னும் கொடுமையானதாக ஆக்கிக்கொண்டிருந்தது. அவளுக்குத் தன் மனதில் பட்டதையெல்லாம் இஷ்டப்படி பேசித் தீர்த்து விட வேண்டும் போலவும் அல்லது இங்கிருந்து ஓடிப்போய் மீண்டும் தானேவாக மாறிவிட வேண்டும் போலவும் இருந்தது. அந்தப் பேராசையையும் அவள் தனக்குள்ளேயே போட்டு அமுக்கிக் கொண்டுதான் வாழ்ந்துகொண்டிருக்கிறாள். ஆனால் சமயங்களில் அது அவளையும் மீறி வெளிப்பட்டு, அவள் பேசிக்கொண்டிருப்பதை அவளே உணர நேர்கிறபோது அவள் அவளாகவே அவளுக்குத் தோன்றுவதில்லை. அப்போது அவளுக்கு வெட்டுப்பட்ட இடத் திலிருந்து வரும் ரத்தத்தைப்போல் பேச்சு பீறிட்டு அடிக்கும்.

“சீஃப், எல்லாம் எப்படி மாறப் போகிறதென்று நீ பார்க்கத்தான் போகிறாய். இனிமேலும் என்னால் அந்த ஹெசூசோவை சகித்துக் கொண்டிருக்க முடியாது.”

அதிகம் பேசாத அந்தக் கிழவனின் காய்ந்து வறண்டு சோர்வடைந்த தோற்றம் அவள் வார்த்தைகளுக்கிடையே புலப்பட்டது. சிறுவன் “லெச்சூஸோ” (லெச்சூஸோ – ஆந்தை) என்று சொல்லியதைப்போல் அவளுக்குக் கேட்டது. அசிங்கமாகச் சிரித்துக்கொண்டு, அது சிறுவன் சொன்னதா அல்லது தன் வார்த்தைகளின் எதிரொலியா என்று சந்தேகத்துடன் யோசித்தாள்.

“இவ்வளவு காலமும் அவனோடு எப்படித்தான் வாழ்ந்தேன் என்று தெரியவில்லை. எப்போதுமே அவன் பொய்யனாகவும் சின்ன புத்தி கொண்டவனாகவும்தான் இருந்திருக்கிறான். என் மீது அவன் எப்போதுமே அக்கறை காட்டியதில்லை.”

அவளுடைய கொடுமையான வாழ்க்கையின் கசப்பான அனுபவங்கள் அத்தனையும், இது எல்லாவற்றுக்கும் அவன்தான் காரணம் என்பது போல் அவனைப் பற்றி நினைத்த மாத்திரத்தில் மனதில் வந்து குவிந்தன. “இவ்வளவு காலம் உழைத்தும் இன்னும் கூட அவனுக்கு வயற்காட்டு வேலை தெரியவில்லை. வேறு யாராக இருந்தாலும் இந்நேரம் ஓரளவுக்காவது முன்னுக்கு வந்திருப்பார்கள். ஆனால் நாங்களோ மேலும் மேலும் பின்னுக்குத்தான் போய்க்கொண்டிருக்கிறோம்.

அதோடு இந்த வருடம், சீஃப்...”

நிறுத்தி பெருமூச்சு விட்டுக்கொண்டு இன்னும் உறுதியான ஓங்கிய குரலில் யாரோ தூரத்தில் இருக்கும் ஒருவரிடம் சொல்வது போல் சொன்னாள்: “மழையும் இல்லை. வருடம் பூராவுமே கோடைக் காலமாகிவிட்டது. வெயில் எல்லாவற்றையும் சுட்டுப் பொசுக்கிக் கொண்டிருக்கிறது. ஒரு சொட்டு மழைகூட இல்லை.”

அவளுடைய உஷ்ணமான குரல் அந்த வறண்ட காற்றில் தண்ணீருக்கும் குளிர்ச்சிக்கும் ஏங்கித் தவிக்கும் வேட்கையை வெளிப்படுத்தியது. தகிக்கும் மலைப்பாறைகளின் கண்களைக் கூச வைக்கும் வெக்கையும், பொசுங்கிய இலைகளும், வெடித்துக் காய்ந்த பூமி எல்லாமும் அந்தக் குடிசையினுள்ளேயே வந்து விட்டது போல் தோன்றியது. அவர்களின் எல்லாக் கஷ்டங்களையும் பின்னுக்குத் தள்ளி விட்டு இந்த வறட்சியும் வெக்கையும்தான் உயிர்வாதையாக முன்னே வந்து நின்றது. சற்று நேரம் மௌனமாக இருந்து விட்டு கடைசியில் ஒரு அவலமான குரலில் முடித்தாள். “சீஃப், இந்த டப்பாவை எடுத்துப்போய் கீழே இருக்கும் ஓடையிலிருந்து கொஞ்சம் தண்ணீர் எடுத்து வாயேன்.”

**உ**சேபியா சமையல் செய்து கொண்டிருப்பதை ஹெரகூசோ கவனித்துக் கொண்டிருக்கும் போது ஏதோ அசாதாரணமான சம்பவம் ஒன்று நிகழப் போவதைப் போலவும், இப்போதுதான் உணவு என்பது கடவுளைப் போன்று புனிதமானது என்பதைக் கண்டு பிடித்தாற் போலவும் அவனுக்குள் ஒரு மனநிறைவு ஏற்பட்டது. எல்லா சாதாரண நிகழ்ச்சிகளும் ஞாயிற்றுக்கிழமையின் முக்கியத்துவத்தைப் பெற்று விட்டன. எல்லாவற்றுக்கும் ஒரு தனிசோபை ஏற்பட்டது. முதல் தடவையாக உயிர் பெற்று விட்டது போன்ற ஒரு தோற்றம். “இன்றைக்கு ஸ்பெஷல் சமையல்தானே, உசேபியா?” என்று கேட்டான்.

“ஸ்பெஷல்தான், கிழவா.” பதிலும் கேள்வியைப் போன்றே அசாதாரணமாக இருந்தது.

சிறுவன் வெளியே இருந்தான். ஆனாலும் ஏதோ ஒரு வகையில் அவன் அவர்களுடன் இருப்பதைப் போலவே உணர்ந்தார்கள். சிறிய, தீர்க்கமான மரநாயைப் போன்ற அவன் முகம் அவர்களுக்குப் பலவித யோசனைகளை ஏற்படுத்தியது. இதற்கு முன்னால் எந்தக் காலத்திலும்

எந்த முக்கியத்துவமும் இல்லாதிருந்த பொருட்களையெல்லாம் பற்றி அவர்கள் மென்மையுணர்வுடன் யோசிக்க ஆரம்பித்தார்கள். குட்டிச்செருப்பு, சிறிய மரக்குதிரைகள், காய்ந்த எலுமிச்சை மூடிகளைச் சக்கரங்களாகக் கொண்ட சிறிய வண்டிகள், ஒளி ஊடுருவும் பளிங்குக் கற்கள்... மௌனமாய் அவர்கள் உணர்ந்த அந்த சந்தோஷம் அவர்களை ஒன்றாக இணைத்தது. ஒருவருக்கொருவர் அழகானவர்களாய்த் தோன்றினார்கள். ஏதோ இப்போதுதான் புதிதாய்ச் சந்தித்தவர்களைப் போலவும் தோன்றினார்கள். அவர்களின் பெயர்களை உச்சரிப்பதே பெரும் ஆனந்தமாகத் தோன்றியது. ஹெருசோ... உசேபியா...

இனிமேல் காலம் என்பது ஒரு மோசமான காத்திருத்தலாக இராது. காலம் இனிமேல் ஒரு குமிழைப் போன்றதாக இருக்கும்.

சாப்பாடு வைத்ததும் கிழவன் எழுந்து கதவைத் திறந்து சிறுவனைக் கூப்பிடச் சென்றான். தரையில் படுத்துக்கொண்டு வெட்டுக்கிளியுடன் விளையாடிக்கொண்டிருந்தான் சிறுவன். “சாப்பிட வா, சீஃப்!” என்ற கிழவனின் குரலை அவன் கேட்டதாகத் தெரியவில்லை. இலையின் நரம்பைப் போலிருந்த அந்த அழகான பச்சை வெட்டுக்கிளியை உன்னிப்பாகக் கவனித்துக் கொண்டிருந்தான். கண்கள் தரையோடு ஒட்டிக்கொண்டது போல் அதை அவன் பார்த்துக்கொண்டிருந்த போது அந்த வெட்டுக்கிளி அவன் அளவுக்கு பெரிய ஒரு பயங்கரமான ராட்சஸ விலங்காக மாறுவதாகத் தோன்றியது.

“செர்பதானா, என்னருமை செர்பதானா,
உன் சோளக்கொல்லை எவ்வளவு
பெரிதென்று என்னிடம் சொல்லு செர்பதானா...”

என்று திரும்பத் திரும்பப் பாடிக்கொண்டிருந்த சிறுவனின் குரலைக் கேட்டதும் அதுவரை அசையாதிருந்த வெட்டுக்கிளி தன் வால் பகுதியை ஆட்டியும், சிறுவனின் பாட்டுக்குத் தாளம் போடுவது போல் தன் முன்னங்கால்களை மடக்கியும் நீட்டியும் ஆடிக் கொண்டிருந்தது. அந்த சின்னப் பூச்சியின் ஒவ்வொரு அசைவிலும் ஏதோ ஒரு விநோதத்தைப் பார்த்துக்கொண்டிருந்த சிறுவன் கொஞ்ச நேரத்தில் அந்தப் பூச்சியையும் தன்னையும் கூட மறந்து போனான்.

“சாப்பிட வா, சீஃப்.”

தலையைத் திருப்பிப் பார்த்த சிறுவன் பிறகு எழுந்து ஏதோ வெகுதூரப் பயணத்திலிருந்து வருபவனைப் போன்ற சோர்வுடன் கிழவனைப் பின்தொடர்ந்து அந்தப் புகை மண்டிய குடிசைக்கு

வந்தான். சாப்பாட்டை ஈயத்தட்டில் எடுத்து வைத்தாள் உசேபியா. மேஜையின் நடுவே சுருங்கிப்போயிருந்த வெள்ளைச் சோளரொட்டி இருந்தது.

**நா**ள் முழுதும் எங்காவது வயல்வெளிகளிலும் மலைகளிலும் அலைந்து கொண்டிருந்த ஹெரூசோ, இப்போதெல்லாம் சீக்கிரமே குடிசைக்குத் திரும்ப ஆரம்பித்திருந்தான்.

வழக்கமாக வரும் நேரத்தில் அவன் வந்து கொண்டிருந்தபோது அந்தந்த நேரத்தில் அந்தந்த வேலையைச் செய்வது அவனுக்குச் சுலபமாக இருந்தது – தினமும் பேசுகிற அதே வார்த்தைகள் – தினமும் ஒரு குறிப்பிட்ட நேரத்தில் உட்காரும் ஒரு குறிப்பிட்ட இடம் – எல்லாம் இப்போது பெரிய மாற்றத்திற்குள்ளாகி இருந்தது. இந்த மாற்றம் அவனுக்கே கூச்சமாக இருந்தது. உசேபியாவுக்கு இதில் எவ்வளவு ஆச்சரியம் இருக்குமென்று நினைத்துப் பார்த்தான்.

அவளை நேரடியாகப் பார்க்காமல் ஊஞ்சலில் போய் உட்கார்ந்தான். “ம்... நாள் பூராவையும் சோம்பேறித்தனமாகப் போக்கிக்கொண்டிருக்கிறாய்” என்று அவள் சொன்னதை எந்தவித உணர்வுமில்லாமல் கேட்டுக் கொண்டான்.

“அந்தப் பொசுங்கிப்போன மலையில் நான் என்ன செய்ய முடியும்?” என்று தயாராக இருந்த பதிலையும் சொன்னான்

சிறிது நேரம் கழித்து உசேபியா பதில் சொன்னபோது அவள் குரல் சற்றுத் தணிந்தும் கொஞ்சம் இனிமையாகவும் மாறியிருந்தது. “என்ன கொடுமையான உஷ்ணம். ஒரே ஒரு தடவை மழை நன்றாக அடித்துப் போட்டுவிட்டால் கூடப் போதும் கடவுளே!” என்று சொன்னாள் உசேபியா. “பயங்கர உஷ்ணம். மேகத்தின் சுவடே இல்லை. மழைக்கான எந்த அறிகுறியும் தெரியவில்லை.”

“மழை பெய்தால் நாம் அடுத்தபடி விதைக்கலாம்.”

“ஆமாம்.”

“நல்ல விலைக்கும் போகும். எல்லா நிலமும் வறண்டு போய்க் கிடக்கிறது.”

“நிச்சயமாக நல்ல விலைக்கு விற்கலாம்.”

“ஒரு மழை அடித்தால் போதும், மலைச்சரிவெல்லாம் மறுபடியும் பச்சையாகி விடும்.”

“அந்தப் பணத்தை வைத்து நாம் ஒரு கழுதையும் வாங்கிக்கொள்ளலாம். கழுதை இல்லாமல் என்ன ஒரு கஷ்டம்! உனக்கும் ஏதாவது துணிமணி வாங்கலாம் உபேசியா.”

திடீரென்று பெருக்கெடுத்த அன்பும் நேசமும் அந்தக் கிழட்டுத் தம்பதிகளைப் புன்முறுவல் கொள்ளச் செய்தது.

“அதோடு நீ மழையில் நனையாமல் இருக்க ஒரு நல்ல மழைக்கோட்டும் வாங்கிவிடலாம் உசேபியா.”

உடனே இருவரும் ஒரே சமயத்தில் கோரஸாக ”சீஃபுக்கு?” என்று கேட்டார்கள்.

“நாம் அவனை டவுனுக்கு அழைத்துச் சென்று அவனுக்கு எது பிடிக்கிறதோ அதை வாங்கிக் கொடுப்போம்.”

மாலைநேரம் ஆகிவிட்டதுபோல் குடிசைக்குள் வந்து கொண்டிருந்த வெளிச்சம் மங்கிக் குறைய ஆரம்பித்தது. குடிசையிலிருந்த உஷ்ணத்தைக் குறைப்பது போல் குளிர்ந்த காற்று வீச ஆரம்பித்தது. இருந்தாலும் மதியம் கடந்து அவ்வளவு நேரம் ஆகியிருக்கவில்லை.

கிட்டத்தட்ட அரை நாள் அவர்கள் எதுவும் பேசிக்கொள்ளாமல் மௌனத்திலேயே கழிந்தது. நீண்ட இடைவெளிகளுக்கிடையே ஏதேனும் அர்த்தமற்ற ஓரிரு வார்த்தைகளைத் தவிர வேறு ஒன்றும் பேசிக்கொள்ளாமல், சந்தோஷத்தையும் களைப்பையும் ஒருங்கே தந்த ஒரு புதுவித அமைதியில் இருந்தார்கள்.

“சீக்கிரம் இருட்டிவிடும்” என்றாள் உசேபியா, வானத்தைப் பார்த்துக் கொண்டே.

“ஆமாம்” என்று ஏதோ நினைவில் தலையாட்டிய கிழவன் திடீரென்று ஞாபகம் வந்தவனாய், “இவ்வளவு நேரமாக சீஃப் எங்கே போய் விட்டான்?” என்று கேட்டான்.

”ஒருவேளை சோளக்கொல்லையில் இன்னமும் அந்தப் பூச்சிகளோடு விளையாடிக் கொண்டிருக்கிறானோ என்னவோ? ஏதாவது

பூச்சிப் பொட்டைப் பார்த்து விட்டால் போதும், உடனே நின்று மனிதர்களிடம் பேசுவது போல் அதோடு பேசிவிட்டுத்தான் வருகிறான், ஏதோ அதுகளுக்கு இவன் பேசுவது புரிகிறாற்போல்" என்றான்.

அவன் சொன்ன வார்த்தைகளின் எல்லாக் காட்சிகளையும் மனக் கண்ணில் பார்த்துவிட்டுச் சற்று நேரம் கழித்து, "நான் அவனைத் தேடி அழைத்து வருகிறேன்" என்று சொல்லிவிட்டு ஊஞ்சலிலிருந்து சோம்பேறித்தனமாக எழுந்து வாசலுக்கு வந்தான். வறண்டிருந்த மலையின் மஞ்சள் நிறமெல்லாம் வாசனை சூழ்ந்திருந்த கருத்த மேகங்களால் இப்போது செங்கருநீலத்தில் மாறியிருந்தது. காய்ந்து பொசுங்கிப் போயிருந்த இலைகளினூடே குளிர்ந்த காற்று வீசிக்கொண்டிருந்தது. "இங்கே வந்து பார், உசேபியா" என்றான்.

"என்ன, சீஃப் வந்து விட்டானா?" என்று கேட்டுக்கொண்டே வாசலுக்கு வந்தாள் கிழவி.

"இல்லை, இந்தக் கருமேகங்களைப் பார்!"

"ம்... இது போலத்தான் முன்பு கூட வந்திருக்கிறதே, ஆனால் எங்கே மழை பெய்தது?"

அவள் வாசலிலேயே நின்றுவிட, அவன் கைகளைக் கட்டிக்கொண்டு வெளியே வந்து, "சீஃப்! சீஃப்!" என்று கத்தினான்.

கொதிநீரின் சத்தத்தை ஒத்த ஆயிரக்கணக்கான சிறு சிறு சப்தங்களோடும், மலையிலிருந்து வந்த இலைகளின் சலசலப்போடும் அவன் குரலும் அந்தக் காற்றில் கலந்தது.

வரப்பின் வழியே நடக்க ஆரம்பித்தான் ஹெரூசோ. முதல் திருப்பத்தில் கதவோடு பதித்து விட்டாற்போல் அசைவற்று நின்று கொண்டிருந்த உசேபியாவைக் கடைக்கண்ணால் பார்த்தான். பிறகு அந்த சுழல் பாதையிலேயே தொடர்ந்து நடந்தபோது அவள் அவன் பார்வையிலிருந்து மறைந்தாள். சிறிய விலங்குகள் ஓடுவதைக் காய்ந்து விழுந்திருந்த இலைகளின் சப்தத்தில் கேட்க முடிந்தது. கடுமையாக வீசிக்கொண்டிருந்த காற்றின் சப்தத்தையும் மீறி சிறிய கரும்புறாக்களின் படபடப்புச் சத்தம் கேட்டது. அந்த மங்கிய வெளிச்சத்திலும் காற்றிலும் மழையின் குளிர்ச்சி லேசாகக் கசிந்து கொண்டிருந்தது. சோளக்கொல்லைகளின் வழிகளை விட இன்னும்

வளைந்தும் நெளிந்தும் இருட்டாகவும் மர்மமாகவும் இருந்த அந்த மலைத்தடங்களில் தன்னையே மறந்து நடந்து கொண்டிருந்தான் ஹெரூசோ. சில சமயம் வேகமாகவும், சில சமயம் மெதுவாகவும் இயந்திர கதியில் நடந்து கொண்டிருந்தான். திடீரென்று ஒரு இடத்தில் நிற்பான். அப்புறம் பார்த்தால் அது வேறோர் இடமாக இருக்கும். மெதுவாக ஒவ்வொன்றும் சாம்பல் நிறத்தில் மாறி தனது வடிவத்தையும் உருவத்தையும் மாற்றிக்கொண்டிருந்தது. அடிக்கடி சோளப்பயிரின் நடுவே சிறுவன் குந்தியிருப்பது போல் தெரியும். உடனே, "சீஃப்!" என்று அழைப்பான். ஆனால் விரைவிலேயே அந்த உருவத்தைக் காற்றும் நிழலும் அழித்து விட்டு இனம் கண்டு கொள்ள முடியாத மற்றொரு வடிவத்தை உருவாக்கும். திரண்டு வந்த கருமேகக் கூட்டம் இன்னும் இறங்கி வந்து இருட்டை அதிகரித்தது. மலையில் பாதி தூரம் ஏறி வந்து விட்டான். மேகக் கூட்டத்தினூடே உயரமான மலைகள் தெளிவற்று நிழல்களாய்த் தெரிய ஆரம்பித்திருந்தன. அதற்கு மேல் அவனால் தன் கண்களை நம்ப முடியவில்லை. எல்லாமே தெளிவற்ற நிழல்களாய்த் தெரிந்தன. ஆனாலும் சமயங்களில் நடையை நிறுத்தி மரங்களுக்கிடையேயிருந்து வரும் குழப்பமான சப்தங்களை உற்றுக் கேட்பான்.

"ஓ... சீஃப்!" என்று பயந்த குரலில் கூப்பிட்டு, பதிலுக்காகக் காத்திருப்பான். சிறுவனின் காலடிச் சத்தத்தைக் கேட்டது போலிருந்தது அவனுக்கு. இல்லை... அது கிளைகள் முறியும் சத்தம்.

"ஓ... சீ... ஃப்!"

விலங்குகளும் மரங்களும் எழுப்பிய சப்தமும் எதிரொலியும் கொந்தளிக்கும் கடலின் ஓசையைப் போல் இருந்தன. காற்றில் சிதறுண்டு வந்த ஆயிரக்கணக்கான சப்தங்களுக்கிடையே அவனால் சிறுவனின் குரலைத் தெளிவாக அடையாளம் கண்டு கொள்ள முடிந்தது.

"செர்பதானா, அருமை செர்பதானா..."

அது அவன் குரல்தான். அந்தக் குழந்தைக் குரலின் வார்த்தைகள்தான் அவை. உருண்டு விழும் கற்கள் எழுப்பிய சப்தத்தின் எதிரொலியோ அல்லது தூரத்திலிருந்து வரும் பட்சிகளின் ஒலியோ அல்லது தன்னுடைய மெலிந்த நைந்த குரலோ அல்ல. நிச்சயம் அது சிறுவனின் குரல்தான்.

“செர்பதானா, அருமை செர்பதானா...”

திடீரென்று சாட்டையடியைப் போன்ற ஒரு வேதனையுணர்வு அவனது நினைவுகளைத் தாக்கி நடையைத் துரிதப்படுத்தியது. வெறி பிடித்தவனைப்போல் முன்னே நடந்தான். சோளப்பயிரை அதிவேகத்துடன் விலக்கி விலக்கிப் பார்த்தான். சமயங்களில் வேதனை மிகுந்து முழங்கால்களைக் கைகளால் பிடித்துக்கொண்டு குனிந்து நிற்பான். சிறுவனின் குரல் கேட்கிறதா என்று அடிக்கடி நின்று பார்த்து, இரைக்கும் தன் மூச்சுக்காற்றின் பெரிய சப்தத்தை தவிர வேறு எதையும் கேட்க முடியாமல் சலித்துப் போனான்.

மேலும் மேலும் வேகம் அதிகரிக்க, ஒரு நம்பிக்கையற்ற நிலையில் கட்டுப்படுத்த முடியாத துக்கத்துடன், தொலைந்து போனதே தான் தான் என்பது போல் தேடினான்.

“ஓ... சீஃப்!!! ஓ... சீஃப்!!!”

பதைபதைப்புடன் சீஃப், சீஃப் என்று கத்திக்கொண்டு எங்கே இருக்கிறோம் என்றே தெரியாமல் வட்டமாகச் சுற்றிச்சுற்றி வந்து கொண்டிருந்தவனுக்கு இப்போதுதான் மீண்டும் தான் மலைமீது ஏறிக்கொண்டிருப்பது புரிந்தது. இருட்டில் ரத்தம் கொதிப்பேறி, வீண் தேடலின் வேதனையுடன் அவன் தன்னை இனிமேலும் ஒரு அடங்கிய கிழவனாக உணரவில்லை. மாறாக இயற்கையால் உந்தப்பட்ட ஒரு விநோத விலங்கைப்போல் உணர்ந்தான். மலைகளும் அவன் வழக்கமாகப் பார்க்கும் மலைகளாக இல்லை. உருவத்தில் பெரிதாகியிருப்பன போலவும், அசைவுகளையும் சப்தங்களையும் கொண்டவையாகவும் தெரிந்தன. காற்று இறுக்கமாகவும், மூச்சு விடுவதற்கே சிரமமாகவும் இருந்தது. வேதனையும் எரிச்சலுமாக அவன் சுழன்று சுழன்று ஓட வியர்வையும் ஆறாய்ப் பெருக்கெடுத்தது.

“சீஃப்!”

இப்போது அவனைக் கண்டுபிடிப்பது அவனுக்கு வாழ்வா சாவா என்ற பிரச்சினையாகிவிட்டது. அந்தக் கொடுமையான தனிமை யிலிருந்து தப்புவதற்குக் கிடைத்த அந்தச் சிறிய பொக்கிஷத்தைக் கண்டுபிடித்தே ஆக வேண்டும். சிறுவனை அழைக்கும் அவனுடைய கரகரப்பான குரல் ஆயிரம் திசைகளில் சென்றது போலிருந்தது. ஆனால் வெகு விரைவாகச் சூழ்ந்து கொண்டிருக்கும் இரவு மட்டுமே அவனுக்காகக் காத்திருந்தது.

மரண வேதனை. தாகம். உழப்பட்ட நிலத்தின் மணம். மென்மையான இலை ஒன்று கசக்கப்பட்ட வாசனை.

சிறுவனின முகம் இருளில் மறைந்து விட்டது. இனிமேல் அதைக் காண முடியாது. மனித அடையாளத்தை அது இழந்து விட்டது. சமயங்களில் அவனுடைய உருவத்தையும் கடினமான குரலையும் கூட அவனால் ஞாபகப்படுத்திக்கொள்ள முயலவில்லை.

“சீஃப்!” ஒரு பெரிய குளிர்ச்சியான வியர்வைத் துளி அவன் நெற்றியில் விழுந்தது. அவன் முகத்தை நிமிர்த்தினான். அடுத்த துளி அவன் பிளந்த உதடுகளில் விழுந்தது. மேலும் பல துளிகள் அவனது அழுக்கான கைகளில் விழுந்தன. “சீஃப்!!!” துளிகள் இப்போது வியர்வையாலும் அழுக்காலும் கொழகொழத்துப் போயிருந்த அவனது மார்பில் விழுந்தது. வியர்வைத் துளிகள் கண்களிலும் விழுந்து அவன் பார்வையை மறைத்தது. “சீஃப்! சீஃப்! சீஃப்!” குளிர்ச்சியான காற்று சோர்வுற்ற அவன் உடம்பையும் கைகளையும் வருடிச் சென்றது. காற்றில் சட்டை உடம்போடு ஒட்டிக்கொண்டது.

மரங்களின் சப்தத்தில், அவன் குரல் அமுங்கிப் போனது. வேர்கள், மண்புழுக்கள், முளை விடும் விதைகள் எல்லாம் சேர்ந்து ஒரு கடுமையான மணம் வந்து கொண்டிருந்தது. அதோடு மழையின் மணமும் சேர்ந்து வந்தது.

மழையின் ஓசையில் இப்போது அவனால் அவன் குரலையே அடையாளம் காண முடியாமல் போனது. மயக்கமுற்றவனைப்போல் அமைதியாய் மழையில் நனைந்து கொண்டு, மழையின் ஆழ்ந்த பெரிய ஓசையில் ஈர்க்கப்பட்டவனாய் மெதுவாக நடந்து கொண்டிருந்தான்.

சிறுவன் திரும்பி வருவானா என்று தெரியவில்லை. மழையின் ஒளிக்கீற்றோ அல்லது ஒருவேளை அவன் கண்ணீரின் ஒளிக்கீற்றோ! உசேபியாவின் கருத்த உருவம் குடிசையின் வாசலில் நின்று கொண்டிருப்பது தெரிந்தது.

***

# அவ்குஸ்தோ ரோவா பாஸ்தோஸ்

—

Augusto Roa Bastos (1917 -2005) பராகுவாயில் அசுன்ஸியோனில் ஒரு ஏழைக் குடும்பத்தில் பிறந்தவர். பராகுவாய்க்கும் பொலிவியாவுக்கும் இடையே நடந்த சாக்கோ போரில் இள வயதிலேயே பங்கு கொண்டார். பிறகு இரண்டாம் உலகப் போரின் போது பத்திரிகையாளர் என்ற முறையில் ஐரோப்பாவிலும் ஆப்ரிக்காவிலும் மற்றும் பல நாடுகளிலும் பயணம் செய்தார். 1947இல் பராகுவா யிலிருந்து வெளியேற்றப்பட்டு புவனோஸ் அய்ரஸில் குடியேறினார். அர்ஹெந்தினாவின் விவாதத்திற்குரிய பல சினிமாக்களுக்கு கதை வசனம் எழுதினார். சர்வாதிகாரி Francia-வை மையமாக வைத்து இவர் எழுதிய *Yo el supremo* (நானே தலைவன்) உலகின் மிக முக்கியமான நாவல்களில் ஒன்று. 1976இல் அர்ஹெந்தினாவில் சர்வாதிகார ஆட்சி ஏற்பட்டதும் அங்கிருந்து வெளியேறி ஃப்ரான்ஸ் வந்து தூலூஸ் பல்கலைக் கழகத்தில் குவாரனி (பராகுவாயின் தேசிய மொழி) மற்றும் எஸ்பஞோல் இலக்கியத்தில் பேராசிரியராகப் பணி புரிந்தார். பின்னர் 1989இல் பராகுவாயின் அரசியல் சகஜநிலை திரும்பிய பிறகே தனது தாய்நாடு திரும்பினார் ரோவா பாஸ்தோஸ். பின் வரும் கைதி என்ற கதை குவாரனி மொழியில் எழுதப்பட்டது.

***

# கைதி

**அவ்குஸ்தோ ரோவா பாஸ்தோஸ்**

பனிக்காலத்தின் அந்தக் குளிர்ந்த இரவில் ஒன்றுக்கொன்று பதில் சொல்வதுபோல் துப்பாக்கிச் சத்தம் விட்டு விட்டுக் கேட்டுக்கொண்டிருந்தது. அவர்கள் ஒரு நிச்சயமான தீர்மானம் இல்லாமல் அந்தக் குடிசையைச் சுற்றி வளைத்தார்கள். பதற்றமான நீண்ட இடைவெளிகளுக்கிடையே காட்டின் எல்லையோடும், ஆற்றோரத்துப் பாசிகளினூடும் அவர்கள் முன்னேறுவதும் பின்தங்குவதுமாய் இருந்தார்கள். வெடிச் சத்தத்தின் எதிரொலி காற்றின் ஒலிச் சவ்வுகளை உடைத்துக் கொண்டு சிதறியது. எதிரொலியின் வீச்சைக் கொண்டு, சூழ்ந்து வரும் எதிரியின் சக்கரவியூகத்தின் விட்டத்தை கணிக்க முடிந்தது. குடிசையை மையமாக எடுத்துக்கொண்டால் அது நான்கு அல்லது ஐந்து கிலோ மீட்டர் இருக்கலாம். ஆனால் சதுரமான அந்த நிலப்பரப்பு கரடுமுரடாகவும், ஒவ்வொரு திசையிலும் கிளை பிரிந்தும், எல்லைகளே இல்லாமல் இருந்தது. எல்லா இடங்களிலும் இப்படியேதான் நடந்துகொண்டிருந்தது.

மக்கள் எழுச்சி முற்றாக மடிந்து போக மறுத்தது. ஏற்கனவே வெற்றி கிடைக்காதபடி ஏமாற்றப்பட்டுவிட்டதை அறியாமல், சிதறடிக்கப்பட்ட

தனது கொரில்லாக்களுடன் சகதியிலும், மரக்கூட்டங்களுக்கிடையிலும், தரைமட்டமாக்கப்பட்ட கிராமங்களிலும் நம்பிக்கைகளை வளர்த்துக் கொண்டு பிடிவாதமாகத் தொடர்ந்தது.

போராட்டத்தின் போது இருந்ததை விடவும், அது முடிந்த பிறகுதான் வெறுப்பின் மோசமான பக்கங்கள் எழுதப்பட்டன. போராளிக் குழுக்களிடையிலான வேறுபாடுகளும் மோதல்களும் பழி வாங்கலின் கொடூரக் களியாட்டமாக உருக்குலைந்தது. குடும்பங்களின் எதிர்காலம் முழுவதும் அதன் தகப்பனோ அல்லது சகோதரர்களோ அணிந்து கொண்டிருக்கும் குழு அட்டையின் நிறத்தால் மட்டுமே நிர்ணயிக்கப்பட்டது. அந்தத் துயரப்புயல் தன்னால் முடிந்த அளவு எல்லாவற்றையும் நாசம் செய்தது. சுழற்சியான ஒரு ரத்தச்சடங்காக இருந்தது அது. நரபலி கொள்ளும் ஆதிவாசிக் கடவுளர் தங்கள் ஆவேசக் கண்களை மீண்டும் ஒரு முறை திறந்து காட்டினர். அதில் மனிதர்கள் ஒரு பழமையான ஆதிகாலத்துக் கனவின் நிழல்களைப்போல் பிரதிபலித்தார்கள். பச்சை நிறக் கல் தாடைகள் அந்தத் தப்பியோடும் நிழல்களை அரைத்துக்கொண்டிருந்தன. இரவில் ஒரு அழுகுரல்–தப்பியோடும் கூட்டம் தாண்டத் துணியாத புல் படர்ந்த நெடுஞ்சுவர்களில் பாம்பின் சரசரப்பு – அவர்கள் அபாயகரமானதொரு சுரங்கப்பாதையில் அடைபட்டிருந்தார்கள். ஒரு பக்கம், தானியங்கித் துப்பாக்கிகள், Mausers துப்பாக்கிகள். மற்றொரு பக்கம், தப்பி ஓட முடியாமல் தடுக்கும் பயப்பிராந்தி. சிலர் மட்டும் அரசாங்கத்தின் ரோந்துத் துருப்புகளை நேருக்கு நேர் சந்தித்துத் தங்களை ஒரேயடியாய் முடித்துக் கொள்ளத் துணிந்தார்கள்!

மரங்களுக்கு நடுவிலிருந்த எரிந்து போன அந்தக் குடிசை நிகழ்ந்து கொண்டிருந்த சம்பவங்களுக்கு ஏற்ற தளமாக இருந்தது. துயரமும் அமைதியும் கலந்த ஒரு காட்சி அது. சின்னாபின்னப்பட்டுக் கிடக்கும் வெகுளித்தனத்தின் சிதறல்களில் தன் பாதிப்பை வெளிக்காட்டிய காட்சி. வன்முறை தன் வேலையை இன்னும் முடிக்கவில்லை. பிறிதொரு சமயத்தின் அழியாத நினைவுகளின் குறிப்பிட்ட சில சிறு விபரங்கள் இன்னும் அங்கே தங்கியிருந்தன. இடிந்த சுவர்களின் செங்கற்களின் நடுவே கருகிய கம்பங்கள் வானத்தை நோக்கி நீட்டிக் கொண்டிருந்தன. கரிக்கட்டையாயிருந்த நான்கு கம்பங்களை நிலவு தன் பால்நிற ஒளியால் பளபளப்பாக்கிக்கொண்டிருந்தது. ஆனால் இது ஒன்றும் அவ்வளவு முக்கியமான விஷயமல்ல. உதாரணமாக, குடிசையின் பின்னால் ஜன்னல் கட்டையின் மேல் ஒரு சிறிய பூந்தொட்டி இன்னும் அப்படியே இருந்தது. துருப்பிடித்த ஒரு சிறிய

தகர டப்பாவில் தீயினால் லேசாய்க் கருகியிருந்த தொட்டிச் செடியின் தண்டு ஒன்று நீட்டிக்கொண்டிருந்தது. அத்தனை நடந்தும் கூட அது மட்டும் ஒரு மாற்றமும் இல்லாமல், மறந்து போன நினைவாய், நிலவின் எல்லையற்ற ஒளி வெள்ளத்தில், நடந்த கொடுமைகளைப் பார்க்காமலேயே சாட்சியாய் நின்ற கண் பார்வையற்ற குழந்தைபோல் அங்கேயே இருந்தது.

போருக்கு முக்கியத்துவம் வாய்ந்த ஒரு இடத்தில் அமைந்திருந்தது அந்தக் குடிசை. கொரில்லாப் புரட்சியாளர்களின் கடைசிக் குழு ஒளிந்து கொண்டிருப்பதான சந்தேகத்தில் தேடல் வேட்டை நடந்து கொண்டிருந்த சதுப்பு நிலப்பகுதியிலிருந்து வெளியேறி ஒளியக்கூடிய ஒரே இடம் அதுதான். அரசுத் துருப்புகளின் தேடல் வேட்டையின் மையப் பகுதியைப் போலிருந்தது அந்தக் குடிசை.

குடிசையின்ஒரேஅறையாய்இருந்திருக்கக்கூடியஇடத்தில்ஆயுதங்களும் கூடை கூடையாய் வெடி மருந்துகளும் குவிக்கப்பட்டிருந்தன. மத்தியில் துப்பாக்கிக் குண்டுகளால் துளைக்கப்பட்ட பழைய பெஞ்ச் ஒன்று கிடந்தது. ஒரு சிப்பாய் தொப்பியால் முகத்தை மூடியபடி அதன் மீது தூங்கிக் கொண்டிருந்தான். அதிகாரியின் கண்டிப்பான உத்தரவையும் மீறி சிப்பாய்கள் குளிருக்காக மூட்டிய தீயின் மெலிதான வெளிச்சம் பரவியிருந்தது. கிராமவாசிகளின் ஆண்டாண்டுகளின் சோர்வும் வியர்வையும் வழுவழுப்பாக்கியதில் தேய்ந்து போன ஓரங்களுடன் கிடந்தது அந்த பெஞ்ச். மற்றொரு பக்கம் கருப்புப் புட்டி ஒன்றில் பாதி எரிந்த மெழுகுவர்த்தியும் அதில் வழிந்திருந்த மெழுகும் நிழலாய்த் தெரிந்தன. குடிசைக்குப் பின்னால் ஆரஞ்சு மரத்தில் சாய்க்கப்பட்டிருந்த பளபளப்பான இரும்புக் கலப்பை விடியற்காலை நேரத்தில் தன்னை இழுக்கும் நுகத்தடியையும், சுருக்கம் விழுந்து தளர்ந்து போன விவசாயியின் கைகளையும் எதிர்பார்த்துக் கிடப்பதைப் போலிருந்தது. யாருக்குத் தெரியும், இப்போது அந்தக் கைகள் எந்தக் குழியில் கிடந்து அழுகிக்கொண்டிருக்கிறதோ ! இந்தத் தடயங்கள் தான் வாழ்வின் ஞாபகங்களை மறுபடியும் நினைவூட்டின. சிப்பாய்கள் அர்த்தமற்றவர்களாயினர். தானியங்கித் துப்பாக்கிகளும் குண்டுகளும் வன்முறையும் கூட அர்த்தமற்றதாயிற்று. இப்போது எதற்காவது அர்த்தம் உண்டென்றால், அது அழிந்து விட்ட அமைதியின் துகள்களுக்கு மட்டுமே !

அவைகளின் மூலமாகத்தான் பார்க்க முடியாததைப் பார்த்தார்கள். அவற்றைப் பற்றிய மறைக்கப்பட்ட கதைதான் எது நிரந்தரம்

என்பதை உணர்த்திக்கொண்டிருந்தது. நெடுந்தூரத்தில் பதிலுக்குப் பதில் எதிரொலிக்கும் வெடிச்சத்தங்களுக்கிடையில் குடிசை மட்டும் தனது மிச்சங்களுடன் நின்று கொண்டிருந்தது. யாரோ ஒருவரின் கைகளுடனும் கண்களுடனும் தகர டப்பாவிலிருந்து தொங்கும் எரிந்த செடிக்குத் தொடர்பு இருந்திருக்க வேண்டும். அந்தக் கைகளோ கண்களோ இன்னும் முற்றிலும் அழிந்துவிடவில்லை. குடிசை வெளிப்படுத்திய, இன்னும் சாகாத உயிரின் அங்கமாக அங்கே இருந்து கொண்டிருந்தன. பழைய வழவழப்பான பெஞ்சும், ஆரஞ்சு மரத்தில் கிடத்தப்பட்டிருந்த பயனற்ற கலப்பையும், பாதி எரிந்த மெழுகுவர்த்தியும், அதில் வழிந்திருந்த மெழுகும், கருப்புப் புட்டியும் அரைகுறையாய் எரிந்து கிடந்த அந்தக் குடிசை ஏற்படுத்தியதைக் காட்டிலும் அதிகமான சோகத்தை வெளிப்படுத்தின. உத்தரத்தின் ஒரு பகுதியோடு இணைந்திருந்த கருகிய கம்பம் ஒன்று இன்னும் லேசாகப் புகைந்து கொண்டிருந்தது. மெல்லிய புகை மூட்டம் மேலே எழுந்து நீல நிறத்தில் பஞ்சு வளையங்களாய்ப் பிரிந்து காற்றின் வேகத்தில் கலைந்து போனது. பல நாட்கள் எரிந்து தணியும் முற்றிய மரம் மூச்சு விடுவது போலிருந்தது அது. உரம் வாய்ந்த தேக்கு மரம் கோடரியையும் காலத்தையும் எதிர்ப்பது போல் தீயையும் எதிர்த்து நிற்கக்கூடியது. ஆனால் இப்போது அதுவும் எரிந்து வெளிர்சிவப்புச் சாம்பலாக முடிந்துவிடப் போகிறது.

குடிசையின் மண் தரையில் அந்தப் படைப்பிரிவின் மற்ற மூன்று சிப்பாய்களும் அரைகுறைத் தீயில் குளிர் காய்ந்து கொண்டிருந்தார்கள். தூக்கத்தை விரட்டுவதற்காக அவர்கள் பேசிய சம்பந்தமில்லாத பேச்சை கொட்டாவியும் தலையாட்டமும் இடை வெட்டின. கடந்த மூன்று இரவுகளாய் அவர்கள் தூங்கியிருக்கவில்லை. தனது துருப்புகளை அங்கே வந்த நிமிடத்திலிருந்தே தொடர்ந்து வேலை வாங்கிக் கொண்டிருந்தான் அதிகாரி.

மரங்களினூடாக வந்த தூரத்து விசில் சத்தம் அவர்களைத் தூக்கிவாரிப் போடச் செய்தது. அதுதான் அவர்களுக்குள் ஒப்புக் கொள்ளப்பட்டிருந்த சங்கேதக் குறி. உடனடியாகத் துப்பாக்கிகளைக் கையில் எடுத்துக்கொண்டார்கள். இரண்டு பேர் அவசரமாகத் தங்கள் ஆயுதங்களின் அடிப்பகுதியால் தீயை அணைத்தார்கள். பெஞ்சில் தூங்கிக்கொண்டிருந்தவனை ஒருவன் பலமாக உலுக்கி எழுப்பினான்.

“சால்திவார்!... எழுந்திரு... வா! லெஃப்டினென்ட் உன்னைத் தீர்த்துக்கட்டப் போகிறார்... டேய்... பொடியா...”

எழுப்பி விட்டு மூன்று பேரும் குளிரைப் பொருட்படுத்தமால் தத்தம் காவல் இடங்களை நோக்கி ஓடினார்கள். எழுந்தவன் கண்களைக் கசக்கிக்கொண்டு நின்றான்.

இரண்டாம் முறையாக இன்னும் சற்று அருகில் ஒலித்த அந்தப் பிரத்தியேக விசிலுக்கு மூவரில் ஒருவன் பதில் கொடுத்தான். நெருங்கி வரும் காலடியோசையையைக் கேட்டார்கள். அடுத்த கணம், ரோந்து வரும் சிப்பாய்க்கூட்டம் தென்பட்டது. தென்னை மரங்களுக்கிடையே அதிகாரி முன்னே நடந்து வருவதை அவனுடைய காலணி, தொப்பி மற்றும் தோல் அங்கியை வைத்துக் கண்டு கொண்டார்கள். மேகம் நிறைந்த நிலவின் ஒளியிலும் அதிகாரியின் குள்ளமான நிழலுருவம் தெரிந்தது. பின்னால் வந்த ஐந்து சிப்பாய்களில் மூன்று பேர் ஒரு மனிதனின் உடலை இழுத்து வந்து கொண்டிருந்தார்கள். புரட்சியாளர்களின் மறைவிடத்தைத் தெரிந்து கொள்வதற்காக முந்தைய இரவில் அதிகாரியால் சித்ரவதை செய்யப்பட்ட வயதான விவசாயியைப் போல இன்னொருவன் போலும் என்று நினைத்தான் சால்திவார். அந்தக் கிழவன் எதுவும் பேசமுடியாமல் உயிரை விட்டான். பயங்கரம். அவர்கள் அந்தக் கிழவனை அடித்துக் கொண்டிருந்த போது திடீரென்று அவன் பற்களைக் கடித்துக்கொண்டு அமைதியாகப் பாட ஆரம்பித்தான். புரியாத ஏதோ றிஷீறீளீணீ பாட்டைப்போல் சந்தோஷமும் அதே சமயம் சோகமும் கூடியிருந்தது அந்தப் பாடல். அவனுக்குப் பைத்தியம்தான் பிடித்து விட்டது. அதை நினைவுகூர்ந்து சிலிர்த்தான் சால்திவார்.

மனித வேட்டை முடிவதற்கான எந்த அறிகுறியும் தெரியவில்லை. பெரால்தா எரிச்சலடைந்தான். அவனுக்குப் பிடி கொடுக்காமல் சதுப்பு நிலங்களில் எங்கோ மறைந்தபடி தொடர்ந்து கொண்டிருந்த அந்த மாய விளையாட்டு அவன் மனதை உலுக்கி எடுத்தது. லெஃப்டினென்ட் பெரால்தா ஒரு கடுமையான மனிதன். எடுத்த வேலையை முடிக்கும் வரை வேறு சிந்தனையே இல்லாதவன். இப்போது நடந்து கொண்டிருக்கும் மனித வேட்டைக்கு ஏற்ற பொருத்தமான ஆள். இதற்கு முன் சாக்கோ போரின் போது ராணுவக் காவல்துறையில் அதிகாரியாக இருந்தவன். கிளர்ச்சி துவங்கிய நேரத்தில் அவன் ராணுவத்திலிருந்து ஓய்வு பெற்றிருந்தான். பயமோ சோர்வோ இல்லாதவன் என்பதால் மீண்டும் ராணுவத்தில் சேர்ந்தான். சண்டையின்போது அவன் பெயர் குறிப்பிடப்படவே இல்லை. ஆனால் புரட்சியாளர்களை ஒழித்துக் கட்டுவதற்குத் தளர்ந்து விடாத ஒரு திறமைசாலி தேவை என்றபோது அவன் பெயர்

பிரஸ்தாபிக்கப்பட்டது. அதனால்தான் புரட்சியாளர்களின் கை ஓங்கியிருந்த அந்த இடத்திற்கு வந்திருக்கிறான். கூடிய விரைவில் இதற்கு ஒரு முடிவு கட்டி விட்டு, தலைநகருக்குப் போய் வெற்றி விழாவில் தனது பங்கை அனுபவிக்கத் துடித்தான்.

முன்பே உளவறிந்து கிடைத்திருந்த நிச்சயமான துப்பு ஒன்றை வைத்து பெரால்தா தனது இறுதித் தாக்குதலைத் தொடங்க ஆயத்தப்படுத்திக் கொண்டிருந்தான். பெரால்தாவின் உத்தரவுகளை உணர்வு மரத்து விட்ட அந்த நிலையில் கூட சால்திவாரால் கேட்க முடிந்தது. சிப்பாய்களில் இருவர் வலுவான எந்திரத் துப்பாக்கியை எடுத்துக் கொண்டு பெரால்தா காட்டிய திசையில் புறப்படுவதையும் பார்த்தான். மரங்கள் அடர்ந்த ஒரு சிறிய சதுப்பு நிலப்பகுதியில் கெரில்லாக்கள் வளைக்கப்பட்டிருப்பதாக செய்தி காதில் விழுந்தது.

“சால்திவார், நீ இங்கேயே தனியாக இரு. நாங்கள் அந்த ரௌடிகளை சதுப்பு நிலத்தில் வளைக்கப் போகிறோம். இந்தக் கைதியையும் ஆயுதங்களையும் உன் பொறுப்பில் விட்டுவிட்டுப் போகிறேன்.”

பெரால்தா பேசியதை தெளிவில்லாமல் கேட்டான் சால்திவார்.

மிகவும் சிரமப்பட்டு புரிந்து கொள்ள முயற்சித்தான். கடைசியில் எல்லோருமே போய்விட்ட பிறகுதான் அவனுக்கு விஷயமே புரிய ஆரம்பித்தது. இரவு மிகவும் இருண்டிருந்தது. குடிசையைச் சூழ்ந்திருந்த தென்னைமரங்களினூடே காற்று பலமாக சப்தம் எழுப்பிக் கொண்டிருந்தது. மண் தரையில் அந்த மனிதன் அசைவற்றுக் கிடந்தான். தூங்குகிறானா? செத்து விட்டானா? சால்திவாரைப் பொறுத்தவரை இரண்டுமே ஒன்றுதான். அவன் மனம் பல சம்பந்தமில்லாத காட்சிகளில் நகர்ந்து கொண்டிருந்தது. தூக்கம் மெதுமெதுவாய் அவன் நினைவை மயக்கி அவனை முழுதுமாய் ஆட்கொண்டது. கை கால்களைச் சுற்றி ரப்பர் உறைகள் ஒட்டிக்கொண்டது போல் இருந்தது. அவன் இப்போது தூங்கியே ஆக வேண்டும். ஆனாலும் அந்தக் குழப்பமான நிலையில் அவன் தூங்கக்கூடாதென்றும் அவனுக்குப் புரிந்தது. தன் தொடையில் காற்றின் ஒரு குமிழை உணர்ந்தான். நாக்கு பிசுபிசுத்தது. வாய்க்குள் மெதுவாக வீங்கிக்கொண்டு வரும் அது, ஒரு குறிப்பிட்ட நேரத்தில் தன் சுவாசத்தை நிறுத்திவிடும் என்று அவன் உணர்ந்தான். கைதியைச் சுற்றி நடக்க முயற்சித்தான். ஆனால் அவன் கால்கள் பணிய மறுத்தன. குடிகாரனைப்போல் தள்ளாடினான். நிச்சயமான

ஏதேனும் ஒன்றைப் பற்றி யோசிக்க முயற்சித்தான். ஆனால் கலங்கிய ஞாபகங்கள் குழப்பத்தில் ஒட்டடையைப் போல் லேசாக உருவமற்று அவன் மண்டைக்குள் வட்டமடித்தன. தெளிவான ஒன்றிரண்டு கணங்களில் அவன் தன் அம்மாவையும் அண்ணனையும் பற்றி நினைத்தான். மென்மையான பஞ்சு போன்ற அவர்களின் நினைவு வலிக்கும் தடங்களாக உறுத்தின. அதற்கு மேல் தூக்கம் அவன் உள்ளே இல்லை. அவனை விட்டு வெளியே இருந்த ஏதோ ஒன்று அது. இயற்கையின் ஓர் அங்கம். அது அவனோடு உரசிப் பின்னிக்கொண்டு அவனை இரவிலிருந்தும், காலத்திலிருந்தும், வன்முறையிலிருந்தும், களைப்பிலிருந்தும் இழுத்து இழுத்துக் கீழே அழுத்தியது. குளிரைக் காட்டிலும் தூக்கம்தான் அந்தச் சிறுவனின் உடலை அசதியில் புரட்டியெடுத்தது. ஆனால் இன்னும் அவன் நின்றுகொண்டுதான் இருந்தான். மண் தரை அவனை அழைத்தது. அசைவற்றுத் தரையில் கிடந்த அந்த மனிதன் ஓசையின்றி அந்தச் சுகத்திற்கு அவனையும் அழைத்தான். பறவைக் குஞ்சைப் போல் தன் நாடி துடிக்க அந்த அழைப்பை மறுத்தான் சிறுவன்.

உள்நாட்டுப் போர் மூண்டபோது அசுன்ஸியோனிலிருந்து கட்டாயமாக ராணுவத்தில் சேர்க்கப்பட்டவர்களில் பதினெட்டு வயது ஊகோ சால்திவாரும் ஒருவன். எண்ணற்ற பல அபத்தமான அனுபவங்களுக்கு அவனைக் கட்டாயமாகத் தள்ளிய சந்தர்ப்பவசம்தான், அவனை இங்கும் பரானா அருகில் தெற்கத்திய சதுப்பு நிலங்களில் பெரால்தாவின் தலைமையில் மனித வேட்டை ஆடுவதற்காகக் கொண்டு வந்து நிறுத்தியிருக்கிறது. பல வித்தியாசமான கிராமியப் பின்னணியிலிருந்து வந்து, புற்றுநோயைப் போல் பரவி விட்ட இந்த குரூரமான வேலையை முடிப்பதற்குத் தங்களை ஒப்புக்கொடுத்துவிட்ட அந்தக் கூட்டத்தில் அவன் ஒருவனே ஒட்ட முடியாதவனாக இருந்தான். சொல்லாமல் ஓடி விடுவதைப் பற்றி பல சமயங்களில் யோசித்திருக்கிறான். ஆனால் அதனால் ஆகப்போவது ஒன்றுமில்லை. வன்முறை அவனையும் மீறி அவனை ஆட்கொண்டது. எங்கு பார்த்தாலும் வன்முறை. செல்லரித்து விழப்போகும் மரத்தில் அவன் மட்டும் புத்தகங்களும் பள்ளிக்கூடமும் ஊட்டி வளர்த்த கிளையாக, பலவீனமான அரும்பாக இருந்தான்.

அவன் சகோதரன் வித்தர் மனம் தளராமல் சண்டையிட்டான். ஆனால் அவன் பலசாலி. தீவிரமானவன். மனிதர்களுக்கிடையேயான சகோதரத்துவம் பற்றியும் அதை அடைவதற்கான செயல்முறைகள்

பற்றியும் ஆழமான கருத்துக்களைக் கொண்டிருந்தான். சகோதரனின் வார்த்தைகளை சால்திவார் தன் சருமத்தின் மீது உணர்ந்தான். ஆனால் அந்த வார்த்தைகள் தன் இதயத்தில் பதிந்திருப்பதையே அவன் விரும்புவான்: "நாம் ஒன்றுபட்டாக வேண்டும் ஊகோ. வழங்குவதற்கு எதுவுமில்லாத நாம் இதையெல்லாம் தூக்கியெறிவதற்காக ஒன்றுபட்டாக வேண்டும். நாமெல்லாம் எதிரிகளைப்போல் உணராமல், சிநேகிதர்களாய் வாழும் ஆசையே ஒவ்வொருவரின் இயல்பான குறிக்கோளாக இருக்கும் ஒரு சமூக அமைப்பை நாம் எழுப்பியாக வேண்டும்."

சாக்கோ போரில் கலந்து கொண்டு விட்டுத் திரும்பியபோது தன் சகமனிதர்களுக்கு ஏதாவது செய்ய வேண்டும் என்ற கொந்தளிப்பையும் அவசரத்தையும் கொண்டவனாக இருந்தான் விக்தர். எட்டு ஆண்டுகளுக்கு முன்பு பத்து வயதுச் சிறுவனாயிருந்த போது தனது மூத்த சகோதரனின் மாற்றம் ஒரு பிரமாதமான விஷயமாக இருந்தது. சாக்கோவில் பெட்ரோலியத்தால் ஏற்பட்ட அந்த மாபெரும் தீயிலிருந்து தன் நெற்றியில் ஒரு ஆழமான வடுவோடு திரும்பியிருந்தான் விக்தர். ஆனால் அந்தச் சிவப்பு வடுவுக்குப் பின்னால், புத்திசாலித்தனமான மனிதநேயக் கருத்துக்களைக் கொண்டிருந்தான் அவன். தனக்குத்தானே ஒரு உலகத்தை சிருஷ்டித்துக் கொண்டிருந்தான். அதில் பழைய ஞாபகங்களையும் அது குறித்த வருத்தங்களையும் விட, நம்பிக்கையும் தான் அடையப் போகும் விஷயங்களுக்கான துல்லியமான எதிர்பார்ப்புமே அதிகமாய் இருந்தன.

விக்தருடையதைப் போன்ற ஒரு உலகுக்காக வாழ்வது நிஜமாகவே மிகவும் நம்பிக்கை தரக்கூடியதாகத்தான் இருக்கும் என மனம் நெகிழ்ந்து, ஆனால் தன்னிடமிருந்து விலகிப்போய் அடிக்கடி நினைப்பான் சிறுவன். பிறகு அவன் நிறைய விஷயங்களைப் பார்த்தான், புரிந்து கொண்டான். விக்தருடைய வார்த்தைகள் மெல்ல மெல்ல அவன் சருமத்திலிருந்து இதயத்துக்கு ஊடுருவிக் கொண்டிருந்தன. அவர்கள் மீண்டும் சந்தித்தபோது எல்லாமே வித்தியாசமாக இருக்கும். ஆனால் அந்தக் காலம் இன்னும் வெகு தொலைவில் இருந்தது.

விக்தர் தற்போது எங்கே இருக்கக்கூடும் என்பது கூட அவனுக்குத் தெரியாது. இருந்தாலும் அவன் பண்ணைத் தொழிலாளர்களிடையே கிளர்ச்சியை உருவாக்கும் பொருட்டு தெற்கில் தேயிலைத்

தோட்டங்களுக்குப் போயிருக்கக்கூடும் என்று நினைத்தான் சால்திவார். சதுப்பு நிலங்களில் பெரால்தா துரத்திக் கொண்டிருக்கும் அந்த கெரில்லாக்களோடு விக்தரும் இருந்தால்? அந்தப் பயங்கர நினைவு அவனுக்குள் பலமுறை வந்து போனது. அந்த நினைவு வரும் போதெல்லாம் அதை ஒதுக்கிவிட முயற்சித்தான். விக்தர் வாழ வேண்டும். வாழ்ந்தே ஆக வேண்டும். அவனுக்கு விக்தர் தேவை.

தவிர்க்க முடியாத தூக்கத்தின் அழுத்தம் அவன் சருமத்திலும் எலும்பிலும் ஊடுருவியது. இரக்கமற்ற சர்ப்பம் போல் அவனைச் சுற்றி வளைத்து மெல்ல இறுக்கி மூச்சுமுட்ட வைத்தது. அவன் தூங்கப் போகிறான். ஆனால் அங்கே கைதி இருந்தான். அவன் தப்பித்து ஓடிவிடலாம். பிறகு பெரால்தா கவனக்குறைவான சென்ட்ரியின் மேல் அடக்கமுடியாத கோபம் கொள்வான். அதை ஏற்கனவே சால்திவார் பல சமயங்களில் பார்த்திருக்கிறான்.

கனமான ரப்பர் ஆடையில் மந்தமாக நகர்ந்தபடி கைதியைக் கட்டுவதற்கு ஏதாவது கம்பியோ கயிறோ கிடைக்குமா என்று இருட்டில் துழாவினான் சால்திவார். கைதி செத்துப் போய்விட்டானா அல்லது கவனக்குறைவான ஒரு கணத்தில் தப்பியோடி விடலாம் என இறந்தவன் போல் பாசாங்கு செய்கிறானா தெரியவில்லை. எரிந்த குடிசையின் ஒவ்வொரு மூலையிலும் அவன் கைகள் துழாவின; கடைசியில் ஒரு குட்டையான, காய்ந்து போன கொடித்துண்டைக் கண்டெடுத்தான். ஆனால் அதனாலும் பயனில்லை. ஒன்றும் செய்ய இயலாமல் நின்று கொண்டிருந்தபோது குடிசைக்கு எதிரே ஆழமான ஒரு குழி இருப்பது திடீரென்று ஊகோ சால்திவாருக்கு நினைவு வந்தது. ஒருக்கால் புதிய கூரையைத் தாங்குவதற்கான கம்பு நடுவதற்காகத் தோண்டப்பட்டிருக்கலாம். ஆனால் அது நடக்கவே போவதில்லை என்று அவர்கள் அறிந்திருக்க மாட்டார்கள். நிமிர்ந்து நிற்கும் ஒரு மனிதன் அந்தக் குழியில் மார்பு வரை பொருந்துவான். குழியிலிருந்து தோண்டிய மண் அதைச் சுற்றிலும் கிடந்தது. ஊகோ சால்திவார் துப்பாக்கியை எறியாமல் மிஞ்சியிருந்த ஒரு சுவற்றில் சாய்த்துவிட்டு, கைதியை குழியை நோக்கி இழுக்க ஆரம்பித்தான். ஒருவித அமானுஷ்ய சக்தியோடு கைதியை அந்த இருண்ட குழிக்குள் தள்ளிவிட்டான். அளவெடுத்துச் செய்த ஒரு குழாய் போலிருந்தது அது. குழியில் பொருந்தி நேராக நின்றான் கைதி. அவன் தலையும் தோளும் மட்டுமே வெளியே தெரிந்தன. அந்த மனிதனைச் சுற்றி யிருந்த பள்ளம் நிரம்பும் வரை சால்திவார் தன் கையாலும் காலாலும் மேட்டிலிருந்த மண்ணைத் தள்ளினான். எந்தக் கணத்திலும்

கைதி எதிர்க்கவே இல்லை. சென்ட்ரியின் செயலை அவன் எந்த அக்கறையுமின்றி ஏற்றுக்கொண்டான். ஊகோ சால்திவார் இதைக் கவனிக்கவில்லை.

இழுத்துக்கொண்டு வந்ததும், மண்ணைத் தள்ளிவிட்டதும் அவனுக்கு ஒரு தெம்பை கொடுத்திருந்தது. துப்பாக்கியை எடுத்து வந்து மண்ணை அழுத்தி மூடும் அளவுக்கு அவனுக்கு இப்போது சக்தி வந்திருந்தது. பிறகு அவன் ஒரு பாறாங்கல்லைப்போல் பெஞ்ச்சின் மீது விழுந்தான். அதே சமயம் சதுப்பு நிலப்பகுதியில் எந்திரத் துப்பாக்கிகளின் ஓசை அதிகரித்தது.

லெஃப்டினென்ட் பெரால்தா தன் சிப்பாய்களோடு உச்சிவேளையில் திரும்பினான். எடுத்த காரியம் முடிந்து விட்டது. அவன் கருத்த முகத்தில் இரையைக் கண்டு விட்ட பறவையைப் போன்ற ஒரு மிருகத்தனமான புன்னகை பளிச்சிட்டது. இரண்டு மூன்று காயமடைந்த கைதிகளை சிப்பாய்கள் நெட்டித் தள்ளிக்கொண்டு வந்தார்கள். அவர்களை ஆபாசமாகத் திட்டிக்கொண்டு துப்பாக்கி முனையால் முன்னே தள்ளிச் சென்றார்கள். அவர்கள் மேல் பரானாவிலிருந்து வந்த பண்ணைக் கூலியாட்கள். அவர்களின் உடல்கள் மட்டுமே ஆக்ரமிக்கப்பட்டன. அபத்தமான சந்தோஷத்தின் பிரகாசம் அவர்களின் கண்களில் மிதந்தது. ஆனால் அந்தப் பிரகாசம் ஏற்கனவே மரணத்துக்கும் அப்பால் மிதந்து கொண்டிருந்தது. அமைதியும் தாகமும் கொண்ட இந்தப் பூமியில் அவர்கள் தங்கள் உடலால் மட்டுமே இப்போது தொற்றிக்கொண்டிருந்தார்கள்.

“சால்திவார்!” என்று சப்தமாகக் கத்தினான் பெரால்தா.

வேதனையுடனும் அதிர்ச்சியுடனும் விழித்துப் பார்த்தார்கள் கைதிகள்.

யாரும் பதில் சொல்லவில்லை. பிறகு அவன் குழியிலிருந்த கைதியின் தலையைப் பார்த்தான். வெகு நாட்களுக்கு முன்னர் செதுக்கப்பட்ட பாசி படிந்த மரச்சிற்பத்தைப் போலிருந்தது அந்த முகம். எறும்புகளின் ஒரு வரிசை அந்தப் பரிதாபகரமான முகத்திலிருந்து சூரிய ஒளி பிரதிபலிக்காத ஒரு கறுப்பு ரிப்பனைப் போல் நெற்றிக்கு ஏறிக்கொண்டிருந்தது. அந்த உருவத்தின் நெற்றியில் மங்கலமான அரை நிலவைப்போல் ஆழமான ஒரு வடு இருந்தது.

கைதிகளின் கண்கள் அந்த விநோதமான சிற்பத்தை உற்று நோக்கின. பாசிக்கும் எறும்புகளுக்கும் ஊடே, முதல் நாள் இரவு பிடிபட்ட

தங்களின் சக போராளியை அவர்கள் அடையாளம் கண்டு கொண்டார்கள். இறந்தவனின் உண்மையான பெயரைச் சொல்லி அழைப்பதன் மூலம்தான் அந்தத் தோல் அங்கி அணிந்திருந்த சிப்பாய் தன் வெற்றியை அறிவிக்கிறான் என்று அவர்கள் நினைத்தார்கள்.

ஊகோ சால்திவாரின் துப்பாக்கி அவன் வேறு வழியின்றி ஓடிவிட்டதற்கான ஒரே தடயமாக குடிசையின் தரையில் கிடந்தது. சொல்லாமல் ஓடிவிட்ட அந்தச் சிப்பாயைத் தண்டிப்பதற்காக தன்னுடைய குறுகிய மண்டைக்குள் கடுமையான தண்டனைகளை உருவாக்கிக்கொண்டிருந்தான் பெரால்தா. குழிக்குள் மரக்கிளையைப் போல் புதைப்பட்டவன் தன் சகோதரன்தான் என்று தாமிரம் போல் சிவந்திருந்த அந்த முகத்தை காலையில் பார்த்த மாத்திரத்தில் கண்டுகொண்டு, அதைத் தாங்க முடியாமல் பீதியடைந்து பித்துப் பிடித்தவனைப்போல் ஊகோ சால்திவார் ஓடிவிட்டது பெரால்தாவுக்கு எப்படித் தெரியும்?

இறந்து போன கெரில்லா விக்தர் சால்திவாரின் முகத்தில் மேலும் கீழுமாய் எறும்புகள் ஊர்ந்து கொண்டிருந்தன.

அடுத்த நாள் பெரால்தாவின் ஆட்கள் சதுப்புநிலச் சேற்றில் மிதந்து கொண்டிருந்த ஊகோ சால்திவாரின் பிணத்தைக் கண்டுபிடித்தார்கள். அவன் முடி பூராவும் வெளுத்துப் போயிருந்தது. மனிதத்தன்மையின் எல்லா அறிகுறிகளும் அவன் முகத்திலிருந்து மறைந்துவிட்டிருந்தன.

***

# அலெஹாந்த்ரா பிஸார்னிக்

பல லத்தீன் அமெரிக்க நாடுகளை ஒப்பிடும் போது சர்ரியலிஸத்தின் செல்வாக்கு அர்ஹெந்தினாவில் அதிகமாகவே இருந்தது. இருபதுகளின் பிற்பகுதியில் Aldo Pellegrini என்ற கவிஞரால் Que என்ற சார்யலிஸப் பத்திரிகை ஆரம்பிக்கப்பட்டது. இப்பத்திரிகை மூலமாகத் தெரிய வந்த மிக முக்கியமான சர்ரியலிஸக் கவிஞர்தான் Alejandra Pizarnik. பிஸார்னிக் ஒரு ஓவியரும் கூட. பல கவிதைத் தொகுதிகளும், நாட்குறிப்புகளும் வெளிவந்திருந்தாலும் இவர் எழுதிய ஒரே கதை The Bloody Countess. இக்கதையின் தலைப்பு மாற்றப்பட்டு இங்கே மொழி பெயர்க்கப்பட்டிருக்கிறது. கிழக்கு ஐரோப்பாவிலிருந்து புலம் பெயர்ந்து புவனோஸ் அய்ரஸில் வாழ்ந்து கொண்டிருந்த ஒரு குடும்பத்தில் 1936 ஆம் ஆண்டு பிறந்தார் பிஸார்னிக். 1960இலிருந்து 1964 வரை பாரிஸில் வாழ்ந்து ஸோர்போன் பல்கலைக் கழகத்தில் மத வரலாறும், ஃப்ரெஞ்ச் இலக்கியமும் பயின்றார். அப்போது அவர் ஒக்தாவியோ பாஸ், ஹூலியோ கொர்த்தஸார் போன்றவர்களின் நெருங்கிய தோழியாக இருந்தார். பின்னர் புவனோஸ் அய்ரஸ் திரும்பிய பிஸார்னிக், மூன்று கவிதைத் தொகுதிகளை வெளியிட்டார். 1970இல் ஒரு தற்கொலை முயற்சி தோல்வியில் முடிந்தது. பின்னர், 1972இல் மனநோய் மருத்துவமனையில் அனுமதிக்கப்பட்டார். அப்போது ஒரு வார இறுதி விடுமுறையில் வீட்டுக்கு வந்திருந்தபோது தற்கொலை செய்து கொண்டார். அப்போது அவர் வயது 36.

***

# ரத்த வேட்கை

அலெஹாந்த்ரா பிஸார்னிக்

*குற்றம் செய்பவன் அழகை உருவாக்குவதில்லை*
*அவனே அழகின் சொரூபமாக இருக்கிறான்.*
*–சார்த்தர்*

**வா**லண்டின் பென்ரோஸின் ஒரு நூலில் பதினாறாம் நூற்றாண்டின் துவக்கத்தில் வாழ்ந்த அசாதாரணமான ஒரு பெண்ணின் வாழ்க்கையைப் பற்றி விவரிக்கப்பட்டிருக்கிறது. அறுநூறு இளம் பெண்களைக் கொலை செய்த பத்தோரி (Bathory) சீமாட்டி தான் அவள். பத்தோரி சீமாட்டியின் பாலியல் வக்கிரமும் பைத்தியக்காரத்தனமும் மிகவும் வெளிப்படையானது என்பதால் வாலண்டின் பென்ரோஸ் அதை விட்டு விட்டு அந்தப் பிரபு வம்சத்துப் பெண்ணின் பயங்கரமான அழகில் கவனம் செலுத்துகிறார்.

அம்மாதிரியான ஒரு அழகை விவரிப்பது அவ்வளவு சுலபமானதல்ல. ஆனாலும் வாலண்டின் பென்ரோஸ் அந்தச் சோகமான கதையின் அழகியல் தன்மையை பிரமாதமான முறையில் கையாண்டு தனது முயற்சியில் வெற்றியடைந்திருக்கிறார். சித்ரவதைக் கூடத்தின் சுவர்களுக் கிடையிலும் மத்தியகாலக் கோட்டைக்குள்ளிருக்கும்

நிலவறைகளிலும் நிலவிய எர்ஸபெத் பத்தோரியின் மர்ம ராஜ்ஜியத்தை பென்ரோஸ் விவரிக்கிறார். உன்மத்தம் பிடித்த கண்களையும், காக்கை நிறத்திலான பளபளக்கும் முடியையும் கொண்ட அந்த அமைதியான, வெளிறிய, புராணிகத் தன்மை மிக்க பெண்ணின் மூலம் இரவு நேர ஜந்துக்களின் கொடூரமான அழகு ஒட்டுமொத்தமாகத் தரப்பட்டிருக்கிறது.

ஒரு பிரபலமான தத்துவவாதி அழுகையையும் மௌனத்தின் வகைப்பாட்டிலேயே சேர்க்கிறார். அதன்படி கதறல், அழுகை, வசை எல்லாம் ஒரு "நிசப்தப் பொருளாக" உருவாகிறது. இந்த மர்ம உலகின் அடிப்படை, தீமை. தன் சிம்மாசனத்தில் அமர்ந்துகொண்டு சித்ரவதைகளைக் காண்கிறாள் பத்தோரி சீமாட்டி. கதறல் சப்தங்களைக் கேட்கிறாள். வாயே திறக்காத அவளுடைய வயதான, பயங்கரமான வேலைக்காரிகள் நெருப்பையும், கத்திகளையும், ஊசிகளையும், இரும்பையும் கொண்டு வருகிறார்கள். பெண்களைச் சித்ரவதை செய்கிறார்கள். பிறகு அவர்களைப் புதைக்கிறார்கள். இரும்புக் கம்பிகளோடும் கத்திகளோடும் வரும் அந்த இரண்டு கிழவிகளும் கூட அங்கு நடக்கும் வெறிக்கூத்தின் நடிகர்கள்தான். இந்த இருள் விழாவிற்கு ஒரே ஒரு பார்வையாளர்தான் உண்டு.

–

## 1. இரும்புக் கன்னி

*பளபளக்கும் இதழ்களின் சிவந்த சிரிப்புக்கும்*
*இயந்திரப் பெண்களின் பூதாகார சமிக்ஞைகளுக்கும்*
*இடையில்.*

–Rene Daumal

**நி**யூரம்பெர்கில் ஒரு காலத்தில் 'இரும்புக் கன்னி' என்ற பிரசித்தி பெற்ற தானியங்கி இயந்திரம் ஒன்று இருந்தது. பத்தோரி சீமாட்டி தன்னுடைய *Csejthe* கோட்டையில் இருக்கும் சித்ரவதைக் கூடத்திற்காக அந்த இயந்திரத்தை வாங்கினாள். தன்னுள் கடிகார அமைப்பைக் கொண்டு இயங்கும் அந்தப் பொம்மை அளவிலும் நிறத்திலும் ஒரு மனித உருவை ஒத்திருந்தது. நிர்வாணமான அந்தப்

பொம்மையின் மீது வண்ணம் தீட்டப்பட்டிருந்தது. ஆபரணங்கள் மூடி மறைக்க, பழுப்பு நிற முடி தரையைத் தொட்டது. கண்களை அசைப்பதற்கும், உதடுகளைப் பிரித்து முறுவலிப்பதற்காகவும் ஒரு கருவி அமைக்கப்பட்டிருந்தது. பத்தோரி சீமாட்டி தனது சிம்மாசனத்தில் அமர்ந்தபடி எல்லாவற்றையும் கவனிக்கிறாள்.

இரும்புக் கன்னி செயலில் இறங்க அதன் கழுத்து மாலையின் விலையுயர்ந்த கற்களில் சிலவற்றைத் தொட வேண்டும். உடனே அது நாராசமான உராய்வுச் சப்தங்களோடு செயல்பட ஆரம்பிக்கும். தன் வெண்மையான கரங்களை மிக மெதுவாக உயர்த்தி தன்னருகில் இருக்க நேரிடும் எதையும் – இப்போது ஒரு பெண் – ஒரு கச்சிதமான அரவணைப்பில் சுற்றிக்கொள்ளும் தானியங்கி இயந்திரம் அவளைத் தன் கரங்களில் பிடித்துக்கொண்டு விட்டது. இனிமேல் அந்த உயிருள்ள உடலை அந்த இரும்பு உடலிலிருந்து பிரிக்க முடியாது. இரண்டுமே அழகானவை. திடீரென்று இரும்புக் கன்னியின் வர்ணம் தீட்டிய மார்பகங்கள் பிளக்கின்றன; ஐந்து ஈட்டிகள் வெளியே வந்து தன்னைப் போலவே நீண்ட முடியைக் கொண்ட இரும்புக் கன்னி யிடமிருந்து தன்னை விடுவித்துக் கொள்வதற்காகப் போராடிக் கொண்டிருக்கும் இளம் பெண்ணைத் துளைக்கின்றன.

பலி முடிந்ததும் கழுத்து மாலையின் இன்னொரு கல் தொடப்படுகிறது. உடனே கைகள் கீழே விழ, சிரிப்பு மறைந்து கண்கள் மூடிக்கொள்ள கொலைகாரி மறுபடியும் கன்னியாகிறாள் – தன் சவப் பெட்டிக்குள் அசைவில்லாமல்.

–

## 2. மரண நீர்

*அவன் நின்று கொண்டிருக்கிறான்.*
*உட்கார்ந்து கொண்டிருப்பது போன்ற ஒரு நிச்சயத்தோடும்*
*நேர்த்தியோடும் அவன் நின்று கொண்டிருக்கிறான்.*

-Witold Gombrowicz

**சா**லை பனியால் மூடிக் கிடந்தது. ரயில்பெட்டிக்குள் கம்பளியால் போர்த்திக் கொண்டு சோர்வுடன் அமர்ந்திருந்த அந்தப் பெண்ணுக்கு மிகவும் சலிப்பாக இருந்தது. திடீரென்று அவள் ரயிலில் இருந்த

பெண்களில் ஒருத்தியின் பெயரைச் சொல்லி கூப்பிட்டாள். அந்தப் பெண் அவளிடம் கொண்டு வரப்படுகிறாள்: பத்தோரி சீமாட்டி அவளை வெறியுடன் கடிக்கிறாள். அவள் சதையில் ஊசிகளைக் குத்துகிறாள். சற்றுநேரம் கழித்து அந்த ஊர்வலம் காயமடைந்த அந்தப் பெண்ணை பனியில் தூக்கியெறிகிறது. அந்தப் பெண் ஓட முயற்சிக்கிறாள். ஆனால் அவளைப் பின்தொடர்ந்து பிடித்து மறுபடியும் வண்டிக்குள் இழுத்து வருகிறார்கள். சற்று தூரம் கடந்தபிறகு அவர்கள் மீண்டும் நிற்கிறார்கள். குளிர்ந்த நீர் கொண்டு வரச் சொல்லி உத்தரவிடுகிறாள் சீமாட்டி. இப்போது அந்தப் பெண் நிர்வாணமாக பனியில் நின்று கொண்டிருக்கிறாள். அந்தி மயங்கி இருள் விழுந்து கொண்டிருந்தது. எந்த உணர்ச்சியுமில்லாமல் ஜடமாய் நின்று கொண்டிருந்த பணியாட்கள் ஏந்தியிருந்த தீப்பந்தங்களின் வட்டம் அவளைச் சூழ்ந்து கொள்கிறது. அவள் மீது தண்ணீர் கொட்டப்படுகிறது. கொட்டப்படும் தண்ணீர் உடனேயே பனிக்கட்டியாகிவிடுகிறது. (வண்டிக்குள்ளிருந்து இதைக் கவனித்துக் கொண்டிருக்கிறாள் சீமாட்டி). கடைசி முயற்சியாக, அந்த இடத்தில் உஷ்ணத்தைக் கொடுக்கும் ஒரே பொருளான தீப்பந்தங்களின் அருகில் அவள் ஓடப் பார்க்கிறாள். அவள் மீது மேலும் மேலும் தண்ணீர் கொட்டப்படுகிறது. கடைசியில் அப்படியே விறைத்து, நின்ற நிலை யிலேயே பிணமாகிறாள் அவள்.

ஒரு மனித உடலைத் தாங்கக்கூடிய அளவுக்கு இருந்த அது, கத்திகளின் வரிசைகளோடு கூரான இரும்புத் தகடுகளால் அலங்கரிக்கப்பட்டிருந்தது. அதில் சகடையால் உயர்த்தப்படக்கூடிய வசதியும் இருந்தது. கூண்டின் விழா இப்படியாக நடந்தேறுகிறது.

–

## 3. அபாயக்கூண்டு

*மிருதுவான சதையில் கருப்பும் சிவப்புமான காயங்கள் வெடிக்கின்றன.*

–ஆர்தர் ரேம்போ

**ப**ணிப்பெண் டோர்க்கோ நிர்வாணமான ஒரு இளம் பெண்ணை முடியைப் பிடித்து இழுத்து வந்து கூண்டுக்குள் தள்ளி அடைத்துவிட்டு

அதை வெகு உயரத்தில் தூக்கி விடுகிறாள். அப்போது வெண்ணிற உடையில் தூக்கத்தில் நடப்பவளைப் போல் 'அழிவுகளின் தலைவி' வெளிப்படுகிறாள். கூண்டுக்கு அடியில் வைக்கப்பட்டிருக்கும் ஸ்டூலில் மெதுவாக சப்தமின்றி அமர்கிறாள்.

தீப்பிழம்பான ஒரு குத்தூசியை வைத்துக்கொண்டு வேலைக்காரி டோர்க்கோ சிறைப்பட்டவளை சீண்டுகிறாள். பின்வாங்கும் அவளை கூர்மையான இரும்பு முனைகள் குத்திக் கிழிக்கின்றன. கூண்டின் விசேஷத் தன்மையே இதுதான். மயங்கியது போல், பார்வை எதிலும் நிலைக்காமல் வெறித்த நிலையிலிருக்கும் வெளிறிய சீமாட்டியின் மீது அந்த ரத்தம் சொட்டுகிறது. அவள் அதை உணர்ச்சியற்று ஏற்றுக்கொள்கிறாள். மெய்மறந்த நிலையிலிருந்து மீண்டும் அவள் சுயநினைவு பெற்று, அந்த அறையை விட்டு வெளியேறுகிறாள். இதற்கிடையில் இரண்டு உருமாற்றங்கள் நிகழ்கின்றன. ஒன்று – அவளுடைய வெண்ணிற ஆடை சிவக்கிறது. இரண்டாவது – ஒரு பெண் நின்று கொண்டிருந்த இடத்தில் இப்போது ஒரு பிணம் கிடக்கிறது.

–

## 4. சாஸ்திரீய சித்ரவதை

*புழுவோ பனியோ தாக்காத,*
*மாசுமருவற்ற கனியின் இறுக்கமான பளபளப்புத் தோல்*
*கடிக்கச் சொல்லி கதறுகிறது!*

–பாதலேர்

இரும்புக்கன்னி, மரண நீர், அபாயக் கூண்டு போன்ற சில பிரும்மாண்டமான முறைகளைத் தவிர மற்றபடி பத்தோரி சீமாட்டி ஒரே மாதிரியான, சாஸ்திரீயமான சித்ரவதை முறையையே பயன்படுத்தினாள். அதை இவ்வாறாக விவரிக்கலாம்.

உயரமும், அழகும், வாளிப்பும் கொண்ட பல பெண்கள் (வயது பனிரண்டிலிருந்து பதினெட்டுக்குள்) சித்ரவதைக் கூடத்திற்குள் இழுத்துச் செல்லப்படுவார்கள். வெண்ணிற ஆடையில் தனது சிம்மாசனத்தில் அமர்ந்தபடி அவர்களை எதிர்நோக்கி இருப்பாள்

பத்தோரி. முதலில் அவர்களின் கைகள் கட்டப்படும். பிறகு அந்தப் பெண்களின் தோலும் சதையும் கிழிந்து தொங்கும் வரை அவர்களை சாட்டையால் அடிப்பார்கள் பணியாட்கள். பிறகு நெருப்பில் பழுத்துச் சிவந்த குத்தூசிகளால் அவர்களின் உடலை சுடுவார்கள். விரல்களை கத்திரிக்கோலால் வெட்டுவார்கள். கட்டாரியால் தாக்குவார்கள். (அந்தப் பெண்களின் ஓலத்தைக் கேட்டு பத்தோரி சீமாட்டி களைத்துப் போனால் அவர்களின் வாய் ஊசி நூலால் தைக்கப்படும். யாரேனும் ஒருத்தி விரைவில் மயங்கி விழுந்தால் அவளை எழுப்புவதற்கு எண்ணெயில் தோய்த்த காகிதத்தை அவளது தொடைகளுக்கிடையில் வைத்து எரிப்பார்கள்). ரத்தம் நீரூற்றைப் போல் பீச்சியடிக்கும். அந்த இரவு மோகினியின் வெண்ணிற ஆடை சிவப்பாக மாறும். அவள் மாடியில் தன் அறைக்குப் போய் ஆடையை மாற்றிக்கொள்ள வேண்டிய அளவுக்கு சிவப்பாக மாறும். (இந்த இடைப்பட்ட நேரத்தில் அவள் சிந்தனை என்னவாக இருக்கும்?) அந்த அறையின் சுவர்களும் மேல் கூரையும் கூட சிவப்பாகி விடும்.

தன்னைச் சுற்றி மற்றவர்கள் சுறுசுறுப்பாக இயங்கும் எல்லாச் சமயங்களிலுமே அவள் அந்த நடவடிக்கைகள் எதிலும் பங்கெடுத்துக் கொள்ளாமல் இருப்பாள் என்று சொல்ல முடியாது. திடீர் வேகத்தோடு மிகச் சிறிய வெள்ளிக் குறடினால் அந்தப் பெண்களின் மிருதுவான பாகங்களிலும் உயிர்நிலையிலும் சதையைக் கிழிப்பாள். அல்லது ஊசியால் குத்துவாள். விரல்களுக்கிடையில் தோலைக் கிழிப்பாள். பழுத்துச் சிவந்த இரும்பையும், ஸ்பூன்களையும் குதிகாலில் வைத்து அழுத்துவாள். சாட்டையால் அடிப்பாள். (இம்மாதிரியான அவளது உல்லாசக் கேளிக்கைகளில் ஒருமுறை, அப்போதுதான் இறந்து போன ஒரு பெண்ணை வேலைக்காரர்களைக் கொண்டு பிடித்துக்கொள்ளச் சொல்லிவிட்டு சாட்டையால் அடித்துக்கொண்டே இருந்தாள்.) உறையும் நீரில் அவள் பலரைக் கொலை செய்திருக்கிறாள். (தார்வூலியா என்ற சூன்யக்காரி கண்டு பிடித்த கூத்து அது. அதன்படி, ஒரு பெண்ணை உறையக்கூடிய நீரில் நிற்க வைத்து இரவு பூராவும் அவளை அதிலேயே விட்டுவிடுவது). கடைசியில், பத்தோரி சீமாட்டி பலகீனம் அடையும் தருணங்களில் பெண்களை தன் படுக்கைக்கே வரவழைத்து அவர்களைக் கடிப்பாள்.

அவள் காமவெறி கொள்ளும் சமயங்களில் தன்னிடம் சிறைப்பட்டிருக்கும் பெண்களிடம் தெய்வ நிந்தனையான வசைச் சொற்களை அள்ளி வீசுவாள். அரையிருட்டான அறைகளில் காமவெறியுடன் வளைய வரும்போது தெய்வ நிந்தனையான வசைகளைச் சொல்லிக் கத்திக்கொண்டும், பெண் ஓநாயைப் போல்

ஓலமிட்டுக்கொண்டும் இருப்பாள். ஆனாலும் அவள் சிரிப்பைப் போன்றதொரு கொடூரம் வேறு எதுவும் இல்லை. (நான் மறுபடியும் சுருக்கமாகச் சொல்கிறேன்: மத்திய காலக் கோட்டை, சித்ரவதைக் கூடம், மென்மையான இளம் பெண்கள், கொடூரமான வேலைக்காரக் கிழவிகள், மற்றவர்களின் வேதனையில் பரவச வெறி கொண்டு சிரிக்கும் அழகான பைத்தியக்காரி. இறுதியாக அவள் மூர்ச்சையாகி விழுவதற்கு முன் அவளது கடைசி வார்த்தைகள் இப்படித்தான் இருக்கும்: "இன்னும்... இன்னும்... இன்னும் அதிகமாக... இன்னும் கடுமையாக...!"

எப்போதும் இரவு நேரங்களில் மட்டுமே இந்தக் குற்றங்கள் நடப்பதாகச் சொல்ல முடியாது. காலையில் அல்லது மதியத்தில் இளம் தையல்காரப் பெண்கள் பத்தோரி சீமாட்டிக்கு ஆடைகள் எடுத்து வருவார்கள். அதுவே எண்ணற்ற பல கொடூரமான காட்சிகளுக்குக் காரணமாகி விடும். தவறாமல் தையலில் ஏதேனும் குற்றம் கண்டு பிடித்து இரண்டு மூன்று குற்றவாளிகளைத் தேர்ந்தெடுப்பாள் டோர்க்கோ. (இந்த நேரத்தில் சீமாட்டியின் துயரமான கண்கள் பளிச்சிடும்). தையல்காரிகளுக்கான தண்டனையும், இளம் வேலைக்காரிகளுக்கான பொதுவான தண்டனையும் வித்தியாசப்படும். அபூர்வமாக பத்தோரி சீமாட்டி நல்ல மனநிலையில் இருந்தால் டோர்க்கோ குற்றவாளிகளின் துணியை மட்டும் அவிழ்த்து விடுவாள். அவர்கள் கருப்புப் பூனைகள் உலவும் பெரிய அறைகளில் சீமாட்டியின் முன்னால் நிர்வாணமாக வேலை செய்வார்கள். வலியில்லாத இந்தத் தண்டனையை வேதனையும் ஆச்சரியமுமாக தாங்கிக் கொண்டார்கள் பெண்கள். இப்படிக்கூட நடக்கலாம் என்று அவர்கள் கற்பனை கூட செய்ததில்லை. அவர்கள் மிகக் கேவலமாக அவமதிக்கப்படுவதாக உணர்ந்திருப்பார்கள். ஏனென்றால் அந்த நிர்வாணம் அவர்களை ஒருவித மிருக நிலைக்குத் தள்ளியது. இந்த உணர்வு, ஆடை அணிந்து தங்களைக் கவனித்துக் கொண்டிருக்கும் சீமாட்டியின் "மனித" இருப்பால் மேலும் அதிகமாகும். இந்தக் காட்சி எனக்கு மரணத்தை ஞாபகமூட்டியது – மரணம் என்றால் மரணத்தின் நடனம். பழைய உருவகக் கதைகளில் வருவது போன்ற மரணம். ஆடையைக் கழற்றி நிர்வாணமாக்குவது மரணத்தின் பிரத்யேக உரிமை. மற்றொன்று: தான் கழித்துக்கட்டிக் கொண்டிருக்கும் ஜீவன்களைத் தொடர்ந்து கவனித்துக் கொண்டிருப்பது. ஆனால் இன்னும் ஒன்று: காமத்தின் உச்சநிலை நம்மை மரணத்தைப் போன்ற சமிக்ஞைகளுக்கும் வெளிப்பாடுகளுக்கும் இட்டுச் செல்கிறது. (வேதனையில் மூச்சு

வாங்குதல், சப்தங்கள் மற்றும் காமவெறியின் முனகல்கள்). பாலியல் செயல்பாடு என்பது ஒருவிதத்தில் மரணத்தைக் குறிக்குமென்றால் எர்ஸபெத் பத்தோரிக்கு, உச்சநிலை என்று நாம் சொல்லும் அந்த மாய மரணத்தை அனுபவித்து வெற்றி கொள்வதற்கு வெளிப்படையான, ஆரம்ப நிலையிலான, முரட்டுத்தனமான மரணம் தேவைப்பட்டது என்று சொல்லலாம். ஆனால் மரணமென்பது என்ன? தனக்குத் தோன்றிய விதத்தில், தோன்றிய இடத்தில் நாசவேலை செய்யும் இந்த மரணம் எப்படிப்பட்டது? இதுவும் பத்தோரி சீமாட்டியை விவரிக்கும் ஒரு குறிப்பாக இருக்கலாம். முதுமை அடையாமல் இருக்க –அதாவது சாகாமல் இருக்க – இவ்வளவு தீவிரமாக யாரும் ஒருபோதும் ஆசைப்பட்டதில்லை. அதனால்தான் ஒருவேளை அவள் மரணம் என்ற பாத்திரத்தை ஏற்று நடித்தாளோ? ஏனென்றால், மரணத்திற்கு மரணம் ஏது?

தையல்காரிகளுக்கும் வேலைக்காரிகளுக்கும் நாம் திரும்பி வருவோம். எர்ஸபெத் சீற்றத்தோடு கண் விழித்தால் இந்தப் பேசும் ஓவியக் காட்சிகளோடு மட்டும் திருப்தியடையமாட்டாள்: காசைத் திருடியவளுக்கு அவள் அதே காசைத் திரும்பக் கொடுப்பாள்; நெருப்பில் பழுத்துச் சிவந்திருக்கும் நாணயத்தை அந்தப் பெண் தன் கையில் வைத்து இறுக மூடிக்கொள்ள வேண்டும்.

வேலை நேரங்களில் பேசியவளின் வாயை பத்தோரி ஊசி நூலால் தைத்து மூடுவாள். அல்லது வாயே கிழிந்து போகுமளவுக்கு வாயை தன் கைகளால் கிழித்து விடுவாள்.

அவள் குத்தூசியையும் உபயோகித்தாள். கன்னம், முலை, நாக்கு என்று தீயில் பழுத்த குத்தூசியால் கண்டபடி சூடு இழுப்பாள்.

தண்டனைகள் இரவு நேரத்தில் எர்ஸபெத்தின் அறையில் கொடுக்கப்பட்ட போது ஆறாய்ப் பெருகி ஓடும் ரத்தத்தைச் சிரமமில்லாமல் தாண்டுவதற்காக அவளுடைய படுக்கையைச் சுற்றிலும் நிறைய சாம்பல் கொட்டப்பட்டது.

–

## 5. ஒரு பெயரின் பலத்தில்

*வீட்டைச் சுற்றிலும் தீவிரமான பைத்தியக்காரத்தனம் இலக்கின்றி அலைந்து கொண்டிருந்தது.*

–Czeslaw Milosz

**ப**த்தோரி என்ற பெயரில் – அபூர்வமான மந்திர சக்தி வாய்ந்தது போன்ற அதன் வலிமையில் – எர்ஸபெத் நம்பிக்கை கொண்டிருந்தாள். ஹங்கேரியப் பேரரசின் ஆரம்ப நாட்களிலிருந்தே பிரசித்தி பெற்றிருந்த பெயர் அது. குடும்பத்தின் முத்திரைப் பதக்கம் ஓநாயின் பல்லைக் கொண்டிருந்தது சந்தர்ப்ப வசத்தினால் அல்ல. அதற்குக் காரணம் இருந்தது. பத்தோரிகள் கொடூரமானவர்களாகவும், பயமற்றவர்களாகவும், வெறி பிடித்தவர்களாகவும் இருந்தார்கள். ஒருக்கால் ரத்த உறவுகளிடையே நடந்த திருமணங்களும், பரம்பரையாக வந்த வலிப்பு வாதமும், இந்தக் காமவெறி போன்ற ஊனங்களுக்கும் நோய்களுக்கும் காரணமாக இருக்கலாம். எர்ஸபெத் கூட ஒரு வலிப்பு நோயாளி என்று சொன்னால் அது தவறாகாது. திடீரென்று அவளைப் பிடிக்கும் பயங்கரமான தலைவலியும், கண்வலியும் போலவே எதிர்பாராத நேரத்தில் வலிப்பும் வந்து தாக்கியது.

(புறாவை அடித்து உயிரோடு அதை நெற்றி மேல் வைத்து தலைவலியையும் கண் வலியையும் போக்க முயற்சிப்பாள்).

எர்ஸபெத்தின் குடும்பத்துக்கு வழிவழியாக வரும் பரம்பரைப் புகழில் எந்தக் குறையும் உண்டாகவில்லை. உதாரணமாக, அவளுடைய மாமன் இஸ்த்வான் ஒரு முழுப் பைத்தியமாகவே இருந்தான். கோடையை குளிர்காலம் என்று நினைத்துக் கொள்வான். ஸ்லெட்ஜில் அமர்ந்து கொண்டு தன்னை கொதிக்கும் மணலில் இழுக்கச் சொல்வான். அவன் மனதில் சாலை பனியால் மூடியிருப்பதாக எண்ணம். அவளின் ஒன்று விட்ட சகோதரன் கெபோரை எடுத்துக் கொள்வோம். அவன் தன் சகோதரியின் மேல் கொண்டிருந்த காம உணர்வு அவளுக்கும் அவன் மீது இருந்தது. ஆனால் க்ளாரா அத்தைதான் எல்லோரையும் விட மிகவும் கவர்ச்சியானவள். எல்லோராலும் கொண்டாடப்பட்டவள். அவளுக்கு நான்கு கணவன்மார்கள். முதல் இருவரையும் தன் கையாலேயே தீர்த்துக் கட்டினாள். அவர்கள் நாடக பாணியில் இறந்து போனார்கள். சாதாரண பரிச்சயமே உள்ள புதியவன் ஒருவனுடன்

அவள் சல்லாபித்துக் கொண்டிருக்கும் போது அவளுடைய காதலனான துருக்கிய பாஷா பார்த்து விட்டான். அந்தப் புதியவன் கறி வறுக்கும் கல்லில் போட்டு வறுக்கப்பட்டான். அந்தத் துருக்கிய ராணுவ முகாமில் இருந்த அத்தனை பேராலும் கற்பழிக்கப்பட்டாள் க்ளாரா. (இந்த வார்த்தையை அவளைப் போன்ற உயர்குலப் பெண்ணொருத்தியின் விஷயத்தில் உபயோகிப்பது சரியாகுமா என்று தெரியவில்லை.) ஆனாலும் இதனாலெல்லாம் அவள் உயிர் போய்விடவில்லை; மாறாக அவளைக் கற்பழித்தவர்கள்தான் களைத்துப் போனார்கள் கடைசியில் அவளைக் கத்தியால்தான் குத்திக் கொல்ல வேண்டியிருந்தது. தன் படுக்கைத் துணையை அவள் ஹங்கேரியின் சாலையோரங்களிலிருந்துதான் தேர்ந்தெடுத்தாள். சமீபத்தில் தன் வேலைக்காரிகளில் ஒருத்தியை வெட்டிப் போட்டு அதே படுக்கையில் படுக்கை விரிக்கவும் அவள் எவ்விதத் தயக்கமும் கொண்டதில்லை.

எர்ஸபெத் நாற்பது வயதை நெருங்கியபோது மற்ற பதோரிகள் சாவினாலோ அல்லது பைத்தியம் முற்றியோ அழிந்து போனார்கள். அல்லது தங்களைத் தாங்களே அழித்துக் கொண்டார்கள். கிட்டத்தட்ட ஒரு சீரான மனநிலைக்கு அவர்கள் வந்து விட்டார்கள். அதனால் அவர்களுக்கு எர்ஸபெத்திடம் அதுவரை இருந்த ஈடுபாடும் குறைந்து போனது.

–

## 6. போர்வீர மணமகன்

*போர் வீரன் என்னைத் தன் கரங்களில் எடுத்துக்கொண்ட*
*போது இன்பவெறி என்னுள் தீயாய் பரவியது.*

–The Anglo-Saxon Elegy

1575இல் தனது பதினைந்தாம் வயதில் ஃபெரன்ஸ் நடாஸ்டி என்ற பராக்கிரமசாலியான போர் வீரன் ஒருவனை மணந்தாள் எர்ஸபெத். பயம் கலந்த ஒருவித காதலால் தன்னை ஆட்கொண்ட அந்தப் பெண் உண்மையில் ஒரு ராட்சஸி என்பதை அந்த அப்பாவி அறிந்திருக்கவில்லை. குதிரையின் வியர்வையிலும் ரத்தத்திலும் தோய்ந்தவனாக – அப்போதெல்லாம் உடல் சுத்தம் சம்பந்தப்பட்ட

பழக்க வழக்கங்கள் தெளிவாக வரையறுக்கப்பட்டிருக்கவில்லை – போர்க்களத்திலிருந்து இடையிடையே அவளிடம் வருவான். அநேகமாக எந்த நேரத்திலும் தன்னை ஆடம்பர உடைகளாலும் வாசனைத் திரவியங்களாலும் அலங்கரித்துக்கொண்டிருக்கும் இளம் பெண் எர்ஸபெத்தின் உணர்ச்சிகளை இது தூண்டிவிட்டிருக்கலாம்.

ஒருநாள் கோட்டையில் தோட்டத்தில் நடந்துகொண்டிருந்த போது ஒரு நிர்வாணமான பெண் மரத்தோடு கட்டப்பட்டிருப்பதைக் கண்டான் நடாஸ்டி. அவள் உடல் முழுதும் தேன் வழிந்து கொண்டிருக்க, ஈக்கள் மொய்த்து எறும்புகள் ஊர்ந்து கொண்டிருந்தன. அவள் தேம்பித் தேம்பி அழுது கொண்டிருந்தாள். பழத்தைத் திருடிய பாவத்திற்கான தண்டனையை அவள் நிறைவேற்றிக் கொண்டிருக்கிறாள் என்று சொன்னாள் எர்ஸபெத். அவள் ஏதோ ஒரு நகைச்சுவையைச் சொல்லி விட்டது போல் பெரிதாக வாய்விட்டுச் சிரித்தான் நடாஸ்டி.

மற்றவர் எவரும் தன் மனைவியைப் பற்றியோ, அவளுடைய சித்ரவதைக் கதைகளைப் பற்றியோ (கடித்தல், ஊசியால் குத்துதல், இத்யாதி, இத்யாதி) தன்னிடம் சொல்வதற்கு அந்தப் போர்வீரன் அனுமதிப்பதில்லை. புது மணப்பெண்ணாக இருந்த போது கூட எர்ஸபெத் தன் வேலைக்காரிகளை நீண்ட ஊசிகளால் குத்துவாள். தாங்க முடியாத ஒற்றைத் தலைவலியால் துடிக்கும் போது படுக்கையில் புரண்டபடி வேலைக்காரிகளின் தோள்களைக் கடித்து வாயில் வந்த சதைத்துண்டுகளை மெல்லுவாள். ஏதோ மந்திரம் போட்டது போல் அந்தப் பெண்களின் கதறலும் ஓலமும் அவள் வலியை மறையச் செய்யும்.

ஆனால் இதெல்லாம் ஒரு குழந்தையின் விளையாட்டு. இளம் பெண்ணின் விளையாட்டு. கணவனோடு இருந்த காலத்தில் அவள் ஒருபோதும் கொலை செய்ததில்லை.

–

## 7. சோகக்கண்ணாடி

*எல்லாம் கண்ணாடியே!*

**– ஒக்தாவியோ பாஸ்**

**ம**ணிக்கணக்கில் தன்னுடைய பெரிய கறுத்த கண்ணாடியின் முன் நின்று நாட்களைப் போக்குவாள் எர்ஸபெத். அவளே

திட்டமிட்டு வடிவமைத்தது அந்தக் கண்ணாடி. பல மணி நேரங்கள் களைப்பே அடையாமல் அதன் முன் நின்று கொண்டிருப்பதற்கு ஏதுவாக கைகளை முட்டுக் கொடுத்துக் கொள்வதற்கேற்ற சாய்மானத் தாங்கிகளைக் கொண்டிருந்தது அந்தக் கண்ணாடி. கண்ணாடியையே வடிவமைத்திருக்கிறாள் என்கிறபோது எர்ஸபெத் உண்மையில் தன் படுக்கை அறையையே வடிவமைத்திருக்கிறாள் என்றுதான் கொள்ள வேண்டும். ஆழமான சோகம் மிகுந்த ஜிப்ஸி இசை, அபாயகரமான வேட்டையாடும் கூட்டங்கள், சூன்யக்கார கிழவியின் குடிசையிலிருந்த அபூர்வ செடியின் ஆளையடிக்கும் வாசனை அல்லது இவை எல்லாவற்றுக்கும் மேலாக, மனித ரத்தம் வழிந்தோடும் சித்ரவதைக்கூடங்கள் – இவை மட்டுமே அவளது அழகிய வதனத்தில் உயிர்க்களையைக் கொண்டு வரக்கூடியதாய் இருந்தன. ஏனென்றால், இம்மாதிரி கண்ணாடியுடன் வாழ்ந்து கொண்டிருப்பவர்களைத் தவிர வேறு யாரும் இவ்வளவு தீவிரமாக பூமியையும், ஆவேசமான பாலினச் சேர்க்கையையும் மோகிக்க முடியாது.

இன்னும் இந்த கண்ணாடிகள் குறித்து: அவளது ஓரினச் சேர்க்கை பற்றிய வதந்திகள் ஒருபோதும் நிச்சயப்படுத்தப்படவில்லை. இந்தக் குற்றச்சாட்டு அறியாமல் எழுப்பப்பட்டதா அல்லது அதற்கு மாறாகத் தன் உரிமைகளுள் இதுவும் ஒன்று என்பதாக அதையும் இயல்பாகவே ஏற்றுக்கொண்டு விட்டாளா? அடிப்படையில் அவள் பெண்களுக்கேயான பிரத்தியேகமான உலகின் ஆழத்தில் வாழ்ந்து கொண்டிருந்தாள். குற்றங்கள் மிகுந்த அவளது இரவுகளில் பெண்கள் மட்டுமே இருந்தார்கள். சில விபரங்களிலிருந்து இதை நாம் அறிந்து கொள்ளலாம்: உதாரணமாக, சித்ரவதைக் கூடத்தில் மிகவும் இறுக்கமான தருணங்களில், எரியும் மெழுகுவர்த்தியை தன்னிடம் சிக்கிய பெண்ணின் குறிக்குள் அவளே நுழைப்பது வழக்கம். இன்பத்தை அவள் தனிமையில் அனுபவித்தது மிகவும் சொற்பம் என்பதற்கான சாட்சியங்கள் நிறைய இருந்தன. பிரபுக்கள் குடும்பத்தைச் சேர்ந்த மர்மமான ஒரு பெண் இளைஞனைப் போல் உடையணிந்து எர்ஸபெத்தைப் பார்க்க வருவது வழக்கம் என்று விசாரணையின் போது ஒரு வேலைக்காரி சொன்னாள். ஒருமுறை அவர்கள் இருவரும் சேர்ந்து ஒரு பெண்ணை வதைத்துக்கொண்டிருந்ததை அந்த வேலைக்காரி பார்த்திருக்கிறாள். ஆனால் *sadism* சார்ந்து அல்லாது மற்ற எந்த விதத்திலும் அவர்கள் இன்பத்தைப் பகிர்ந்து கொண்டார்களா என்பது நமக்குத் தெரியவில்லை.

கண்ணாடி என்ற விஷயத்தைப் பற்றி மேலும் சில குறிப்புகள்: இந்த மோசமான பெண்ணைப் பற்றி 'விளக்கம்' சொல்லிக் கொண்டிருப்பது நமது வேலை அல்ல என்றாலும் அவளைப் பற்றிய ஒரு உண்மையை இங்கே பதிவு செய்வது அவசியம். பதினாறாம் நூற்றாண்டின் நோய் ஒன்றினால் அவள் பீடிக்கப்பட்டிருந்தாள் என்பதுதான் அது. அந்த நோய் அதீத சோகத்தினால் அவதியுறும் மனநிலை.

அதீத சோகத்தினால் அவதியுறும் ஒருவரை மாற்ற முடியாத ஒரு நிறம்தான் ஆள்கிறது. அந்த நோயினால் பீடிக்கப்பட்டவர் ஒரு வெற்றிடத்தில் துக்கத்தின் நிறத்தோடு வாழ்கிறார். அங்கே எதுவும் நிகழ்வதில்லை. யாரும் குறுக்கிடுவதில்லை. அங்கே செயலற்ற நிலையிலிருக்கும் 'தான்' அந்த செயலற்ற நிலையினால் வேதனையுற்றுக்கொண்டிருக்கும் 'தான்' இனால் உதவி பெறும் வெற்று நிலை அது. பின்னது முந்தியதை விடுவிக்க முயல்கிறது. ஆனால் தீஸியஸ் (Theseus) தானாக மட்டுமல்லாமல் மினோடாராகவும் (Minotaur) இருந்திருந்தால் எப்படி தோல்வியடைந்திருப்பானோ அதேபோல் எல்லாம் தோல்வியடைகின்றன. அவனை அழிக்க வேண்டுமென்றால் தன்னையே அழித்துக்கொள்ள வேண்டியிருக்கும். ஆனால் இதற்குத் தற்காலிகத் தீர்வுகள் இருக்கின்றன: உதாரணமாக, பாலியல் இன்பம் சிறிது நேரத்துக்கு சோகமான ஆத்மாவின் சப்தமற்ற எதிரொலிகளையும் இல்லாமல் ஆக்கிவிடும். இன்னும் சொல்லப்போனால், அது மயான அறையையே பளிச்சிட வைத்து விடும். வண்ண வண்ண நிறங்களில் உடுத்திக்கொண்டிருக்கும் உருவங்களை சந்தோஷமாக ஆடிப்பாட வைக்கும் இசைப்பெட்டியாக உருமாற்றம் செய்யும். அதன் பின், இசை அடங்கிய பிறகு, அந்த ஆத்மா அசைவின்மைக்கும் அமைதிக்கும் திரும்பும். இசைப்பெட்டி என்பது ஒரு காரணமற்ற ஒப்புமையல்ல. அதீத சோகத்தால் துன்புறும் மனநிலையை நான் ஒரு இசைப் பிரச்சினையாகத்தான் பார்க்கிறேன். ஒரு சப்தப்பிழை, தாள கதியில் நேரும் ஒரு தவறு. 'வெளியே' எல்லாம் ஒரு நீர்வீழ்ச்சியின் மயக்க நிலையிலான ஒழுங்கோடு நிகழும்போது, 'உள்ளே' ஒரு நேரத்திலிருந்து மற்றொரு களைத்துப்போன நேரத்திற்கிடையில் விட்டுவிட்டு ஒழுகும் முடிந்து போன நீர்த்துளிகளின் *Adagio*வாக இருக்கிறது. இதனாலேயே 'வெளி' என்பது சோகமயமான 'உள்'ளிலிலிருந்து பார்க்கப்பட்டு அபத்தமாகவும், நிறமற்றதாகவும் தோன்றுகிறது. 'நாமெல்லாம் ஆட வேண்டிய ஒரு கேலிக்கூத்து' என்ற உணர்வை உண்டாக்குகிறது. ஆனால் ஒரு உதாரணத்திற்கு உச்சநிலைக்கு இட்டுச் செல்லப்பட்ட, தளைகளை மீறிய இசை அல்லது போதை மருந்து அல்லது பாலியல்

சேர்க்கை இவற்றால் சோக ஆத்மாவின் மந்தகதி வெளி உலகின் வேகத்துக்கு இணையாக எழும்புவது மட்டுமல்லாமல், வெல்ல முடியாத ஒரு அபரிமிதமான இன்ப நிலையில் அதையும் தாண்டி முன்னே செல்கிறது. பிறகு சித்தத்தை மயக்கும் புதிய தீய சக்திகளினால் உயிரூட்டப்பட்ட ஆத்மா சிலிர்ப்படைந்து எழுகிறது.

சோக ஆத்மா மரணத்தை விளைவிக்கும் குறுகிய கால வன்முறைக்கு முன்னாலும் பின்னாலும் காலத்தை வெற்றுவெளியில் இயக்கமற்று விடப்பட்டதாகக் காண்கிறது. ஆனால் உண்மை என்னவென்றால், காலம் ஒருபோதும் இயக்கமற்று இருப்பதில்லை என்பதுதான். மாறாக, பிரேதத்தின் விரல் நகங்களைப் போல் மிக மெதுவாக அது வளர்ந்து கொண்டிருக்கிறது. இரண்டு நிசப்தங்கள் அல்லது இரண்டு மரணங்களுக்கிடையில் வேகத்தின் குறுகிய கணப்பொழுது காமத்தின் பல்வேறு ரூபங்களை எடுத்துக்கொள்கிறது – அப்பாவித்தனமான போதை நிலையிலிருந்து காம வக்கிரங்கள் வரை – ஏன், இன்னும் சொல்லப்போனால், கொலை வரைக்கும்.

எர்ஸபெத் பத்தோரியையும், இளம் பெண்களின் கதறல்களையே தாளகதியாகக் கொண்ட அவளது இரவுகளையும் நான் நினைத்துப் பார்க்கிறேன். அவளின் ஒரு உருவப்படத்தைப் பார்க்கிறேன். மலர்ச்சியற்ற அவளது அழகு முகம் பழங்கால ஓவியங்களில் பிரதிபலிக்கும் சோகத்தை ஒத்திருக்கிறது. இன்னுமொன்றையும் நினைவு கூர்கிறேன்: அதாவது, அவள் காலத்தில் சோகமான ஒரு மனிதன் என்பவன் பேய் பிடித்தவனைத்தான் ஒத்திருந்தான்.

–

## 8. கருப்பு மேஜிக்

*கருத்த இரவின் ஆட்சியை ஸ்தாபிப்பதற்காக சூரியனைக் கொல்லும் அவன்.*

*–அந்தோனின் ஆர்த்தோ*

**எ**ப்படியாவது முதுமையை நெருங்கவிடாமல் தள்ளி வைப்பதே எர்ஸபெத்தின் மிகப் பெரிய மனப்பிராந்தியாக இருந்து வந்தது. தன் இளமையின் 'இனிய பறவையை' காலம் உள்ளளவும் தக்க

வைத்துக்கொள்வதற்காகவே அவள் கருப்பு மாஜிக் கலைக்கு தன்னை முழுமையாக அர்ப்பணித்துக்கொண்டிருந்தாள். மாயச் செடிகள், மந்திர உச்சாடனங்கள், தாயத்துக்கள், மற்றும் ரத்தக்குளியல்கள் எல்லாம் அவள் பார்வையில் மருத்துவப் பயனள்ளவையாகவே இருந்தன. என்றும் அழியாத அழகுடன் காலம் உள்ளளவும் ஓர் கனவுச் சிலையாய் இருப்பதற்கு பில்லி சூன்யங்களை விரட்டும் மந்திரப் பொருட்களை அவள் எப்போதுமே தன்னுடன் வைத்திருந்தாள். கொடுமையான குற்றங்கள் புரிந்து கொண்டிருந்த காலங்களில் அவள் பழங்காலத்திய அழுக்கான மிருகத்தோல் கொண்ட ஒரு குறிப்பிட்ட தாயத்தைத் தேர்ந்தெடுப்பாள். அதில் பிரத்தியேக மையினால் அவளுடைய சொந்த உபயோகத்துக்கான பிரார்த்தனை ஒன்று எழுதப்பட்டிருக்கும். அதை அவள் தன் விலையுயர்ந்த உடைகளுக்கடியில் நெஞ்சோடு சேர்த்து வைத்துக்கொண்டு கேளிக்கைகளுக்கிடையில் ரகசியமாக தொட்டுக்கொள்வாள். அந்தப் பிரார்த்தனை இதுதான்:

ஓ இஸ்தேன்... எனக்கு உதவி செய்! சர்வ வல்லமையும் படைத்த மேகமே, என்னைக் காப்பாற்று! எர்ஸபெத்தாகிய எனக்கு நீண்ட ஆயுளைக் கொடு! ஓ மேகமே! நான் ஆபத்தில் இருக்கிறேன். பூனைகளின் பேரரசியே! எனக்காக தொண்ணூறு பூனைகளை அனுப்பு! பூனைகளைத் தங்கள் உறைவிடத்திலிருந்தும், மலைகளிலிருந்தும், தண்ணீரிலிருந்தும், ஆறுகளிலிருந்தும், சாக்கடைகளிலிருந்தும், சமுத்திரங்களிலிருந்தும் வெளிவந்து இங்கே எனக்காக அணி வகுக்கும்படி ஆணையிடு! சீக்கிரம் ஓடிவந்து அவைகளை அணிவகுக்கும்படி ஆணையிடு! சீக்கிரம் ஓடிவந்து அவைகளை ...டைய இதயத்தை, ...டைய இதயத்தை, மற்றும் ...டைய இதயத்தைக் கடிக்கச் சொல்லி ஆணை இடு! மேலும், மெக்யோ யினுடைய இதயத்தையும் கடித்துக் குதறச் சொல்! எர்ஸபெத்தை எல்லாக் கெடுதிகளிலிருந்தும் ஆபத்துக்களிலிருந்தும் காத்திடு!

கோடிட்ட இடங்களில் அவள் யார் யாருடைய இதயங்கள் கடிக்கப்பட வேண்டுமென விரும்புகிறாளோ அவர்களின் பெயர்கள் எழுதப்பட வேண்டும்.

1604இல் எர்ஸபெத் விதவையாகி டார்வூலியாவைச் சந்திக்கிறாள். சிறுவர் கதைகளில் நம்மை பயமுறுத்தும் சூன்யக்காரக் கிழவியைப் போலவே இருந்தாள் டார்வூலியா. எப்போதும் கருப்புப் பூனைகள் சூழவே வரும் கிழவி டார்வூலியா ஒரு முன்கோபி. எர்ஸபெத்தின் கவர்ச்சியான கற்பனைகளுக்கும் விருப்பங்களுக்கும் முழுமையாக

ஈடு கொடுத்தாள் கிழவி. காட்டு விஷங்களிலும், உறைந்த நிலவிலும் புதைந்திருந்த தீய சக்திகளின் புதிய ரூபங்களை எர்ஸபெத்தின் கண்களில் கண்டாள் அந்த சூன்யக்காரி. டார்வூலியாவின் கருப்பு மந்திர சக்தி எர்ஸபெத்தின் கருமை படர்ந்த மௌனத்தில் தன்னை லகுவாக பிணைத்துக் கொண்டது. இன்னும் கொடூரமான விளையாட்டுகளுக்கு அவள் எர்ஸபெத்தைத் தூண்டினாள். மரணத்தை எதிர்கொள்ளவும், மரணத்தை எதிர்கொள்வதன் அர்த்தத்தையும் அவள் எர்ஸபெத்துக்குக் கற்பித்தாள். மரணத்தையும் ரத்தத்தையும் அதன் சரியான அர்த்தத்தில் தேடவும், பயமற்று அவைகளை அவைகளுக்காகவே விரும்பவும் அவளைத் தூண்டினாள்.

–

# 9. ரத்தக் குளியல்

*Juanilla, நீ குளிக்கச் சென்றால்,*
*எந்தக் குளியலை தேடிப் போகிறாய் என்று என்னிடம் சொல்.*
-Cancionero of Upsala

இப்படியாக ஒரு வதந்தி உலவியது: டார்வூலியாவின் வரவுக்குப் பிறகு எர்ஸபெத் சீமாட்டி தன் அழகிய தோற்றத்தை என்றென்றும் தக்க வைத்துக் கொள்வதற்காக மனித ரத்தத்தில் குளித்தாள். இதிலுள்ள உண்மை என்னவென்றால், சூன்யக்காரி டார்வூலியா 'மனித திரவத்தின்' சக்தியை நம்பினாள் என்பதுதான். முதுமைப் பிசாசை வெற்றி கொள்வதற்கு இளம் பெண்களின் – குறிப்பாக, கன்னிப் பெண்களின் – ரத்தத்தின் தனிச்சிறப்பு அம்சங்களைப் பற்றி அவள் விவரித்தாள். அந்த சிகிச்சையை ஒரு உப்பு நீர்க் குளியலைப் போல் பணிவோடு ஏற்றுக் கொண்டாள் எர்ஸபெத். அதனால் சித்ரவதைக் கூடத்தில் நரம்புகளையும் நாளங்களையும் கத்தரிக்கும் வேலையைத் தானே எடுத்துக்கொண்டாள் டோர்க்கோ. பெரும் பாத்திரங்களில் ரத்தம் சேகரிக்கப்பட்டது. கைதிகள் ரத்தமிழந்து வெளிறிய பிறகு எப்போதும் சலனமற்றும், நிமிர்ந்தும் வெண்ணிற ஆடையில் அமைதியோடு காத்திருக்கும் எர்ஸபெத்தின் மீது இளஞ் சூடான சிவப்புத் திரவத்தை ஊற்றுவாள் டோர்க்கோ.

மாற்ற முடியாத அவள் அழகையும் மீறி, காலம் தன்னுடைய ஆபாசமான அடையாளங்களைப் பதித்தது. சுமார் 1610இல் மர்மமான முறையில் காணாமல் போனாள் டார்வூலியா. ஐம்பதை நெருங்கிய எர்ஸபெத் ரத்தக் குளியல்களின் பயனற்ற தன்மையைப் பற்றி கிழவி யிடம் குறை கூறினாள். அதோடு மட்டுமல்லாமல், தன்னை ஆக்ரமித்து வரும் முதுமையின் சாபக்கேடான அடையாளங்களை உடனடியாக நிறுத்தாவிட்டால் அவளைக் கொன்றுவிடுவதாகவும் மிரட்டினாள். சாதாரண மனிதர்களின் ரத்தத்தை உபயோகித்ததால்தான் தனது யுக்தி பலிக்கவில்லையென்று விவாதித்தாள் மந்திரவாதி கிழவி. தீர்க்கத்துடன் அவள் உறுதியாகக் கூறினாள்: ரத்தத்தின் நிறத்தை மாற்றுவதன் மூலம், சிவப்புக்கு பதிலாக நீல ரத்தத்தை உபயோகிப்பதன் மூலம் முதுமையை வெற்றி கொண்டு விடலாம். இங்கு ஆரம்பித்ததுதான் கனவான்களின் மகள்களுக்கான வேட்டை. Csejthe கோட்டையின் சீமாட்டி தன்னந்தனியாக அந்தக் கோட்டைக்குள் எப்படி இருக்க முடியும் என்று அந்த இளம் பெண்களிடம் விவாதித்தார்கள் எர்ஸபெத்தின் ஆட்கள். ஆக, தனிமையை எப்படி விரட்டுவது? கோட்டையின் இருண்ட தாழ்வாரங்கள் உயர் குடும்பத்து இளம் பெண்களால் நிறைய வேண்டும். அவர்கள் தரும் அருமையான துணைக்குப் பிரதிபலனாக, அவர்களுக்கு சமூகத்தின் மேல்தட்டு நாகரிகத்தைப் பற்றியும், நவீனமான பழக்க வழக்கங்கள் பற்றியும் தெரிந்து கொள்ள வாய்ப்பு ஏற்படும். இரண்டு வாரங்களுக்குப் பிறகு, மேல்தட்டுப் பெண்மணிகளாக மாற விரும்பி ஓடி வந்த இருபத்தைந்து 'மாணவி'களில் இரண்டு பேர் மட்டுமே மீதமிருந்தார்கள். சில காலம் கழித்து ஒருத்தி ரத்தம் இழந்து இறந்து போனாள். மற்றொருத்தி தன் உயிரைத் தக்க வைத்துக்கொள்வதில் வெற்றி அடைந்தாள்.

–

## *10.* Csejthe கோட்டை

*அந்தக் கற்பாதை கொடுமையான கதறல்களால் நிறைந்திருந்தது.*

-Pierre-Jean Jove

**சா**ம்பல் நிறப் பாறைகளாலான கோட்டை. அதில் சில ஜன்னல்கள். சதுரமான கோபுரங்கள். சுரங்கப்பாதைகள். பெரும் பாறையின் மீது

எழும்பி நின்றது அந்தக் கோட்டை. காற்றில் அடித்துக்கொள்ளும் காய்ந்த செடிகொடிகள் நிறைந்த மலை. மிருகங்கள் நிறைந்த காடுகள். ஒவ்வொரு கதறலையும் தன்னுள் வாங்கி அமுத்திக்கொள்ளும் சுவர்களின் சோகமான நிசப்தத்திற்காகவே எர்ஸபெத் பத்தோரி மிகவும் விரும்பிய கோட்டை அது.

எர்ஸபெத் சீமாட்டியின் அறை மல்லிகைப்பூ எண்ணெயில் எரிந்து கொண்டிருந்த விளக்கின் மங்கலான ஒளியில் குளிர்ச்சியாக இருந்தது. ரத்த வாடையும் பிண வாடையும் நாசியைத் துளைத்துக்கொண்டிருந்த அந்த அறையில் பல சிற்றறைகளும் இருந்தன. அவள் விரும்பி யிருந்தால் தன் காரியங்களையெல்லாம் பகலிலேயே செய்திருக்கலாம். வெளிச்சத்திலேயே பெண்களைக் கொலை செய்திருக்கலாம். ஆனால் குகை போன்ற தன் அறையின் மங்கலான சூழலில்தான் அவள் உத்வேகம் அடைந்தாள். அந்த மங்கலான இருட்டும், கருங்கற்களும், பனியும், சுவர்களும் அவளுக்குள் பீறிட்டெழுந்த காமவெறிக்கு மிகச் சரியாக ஒத்துப் போனது. குழப்பமூட்டும் பின்னலான வழிகளைக் கொண்ட குகை போன்ற தன் அறையை அவள் மிகவும் நேசித்தாள். நம்முடைய ஆதிபயங்களின் சோதனைக்கான நரக களமாக இருந்தது அது. பாதுகாப்பற்ற, நாம் காணாமல் போய்விடக்கூடிய, இயல்பான நிலையில் இருக்க முடியாத ஓர் இடம் அது.

தன் எல்லா பகல்களிலும் இரவுகளிலும் *Csejthe* கோட்டையின் தனிமையில் அவள் என்ன செய்தாள்? அவளுடைய இரவுகளைப் பற்றி நமக்குக் கொஞ்சம் தெரியும். பகல் நேரத்தில் அவள் தன்னுடைய வயதான இரண்டு வேலைக்காரிகளையும் விட்டு அகல மாட்டாள். அவர்கள் இருவரும் கோயாவின் ஓவியங்களிலிருந்து தப்பி ஓடிவந்த ஜந்துக்களாக இருந்தனர். அழுக்கான, துர்நாற்றம் வீசிய, கோரமான, வக்கிரம் பிடித்த டோர்க்கோவும் ஜோ இலானோவும்தான் அவர்கள்.

பழைய கதைகளைச் சொல்லி அவர்கள் அவளை உற்சாமூட்ட முயற்சிப்பார்கள். ஆனால் அவள் அதில் கவனம் செலுத்துவதில்லை. இருந்தாலும் அவளுக்கு அந்த அர்த்தமற்ற பேச்சு தொடர்ந்து தேவையாகத்தான் இருந்தது. அவள் நேரத்தைப் போக்கும் மற்றொரு வழி? தன் ஆபரணங்களை ஆராய்ந்துகொண்டிருப்பதும், தன்னுடைய பிரசித்தமான கண்ணாடியில் தன்னையே பார்த்துக் கொள்வதும், ஒரு நாளைக்குப் பதினைந்து முறை ஆடை மாற்றுவதும்தான். செய்யும் செயல்களில் மிகவும் அக்கறை கொண்ட அவள் எப்போதும் சுரங்க

அறைகளுக்குரிய உணவெல்லாம் மிகச் சரியாக அனுப்பப்படும்படி பார்த்துக்கொண்டாள். அவள் தன் மகள்களின் எதிர்காலத்தைப் பற்றியும் கவனம் கொண்டிருந்தாள். அவள் மகள்கள் எப்போதும் அவளை விட்டு வெகு தூரத்தில் வாழ்ந்தார்கள். நம் லௌகீக வாழ்க்கையை நிர்ணயிக்கும் எல்லா சிறு விஷயங்களையும் அவள் மிகுந்த புத்திசாலித்தனத்துடன் நிர்வகித்தாள்.

–

## 11. கடும் நடவடிக்கைகள்

*தனித்தும் இரக்கமற்றும் இருக்கின்ற காரணத்தினாலேயே,*
*கொலை என்ற குரூரமான செயலை நியாயப்படுத்தும்*
*அதீத வெறிகளின் தன்மையை சட்டத்தினால் புரிந்து*
*கொள்ள முடிவதில்லை.*

–மார்க்கி தெ ஸாத்

எந்தப் பிரச்சினையிலும் சிக்கிக் கொள்ளாமல் எர்ஸபெத் சீமாட்டி ஆறு வருடங்களாகக் கொலை செய்து கொண்டிருந்தாள். அந்தச் சமயத்தில் அவளைப் பற்றி ஏராளமான வதந்திகள் உலவின. ஆனால் Hapsburg-ஆல் கவனமாகப் பாதுகாக்கப்பட்ட பத்தோரி என்ற பெயர் அவளைக் குற்றம் சாட்டுபவர்களையே பயமுறுத்திக் கொண்டிருந்தது.

சுமார் 1610இல் எர்ஸபெத் சீமாட்டியைப் பற்றி குரோதம் மிகுந்த குற்றச்சாட்டுகள் அரசனிடம் சாட்சியங்களோடு வந்து சேர்ந்தன. அதிக தயக்கத்திற்குப் பிறகே அவன் செயல்பட ஆரம்பித்தான். மிகவும் செல்வாக்குள்ள பலாடின் பிரபுவான துர்ஸோவிடம் இந்தப் பொறுப்பை ஒப்படைத்து *Csejthe*-யின் துயர நிகழ்ச்சிகளைத் தீர விசாரித்து குற்றவாளிகளைத் தண்டிக்கச் சொல்லி ஆணையிட்டான்.

ஆயுதம் தாங்கிய அணிவகுப்பின் தலைவனாக துர்ஸோ எவ்வித முன்னறிவிப்புமின்றி கோட்டையில் வந்து இறங்கினான். நிலவறைகளில் முந்தின இரவின் ரத்தக்களரியின் மிச்சங்கள் இறைந்து கிடந்தன. அழகான பெண்ணொருத்தியின் துண்டமாக்கப்பட்ட உடல் ஒன்றையும், சாகும் தறுவாயிலிருந்த இரண்டு இளம்

பெண்களையும் கண்டான். அதோடு மட்டும் முடிந்து விடவில்லை. அங்கே பிணங்களின் நாற்றம் சகிக்க முடியாதிருந்தது. சுவர்கள் முழுவதும் ரத்தக்கறை, 'இரும்புக் கன்னி', அபாயக் கூண்டு, ரத்தம் உறைந்த பாத்திரங்கள், சித்ரவதைக் கருவிகள், சிற்றறைகள் எல்லாவற்றையும் பார்த்தான். அறை ஒன்றில் இறப்பதற்குத் தங்கள் முறைக்காகக் காத்திருந்த ஒரு பெண்கள் கூட்டத்தையும் கண்டான். பல நாள் பட்டினிக்குப் பிறகு அன்றுதான் அவர்களுக்கு வறுத்த மாமிசம் கொடுக்கப்பட்டிருந்தது. அந்த மாமிசம் சில தினங்களுக்கு முன்னர் அந்த அறையில் அவர்களுடனேயே அடைபட்டுக்கிடந்த அவர்கள் தோழிகளின் உடல்தான் என்று அவர்கள் அவனிடம் சொன்னார்கள்.

பிரபுக்கள் வம்சத்தில் வந்த ஒரு பெண்மணி என்ற ரீதியில் இவையெல்லாம் தன் உரிமைகளுக்குள் அடங்கியவைதான் என்று சொல்லி துர்ஸோவின் எந்தக் குற்றச்சாட்டுகளையும் மறுக்காமல் ஒப்புக்கொண்டாள் எர்ஸபெத். அதற்கு துர்ஸோ, "எர்ஸபெத் சீமாட்டி, உங்கள் கோட்டைச் சுவர்களுக்குள்ளேயே உங்களுக்கு ஆயுள் தண்டனை விதிக்கிறேன்" என்று பதில் சொன்னான்.

எர்ஸபெத் சீமாட்டியின் தலையை வெட்ட வேண்டுமென்றுதான் நினைத்தான் துர்ஸோ. ஆனால் அப்படிப்பட்ட அதீத தண்டனை பத்தோரி குடும்பத்தையே பாதிக்கும் என்பதால் பிறகு அது கேள்விக்குள்ளாகும். மேலும், அவ்விதமான தண்டனை பொதுவாக எல்லா பிரபுக்களையுமே பாதிக்கும். இதற்கிடையில் எர்ஸபெத்தின் அறையில் ஒரு குறிப்புப் புத்தகம் கிடைத்தது. அதில் அவளுடைய சொந்தக் கையெழுத்தில் அவளால் சித்ரவதைக்குள்ளாகிக் கொல்லப்பட்ட 610 கைதிகளின் பெயர்ப் பட்டியலும் குறிப்புகளும் எழுதப்பட்டிருந்தன. எர்ஸபெத்தின் ஆட்கள் அனைவரும் நீதிபதிக்கு முன்னால் கொண்டு வரப்பட்ட போது, அவர்கள் வர்ணிக்க முடியாத கொடுமைகளையெல்லாம் செய்ததாக ஒப்புக்கொண்டதால் மரண தண்டனை விதிக்கப்பட்டு மடிந்து போனார்கள்.

அவளைச்சுற்றிசிறைச்சாலைஎழும்பியது.அவள் அறையின் கதவுகளும், ஜன்னல்களும் இருந்த இடத்தில் சுவர்கள் எழுப்பப்பட்டன. ஒரே ஒரு சுவரில் மட்டும் ஒரு சிறிய துவாரம் விடப்பட்டது – அவளுக்கு உணவு தரப்படுவதற்காக. எல்லாம் தயாரான பிறகு கோட்டையின் நான்கு மூலைகளிலும் நான்கு தூக்கு மேடைகள் அமைக்கப்பட்டன. இந்த சுவர்களுக்குள் ஆயுள் தண்டனை விதிக்கப்பட்ட ஒரு ஜீவன்

வசிக்கிறது என்பதைச் சுட்டிக் காட்டவே அப்படி ஒரு ஏற்பாடு செய்யப்பட்டது.

இப்படியாக குளிராலும் பட்டினியாலும் நைந்து போய் கிட்டத்தட்ட மூன்று ஆண்டுகள் வாழ்ந்தாள் பத்தோரி. ஒருபோதும் தான் செய்ததை நினைத்துக் கவலைப்பட்டதற்கான எந்த அறிகுறியும் அவளிடம் தென்படவில்லை. அவளுக்கு ஏன் தண்டனை விதிக்கப்பட்டதென்று அவளால் புரிந்துகொள்ளவே முடியவில்லை. 1646ஆம் ஆண்டு ஆகஸ்ட் மாதம் 21ந்தேதி ஒரு சமகால வரலாற்று அறிஞன் எழுதினான்: "அவள் எல்லோராலும் கைவிடப்பட்டு அன்று அதிகாலையில் இறந்தாள்." அவள் ஒருபோதும் பயப்படவில்லை. நடுங்கவில்லை. அவள் மீது நாம் எந்தவித கருணையும், இரக்கமும், சிலாகிப்பும் கொள்ள முடியாது. பயங்கரத்தின் உச்சநிலையைப் பார்த்து ஒருவித ஆச்சரியமே கொள்ள முடியும். வெண்ணிற ஆடை சிவப்பாக மாறுவதிலும், உடலை நார்நாராகக் கிழித்துக் குதறுவதிலும், கதறல்களால் நிசப்தம் உடைவதிலும் ஒருவித சிலிர்ப்பு உண்டாகும். இவை ஒவ்வொன்றும் நம்மால் ஏற்றுக்கொள்ள முடியாத அழகின் பிரதிபலிப்பு.

தன் எழுத்தில் மார்க்கி தெ ஸாத்–ஐப்போல், தன் குற்றங்களில் Gilles de Rals-ஐப் போல் பத்தோரி சீமாட்டி கட்டுப்பாடற்ற தன் வெறித்தனத்தால் சகல எல்லைகளையும் உடைத்து விட்டாள். மனிதப் பிராணியின் முழுமையான சுதந்திரம் என்பது மிகவும் பயங்கரமானது என்பதற்கு பத்தோரி சீமாட்டியின் வாழ்க்கை இன்னுமொரு சாட்சியமாகவே நம்முன் இருந்துகொண்டிருக்கிறது.

***

# ரொனால்ட் சுகேனிக்

**R**onald Sukenick (1932-2004) அமெரிக்க எழுத்தாளர். ஏராளமாக எழுதியிருக்கும் சுகேனிக்கின் எழுத்துக்களில் முக்கியமானது *98.6* என்ற நாவல். "எழுத்தாளன் இறந்து விட்டான்" என்ற ரொலான் பார்த்தின் கோட்பாட்டுக்குப் பிறகு "நாவல் செத்துப் போயிற்று" என்று அறிவித்தவர் சுகேனிக். இவரது எழுத்து, உலகில் வேறு எந்த எழுத்தாளரிடமும் காண முடியாத மிக வித்தியாசமான அனுபவத்தைத் தருவதாக இருக்கிறது. 1960களில் அமெரிக்காவில் நடந்த பாலியல் புரட்சிக்குக் காரணமாய் இருந்தவர்களில் சுகேனிக்கும் ஒருவர்.

# முடிவற்ற சிறுகதை

**ப**யணம் முடிந்து திரும்பியதில் அவன் சந்தோஷமாக இருந்தான். ஆனால் ஒரு பயணத்தின் முடிவு இன்னொன்றின் ஆரம்பம் என்பது அந்தக் கணமே அவனுக்குத் தோன்றியது. ஆக, இது அவனை எங்கே கொண்டு போய் விடும்? விமானத்திலிருந்தும், மலையிலிருந்தும் பார்ப்பது போல் அவன் அமர்ந்திருந்த இடத்திலிருந்து பூமியின் விளிம்பைப் பார்க்க முடிந்தது. மலைமுகடுகளினூடே அடிவானத்தின் வளைவை அவனால் மங்கலாகக் காண முடிந்தது. அந்த இடத்திலிருந்து *40* மைல் தூரம் இருக்கலாம். வழக்கம்போல் அவன் தொடர்ச்சிகளை உருவாக்கிக் கொண்டிருந்தான். ஒரு பயணத்துக்கும் இன்னொன்றுக்குமிடையில், கடந்து போன மற்றும் வரப்போகும் பயணங்களுக்கும் இடையில் இணைப்புகளை உண்டாக்க முயற்சி செய்து கொண்டிருந்தான். இணைப்புகளை உருவாக்குவதில் அவனுக்கு ஆர்வம் அதிகம். அந்த ஆர்வத்துக்குக் காரணம், அது அவன் வேகத்தை மட்டுப்படுத்தியதுதான். மற்றும் அவனை இணைக்கப்பட்டவனாக உணரச் செய்தது. இணைக்கப்பட்டவனாக உணர்வது நல்லதா என்று அவனுக்குத் தெரியவில்லை. ஆனால் இதமான இணைப்புகளோடு இணைக்கப்பட்டிருந்தானா என்று யோசித்தான். பீதி கொள்ளச் செய்யும் வெள்ளை வஸ்து. அது எதனுடன் இணைக்கப்பட்டிருந்தது. வாசிப்பதற்கு இது நன்றாக இருக்கலாம். அதை முயற்சி செய்யும் பொருட்டு சில சமயங்களில் உரத்து வாசித்துப் பார்ப்பான். வார்த்தைகளின் சப்த ஒழுங்குகள் சரியாகத்

தோன்றின. வாசிப்பதற்கு அவன் சிரமப்பட வேண்டியிருந்தது. வாசிப்பதென்பது எப்போதுமே அவனுக்கு சிரமமானதுதான். உரக்க வாசிப்பது மட்டுமல்ல, தனக்குள் வாசித்துக் கொள்வதும் கூட. சிறு வயதில் வாசிப்பதற்கு அவனுக்கு அனுமதி இல்லை. படுக்கையில் வாசிக்கக்கூடாது. இரவில் நேரம் கடந்து வாசிக்கக் கூடாது. பின்னிரவில் நினைத்த நேரத்தில் எழுந்து வாசிக்கக்கூடாது. ஆனால் அவன் வாசிக்க விரும்பினான். நேர்க்கோடுகளில் வாசிக்க விரும்பாததுதான் பிரச்சினையாக இருக்கலாம். இரண்டு மூன்று வரிகளைச் சேர்த்து ஒரே நேரத்தில் மாற்றி மாற்றி வாசிக்க விரும்பினான். ஏற்கனவே நேர்க்கோடுகளில் இருந்த வரிசைப்படி அல்லாமல் அவனுடைய சொந்த வரிசைப்படி. ஒரு பாணியை மேற்கொள்ள பல வருடங்கள் ஆகின்றன. அப்படி அந்தப் பாணி கைவரப்பெற்றவுடனேயே இன்னொன்றுக்கு மாறி விடுகிறாய். இல்லையேல் நீ இல்லை. உன் பாணியைக் கண்டுகொள்வதென்பது ஒரு பயணத்திலிருந்து திரும்புவதைப் போன்றது. அது இன்னொரு பயணத்தின் ஆரம்பம்தான். எப்படி இருந்தாலும் இதுதான் அவன் கண்டு பிடித்தது: தான் வாசிக்க விரும்பிய அல்லது வாசிக்கப்பட வேண்டிய முறையை அவன் கண்டு கொண்டான். கடைசி வரையில் அவன் அப்படியே செய்வான்.

காயத்தால் சிதறடிக்கப்பட்டிருக்கிறது மூளை. பயமூட்டும் வெள்ளை வஸ்துவால் மூடப்பட்டிருக்கிறது. வயதான யுவானிதிதோ நாளை அவன் டாங்வாங்கைப் பார்ப்பான் நீண்ட பயணத்திற்குப் பிறகு வந்திருப்பவன் உழைப்புக்குப் பிறகு நாளின் முடிவில் வாரக் கடைசி இன்றைய தினத்துக்கான வார்த்தை மேகங்கள் பனி மூட்டம் நாற்பது மைல்கள் நீளும் சமவெளி மையக்குவிப்பு குவிப்பின்மை the binos the rhinos புழுதியைக் கிளப்புகின்றன இரண்டாவது baseman திருப்பி வீசுகிறான்.

மையக்குவிப்பு குவிப்பின்மை இவ்வளவு தூரத்திலிருந்து டாங்வாங் உறுமினான் செப்படிவித்தை அவனது குகையில் Cuevas Montanas கண்கள் குருடாகின்றன சீரற்ற ஒரு போதுமில்லை விதிகள் இல்லை மையக்குவிப்பு குவிப்பின்மை புதிய மையக்குவிப்பு வயதான யுவானிதிதோ உருவத்தில் சிறுத்த பார்வையற்ற ஒரு கிழவன். பயமூட்டும் விதத்தில் வெண்சதை அவன் கண்களில் திரை யிட்டிருந்தது. மலைகளுக்கிடையில் இரண்டு அறைகள் கொண்ட உறைவிடத்தில் வாழ்ந்தான் அவன். பின்னறை இயற்கையான

குகையாக இருந்தது. இங்கே அதுபோல் அதிகம் காணப்படுவதில்லை. சுண்ணாம்புக் கல்லுக்கு மாறாக கருங்கல்லால் ஆகியிருந்தது அது. அவன் 8000 அடி உயரத்தில் வாழ்ந்தான். ஐந்தடி உயரத்துக்கு பனி கொட்டிக் கிடக்கும்போதும் மணிக்கு நூறு மைல் வேகத்தில் புயல் வீச ஆரம்பிக்கும் போதும் அந்தக் குகை மிகவும் பாதுகாப்பாக இருந்தது. கிழவனிடம் கேட்பதற்கு அவனுக்குப் பிரத்யேகமாக எதுவும் இல்லை. அவன் அங்கே ஈர்க்கப்பட்டான். அவ்வளவுதான். இந்த உணர்வு ஒருவன் இந்த மாதிரி Montanasஇல், தென்மேற்கில், வெறுமையில், நாட்டின் அதிகார மையத்தில் வசிக்கும் போது தவிர்க்க முடியாத ஒன்று. ப்ரூக்ளினிலிருந்து வரும் சிறுவனிடம் பேசும் பைத்தியக்காரப் பேச்சாகத் தோன்றுகிறதா, nest-Cepas? வருகைகள் சடங்குகளாகியிருந்தன. அந்தக் கிழவன் எப்போதும் அங்கேதான் இருந்தான். கிழவனுக்கு இவனை வாசலில் கண்டதில் ஆச்சரியம் துளியும் இல்லை. கை குலுக்கி, காப்பிக்காக உட்கார்ந்து, தட்பவெப்பத்தைப் பற்றி அரைகுறை எஸ்பஞோலில் பேசுகிறான். உண்மையில் அந்தக் கிழவன் அங்கேதான் இருக்கிறானா என்றே அவனுக்குச் சந்தேகமாகவும் ஆச்சரியமாகவும் இருந்தது. ஒருவிதத்தில் பார்த்தால் அவன் நிச்சயமாக மறதி பிடித்தவனோ, மூளையை காலத்திடம் பறி கொடுத்துவிட்டவனோ அல்லது ஒன்றுக்கொன்று தொடர்பற்றுப் பேசுபவனோ அல்ல. ஆனால் இன்னொரு விதத்தில் அவன் நிச்சயமாக அப்படித்தான் இருந்தான். அவன் ஒரு விசை மண்டலத்தையே உருவாக்கினான் என்றுதான் சொல்ல வேண்டும். Orgone* பெட்டியில் உட்கார்ந்திருப்பது போல. ஆனால் உண்மையில் அப்படியில்லாமல்,ஏதோ ஒரு விசை விளிம்பில் பயமுறுத்தி,கொஞ்சம் கொஞ்சமாக நிதானமிழக்க வைத்து ஒரு பெரும் அமானுஷ்யத்துக்குள் தள்ளிவிடுவது போலிருந்தது. ஆனால் அடிப்படையில் நாசுக்கான அவன் கிழவனிடம் ஒரு நல்ல திருப்பத்தை ஏற்படுத்தினான். அப்படி இல்லாதிருந்தால் அவன் இங்கே வந்திருக்கவே மாட்டான். கிழவன் முழுமையாக அங்கே இல்லை. ஆனால் அவனுடைய எந்தப் பகுதிகள் அங்கே இல்லையோ அவை நிச்சயமாக வேறு எங்கோ இருந்தன. எங்கே? ஒன்றும் நிகழவில்லை. அவர்கள் பேசினார்கள். அவன் போய்விட்டான். அவன் தனக்குள் மிகவும் வித்தியாசமாக உணர்ந்தான். அது இப்படி இருக்கலாம். முன்பு முக்கியமாகத் தோன்றிய விஷயங்கள் இப்போது ஊமையாகி மணலுக்குள் புதைந்து பனிக்குள் அமுந்திப் போய் விட்டன.

---

* Orgone பெட்டி என்பது வில்ஹெம் ராய்க் வடிவமைத்தது.

அவைகளுக்கு மேல் அவன் இப்போது பறந்து சென்றான். நிலப்பரப்பின் எல்லைக்கோடுகள் புயலுக்கு முன்பு இருந்ததை விட மிகவும் வித்தியாசமாக இருந்தன. முக்கியமான அடையாளங்கள் மாறி யிருந்தன. நிலப்பரப்பே வேறுமாதிரி ஆகியிருந்தது. பனிச்சறுக்குப் பாதையில் ஒரு குறிப்பிட்ட இடத்திலிருந்து டென்வரின் உயரமான அடுக்குமாடிக் கட்டிடங்களைக் காணலாம். கீழே மிகச் சிறிய புள்ளிகளாக அவற்றைக் கண்டு கொள்ளலாம். தொலைநோக்கி மூலம் பார்த்தால் ஜம்போ ஜெட்டுகள் புறப்படுவதும் இறங்குவதும் துல்லியமாகத் தெரியும் ஒரு சிறிய விமானத் தளத்தைக் காணலாம். அவனது இயக்கத்தின் உந்துவிசை திடீரென மாறியது. ஒரு எதிர்பாராத மாற்றம். ஏதோ ஒரு பெரிய மிருகம் புழுதியைக் கிளப்பிக்கொண்டு ஓடியது. விசைகளின் சமயத்தில் முக்கியமாக இருந்த விஷயங்கள் இப்போது முக்கியமானதாக இல்லை. ஒரு காலத்தில் அலட்சியப்படுத்திய விஷயங்களை இப்போது அவனால் அப்படி விட முடியவில்லை. இதை இப்போது செய் இதை இப்போது செய்யாதே என்று நகரத்தின் அசைவற்ற வித்தியாசமான தன்மை மண்டைக்குள் ஏற்றியிருந்த பைத்தியக்காரத்தனமான சின்ன விஷயங்களெல்லாம் சேர்ந்து பைத்தியக்காரத்தனமான மாயாஜாலத்தைப்போல் அவனுடைய வாழ்க்கையை ஒருங்கிணைக்க ஆரம்பித்தது. அவன் தூக்கத்தில் நடக்கும் ஒருவனானான்.

ten-geek

அடி வானத்திலிருந்து ரத்தம் பீறிடும் சூரியன்

வைகறையில் குதித்தெழும் மிருகம்

அவனுக்கு ஒரு புதுக் குரல் கேட்டது. தூக்கத்தில் நடக்கும் ஒரு புதியவனின் குரல். விடிகாலையில் அவன் ஒரு புதுப்பெயரை சூட்டிக்கொண்டான். வைகறையில் குதித்தெழும் மிருகம். ஒரு புதிய ten-geek விளையாட்டு.

வைகறை மிருகம் குதித்தெழுகிறது. Ten-geek தூக்கத்தில் நடப்பவன்.

அந்த வட்டாரத்தில் உடம்பு பிடித்து விடுபவள் என்று அறியப்பட்டாள். அதன் மூலம்தான் தன் வயிற்றுப் பிழைப்பையும் பார்த்துக்கொண்டாள். ஆனால் வைகறையில்குதித்தெழும் மிருகத்துக்கு அவள் தூக்கத்தில் நடமாடுபவள் என்றும் தெரிந்திருந்தது.

தூக்கத்தில் நடமாடுவது பற்றி அவளிடம் அவன் சில கேள்விகள் கேட்க விரும்பினான்.

இந்த மலைகள் மாயசக்தி மிகுந்தவை என்று அவள் விளக்கினாள். அவை வளர்வதும் புதைவதும் உண்டு. மலைகள் மேலும் கீழும் போவதால் அதில் வசிப்பவர்களும் மேலும் கீழும் போகிறார்கள். அடர்த்தியற்ற மெல்லிய காற்றையே நீ ஆழமாக உள்ளிழுத்து ஒவ்வொன்றும் அதனால் அதிக அளவு தீவிரமடைகிறது. உயர்ந்தது இன்னும் இடைப்பட்டதாக ஆகிறது. விசைகளின் தொடர்நீட்சியுடன் சம்பந்தப்பட்ட விஷயம் ஆகிறது. விசைகளின் தொடர்நீட்சியுடன் சம்பந்தப்பட்ட விஷயம் அது. மலைகளில் நாம் தூக்கத்தில் நடமாடுபவர்களாகிறோம். மன கிரகிப்பை விட அதிகமாக உந்து சக்திகளையே சார்ந்திருக்கிறோம். விலங்குகளைப் போல், மலைகளில் பலவித உந்து நுண்ணலைகளின் சக்தி. சூரிய ஒளியைப் பிரதிபலித்துக் காட்டும் நிர்மலமான குழப்பம். கவனித்துப் பார். மலைகளின் அதீத சந்தோஷத்தால் ஆண்கள் உச்சியிலிருந்து குதிக்கிறார்கள். பெண்கள் சோக மிகுதியால் காமத்தின் வெறிநிலைக்குத் தள்ளப்படுகிறார்கள். ஒருநாள் நீ கண் விழிப்பாய். ஆனால் எதார்த்தமோ வேறுவிதமாக இருக்கும். முன்பு நிஜமாக இருந்தது இன்னும் ஒரு கனவாகத் தெரியும். கனவுகளுக்குள் ஒரு கனவு. அதன் பிறகு எதுவுமே முன்னைப்போல் இருக்காது.

ten-geek என்றால் என்ன? 'வைகறையில்குதித்தெழும்விலங்கு' கேட்கிறது.

ten-geek என்பது ஒவ்வொன்றும் அதன் பத்து மடங்கு வீர்ய நிலைக்கு உயர்த்தப்பட்டது என்று பொருள். அல்லது குறைக்கப்பட்டது. பத்து மடங்கு என்பது ஒரு மிகையான வெளிப்பாடு. ஆனால் தூக்கத்தில் நடமாடும் எண்கள் உருவங்கள். அவை உருவிழந்து திரவமாகின்றன. உதாரணமாக உன்னுடைய குறியின் எழுச்சி அளவில் பெரியது, வலிக்கக்கூடியது என்பதை நீ ஏற்கனவே தெரிந்து கொண்டிருப்பாய். ஜாக்கிரதை. தற்கொலைக்கும் இட்டுச் செல்லும் அளவு பெரிதாவது என்பதற்குக் காரணம் திபேத்தியர்கள் இந்த நிகழ்வை இனங்கண்டு இதை 'நீண்ட வாத்து' என்று அழைத்தார்கள். இமயமலைப் பிரதேசத்தில் வாழ்ந்த கீழைத் தேசத்து இளவரசி ஒருத்தி தன் கேளிக்கை அரண்மனையில் தனது ஆண் அடிமைகளை நீண்ட வாத்து நிலைக்குத் தூண்டிவிட்டு பிறகு அவர்களுடைய குறிகளை

வெட்டிச் சமைக்கச் செய்வாள் என்று ஒரு கதை உண்டு. இப்படி ஒரு தின்பண்டம் மங்கோலியர்களால் மத்திய ஐரோப்பாவுக்கு sausage என்ற பெயரில் கொண்டு வரப்பட்டது. நமக்குச் சொந்தமான hot dog-இன் மூலமும் இதுவாகத்தான் இருக்க வேண்டும். ten-geek-உம் காலத்தைக் குறிப்பதுதான். நீ இப்போது உணர்வது போல் இருபதாம் நூற்றாண்டு என்கிறாற்போல் ஒரு யுகத்தைக் குறிக்க நீ சூட்டிய பெயரே இது. உதாரணமாக இந்த வருடம் ten-geek ஏழு ஆறாக இருக்கும். ஏதோ ஒரு பிரளயத்துக்குப் பிறகு, ஒவ்வொன்றும் தலைகீழான பிறகு கால உணர்வில் ஏற்பட்ட மாற்றம் இது. பக்கங்களில் வார்த்தைகள் வெடிக்கும் போது பதினான்காம் ப்ரூமேர் அல்லது வேறு ஏதோ ஒன்று கிடைக்கும். திரும்பவும் நிகழும் ஒரு பெரும் மையக்குவிப்பு இது. முன்பு இதற்கிருந்த மதிப்பு இப்போது இல்லாதிருக்கலாம். ஒரு குழந்தை இறந்து விடுகிறது அல்லது ஒருநாள் உன் மண்டைக்குள் ஏதோ ஒன்று பளிச்சிடுகிறது. திடீரென்று செயலின் தளம் அர்த்தமற்றுப் போகிறது. காமத்தில் எந்த நாட்டமும் இல்லாமல் போகிறது. அதிகாரம் அருவருப்பானது. பணம் சலிப்பூட்டுவது. நட்பு ஆழமற்றது. அல்லது போதுமான அளவு ஆழமற்றது. காதல் தோல்வியுற்றவர்களின் ஏக்கம். ஆக மிஞ்சியிருப்பது என்ன என்று பார்த்தால் ஒருவிதத்தில் ஓவியம் என்று சொல்லலாம். ஆனால் எதை வெளிப்படுத்தும் ஓவியம்? தூக்கத்தில் நடமாடும் நாம் தூக்கம் கலந்த இந்த மெய்மறந்த நிலையில் என்ன செய்ய முயல்கிறோம்? எதைப் பற்றியும் அற்பமாக இல்லாமலிருக்க முயற்சிப்போம். மாசுமருவற்ற அந்த விஷயம்தான் எது? வெகுகாலத்துக்கு முன்னே யுவானிதிதோவும் நானும் காதலர்களாக இருந்தோம். உனக்கு அது தெரியாது. எல்லோரும் சொல்வதுபோல் அவனும் ஒரு சிறந்த காதலனாக இருந்தான். பாறைகள் மிகுந்த இந்த மலைப்பிரதேசத்தில் கூட எந்த அர்த்தமும் அற்ற அந்த வெறும் சொல்லை உபயோகிக்க நான் தயக்கம் காட்டுகிறேன். இருந்தாலும் சொல்கிறேன், என்னை நம்பு. அவன் ஒரு சிறந்த காதலனாக இருந்தான். அது மிகவும் கிளர்ச்சியூட்டுவதாக இருந்தது.

ஒவ்வொரு அதிகாலையிலும் அவன் என்னிடம் வருவான்.

ஒரு காலையில் அவன் என்னிடம் வந்தான். முந்திய இரவில் இன்னொரு பெண்ணோடு இருந்துவிட்டு வந்திருக்கிறான் என்று எனக்குப் புரிந்தது.

இப்படிச் சில தடவைகள் நடந்தது. நான் பொருட்படுத்தவில்லை. அவன் ஒரு ஆண் விலங்கு. அந்த வேலையை அவன் தொடர்ந்து கொண்டு இருந்தவரை நான் இது பற்றிப் பொருட்படுத்தவில்லை.

பிறகு அவன் வேலையில் சேர்ந்தான். ஒரு மருத்துவமனையில் ஏவலாளாக.

வேலை நேரத்துக்குப்பிறகு அவன் சேர்ந்து சுற்ற ஆரம்பித்த பெண் ஒரு நர்ஸ்.

Ten-geek Jazz Band என்ற குழுவினரின் நிகழ்ச்சிக்கு அவர்கள் போவார்கள்.

அந்தக் குழு அதன் தலைவன் Jan ten-geek-இன் பெயரைக்கொண்டு இருந்தது.

இந்த நாட்டுக்கு WWII-க்குப் பிறகு வந்த ஒரு டச்சுக்காரன் அவன்.

சிறுவனாக இருந்தபோது எதிர்ப்புக் குழுவில் ஒருவனாக இருந்து 1943இல் நாஜிகளால் கைது செய்யப்பட்டு வதைமுகாமுக்கு அனுப்பப்பட்டான்.

அவன் உயிர் பிழைத்தான்.

டெட்ராய்ட்டில் கறுப்பு யுதர்கள் நிறைந்த பகுதியில் ஜாஸ் பழகிக் கொண்டான்.

வதைமுகாமில் அவன் தன் குரலை இழந்து விட்டிருந்தான். அதிர்ச்சி.

அது ஒரு ஜாஸ் யுகம். பேச்சை இழந்த Chet Baker பாணியில் இருந்தான் அவன்.

அவன் ஏதோ பேசிக் கொண்டிருந்தான். தனக்குள்ளேயே. ஆனால் டென்வருக்கு ஆகாதது அல்ல. உன்னைப் புணருவேன். என் யோனியில் நுழை. என் மலத்தைச் சாப்பிடு. உன் முலையைச் சுவைப்பேன்.

இது போன்ற விஷயங்கள்தான். வாங் வாங் வாங் வாங் ஆமாம்.

இதெல்லாம் என்ன?

சரி, அந்தச் சமயத்தில் யுவானிதிதோ ஒரு பெரிய காளை என்று பெயர் எடுத்தவன். அதனால்தான் அவனை டாங்க் வாங்க் என்று அழைத்தார்கள்.

சரி, அந்த நர்ஸின் பெயர் மார்க். அன்று இரவு ஜான் தன்னை மறந்து வெறி பிடித்தவனாய் ஆடிக்கொண்டிருந்தான். அவள் முழுமையாகத் தூண்டிவிடப்பட்டாள்.

நாய்க்குப் பிறந்தவனே, போபோபோபோ.

எப்படியோ, இடைவேளையின்போது அவள் அவனைப் பார்த்து ஹலோ சொல்லப் போகிறாள்.

பிறகு டாங்க் அவர்களை விடுதிக்கு வெளியே பின்பக்கத்துச் சந்தில் சந்திக்கிறான். அவள் பயங்கர ஆபாசமான ஒரு சைகையை அவனிடம் செய்து காட்டுகிறாள். அது என்னவென்று என்னால் சொல்லக்கூட முடியாது.

அவன் குறியை அவள் சுவைத்துக்கொண்டிருந்தாள்.

ஓ மை காட். ஊதுகுழாய் ஊதியது.

கட்டை போன்றதொரு நீண்ட வாத்தைக் கொண்டிருந்தான் ஜான். அது மிகவும் சங்கடமாக இருந்தது.

ஒரு பெரும் கதையை சுருக்கமாகச் சொல்வதென்றால், அந்த மூன்று பேரும் நல்ல நண்பர்களாகி விட்டார்கள் என்றுதான் சொல்ல வேண்டும். இது போன்ற அற்பமான மூன்றாந்தர விஷயங்கள் அமெரிக்கா முழுவதும் நடந்து கொண்டிருக்கிறது. நாட்டின் முக்கியமான மணம் இதில்தான் இருக்கிறதென்று நீ சொல்லக்கூடும்.

அது மிகவும் 'நல்லது'.

அதாவது மக்கள் ஒருவிதத் தன்னிலை மறந்த நிலைக்குப் போகிறார்கள்.

பிறகு அதற்கு மேல் தன்னிலை மறப்பதற்கு எதுவுமற்ற நிலை வந்து விடுகிறது.

அவ்வளவுதான்.

அதனால் டாங்க் வாங்க் கடைசியில் அதிவேக நகரத்தில் டெலிவரி வண்டி ஓட்டுபவனாக முடிந்து போகிறான்.

அதனால் என்ன?

நாம் ஒவ்வொருவரும் எப்போதும் வரைந்து கொண்டேயிருக்கும் நீண்ட கோட்டின் கடைசி முனை அது.

நாம் எல்லோரும் சேர்ந்து தீட்டும் பெரிய ஓவியத்தின் பகுதி அது.

பெரிய ஓவியம் என்பது என்னவென்றால் பெரிய ஓவியம் இல்லாததுதான். அதனால்தான் நாம் தீட்டிக்கொண்டே இருக்கிறோம்.

அதன் விளைவுதான் அடிக்கடி “உடல் ஒத்துழைப்பின்மையால் மனவேகத்தின் ஆர்வ மிகுதி தணிந்து போவது.” அதன் முடிவாய் அடிக்கடி பயன்படுத்தித் தூக்கியெறியும் *Band aid*-களின் குப்பைத் தொட்டியாக இருக்கிறது.

முடிவு எதிர்பாராதது.

அது ஒரு முடிவு கூட அல்ல.

***

# ரொஹேலியோ சினான்

**ப**னாமா நாட்டைச் சேர்ந்த Rogelio Sinán (1902-1994) ***1938*** ஆம் ஆண்டு கல்கத்தாவில் பனாமா நாட்டுத் தூதராக நியமிக்கப்பட்டவர். பிறகு தொடர்ந்து பல ஆசிய நாடுகளில் பனாமாவின் தூதராக இருந்தார். பனாமா திரும்பிய பிறகு பல்கலைக்கழகத்தில் நாடகப் பேராசிரியராக இருந்தார். கவிதை,நாடகம்,நாவல் மற்றும் சிறுகதைகள் எழுதியிருக்கிறார். இவரது *சிவப்புத் தொப்பி* என்ற கதை இங்கே 'கடல் கன்னி' என்ற பெயரில் மொழிபெயர்க்கப்பட்டுள்ளது.

# கடல் கன்னி

"இதோ பாருங்கள் டாக்டர் பால் எக்கர், இந்த வழக்கில் உங்கள் மீது நாங்கள் காட்டியிருக்கும் பொறுமைக்கு நீங்கள் இப்போது சாதிக்கும் மௌனம் எந்த விதத்திலும் நியாயமாக இல்லை. நீதிக்குத் தேவை அழுத்தமான ஆதாரங்கள் என்பதை நீங்கள் புரிந்துகொள்ள வேண்டும். ஆனால் நீங்கள் ஏன் இப்படி மௌனம் சாதிக்கிறீர்கள் என்பதை என்னால் புரிந்துகொள்ள முடியவில்லை."

பால் எக்கர் தன் பச்சை நிறக் கண்களால் சூன்யத்தை வெறித்துக் கொண்டிருக்கிறார். மிகவும் வெக்கையாக இருப்பதுபோல் தோன்றுகிறது. வியர்த்துப் போகிறது. இடையிடையே, பெரிய மின்விசிறி வெளித்தள்ளிய சிறிதளவு காற்று அவருடைய தாடியின் சிவந்த முடிகளைக் கலைக்கிறது.

*(...அந்தச் சிறிய தீவில் அவ்வளவு வெக்கை இல்லை. கடலோரத்தில் பாறை மீது அமர்ந்திருப்பது மிகவும் இனிமையாக இருக்கும்... முடிவேயில்லாமல் தொடர்ந்து இயங்கிக் கொண்டிருக்கும் பரந்த அந்த நீர்ப்பரப்போடு கலந்து மூழ்கிப் போகும் பார்வை... லாவகமாகத் துள்ளிக் குதிக்கும் சுறாக்களின் விளையாட்டு... அலைத்துளிகளை முகத்தின் மீது பனித்துகள்களாய் விசிறிவிடும் காற்றின் வருடல்...)*

"டாக்டர், ஒரு பிரபலமான உயிரியல் நிபுணர் மற்றும் மருத்துவர் என்ற முறையில் உங்களுக்கு இருக்கும் சமூக அந்தஸ்தை மட்டும் நாங்கள்

கவனத்தில் கொள்ளவில்லை. மிகவும் பிரபலமான மனிதர்கள், பல்கலைக்கழகங்கள், கல்வி நிறுவனங்கள், கலைக்கூடங்கள் என்று ஏராளமான இடங்களிலிருந்து உங்களை மன்னிக்கும்படி வந்து கொண்டிருக்கும் வேண்டுகோள்களைப் பற்றியும் நாங்கள் யோசிக்கிறோம்... லண்டனிலிருந்தும், புவனோஸ் அய்ரஸிலிருந்தும், ஸ்டாக்ஹோமிலிருந்தும், பாரிஸிலிருந்தும் வந்து குவிந்திருக்கும் இந்தக் கடிதங்களைப் பாருங்கள்... இரண்டு வருடங்களுக்கு முன் ஸோர்போனில் கூடிய மீனியல் ஆய்வு பற்றிய மாபெரும் சர்வதேச மாநாட்டுக்கு நீங்கள் தலைமை தாங்கியிருக்கிறீர்கள்; உங்களுக்கு நினைவிருக்கிறதா?... பரவாயில்லை, குறைந்தபட்சம் முறுவலிக்கிறீர்களே!"

*(ஸோர்போன்!... ஆம், அங்குதான் அவர் அவளைப் பார்த்தார்... ஒரு அப்பாவிச் சிறுமியைப் போல் இருந்தாள். என்ன ஒரு மயக்கும் வசீகரம்! அவரை அதீதமாகக் கவர்ந்திழுத்தது அவளுடைய கருநீல குட்டைப் பாவாடையும், தலையின் ஒரு பக்கம் சாய்ந்திருந்த சிவப்புத் தொப்பியும்தான்.... "எனக்கு உங்கள் கையெழுத்து மட்டும் வேண்டும்" என்று சொன்னாள். "என் பெயர் லின்டா ஆல்சன், ஸோர்போனில் படித்துக் கொண்டிருக்கிறேன். எனக்கு விஞ்ஞானத்தில் ஆர்வம் அதிகம். மேடம் க்யூரியைப் போல் நான் பிரமிக்கத்தக்க சாதனைகளைச் செய்ய வேண்டும்..." "நீங்கள் எந்த மாநிலம்?" "அட்லாண்டா.")*

பால் எக்கர் நடுங்குகிறார். அந்த நடுக்கம் மின்விசிறியிலிருந்து வந்த காற்றினாலா அல்லது மறக்க நினைத்து முடியாமல் போன வேறு பல விஷயங்களினாலா என்று அவருக்கே தெரியவில்லை.

நீதிபதி தொடர்கிறார்: *"கருணை காட்டச்சொல்லி அவர்கள் எங்களை* இந்தக் கடிதங்களில் வற்புறுத்துகிறார்கள்... மீனியல் ஆய்வில் நீங்கள் செய்திருக்கும் சாதனைகளைப் பற்றிக் குறிப்பிடுகிறார்கள். மேலும், ஜான் ஹாமில்டன் சொல்வதுபோல *Monograph on the Erotic Life of Fish* என்ற உங்களுடைய நூலின் முக்கியத்துவம் பற்றியும், அதில் சில ஜீவராசிகள் முட்டையிடும் பருவத்தில் அடையும் நிற மாற்றங்களுக்கும் நிலவின் வளர்ச்சி நிலைகளுக்கும் இடையே உள்ள தொடர்பை நீங்கள் விளக்கியிருப்பதைப் பற்றியும் குறிப்பிடுகிறார்கள்.

*(...அவர் அவளை மறுபடியும் பென்சில்வேனியாவில் சந்தித்தது ஜான் ஹாமில்டனின் தவறுதான்... "என்னை ஞாபகம் இல்லையா?*

*நான்தான் லின்டா ஆல்சன், சிவப்புத் தொப்பி அணிந்திருந்த பெண்!... என்னை ஞாபகம் இருக்கிறதா, டாக்டர்? இப்போதைக்கு நான் சிவப்புத் தொப்பியும், நீல ஸ்கர்ட்டும் அணிந்திருக்கவில்லை... மூக்குக் கண்ணாடியோடு எப்படி இருக்கிறேன்? ரொம்பவும் சீரியஸ் டைப்பாகத் தெரிகிறேன், இல்லையா? ஒருவேளை அதனால்தான் உங்களுக்கு என்னை அடையாளம் தெரியவில்லையோ..."*

*"பாரீசில் பல சமயங்களில் நாம் இருவரும் சேர்ந்து வாக்கிங் போனதை என்னால் ஒருபோதும் மறக்க முடியாது... இலையுதிர்காலத்தில் அங்கே இலைகள் எப்படி உதிர்ந்தன என்று உங்களுக்கு நினைவிருக்கிறதா?... மாலை நேரங்களில் ஸேன் நதியின் படகுகளில் நாம் சென்ற சவாரி ஞாபகம் இருக்கிறதா? ஈஃபிள் டவரின் உச்சியில் கழித்த அந்த இனிமையான மதிய நேரம்? அந்தப் படத்தை நான் வீட்டில் வைத்திருக்கிறேன்."*

*"சரி டாக்டர், நான் உங்களை அதிகம் தொந்தரவு செய்ய விரும்பவில்லை... சுருக்கமாகச் சொல்லிவிடுகிறேன். செயற்கை மீன் வளர்ப்பு நிறுவனம் உங்களை பனாமாவுக்கு அருகில் பவளத் தீவுக் கூட்டத்திற்கு மீன்களைப் பற்றி ஆய்வு செய்வதற்காக அனுப்புவதை செய்தித்தாளில் பார்த்து விட்டு உங்களைச் சந்திப்பதற்காக இங்கே வந்திருக்கிறேன்.*

*"ஆண்டு முழுவதும் மிதமான சீதோஷ்ணத்தை அனுபவிப்பது எவ்வளவு அற்புதமான விஷயம்! கடல், சூரியன், காற்று என்று இயற்கையோடு நெருக்கமாகவும், சுதந்திரமாகவும் உறவாடக் கூடிய அந்த சூழல்!... நீங்கள் என்னையும் உங்களோடு அழைத்துச் செல்ல வேண்டும்! நான் உங்களுக்கு உதவியாளராக இருப்பேன்."*

*"டாக்டர், நான் உங்களைக் கெஞ்சிக் கேட்டுக் கொள்கிறேன். என்னுடைய இந்த வேண்டுகோளுக்குக் காரணங்கள் உண்டு. நான் இப்போது மிகவும் மனம் உடைந்திருக்கிறேன். உங்களால் முடியாவிட்டால் சொல்லி விடுங்கள். நான் பாரிஸில் கல்லூரிப் படிப்பை முடித்தவள் என்று உங்களுக்குத் தெரியும். ஆனால் எனக்கு அது பயன்படவில்லை..."*

*"நான் இன்னும் வேலையில்லாமல்தான் இருக்கிறேன். ஜான் ஹாமில்டனிடமிருந்து எனக்கு ஒரு வாய்ப்பு வந்தது என்பதை மறுக்க முடியாது. ஆனால் என்ன ஒரு அவமரியாதை! கற்பனை செய்து பாருங்கள், வெள்ளையர் அல்லாத ஒருவருக்கு உதவியாளராக*

*நான்! நிச்சயமாக அவர் பிரபலமானவர்தான். அது எனக்குத் தெரியும். நோபல் பரிசுக்காக சிபாரிசு செய்யப்பட்டவர் என்பதும் தெரியும். ஆனால் இருந்தாலும்... உங்களுக்குப் புரியும் என்று நினைக்கிறேன் டாக்டர்...")*

நீதிபதி சங்கடத்தோடு நெளிகிறார். ஈரமான கைக்குட்டையால் தன் வழுக்கைத் தலையைத் துடைத்துக்கொள்கிறார். நிதானத்தை இழந்து விடாமல் இருக்க மிகவும் பிரயாசை எடுத்துக் கொண்டு பேசினார்: "இந்த விஷயங்களெல்லாம் நம்மைச் சற்று சலுகை காட்டத் தூண்டுகின்றன. இருந்தாலும் மிஸ் ஆல்சனின் தற்போதைய இருப்பிடம் பற்றிய தகவல் நமக்குத் தெரிந்தாக வேண்டும். அவர்கள் சபோகா கடற்கரையில் உங்களைக் கண்டுபிடித்தபோது நீங்கள் இயல்பான நிலையில் இல்லை. அவளுடைய சிவப்புத் தொப்பியை நீங்கள் அணிந்து கொண்டிருந்திருக்கிறீர்கள். நார்நாராய்க் கிழிந்திருந்த உங்கள் உடை, மரக்கட்டைகளுடன் அலைகளோடு நீங்கள் போராடியதற்கு அடையாளமாக இருந்திருக்கிறது."

"உங்கள் கைகளும் பாதங்களும் அடிபட்ட காயங்களோடு இருந்தன. ஆழமான ஒரு காயத்திலிருந்து வழிந்த ரத்தம் உங்கள் சட்டையின் ஒரு பகுதியை நனைத்திருந்தது. இயல்பு நிலைக்குத் திரும்பிய பிறகு விபத்தைப் பற்றி நீங்கள் முரண்பாடான விளக்கத்தைக் கொடுத்திருக்கிறீர்கள். கரையிலிருந்த மாலுமி நடந்த நிகழ்ச்சிகளைப் பற்றி புதுப்புது வதந்திகளைக் கிளப்பி விடுவதற்கும் இதுவே காரணமாக இருந்திருக்கிறது. சிறிய படகு உடைந்து விழுந்ததைப் பார்த்த சிலர் நீங்கள் எதிர்பாராமல் புயலால் தாக்கப்பட்டபோது மிஸ் ஆல்சனோடுதான் இருந்ததாக நினைத்திருக்கிறார்கள்.

நீங்களே உங்களை அறியாமல் சொன்ன, ஒன்றுக்கொன்று சம்பந்தமில்லாத சிறுசிறு தகவல்களைக் கொண்டு மற்றவர்கள் அனுமானித்துக் கொண்டிருக்கிறார்கள். அதாவது, நீங்களே மிஸ் ஆல்சனை சுறாக்கள் நிரம்பிய கடலில் தள்ளி விட்டு விட்டதாக. இதை ஏதோ ஒரு உணர்ச்சிவசப்பட்ட மனநிலையில் செய்துகொண்ட தற்கொலை என்றும் சிலர் நினைக்கிறார்கள்."

*(...நான் ஏன் அவளைக் கொல்லப் போகிறேன்? தற்கொலை? சாத்தியமே இல்லை! காரணங்களும் காரியங்களும் மிகவும் வித்தியாசமானவை; ஆனால் அது எல்லாமே படகு உடைந்ததால் ஏற்பட்ட மயக்கத்தின் விளைவுதான் என்ற சந்தேகத்தை எழுப்பாமல்*

*எப்படி நான் ஒவ்வொன்றாக ஞாபகப்படுத்திச் சொல்ல முடியும்? முதுகுத் தண்டை சிலிர்க்க வைக்கும் அந்த எய்த்தியக் கிழவியின் சிரிப்பு இப்போது அவர் காதில் ஒலிக்கிறது. அது மட்டுமல்ல, லிண்டா ஆல்சனின் பாட்டும் கூட அலைகளினூடே நீராவிப் படகைப்போல் மிதந்து வருவதை அவரால் உணர முடிகிறது...)*

“அதனால்தான் இந்த ஆரம்ப கட்ட விசாரணையைத் தனிமையில் நடத்த முடிவு செய்தோம். மிகவும் அவசியமானவர்கள் மட்டுமே இங்கு இருப்பார்கள். பத்திரிகையாளர்களுக்குக்கூட நாங்கள் அனுமதி அளிக்கவில்லை. இதெல்லாம் உங்களுக்குப் புரிகிறதா? விஞ்ஞானத் துறைக்கு அது பெரிய தர்மசங்கடத்தைக் கொடுக்கும். மீனியல் ஆய்வகத்திலிருந்து இது பற்றி எங்களுக்குத் தந்தி மூலம் தெரியப்படுத்தினார்கள்.

பிரபலமான ஒருவர் சம்பந்தப்பட்ட இந்த விசாரணையை ரகசியமாக நடத்த வேண்டுமென்று வற்புறுத்தி வாஷிங்டனிலிருந்துகூட செய்தி வந்திருக்கிறது. இருந்தாலும் வழக்கமான சில நடைமுறைகளை நாங்கள் கடைப்பிடிக்காமல் இருக்க முடியாது.

எல்லாம் ஒரு வெளித்தோற்றத்திற்காக மட்டும்தான். பல்கலைக்கழகத்தில் உங்களுடைய சகாக்கள் நிச்சயப்படுத்தியிருப்பதிலிருந்து பார்த்தால் உங்களுடைய குற்றமற்ற தன்மையை நிரூபிக்கும் சாட்சியங்கள் ஏதும் இருப்பதாகத் தெரியவில்லை. அப்படியிருந்தாலும் நீங்கள் எங்களோடு ஒத்துழைக்க வேண்டும். ஏன் இப்படிப் பிடிவாதமாக மௌனம் சாதிக்கிறீர்கள்? உங்களுக்கு உதவி செய்வதற்காக நான் ஒன்றை ஞாபகப்படுத்துகிறேன்.

கிட்டத்தட்ட ஒரு வருடத்திற்கு முன், நீங்கள் ஒரு மதிப்பிற்குரிய விஞ் ஞானியாக உங்கள் உதவியாளர் லின்டா ஆல்சனுடன் சபோகா ராணுவத் தளத்தில் வந்து இறங்கினீர்கள். அந்தத் தீவுக் கூட்டத்தின் நீண்ட கடலோரம் முழுவதும் விரிவான சோதனைகள் செய்து உங்கள் ஆராய்ச்சியைத் தொடர்வதற்காக வந்தீர்கள்!

‘...மீன்களின் உடலுறவு இல்லாத இனப்பெருக்கம் மற்றும் விதவிதமான வடிவங்களில் முட்டையிடும் சில குறிப்பிட்ட வகை மீன்களின் முட்டையிடும் பருவம் பற்றிய ஆய்வுகள்’ என்று ஆய்வுக்கூடத்தின் குறிப்பில் காணப்படுகிறது. ராணுவத்தளத்தின் கமாண்டர் தன் முழு ஒத்துழைப்பையும் உங்களுக்குத் தர முன் வந்திருக்கிறார். உங்களுக்கும் உங்கள் உதவியாளருக்குமான பிரத்தியேக உபயோகத்திற்காக அவர் ஒரு மோட்டார் படகும் கொடுத்திருக்கிறார். அதோடு ஜோ வார்ட் என்ற

கறுப்பின மெக்கானிக்கையும், பென் பார்க்கர் என்கிற வெள்ளைப் படகோட்டியையும் உங்கள் உதவிக்காக நியமித்திருக்கிறார்."

*(பால் எக்கர் சபோகா ராணுவத்தளத்தில் தன்னைக் காண்கிறார். கமாண்டர் அவரை அன்புடன் வரவேற்றார். சிவப்புத் தொப்பி அணிந்திருந்த மிஸ் ஆல்சனைப் பார்த்ததில் சந்தோஷப்பட்டார். "அந்தச் சிறிய வறண்ட தீவு உங்களுக்கு சலிப்பைத் தரப்போகிறது" என்றார். ஆச்சரியப்பட்ட மிஸ் ஆல்சன், "அப்படியானால் நாங்கள் இங்கே தங்கப் போவதில்லையா?" என்று கேட்டாள். கதவை நோக்கி நகர்ந்த கமாண்டர், "இல்லை, நீங்கள் இங்கே தங்கப் போவதில்லை. என்னோடு வாருங்கள்" என்று சொல்லி அவர்களை அழைத்துக் கொண்டு போய் அருகில் தெரிந்த சிறிய தீவை சுட்டிக் காட்டினார்.*

*"அங்கே பார்த்தீர்களா? கடலுக்குள்ளிருந்து அங்கங்கே பாறைகள் நீட்டிக்கொண்டிருக்கும் அந்தச் சிறிய தீவில்தான் ஆய்வுக்கூடம் இருக்கிறது. நீங்கள் அங்கே சௌகரியமாக இருப்பீர்கள். அந்தத் தீவில் சகல வசதிகளுடன் கூடிய ஒரு வீடு இருக்கிறது. கோழி வளர்த்துக்கொண்டு தோட்டத்தைப் பராமரிக்கும் யேயோ என்கிற எய்த்தியக் கிழவி அந்த வீட்டை மிகவும் சுத்தமாக வைத்திருக்கிறாள். அவளை எல்லோரும் 'வூடூ' என்றுதான் அழைக்கிறார்கள். புதிரான ஒரு மொழியைப் பேசுகிறாள் அவள். ஆனால் ஆங்கிலத்தைப் புரிந்துகொள்வாள்.*

*எது தேவையானாலும் அது உங்களுக்குக் கிடைக்கும்படிப் பார்த்துக் கொள்வாள். அதற்கு மேல் ஏதாவது தேவைப்பட்டால் 'ஜோ'வை நீங்கள் என்னிடம் அனுப்பலாம். நல்ல பையன். அவன் உங்களுக்கு மிகவும் உபயோகமாக இருப்பான். அவனுக்குத் தெரியாததே எதுவுமில்லை என்று சொல்லலாம். அவன் ஒரு நல்ல சமையல்காரன், மெக்கானிக், மாலுமி. அது மட்டுமல்லாமல் இன்னொரு ஆச்சரியமான விஷயம், அவன் பிரமாதமாக 'பாஞ்ச்சோ' வாசிப்பான்! பென் பார்க்கர் ஒரு நல்ல அசிஸ்டெண்ட். ஹார்மோனிகா வாசிப்பான். ஜோவும் கூடவே இருப்பான். எப்போதும் இரண்டு பேரும் ஒன்றாகவே சுற்றுவார்கள்.")*

நீதிபதி மலை போன்ற தன் உடலை அசைக்க, நாற்காலியின் பலகீனமான பகுதிகள் அகோரமாகக் கிறீச்சிட்டன.

"ஏனென்று என்னால் புரிந்துகொள்ள முடியவில்லை. ஆனால் சில தினங்கள் கழித்து நீங்களே அந்த இரண்டு இளைஞர்களையும் விடுவிக்க வேண்டி கேட்டுக் கொண்டீர்கள் அல்லவா?"

“அவர்கள் குற்றமற்றவர்கள் என்பதற்கு சாட்சி இருந்தால், அவர்களுக்கு ஒரு தீங்கும் வராது. அதையும்விட நான் ஏற்கனவே உங்களிடம் சொல்லியிருக்கிறேன் – இந்த விசாரணை மிகவும் ரகசியமாக நடத்தப்படுகிறது. இங்கு நீங்கள் சொல்லும் எதுவும் இந்த நான்கு சுவர்களை விட்டு வெளியேறாது. எனவே நீங்கள் நடந்தது எல்லாவற்றையும் சொல்லலாம்.”

“தீவில் எங்களுடைய ஆரம்ப நாட்கள் ரம்மியமானவை. வார்த்தைகளால் விளக்க முடியாதவை. வீடும் மிகவும் வசதியாக இருந்தது. கிழவி சமையலையும் வீட்டையும் கவனித்துக்கொண்டாள். நானும் லின்டாவும் மற்ற இரண்டு பையன்களோடு அழகான அந்தக் கடற்கரையில் பாறைக்குப் பாறை அலைந்து திரிந்துகொண்டிருந்தோம். பறவைகளின் பாடல்களும், அந்த இதமான சூழலும் சேர்ந்து எங்களுக்குள் தூண்டிய ஒரு அமானுஷ்யமான உணர்வை என்னால் வார்த்தைகளால் விவரிக்க முடியாது.

நான் என்னுடைய நேரத்தை விஞ்ஞானப் பரிசோதனைகளில் ஈடுபட்டு வீணடித்தேன் என்று சொல்லலாம். பென், ஜோ என்ற அந்த இரண்டு இளைஞர்களும் என் கருவிகளைச் சுமந்துகொண்டு என்னோடு அலைய வேண்டியதாயிற்று. தங்கள் நேரத்தை அவர்கள் அப்படித்தான் கழித்தார்கள்.

ஆனால் விம்மும் இளமைத் துடிப்பிலிருந்த லின்டாவோ சலிப்படை ந்தாள். சமயங்களில் சிப்பிகளையும் சோழிகளையும் பொறுக்கிக்கொண்டு எங்கள் பின்னே வருவாள். ஆனால் மரங்களுக்கிடையே அலைவதுதான் அவளுக்குப் பிடித்திருந்தது. நாங்கள் இல்லாமல் அவளால் வீட்டில் தனியாக இருக்க முடியவில்லை என்பதுதான் காரணம். கிழவியைப்பற்றி அவளுக்கு ஒரு இனம் புரியாத பயமும் வெறுப்பும் இருந்தது. மதிய வேளைகளில் வேலை முடிந்த பிறகு நான் அவளோடு சேர்ந்து நடப்பது ஒரு இனிமையான அனுபவம்!

இன்னொன்றும் சொல்ல வேண்டும். வழக்கமான ஒரு காதல் விவகாரம் எங்களுக்குள் சாத்தியம் என்று நான் ஒருபோதும் நினைத்ததில்லை. அது ஒரு கேலிக்குரிய விஷயமாகியிருக்கும் அல்லவா? என்னுடைய வயதும், நான் மேற்கொண்டிருந்த வேலையும் என்னை அவளுடைய ஆசிரியர் என்ற நிலையில் நிறுத்தியிருந்தது. அதையும் மீறி இப்படி ஒரு விஷயம் நடந்துவிட்டது.”

தன் முகத்தில் தோன்றிய ஏளனச் சிரிப்பையும் எரிச்சலையும் அடக்கிக்கொண்டார் பால் எக்கர். அவருடைய உள்மனதைத் தான் தொட்டுவிட்டதை உணர்ந்துகொண்ட நீதிபதி தன்னிச்சையாய் அழைப்பு மணியை அழுத்தினார்.

“சற்று இளைப்பாறுங்கள் டாக்டர்.”

உள்ளே நுழைந்த பணியாளனிடம்,“எங்களுக்குக் குளிர்ந்த நீர் கொண்டு வா” என்று சொல்லிவிட்டு முகத்தைத் துடைத்துக்கொண்டார் நீதிபதி.

டாக்டர் எக்கர் மறுபடியும் தன் நினைவில் விரிந்த தொலைதூரத்துப் பசும்வெளியில் பார்வை கொண்டார்.

கடலோரப் பாறைகளிடம் தாங்கள் கண்ட அந்தரங்கமான அர்த்தத்தை இந்த கனத்த மனிதருக்கு எப்படிப் புரிய வைப்பது? வெப்ப மண்டல தேசத்தைச் சேர்ந்த ஒரு நாட்டுப் பாடலைப்போல், ஒரு முல்லை நிலச் சந்தத்தைப்போல் இனிமையைக் கொடுத்த அந்த அனுபவத்தை எப்படி அவர் மண்டைக்குள் ஏற்றுவது?

*(அந்தச் சிறிய தீவின் இனிமையான இயற்கையழகில் ஈர்க்கப்பட்டு, கடலுக்கும் வானத்துக்கும் இடையில் இருந்த பிரமிப்பூட்டும் ஏகாந்தத்திலும், லின்டா ஆல்சனின் பீறிடும் உற்சாகத்திலும் மனமிழந்த டாக்டர் எக்கர் தான் இதுவரை கற்பனையிலும் கண்டிராத ஒரு உலகத்தில் இருப்பதாக உணர்ந்தார். ஒருவகை மாய உருமாற்றத்துக்கு உள்ளானார். அவரை ஒரு அதி தீவிர விஞ்ஞானியாகக் காட்டிய கூட்டைவிட்டு வெளியேறிய உடனே திடீரென்று சூரியக் கதிர் வீச்சையும், அலைகளின் கிளர்ச்சியூட்டும் நறுமணத்தையும் உணர்ந்தார்.*

*விஞ்ஞானத்தோடு விடாப்பிடியாக ஒட்டிக்கொண்டு பகுத்தறிவுவாதத்தின் இண்டு இடுக்குகளுக்குள் தன்னை ஒளித்துக்கொள்ளும் அவரது முயற்சி வீணாயிற்று. விலாங்கு மீன்கள் வெப்பத்தில் தங்கள் நிறத்தை மாற்றிக்கொள்கின்றன, பிட்யூட்டரி சுரப்பிகள் ஹார்மோன்களைச் சுரக்கின்றன என்பது போன்ற ஆச்சரியமான விஞ்ஞான நிகழ்வுகளிலும், அவை பற்றிய ஆராய்ச்சிகளிலும் அவர் தன்னை எவ்வளவுதான் கடுமையாக ஈடுபடுத்திக்கொண்டாலும் அவர் காதுகளுக்கு லின்டா ஆல்சனின் குரல் மட்டுமே கேட்டுக்கொண்டிருந்தது. மரங்களின் இடை*

*யிலிருந்தோ அல்லது அலைகளினூடாகவோ அவர் லின்டாவின் குரலைக் கேட்டு அவளுடைய சிவப்புத் தொப்பியை தன் மனக்கண்ணில் கொண்டுவருவார்.*

*படிகளைப் போலவே நின்றிருந்த செங்குத்துப் பாறைகளில் கடல் விட்டுச் சென்ற நீர்க்குளங்களை பால் எக்கர் நினைவு கூர்ந்தார். அக்குளங்ககளில் லின்டா குளிப்பது வழக்கம். விளிம்புகளில் வழுக்கி ஒருமுறை உள்ளே விழுந்துவிட்டாள். ஏறிவர முடியாமல் அவள் போட்ட கூச்சலைக் கேட்டு ஓடினார் டாக்டர். பூதத்தால் தாக்கப்பட்ட ஆந்த்ரோமெடாதான் அவர் நினைவுக்கு வந்தது. மீண்டும் மீண்டும் முயற்சித்து, அபாயகரமாக பலமுறை வழுக்கி, கடைசியாக அவளை வெளியே தூக்கியபோது அவள் நிர்வாணமாக இருந்தாள் – அதில் வெட்கம் வேறு அவளுக்கு!*

*அன்றிரவு அந்த நிலவொளியில் லின்டா ஆல்சன் அவருடைய ஆண்மையைப் பரிகசித்தாள். கடைசியில் அவர் ரத்தம் சூடேறிய அந்தக் கணமும் வந்தது. ஒரு அதலபாதாளத்தில் தான் மூழ்கிக்கொண்டிருப்பதை அவர் உணர்ந்தார். அன்றிரவு ஆந்த்ரோமெடாதான் பெர்சியூஸை விழுங்க நேர்ந்தது. அந்தக் கணத்திலிருந்து...)*

பெரிய மின்விசிறியின் தகடுகளில் பேராசை கொண்ட ஒரு பூச்சி சிக்கியது.

கன்னக்கதுப்புகள் தடித்த அந்த நீதிபதி தானாகவே விசிறிக்கொள்கிறார்.

“லின்டா ஆல்சன் கருவுற்றிருந்தாள் என்கிறார்களே, அது உண்மையா?”

“ஆமாம்.”

“அப்படியானால் அதற்குக் காரணம்...”

“காரணம்?”

“உங்கள் காதல் விவகாரம்.”

“நீங்கள் எதைக் குறிப்பிடுகிறீர்கள் என்று எனக்குப் புரியவில்லை.”

“சரி, சுருக்கமாகச் சொன்னால், அந்த விஷயம் ஏறக்குறைய நிரூபணமாகிவிட்ட ஒன்று.”

“அதாவது, குழந்தை என்னுடையது அல்ல என்பது?”

“என்ன சொல்கிறீர்கள் மை டியர் டாக்டர்?!”

“லின்டா அந்தத் தீவின் இண்டு இடுக்குகளிலெல்லாம் அலைந்து திரிந்துகொண்டிருந்ததைப் பற்றி உங்களிடம் நான் ஏற்கனவே சொல்லியிருந்தேன். துடிப்பும் யௌவனமும் ததும்பி வழிய அதன் அரூப கிளர்ச்சிகளில் ஜொலித்துக் கொண்டிருந்தாள் அவள். எப்போதும் அவளுடனேயே இருக்க எனக்கு வாய்ப்பு இருந்ததில்லை. சிறு குளங்களிலும் பாறைகளிலும் மீன்களின் ஒழுங்கு மீறிய கருத்தரிப்பைக் (heteroclite ovulation) கண்காணிப்பதிலேயே நான் என்னை முற்றாக இழந்திருந்தேன். என்னுடைய கடுமையான பழக்கவழக்கங்களும் எங்களிடையே ஒரு இறுக்கமான சுவரை எழுப்பியிருந்தது.

*(ஆனால் அந்தச் சுவற்றின் மறு பக்கத்திலோ எல்லாமே ஆதிவாசிகளின் கிளர்ச்சியூட்டும் பாடலாகத்தான் இருந்தது. உடல் சூடேறித் தகிக்கும் அந்தப் பெண்ணின் மீது காதல் தெய்வத்தைப்போல் காமவெறியுடன் பாய்கிறார் டாக்டர்.)*

“அப்படியானால் லின்டா ஆல்சனைப் பற்றி என்னதான் சொல்ல வருகிறீர்கள்?”

“என்னைப் பேச விடுங்கள். தன் இளமை வேட்கைக்கு ஈடுகொடுப்பவன் நானல்ல என்று தெரிந்துகொண்ட பின் அவள் பென், ஜோ இருவரையும் தன் பக்கம் இழுத்தாள். பழம் பறிக்கப் போகிறேன் என்ற சாக்கில் அவர்களோடு சேர்ந்து சுற்றினாள். இதில் எதுவும் எனக்குத் தவறாகப்படவில்லை. லின்டா, பென் பார்க்கரோடு சுற்றுவதில் கிளர்ச்சியுற்றாள் என்று ஆரம்பத்தில் எனக்குத் தோன்றியது. வெள்ளையர் அல்லாதவரிடம் அவள் கொண்டிருந்த வெறுப்பைப் பார்க்கும்போது அது இயல்பானதுதான். உண்மையில், பென்னும் லின்டாவும் அடிக்கடி காணாமல் போய்விடுவதை நான் கவனித்திருக்கிறேன். ஆனாலும், கூடிய சீக்கிரமே பென் பார்க்கர் அவளிடமிருந்து விலக ஆரம்பித்தான் என்பதையும் என்னால் உணர முடிந்தது.

அதிலிருந்து அவள் வெளியில் சுற்றுவதற்குக் கறுப்பன் ஜோவைத் தேர்ந்தெடுத்துக்கொண்டாள். அது அவளுக்கு சந்தோஷமாகத்தான் இருந்தது என்பது அவளுடைய உற்சாகமான சிரிப்பில் தெரிந்தது. கறுப்பன் ஜோ ஸ்டைலாக உடை உடுத்திக்கொண்டு தனது பாஞ்

ச்சோவுடன் நிலவொளியில் சோகப் பாடலைப் பாடிக்கொண்டு திரிவதைப் பார்த்து நான் ஆச்சரியப்பட்டேன்.

ஒரு மதிய வேளை நன்றாக ஞாபகம் இருக்கிறது. மைக்ரோஸ்கோப்பின் மூலம் ஏதோ ஒரு பிராணியின் மேல் தோலை பரிசோதித்துக் கொண்டிருந்தேன். வெப்பத்திலும் புழுக்கத்திலும் நான் களைத்துப்போயிருந்த அந்தத் தருணத்தில் லின்டாவின் அலறல் கேட்டது. கடல் பாம்போ அல்லது பெருஞ்சிலந்தியோ கடித்திருக்கும் என்று நினைத்து எட்டிப்பார்த்த நான், 'உதவி! உதவி! என்னைக் கற்பழித்துவிட்டான்!' என்று அலறிக்கொண்டே அலங்கோலமாக ஓடி வந்த லின்டாவைப் பார்த்துத் திடுக்கிட்டேன். கறுப்பன் ஜோ பைத்தியம் பிடித்தாற்போல் கடலோரத்தை நோக்கிப் பறப்பதுபோல் ஓடிக்கொண்டிருந்தான். அவனைத் துரத்திக்கொண்டு ஒரு குறுகிய கணவாய் வழியாக ஓடினேன். ஆனால் அதற்குள் அவன் மின்சாரப் படகில் தொற்றிக்கொண்டு பென் பார்க்கரிடம் கிசுகிசுத்தான். அவ்வளவுதான். இருவரும் பறந்துவிட்டார்கள்.

ஒருக்கணமும் தாமதிக்காமல் கடலுக்கு மேல் நீண்டிருந்த ஒரு பாறைக் கூம்பில் ஏறி எங்கள் தளத்துக்கு அபாயக் கொடியை காட்டித் தகவல் சொல்ல எத்தனித்தேன். ஆனால் அப்போது ஆச்சரியமான, நம்ப முடியாத ஒன்று நிகழ்ந்தது. பரபரப்பு அடங்கி மெதுவாக என் அருகில் வந்த மிஸ் லின்டா, 'தயவுசெய்து அபாய அறிவிப்பு எதுவும் கொடுக்க வேண்டாம்' என்று என்னை மன்றாடுவதுபோல் கேட்டாள்.

பெருத்த அவமானம் உண்டாகும் என்று விளக்கம் சொன்னாள். பலாத்காரம் செய்தவன் தண்டனையின்றிப் போகட்டும் என்றாள். அவளை ஒரு தவறான பெண்ணாக எண்ணியிருந்த என் மனதில் அவள் மீது ஆழமான மரியாதை உண்டாயிற்று. வேண்டிய உதவிகள் செய்து அவளைப் பாதுகாக்க முடிவு செய்தேன். மனமுதிர்ச்சியைக் காட்டிய அவளது அணுகுமுறை எனக்கு மிகவும் பிடித்திருந்தது. அதனாலேயே அவளுடைய பிரச்சினைக்கு நானே பொறுப்பேற்றுக் கொள்ளவும் முடிவு செய்தேன். மனமுடைந்து போயிருந்த அவளை அதிலிருந்து மீட்டு அவள் அதுவரை ஈடுபாடு காட்டாதிருந்த விஞ் ஞான ஆய்வுகளில் மறுபடியும் ஈடுபடுத்த முடிவு செய்தேன். ஏன், எப்படி இது நிகழ்ந்தது என்பதெல்லாம் எனக்குத் தெரியாது."

"மன்னிக்க வேண்டும். அதற்குப் பிறகு பென்னும் ஜோவும் தீவுக்குத் திரும்பவில்லையா?"

"இல்லை, நிச்சயமாக இல்லை. விசாரணைக்காக கமாண்டர் வந்தபோது..."

"அவர்கள் என்ன கண்டுபிடித்தார்கள்?"

"நான் தனியாக இருக்க விரும்பினேன் என்று அவர்களிடம் சொல்லப்பட்டது. நானும் அது உண்மைதான் என்று நிச்சயப் படுத்தினேன். அதுமட்டுமல்ல, மீன்கள் முட்டையிடும் அந்தப் பருவத்தில் கமாண்டரின் ஆட்கள் அங்கு வருவதால் மீன்கள் மிரண்டு முட்டையிடுவது தடைபடும் என்பதால் அவர்கள் அங்கே வருவதைத் தடை செய்திருந்தேன் என்றுகூட கமாண்டரிடம் தெரி வித்தேன். அவர் மேலும் துருவித் துருவி கேள்விகள் கேட்டபோது வீட்டு வேலைகளைக் கவனிக்க 'வூடூ' போதும் என்று காரணம் சொல்லிச் சமாளித்தேன். அதிலிருந்து வேறு எந்தக் குறுக்கீடுகளும் இல்லை.

எங்களை முற்றாக மீன்கள் தொடர்பான சோதனைகளிலும் அதன் முடிவுகளைப் பரிசோதிப்பதிலும் அர்ப்பணித்துக்கொண்டோம். எய்த்தியக் கிழவி எங்களிடமிருந்து விலகியே இருந்தாள். அவளைப் பார்ப்பதே அரிதாக இருந்தது. கடலில் மீன் பிடிப்பதிலேயே அவளுடைய நேரம் கழிந்தது என்பதும் மற்றொரு காரணம். அவளுடைய பழைய படகு அலைகளுக்கிடையில் ஒரு நத்தைக்கூடு போல் தெரிந்தது. அதற்குப் பிறகுதான் லின்டா தன் வயிற்றின் கனத்தை உணர ஆரம்பித்தாள்."

"குழந்தையா? அப்படியானால் அது அந்தக் கறுப்பனுடையதா?"

"அது அவளுடையது என்று மட்டும்தான் என்னால் சொல்ல முடியும். அதை என்னுடைய குழந்தையாக ஏற்றுக்கொள்ளவும் முடிவு செய்திருந்தேன். ஆனால் எல்லாமே ஒரு புதிய திருப்பத்தை அடைந்துவிட்டன."

டாக்டர் எக்கர் எதையோ கூர்ந்து கேட்பதற்காக நிறுத்துகிறார். தொலைதூரத்தில் அலைகளிலிருந்து எழும் மாயப்பாடல் ஒன்றை தான் கேட்க முடியும் என்று எதிர்பார்க்கிறார். அவரை விடாமல் துரத்தும் எய்த்தியக் கிழவியின் எரிமலை போன்ற வெடிச்சிரிப்பு மறுபடியும் அவருக்குக் கேட்கிறது.

நீதிபதி திரும்பவும் சொல்கிறார்: "ஆக, சுருக்கமாகச் சொன்னால், குழந்தை உங்களுடையதா, நீக்ரோவினுடையதா என்று உங்களுக்குத்

தெரியாது. ஆனால் ஒரு உண்மை எனக்குத் தெரியும். அதாவது நீங்களும் அவளும்...”

“சரியாகச் சொன்னீர்கள். அவளும் நானும்... உங்களுக்குப் புரிகிறது. அதுதான் என்னுடைய இந்த மனநிலைக்கும் சந்தேகங்களுக்கும் காரணம். எல்லாவற்றுக்கும் மேல் என் வாழ்க்கையில் எனக்கு நேர்ந்த ஒரு அனுபவம், வரும் பிரச்சினைகளை முன்கூட்டியே அறிந்துகொள்ள எனக்குக் கற்பித்திருந்தது. அதாவது, மரபு வழி வந்த உடல் குறைபாட்டால் நிகழ்ந்த என்னுடைய முதல் திருமண முறிவைப் பற்றியும் நான் உங்களுக்குச் சொல்ல வேண்டும்.

மரபு பற்றிய முட்டாள்தனமான கருத்துக்களைக் கொண்டிருந்த என் பணக்கார மாமனார் எப்படியாவது தனக்கு ஒரு ஆரோக்கியமான, உடல் வலிமை கொண்ட பேரன் இருக்க வேண்டுமென விரும்பினார். அவன்தானே குடும்பப் பெயரையும், செல்வத்தையும் அடுத்த தலைமுறைக்கு சுமக்கப் போகிறவன்! ஒரு குழந்தையும் பிறந்தது. நல்லவேளை, அந்த சிசு சில மணிநேரங்களே பிழைத்திருந்தது.

என் குடும்பத்தின் மருத்துவ வரலாற்றைப் பற்றி ஒரு ஆராய்ச்சி நடத்தப்பட்டது உங்களுக்குத் தெரியுமா? ஆனால் அது பற்றியெல்லாம் பேச வேண்டிய அவசியமில்லை. இனவிருத்தி குறித்த சந்தேகத்துக்கிடமற்ற இன்னொரு தடியனுக்கு என் இடத்தை விட்டுக் கொடுக்க என் மாமனார் என்னைக் கட்டாயப்படுத்தினார். விஞ்ஞானத்துறையில் நான் கண்ட பெருமைகளெல்லாம் அந்த ஆரம்பத் தோல்விக்குச் சமர்ப்பணம்.

என் எதிர்காலத்தின் போக்கைப் பற்றி அறிந்து கொண்ட நான் புத்தகங்களில் புகலிடம் நாடினேன். குடும்ப வாழக்கையின் சந்தோஷங்களைப் புறக்கணித்தேன். என் குழந்தைகள் ஊனமாகத்தான் பிறக்கும் என்று அறிந்த பின் குடும்ப வாழ்வின் சந்தோஷங்களைப் பற்றி நினைத்து என்ன பயன்? அதனாலேயே அந்தச் சிறிய தீவில் மிஸ் லிண்டாவிடமிருந்து விலகியிருக்க முயற்சித்தேன்.

என்ன இருந்தாலும் நாம் விரும்பியபடியே எல்லாம் நடந்துவிடுவதில்லை அல்லவா? தனிமை சில சமயங்களில் நம்மை காமத்தின் பிடியில் தள்ளிவிடுவதுண்டு. என்னால்தான் உருவாயிற்று என்று நம்பிய அவள் துடிதுடிப்பான, துறுதுறுவென்ற, அழகான ஒரு குழந்தையை எதிர்பார்த்தாள். குழந்தையின் கருமூலத்தைப் பற்றி நிச்சயமற்றிருந்த நான் மனம் வெதும்பினேன். பிரசவ தினம் நெருங்க நெருங்க என்

பயம் அதிகரித்தது. அது என் குழந்தை என்ற நினைவையே தவிர்க்க நினைத்தேன்.

பூதங்களையும், அபூர்வ மனிதப் பிறவிகளையும், பைத்தியங்களையும் பற்றி நினைக்க ஆரம்பித்தது மனம். அது கறுப்பனின் குழந்தை என்று நான் கற்பனை செய்தால்... சற்று யோசித்துப் பாருங்கள்! அப்படி ஒரு ரகசிய நம்பிக்கை என்னை அவ்வப்போது இதப்படுத்தியது. தீவின் அழகான இயற்கைச் சூழல் ஒருவேளை சிசுவின் கருக்காலத்தில் ஏதேனும் நல்விளைவை உண்டாக்குமோ என்ற சாத்தியக்கூறுதான் அது. அந்தக் காரணத்தினால்தானோ அல்லது ஒருக்கால் என்னுடைய விஞ்ஞான ஈடுபாட்டினாலோ, இயற்கையாய் விளைந்த ஒன்றை நான் அழிக்கத் துணியவில்லை.

என் குறைபாட்டைப் பற்றித் தெரிந்தால் லின்டா என்னை உதறிவிட்டு விடுவாளோ என்ற நினைவுதான் என்னைப் பீதி கொள்ளச் செய்தது; அதனால் இரண்டில் ஒன்றைத் தேர்ந்தெடுக்க வேண்டுமென்றால், அது கறுப்பனுடையதாக இருப்பதையே விரும்பினேன். லின்டா தன்னை எங்கள் தளத்திற்கு அழைத்துச் சென்றால் நல்ல பராமரிப்பு கிடைக்கும் என நினைத்தாள். நிச்சயம் அழைத்துச் செல்கிறேன் என்று வாக்களித்தேன். ஆனால் பிரசவத்தை நானே அந்தத் தீவிலேயே, கூட்டம் எதுவும் கூட்டாமல் கவனித்துக் கொள்ள வேண்டுமென்று தீர்மானித்திருந்தேன். சரியான தருணம் வரும் வரை உண்மை தெரியாமலிருக்க அவளுக்கு மருந்து கொடுத்து மயக்கத்தில் இருக்கச் செய்ய முடிவு செய்திருந்தேன்.

ஆனால் என் பதற்றமோ நாட்களையும் மாதங்களையும் இயல்புக்கு மீறி நீண்டதாய்க் காட்டியது. இன்னும் ஏழு வாரங்கள் இருக்கும்போதே என் கணக்கு தவறாகிவிட்டதோ என்று சந்தேகம் எழ ஆரம்பித்துவிட்டது. காரணம், அவள் பட்ட அவஸ்தை அப்படி யிருந்தது. வயிறு அளவுக்கு மேல் பெரிதாகி வெடிப்பதுபோல் ஊதிப் போயிருந்தது. இன்னொரு விஷயம் சொல்ல மறந்துவிட்டேன். வயிற்றில் கரு வளர வளர அவள் போக்கு மிகவும் விசித்திரமாக மாற ஆரம்பித்தது. மணிக்கணக்கில் கடலில் ஊறிக்கொண்டிருந்தாள்.

பார்க்கச் சகிக்காத அந்த அசிங்கமான பூதாகரமான உடம்பை வைத்துக்கொண்டு குளியல் உடை கூட வேண்டாம் என்று மறுத்தாள். உடை அணிந்து குளிப்பது சிரமம் என்று சொன்னாள். சாப்பாட்டு நேரங்களில் அறவே பசியில்லாமல் இருந்தாள். இருந்தாலும் பின்னால்

அவள் சிப்பிகளையும், நண்டுகளையும், மீன்களையும் பச்சையாகவே சாப்பிடும்போது அவளைக் கையும் களவுமாகப் பிடித்திருக்கிறேன்.

அன்றிரவு இடியும் மின்னலும் லின்டாவை மிகவும் பயமுறுத்தியது. தீவிலேயே இறந்துபோய் விடுவோமோ என்று எண்ணி பயந்து போயிருந்தாள். தான் எந்தவிதச் சிரமும் இன்றி உயிரை விடுவதற்கு அந்த எய்த்தியக் கிழவி உதவுவாள் என்று நினைத்து அவளை அழைத்திருந்தாள். அந்தக் கருப்பு வூடு கிழவி நான் இல்லாத நேரங்களில் லின்டாவின் வலியைப் போக்குகிறேன் என்று சொல்லி ஏதோ பில்லி சூனிய வித்தைகள் செய்ததாகப் பின்னர் தெரிந்துகொண்டேன்.

கடும் மழையுடன் புயல் சுழன்றடித்தது. பிரசவ வலியின் உக்கிரம் தாங்காமல் உடலை முறுக்கிக்கொண்டு புரண்ட கர்ப்பிணிப் பெண் கதறினாள். நரம்புகள் முறுக்கேறி பைத்தியமாகிக்கொண்டிருந்த நான் லின்டாவின் உயிரை மீட்பதற்காக பிரசவத்தையே நிறுத்திவிடலாம் என்று முடிவு செய்தேன். (வேறு வழியே எனக்குத் தெரியவில்லை.) எனக்கு நிச்சயமாகத் தெரியும். அவள் உடம்பு அதைத் தாங்காது. என் நெஞ்சு வெடித்துவிடும் போலிருந்தது. மனம் ஜுர வேகத்தில் அடித்துக்கொள்ள ஆபரேஷன் செய்துவிடலாம் என்று தீர்மானித்தேன்.

ஊசிமூலம் அவளுக்கு மருந்தைச் செலுத்தினேன். சற்று நேரத்தில் ஆழ்ந்த தூக்கத்தில் அவள் தன்னை மறந்தாள். அந்த நிலையில்தான் கடைசியாக அது பிறந்தது. அதை இப்போது நினைவு கூர்வதில் எனக்குக் கொஞ்சமும் விருப்பமில்லை. உடல் ஊனமுற்ற, வினோதமான ஒரு ஜந்து அது! கண் விழித்தவுடன் லின்டா ஆல்சன் உண்மையை அறிந்துகொண்டு விடுவாள் என்று பயந்து இன்னும் புயல் நின்றிராத அந்த இரவில் ஓடிப்போய் அந்தக் குட்டிப் பிசாசை கடலுக்குள் வீசி எறிந்தேன். இப்படியாக அந்த அவலட்சணத்தின் தடயங்கள் அனைத்தையும் அழித்து முடித்தேன். அதிலிருந்து என் நரம்புகள் ஒரு நிலையில் இல்லாமல் தெறிக்க ஆரம்பித்தன."

"நீங்கள் கவலைப்படக் கூடாது. லின்டா ஆல்சனைக் காப்பாற்றுவதுதான் உங்களுடைய முக்கியமான நோக்கமாக இருந்தது இல்லையா?"

"ஆமாம், அவளை நான் காப்பாற்றினேன். ஆனால் உண்மை தெரிந்தால் அவள் என்னை நிராகரித்துவிடுவாள் என்ற பயத்தில், 'பிறந்தது ஒரு கருப்புக் குழந்தை' என்ற பொய்யைக் கண்டுபிடித்தேன்.

‘எங்கே அது?’ என்று என்னைப் பார்த்து அலறினாள். ‘நான் அதைப் பார்த்தாக வேண்டும்’ என்றாள். எப்படி அவளிடம் மேலும் பொய் சொல்வதென்று அறியாமல் சிக்கலில் மாட்டிக்கொண்ட நான் அவள் கண்ணெதிரே ஒரு சாதாரண கொலைகாரனாக மாறி நின்றேன்.”

*(பால் எக்கர் நடுங்குகிறார். ஏதோ ஒரு விசித்திரமான காட்சியைக் கண்டு பயந்துவிட்டதுபோல் இயல்புக்கு மாறாக கண்களை அகல விரித்துப் பார்க்கிறார். சூறாவளியின் மர்மமான பாடலும், எய்த்தியக் கிழவியின் வெடிச்சிரிப்பும் அவருக்குக் கேட்பதுபோல் தோன்றுகிறது. தீர்க்கமான கடல் அவர் கண்களுக்கு முன்னே விரிகிறது. விழிப்பாவைகள் ஏதோ வசியத்திற்கு உட்பட்டவை போல் நிலையாகக் குத்திட்டு நிற்க, அலைகளிலிருந்து எழுவது போல் லிண்டாவின் தலை அவர் கண்களுக்குத் தெரிகிறது.*

*பால் எக்கருக்கு மட்டும் அவள் குரல் கேட்கிறது: “எனக்குக் கருப்பர்களைப் பிடிக்காது. ஏனென்று தெரியவில்லை. நான் சிறுமியாக இருந்த காலத்திலிருந்து என் ரத்தத்தில் ஊறியது அது. குடும்பத்தின் ஒரு குறைபாடு என்று கூட சொல்லலாம். அதைப்பற்றிப் பேசுவதில் பயனில்லை. இருந்தாலும் நான் ஒத்துக்கொள்கிறேன், ஜோ வார்ட் எந்த விதத்திலும் நம் பிரச்சினைக்குக் காரணமல்ல. யாரவது குற்றம் சாட்டப்பட வேண்டுமென்றால் அது நான்தான். நான் உங்களிடம் பொய் சொன்னேன் பால் எக்கர். சரியாக யோசிக்காமல் நான் அந்தப் பொய்யைச் சொல்லிவிட்டேன். இன்னும் சரியாகச் சொன்னால், அது பொய்கூட அல்ல. தவறான புரிதல். அவ்வளவுதான்.*

*எது உண்மை என்று கேட்டால், என் சித்தத்தை மயக்கி என்னை உருமாற்றிய இந்தத் தீவின் சூழல்தான் என்று சொல்வேன். இதுதான் என்னை இயல்புக்கு மாறான ஒரு வித்தியாசமான ஆளாக என்னையே உணரவைத்தது. சமூகம் விதித்த தடைகளுக்கும் சம்பிரதாயங்களுக்கும் பலியாகியிருந்த எனக்கு அது விடுதலையின் அதிசயம். என்னைக் கட்டுப்படுத்தும் விதிமுறைகள் எதுவும் இந்தத் தீவில் இல்லை.*

*என்னைப் பிணைத்திருந்த தளைகளையெல்லாம் அறுத்தெறிந்துவிட்டுப் பூரண ஆசுவாசம் பெற்றேன். வாய்விட்டுக் கத்த வேண்டும் போலிருந்தது. சந்தோஷமான அந்தச் சூழலில் முழுமையாக மூழ்கிவிடத் துடித்தேன். தீவிலிருந்த ஒவ்வொன்றும்*

இயற்கையின் மாய வித்தையைப் போலிருந்தது எனக்கு. விதவிதமாய் ஜொலிக்கும் கடலின் வண்ணங்கள். கடல்பறவைகளுக்கும் நுரைக்கும் இடையிலான முடிவிலா விளையாட்டு. பறவைகளின் கானம். கண்களைக் கவரும் ஒளியின் ஜாலம். பொங்கும் வாழ்வின் துடிப்பு. கோடையின் ஈரப்பதமற்ற வெப்பம். புயலுக்குப்பின் மூக்கைத் துளைக்கும் மண் வாசனை. ஒவ்வொன்றும் காதலைப் பேசியது.

ஒவ்வொன்றும் பரவசமான கிராமியப் பாடலாய் பெருக்கடுத்து என்னை அடித்துக்கொண்டு சென்றது. உன்மத்தம் பிடித்து காமத்தைக் கிளறும் அலைகளின் சுழற்சியைப்போல் என் இளமை கொழுந்துவிட்டு எரிந்தது. தளிரைப் போன்ற என் உடல் கட்டற்று, நிலைகொள்ளாமல் தன்னைத் தானே விழுங்கிக்கொண்டது. அதனாலேயே என் விளையாட்டுகளை முழுமையாக அனுபவித்துக்கொண்டு வெறுங்காலோடு மழையில் ஆடினேன். இயற்கையின் உன்னதப் பாடலில் நானொரு ராகமாக ஒன்றிப் போக விழைந்தேன். இழந்துபோன வாழ்வை ஈடுகட்ட எத்தனை சந்தோஷத்தோடு ஏங்கினேன்!

அதனால்தான் எந்தவிதத் தயக்கமும் இன்றி வெள்ளையனான பார்க்கரிடம் என்னைக் கொடுத்தேன். அதை வெகு இயல்பாகச் செய்தேன். கானம் பாடும் பட்சிகளைப்போல்! கடல்மீது திரியும் பறவைகளைப் போல்! ஆனால் பென் தற்காலிகமாகத்தான் தன்னை இழந்தான். விளைவுகளைப் பற்றி யோசித்துப் பார்த்து என் அருகில் வருவதை நிறுத்திக்கொண்டான். என்னை ஒதுக்கினான். இருந்தாலும் எந்தக் கைம்மாறும் கருதாமல் அவனை நான் நாடினேன். என் தாகத்தைத் தணித்துக்கொள்ள விரும்பினேன். அவனுடைய பயங்களை மீறுவதற்காக ஜோவுடன் சுற்ற ஆரம்பித்து அவனைப் பொறாமையில் தவிக்கவிடத் திட்டமிட்டேன்.

கறுப்பர்களிடம் எனக்கு வெறுப்பு இருந்தாலும் ஜோவுடன் மையல் கொள்வதில் எனக்கு எந்தத் தயக்கமும் இல்லை என்பதை நான் மறுக்கப் போவதில்லை. உண்மையில் எனக்கு அது கிளுகிளுப்பாக இருந்தது. அவனது சேஷ்டையில் பூரித்துப்போனேன். அவன் பேச்சையும் அவன் செய்யும் ஆச்சரியகரமான விஷயங்களையும் பார்த்து ரசித்தேன். ஒளிரும் இளமை, உடல் வலிமை, பால் போன்ற பற்கள், மற்றவர்களையும் தொற்றிக்கொள்ளும் அந்த வசீகரமான சிரிப்பு... தீவின் சூழலும், உப்பு மணத்தைச் சுமந்து வரும் அந்தக்

கடல்காற்றும் அவனை ஒரு அழகான கருப்பு அப்போலோவாக எனக்குக் காட்டின.

என்னையே இழந்துவிடும் அபாயத்தில் இருந்ததை மெல்ல உணர ஆரம்பித்தேன். காரணம், அவன் ஏற்கனவே அதைப் பற்றிக் கோடிட்டுக் காட்டியிருந்தான். தான் விரும்பப்படுவதை அறிந்து, தன்னை விழுங்கக் காத்திருக்கும் கன்னியிடம் தானே விழுந்தான். ஒரு மதியம் பென் பாக்கர் மின்சாரப் படகில் காத்திருந்தான். ஆனால் ஜோ என்னுடன் விளையாட வத்துவிட்டான். மரத்திலிருந்து நான் அவனிடம் பழங்களை வீசிக் கொண்டிருந்தபோது திடீரென்று ஒரு பெரிய வண்டு என்னருகில் ரீங்காரமிட்டது.

மருண்டு போன நான் மரத்திலிருந்து இறங்க முயன்றபோது வழுக்கிவிட்டது. என்னை நோக்கி நகர்ந்த ஜோ கீழே விழ இருந்த என்னைத் தன் கரங்களில் ஏந்தி என் உதடுகளில் முத்தமிட்டான். ஏதோ ஒருவித அலையின் சுழல் என்னை இழுத்துச் செல்வதுபோல் உணர்ந்தேன். விழுந்த அந்தக் கணத்தில் என்னையும் மீறிக் கூச்சலிட்டேன். பயத்தில் நடுங்கிப்போய் ஓடிவிட்டான்.

பால்,சத்தம்கேட்டு நீங்கள் என்னைநோக்கிவந்தபோது கூச்சமாகஇருந்தது. என்னை அறிவற்ற ஒரு சிறுமி என்று நீங்கள் நினைத்துவிடக் கூடாது என்று எண்ணி, சிறிதும் சிந்திக்காமல் பித்தம் பிடித்தவளைப்போல், "உதவி! உதவி! அவன் என்னைக் கற்பழித்துவிட்டான்!" என்று அலறிவிட்டேன். பாவம் ஜோ! பயத்தில் ஒன்றும் புரியாமல் மலையிலிருந்து இறங்கி ஓடிப்போய் மின்சாரப்படகில் பென் பார்க்கருடன் கரையை நோக்கிப் பறந்துவிட்டான். அதற்குப் பிறகு இருவரும் இங்கே திரும்பி வரப்போவதில்லை என்று ஒப்பந்தம் செய்துகொண்டார்கள். தீவில் பேய்களைக் கண்டதாக கருப்பன் சொன்னான். சந்தேகமேயில்லாமல் அவன் மனதில் இப்போது பேயாய் ஆட்டிப் படைப்பதெல்லாம் தூக்குமேடையும், கூட்டத்தின் கையால் அடிபட்டுச் சாவதும்தான். எனக்கு உதவ ஓடி வந்த உங்கள் வேகமும், உங்களுடைய நுண்ணிய கவனமும் என்னை உங்கள் பக்கமும் உங்கள் ஆராய்ச்சிகளின் பக்கமும் ஈர்த்தது. பின்னால், நான் தாயாகப் போகும் உண்மையை உணர்ந்த பிறகு அவசரமாக உங்கள் திருமண யோசனையை ஏற்றுக் கொண்டேன்.

குழந்தை பார்க்கருக்குப் பிறந்ததுதான். அதில் எந்தச் சந்தேகமும் இல்லை. ஆனால் அதனால் என்ன? உங்களுக்கு என் மீது நாட்டம்

இருப்பது எனக்குத் தெரியும். நான் உங்களை மணந்துகொள்வேன். குழந்தைக்கு ஒரு மாலுமியை விட நல்ல தகப்பன் கிடைப்பான். நான் உடல் நலிந்து படுத்துவிட்டபோது... எனக்கு ஞாபகம் இருக்கிறது. அந்த இரவில் மழை ஆக்ரோஷமாகப் பெய்துகொண்டிருந்தது. ஆயிரம் வெடிகளை ஒன்றாக வெடித்த மின்னல் கண்களைக் குருடாக்கியது. இடியும் கடலின் ஓங்காரமும் என்னை நடுங்கச் செய்தன. அவ்வளவுதான் எனக்குத் தெரியும், நான் கண் விழித்தபோது ஏற்கனவே காலை விடிந்திருந்தது.

என் மகளைப் பற்றி நான் நினைத்தேன். அழகைக் குழைத்துச் செதுக்கிய குட்டி முகத்தையும், பிஞ்சுக் கைகளையும் நான் முத்தமிட எனக்குப் பிறந்தது ஒரு பெண் குழந்தைதான் என்று ஏன் நினைத்தேன் என்று தெரியவில்லை. அது பென்னை அப்படியே உரித்து வைத்திருக்குமா? கண்களைத் திறந்தேன். அந்த அறையில் நான் மட்டுமே தனித்திருக்கக் கண்டேன். யோசித்தேன். ‘பால் எக்கரும் குட்டிப் பாப்பாவும் எங்கே போயிருக்க முடியும்?’ கூப்பிட்டுப் பார்த்தேன். பதில் இல்லை. திடீரென்று உங்கள் காலடி ஓசையைக் கேட்டேன். ஆர்வத்தோடு காத்திருந்தேன். நீங்கள் உள்ளே நுழைந்தீர்கள்.

உங்களுக்கு என்ன ஆயிற்று? கவலையுடன், உடைகள் நனைந்து, முகத்தில் சோகம் அப்பிக்கொண்டிருக்க உங்களைக் கண்டேன். ‘பாவம் பால்!’ என்று நினைத்து உங்களைப் பற்றி வருந்தினேன். ‘நிச்சயம் அதீதமான களைப்பினால் சோர்வடைந்திருக்கிறார்’ என்று நினைத்தேன். அளவிட முடியாத அன்புடன் என்னை அணுகி வந்தீர்கள். உங்கள் முத்தங்களை என் மணிக்கட்டுகள் மீது பதித்தீர்கள். என்னை மணந்துகொள்வது பற்றிப் பேசினீர்கள்.

ஃபிலடெல்ஃபியாவுக்குத் திரும்புவதற்கு இன்னும் குறுகிய காலமே இருப்பதாகச் சொன்னீர்கள். ஆனால் நானோ குழந்தையைப் பார்ப்பதில் மட்டுமே குறியாக இருந்தேன். ஆனால் நீங்கள் அது பற்றிக் கண்டுகொள்ளவே இல்லை. ஒன்றுமே நடக்காதது போல் உங்கள் பேச்சு தொடர்ந்தது.

சந்தேகப்பட்டு நான் வற்புறுத்தியபோது நீங்கள் தயங்கினீர்கள். சிசுவைக் காப்பாற்ற உங்களால் முடிந்ததெல்லாம் செய்ததாக முதலில் சொன்னீர்கள். பிறகு அந்தக் குழந்தை ஒரு கறுப்புப் பெண் குழந்தை என்று சொன்னீர்கள். அப்போதுதான் எனக்கு உண்மை விளங்கியது.

*கொடுமையான உங்கள் செயலின் முழுப் பரிமாணத்தையும் அது எனக்குக் காட்டியது. பென் பார்க்கரின் மீதான பொறாமையால் அந்தப் பிஞ்சுக் குழந்தையைக் கொன்றுவிட்டீர்கள் என்பதை அந்தக் கணத்தில் நான் புரிந்துகொண்டுவிட்டேன். குழந்தை அவனுடையதுதான் என்று உங்களுக்கு நிச்சயமாகத் தெரியும். நீங்கள் கொலை செய்துவிட்டீர்கள். அழகு கொஞ்சும் என் தளிர்ப் பிஞ்சுவை நீங்கள் கொன்றுவிட்டீர்கள். நீங்கள் ஒரு கொலைகாரன்! கொலைகாரன்!)*

நீதிபதி பொறுமையிழந்து மேஜையை பென்சிலால் தட்டி குற்றவாளியின் கவனத்தை மீட்கிறார். பிறகு மிகுந்த பொறுமையுடன் பேசுகிறார்: "உங்களுக்கு ஏற்பட்ட இழப்புகளும், நீங்கள் பார்த்த துயர சம்பவங்களும் உங்களை ஆழமாகப் பாதித்துவிட்டன. அதனாலேயே நடந்த நிகழ்ச்சிகள் உங்கள் மனதில் ஆழப் பதிந்துவிட்டன. எரிச்சலூட்டும் ஒரு குற்ற உணர்வு உங்களை ஆட்டிப்படைக்கும் அளவு நீங்கள் விஷயங்களை மிகைப்படுத்திப் புரிந்துகொண்டிருக்கிறீர்கள். இருந்தாலும் அந்த இரவில் நீங்கள் செய்தது இயல்பானதுதான். அந்த சிசுவைக் காப்பாற்றவில்லை என்று உங்களை யார் குற்றம் சாட்டப் போகிறார்கள்?

நான் தெரிந்துகொள்ள விரும்புவதெல்லாம் புயல் அடித்த சமயத்தில் ஒரு பலவீனமான படகில் லின்டா ஆல்சனுடன் நீங்கள் புறப்பட்டதன் காரணம் என்ன என்பதுதான். உங்களால் அவளுக்கு அறுவை சிகிச்சை செய்ய இயலாது என்று நீங்கள் நினைத்ததால் எப்படியாவது அவளை கரைக்கு அழைத்துச் செல்ல வேண்டுமென்று நீங்கள் முயற்சி செய்ததாகத்தான் முதலில் நினைத்தேன். ஆனால் அதற்கு வேறு காரணமும் இருந்திருக்க வேண்டும் என்று தோன்றுகிறது. அப்படி எதுவுமில்லையா?"

*(உண்மையை நெருங்க நெருங்க அதன் உண்மைத்தன்மை மேலும் மேலும் குறைந்துவிடுகிறது என்ற உண்மையை எப்படி அவர் நீதிபதிக்கு விளக்கிப் புரியவைக்க முடியும்? அவர் தன் கைகளாலேயே தொட்டு அனுபவித்த அந்த அபூர்வ அற்புதத்தை அவரே இப்போது சந்தேகப்பட ஆரம்பித்துவிட்டார். அந்த அசாதாரணமான அற்புத நிகழ்வு அவரது கற்பனையில் உருவானதல்ல என்பதை சாட்சியங்கள் இல்லாமல் எப்படி இந்த நீதிபதிக்குப் புரிய வைக்கப்போகிறார்? தனக்குத் தெரிந்த உண்மையை வெளியே சொன்னால் தன்னைப் பரிசோதிக்க ஒரு*

மனோதத்துவ நிபுணரைக் கொண்டுவந்துவிடுவார்கள் என்று பால் எக்கருக்கு நன்றாகவே தெரியும். இருந்தாலும் அவரால் நினைவுகூர முடிந்தது அவ்வளவுதான்.

அந்த இரவில் புயலானது நரகத்தைப் போன்ற இடியையும் மின்னலையும் கொண்டுவந்தபோது, அவர் மேலும் மேலும் வேதனை தாங்காமல் துடித்துக்கொண்டிருந்த லின்டாவைக் காணச் சகிக்காமல் அவளை உறங்க வைக்கலாம் என்று முடிவு செய்தார். அந்தக் கணத்தில்தான் அந்த விசித்திரமான புதிர் வெளிப்பட்டது. அவர் அங்கே கண்டது ஒரு நுண்ணிய சிறிய முகம். பிங்க் திறத்தில் மிருதுவான பூஞ்சையான சிறு கரங்கள். அவருக்கு ஏற்பட்ட சந்தோஷத்தில் வெளியே வந்துகொண்டிருந்த சிசுவைக்கூட கவனிக்க மறந்துவிட்டார்.

குழந்தையைத் தன் கரங்களில் ஏந்திக்கொள்ளவும், தன்னுடையதென சொந்தம் கொண்டாடவும் ஆயத்தத்தோடு நின்றார். அப்போதுதான் அது பூரண ஆரோக்கியத்தோடு குதித்து விழுந்தது. படுக்கையில் விழுந்தவுடன் வாலை ஆட்டிக்கொண்டு துள்ளியது. வெறித்தனமான நம்பிக்கையில், அதனுடைய அடுத்த இயக்கத்தில்தான் தன் உயிர் மூச்சே அடங்கியிருப்பது போல் நாடி ஒடுங்கி உணர்வுகள் ஸ்தம்பித்து நின்றார் அவர்.

ஆனால் அவர் கண்களுக்கெதிரே படுக்கை விரிப்பில் துள்ளி நெளிந்தது உயிர் கொண்ட ஒரு மாயா வினோதம்; வாயருகே மீன்களுக்கே உரிய அழகான தசையிழையுடன் கூடிய ஒரு பிங்க் நிற மீன். ஆனால் இடுப்பு வரை மனித உடல் - குச்சி குச்சியாய் துருத்திக்கொண்டிருந்த கைகள்; தேவதையைப் போன்ற முகம். பெண்மையின் அடையாளங்களோடு அந்த ஜீவன் ஒரு கடல்கன்னியின் உருவத்தை அப்படியே ஒத்திருந்தது. இதை அவர் ஒரு கலை வெளிப்பாட்டில் அல்லது ஒரு கவிதையில் ரசித்திருக்கிறார். ஒடிஸ்ஸியின் தெய்வீக அழகு பொருந்திய ஆறடிச் செய்யுள்கள் இன்னும் அவருக்கு ஞாபகத்தில் இருந்தன. ஆனால் இப்படி ஒரு குழந்தை தனக்குப் பிறக்கும் என்று அவர் கனவுகூட கண்டதில்லை. கடவுளே! எந்த மாந்த்ரீகப் புணர்ச்சியில் உருவானது இது!

அவருக்கு நன்றாக ஞாபகம் இருந்தது. பென்னும் ஜோவும் ஓடிவிட்ட பிறகு லின்டா மறுபடியும் ஆராய்ச்சியில் ஆர்வம் கொண்டு அதில் ஈடுபட்டிருந்த வேளையில் ஒரு விடியற்காலையின்போது

அவர்கள் இருவரும் மலைகளுக்கிடையே நீராடச் சென்றார்கள். ஒரு பாறை விளிம்பிலிருந்து சைகை காட்டி அவரை அழைத்தாள். அவள் சைகையில் தெரிந்த ஆர்வமும் வேகமும் முக்கியமான எதையோ அவள் கண்டுபிடித்துவிட்டது போன்ற சந்தேகத்தை எழுப்பியது. அவசர அவசரமாக உடையை மாட்டிக்கொண்டு அவள் நின்றுகொண்டிருந்த இடத்துக்கு ஓடினார்.

அவர்கள் இருவரும் அந்தப் பாறை விளிம்பில் சாட்சியங்களாக நிற்க, அங்கே ஒரு காதல் விளையாட்டு – இயற்கையின் அற்புதக் கவிதை அது – நடந்துகொண்டிருந்தது. பலவித வண்ணங்களைக் கொண்ட ஒரு ராட்சச மீன் நீருக்குள் நீந்திக்கொண்டிருந்தது. முத்தின் நிறத்திலான இன்னொரு மீன் – அது ஒரு பெண் மீன் – தன் துடுப்புகளை ஊன்றிக்கொண்டு முட்டைகளை வெளித்தள்ள, முட்டைகள் ஒவ்வொன்றாக நீருக்கடியில் மணல் படுகைக்கு இறங்கிக்கொண்டிருந்தன. தன் வேலை முடிந்தவுடன் நளினமான ஒரு சுழற்சியோடு அது கிளம்பியது. சற்று நேரம் கழித்து மிடுக்கான ஆண் மீன் வந்தது. பக்குவமாக முட்டைகள் மீது மிதந்தது. வழக்கமான கொண்டாட்டத்துக்குத் தன்னைத் தயாராய் நிறுத்திக்கொண்ட பின், தன் வெள்ளைத் திரவத்தைப் பீச்சியடித்து முட்டைகளை மூடி மறைத்தது. தன் துடிப்பின் வேகத்தைத் தீர்த்துக்கொண்டபின் பெருமிதம் பொங்க ஆடம்பரமாக நீந்திச் சென்றது அது. இனம் காக்கப்பட்டுவிட்டது.

விஞ்ஞான ஆர்வத்தினால் உந்தப்பட்டு, கருத்தரிப்பை அருகிலிருந்தே கவனித்த லிண்டாவும் அவரும் நீருக்குள் குதித்து விரைந்தார்கள். விஞ்ஞானம் அவர்களை அப்படி ஒன்றாக இழுத்து வந்திருக்கக் கூடாது. அவர்கள் கண்டதன் பாதிப்பும், நீரின் இதமும், அதன் கலவையில் எழுந்த கிளர்ச்சியூட்டும் வாடையும்!... அதைப் பற்றி நினைக்கும்போதே நரம்புகள் முறுக்கேறின. உடலின் அழைப்பை அவர்களால் புறக்கணிக்க முடியவில்லை. இயற்கையின் கட்டளை அது. அந்தப் பிசுபிசுப்பான வஸ்துவால் அவர்கள் சூழப்பட்டு அதற்குப் பலியானார்கள்.

ஒவ்வொன்றும் தெளிவாகப் புரிந்தது. பிங்க் நிற தோல் போர்த்திய அந்தச் சின்னஞ்சிறிய கடல்கன்னி சமுத்திர மூதாதையர்களையே ஒத்திருந்தது. மனிதருக்கும் மீனுக்கும் இடையே நிகழ்ந்த கலவி அது. இருந்தாலும் விஞ்ஞானத்தின் மீதான அவரது தீவிர ஆர்வமே எல்லாவற்றையும்விட மேலோங்கி நின்றது. அவருடைய இனவிருத்தி

தோல்வி கண்டதை விட அது உயர்வானது. இயற்கையின் விதி தன்னுடன் ஆடிய சூட்சும விளையாட்டை மறந்துவிட்டு அந்தச் செயலின் அறிவு கடந்த நிலையைப் பற்றி யோசித்தார். அந்த விஞ் ஞானபூர்வமான நிகழ்வைத் தவிர உலகில் வேறெதுவும் முக்கியமாக இருக்க முடியாது. அவரது பெயர் வெற்றிச் சிறகுகளில் பறக்கும்; அவருடைய புகழ் பாடி, அவரது அறிவின் வீர்யம் பேசி கொடி கட்டிப் பறக்கும்! பல்கலைக்கழகங்கள் அவருக்குப் பெருமையையும் கேடயங்களையும் அளிக்கும்.

அந்தக் கடல்கன்னி தரையிலிட்ட மீனைப் போலவே சக்தியிழந்து கொண்டிருப்பதை அதன் துடிப்பு குறைந்துகொண்டிருப்பதிலிருந்து கண்டுகொள்ள முடிந்தது. கடலே அதன் உறைவிடம் என்ற நிலையில் வெளியில் இருக்கும் அது ஜீவ மரணப் போராட்டத்தில் மூச்சடைத்து உயிரிழக்க வெகு நேரமாகாது என்பதை உணர்ந்தார். அந்தக் கணத்தில் அந்த உயிரைக் காப்பாற்ற அவர் எதையும் இழக்கத் தயாராகயிருந்தார். வெகு பத்திரமாக அதைத் தன் கரங்களில் ஏந்தி கடலை நோக்கி ஓடினார். காலையின் முதல் வெளிச்சத்தில் சூறாவளி அடங்கி விட்டிருந்தது தெரிந்தது. லேசான தூறல் மட்டுமே விடாமல் தொடர்ந்துகொண்டிருந்தது.

இடுப்பளவு தண்ணீரில் இறங்கி ஞானஸ்நானம் செய்வதுபோல் பவ்யமாக அந்தக் கடல்கன்னியை தண்ணீருக்குள் மூழ்கவிட்டார். கொஞ்சம் கொஞ்சமாகத் தன் உயிர்த் துடிப்பை மீண்டும் பெற்ற அது துள்ளி நெளிவதைக் கண்டார். வாலை ஆட்டி ஆட்டி தண்ணீரை அடிப்பதைக் கண்டதும், அதற்கு நீந்தத் தெரியுமா என்ற சந்தேகத்துடன் மிகவும் மெதுவாக அதைத் தன் கைகளிலிருந்து விடுவித்தார். என்ன பைத்தியக்காரத்தனம்! மீன் குட்டிக்கு நீந்தக் கற்றுக்கொடுக்க வேண்டுமா? அவர் அதைச் செய்திருக்கவே கூடாது. கடல்கன்னி வீர்யத்துடன் தன் வாலைச் சுழற்றி அடித்துவிட்டு, அவர் பிடிக்க வருவதாக நினைத்ததுபோல் சட்டென்று நீருக்குள் மூழ்கி ஓடிப்போனது. கண்ணாடி போல் தெளிந்திருந்த அந்த நீரில் ஒருக்கணம் அதன் பிரதிபலிப்பைக் கண்டார். நிரந்தரமாக அதைப் பிரிந்து போனதில் பிரமை பிடித்தவராய் அப்படியே ஸ்தம்பித்து நின்றார்.

வர இருந்த புகழையும் பெருமையையும் தனது விரலிடுக்குகளின் வழியே அவர் நழுவ விட்டுவிட்டார். எல்லாம் கண்ணிமைக்கும் பொழுதில் நடந்து முடிந்துவிட்டது. யோசித்துப் பார்த்தபோது பால்

எக்கருக்கே ஏதோ கனவில் தென்பட்ட பனி மூட்டம்போல்தான் இருந்தது. அந்த மாயாஜால விந்தையை அவர் லின்டாவிடம் எப்படி விளக்குவார்? அவருக்கே எல்லாம் நம்ப முடியாதிருந்தது என்பதை எப்படி அவர் லின்டாவிடம் சொல்லி நம்ப வைப்பார்?)

நீதிபதி வலியுறுத்தினார்: "நீங்கள் விவரித்தது போலவே எல்லாம் நிகழ்ந்திருக்கிறது என்றால், புயலை எதிர்க்க வலுவற்ற அந்தப் படகில் லின்டா ஆல்சனுடன் நீங்கள் கிளம்பியது ஏன்? உண்மையை ஏற்றுக்கொண்டு கடைசியில் அவள் அடங்கிவிடவில்லையா?"

"உண்மையில், நான் சொன்னதை நம்பி தன்னுள் சுருங்கிவிட்டது போல்தான் இருந்தாள். அவளைப் பக்குவமாக கவனித்துக் கொள்வதற்காக எய்த்தியக் கிழவியை வரவழைத்திருந்தேன். லின்டா மிகவும் நலிந்து பலவீனமாகத்தான் இருந்தாள். திரும்பவும் அவளைப் பழைய நிலைக்கு மீட்க டானிக் வகைகளும் சத்துணவும் தேவைப்பட்டன. அவள் சற்றுத் தெம்பாக உணர ஆரம்பித்தவுடன் அவளோடு நானும் சில நாட்கள் நடைப் பயிற்சி போய்வந்தேன். மழையும் குறைந்து விட்டதால் பாறை வெடிப்புகளுக்கிடையே என் ஆராய்ச்சிகளை மீண்டும் ஆரம்பித்தேன். அதற்குப் பிறகுதான் அந்த விஷயத்தைக் கவனித்த நான் சற்று எச்சரிக்கையானேன்.

லின்டாவின் நரம்பு மண்டலம் கட்டுக்கடங்காமல் குலைந்து போய்க்கொண்டிருப்பதற்கான அறிகுறிகள் தென்பட ஆரம்பித்தன. ஏதோ ஆழ்ந்த சோகத்தில் வாடிக்கொண்டிருந்தாள் லின்டா. காரணங்கள் எதையும் என்னால் அனுமானிக்க முடியவில்லை. அலைக்கழிக்கும் சொப்பனங்களில் கடல் பூதங்கள் வந்து அவளை முற்றுகையிட்டன. கனவுலகம் என்பதே அவளுக்குச் சித்ரவதையாகி விட்டது. பயந்து அலறிக்கொண்டு கண் விழித்துத்தான் அதிலிருந்து அவள் தன்னை விடுவித்துக்கொண்டாள். அதனால் அவள் தூங்குவதற்கே பயந்தாள். தூங்கினால் உடனே மீன் உருவ பூதங்கள் அவளைச் சுற்றி வட்டமிட்டுக் கூச்சலிடும். விசித்திர ஓலமும் எக்காளமுமாக பாட்டுப் பாடி, நுரை தள்ளி, வாலை நெளித்து நெளித்து அவைக் கொட்டமடிக்கும்.

குடித்துவிட்டு ஆடும் வெறியாட்டத்தைப்போல் ஆடி, வேகம் ஏறிக் கொண்டே போய், உச்சக் கட்டத்தில் ஏதோ நீர்ச்சுழலில் மாட்டிக் கொண்டதுபோல் உள்ளே இழுக்கப்பட்டு கீழே தரையைத் தொடும் அளவுக்கு மூழ்கிவிடுவாள். குளிரில் அவள் கால்கள்

மரத்துப்போய்விடும். பெரிய பனிக்கட்டி தன் மேல் விழுந்துவிட்டதென அடம் பிடிப்பாள். பிறகு நான் அவள் கால்களைத் தேய்த்துவிட வேண்டும். நீண்ட நேரம் கடல் நீரில் ஊறிக் கிடந்ததால் ஏற்பட்ட ஒருவித முடக்குவாதம்தான் அது என்பது எய்த்தியக் கிழவியின் கணிப்பு.

கடலில் குளிக்கும் ஆனந்தத்திற்காக மட்டுமல்ல; நத்தைகளையும் சிப்பிகளையும் நறநறவென்று உயிரோடு மென்று விழுங்கும் அருவருப்பான பழக்கத்தினாலும்தான் அப்படி அவள் நீரிலேயே ஊறிக்கொண்டு கிடந்தாள். இந்த விசித்திரமான பழக்கம் பேறு காலத்தின் பிரத்தியேகமான நாட்டங்களில் ஒன்றாக இருக்கலாம் என ஆரம்பத்தில் எண்ணியிருந்த எனக்கு நாள் ஆக ஆக அந்தப் பழக்கம் தீவிரமாகிவிடவே நாளடைவில் சகிக்க முடியாதபடி ஆகிவிட்டது. அவளுடைய அகோரப் பசிக்கு கடற்பாசிக்கும் நத்தைக்கும் வித்தியாசம் தெரியவில்லை. வெல்லப்பாகை அள்ளி அள்ளி விழுங்குவதைப்போல் ஜெல்லி மீன்களை அவள் அரையும் குறையுமாக கடித்தும் கடிக்காமலும் விழுங்குவதைப் பார்த்திருக்கிறேன்...”

நீதிபதி வாந்தியே எடுத்துவிடுவார் போலிருந்தது. குழம்பிப்போய், என்ன பேசுவதென்றே புரியாமல் சொன்னார்: “என்னைப் பொறுத்தவரை நீங்கள் ஒரு புதிரான மனப்பிறழ்வு ஒன்றைச் சந்தித்திருக்கிறீர்கள் என்று நினைக்கிறேன். அதிர்ஷ்டவசமாக அந்த உளவியல் ஆராய்ச்சி...”

“சூரியன், கடல், சுத்தமான காற்று இவற்றை விட மேலான சிகிச்சை எதுவுமில்லை. இதில் மிகவும் கவலை தரக் கூடிய விஷயம் என்னவென்றால் பயத்துக்கும் மிரட்சிக்கும் இடையிலான அவளது மனப்போராட்டம் தீவிரமடைந்து ஒவ்வொரு கணமும் அது வெளிப்பட்டுக் கொண்டிருந்ததுதான். ஆழமான பள்ளத்தாக்கில் கண் கவரும் ஒளிச்சிதறல்களால் தான் கவரப்பட்டதாக அவள் விவரித்தாள். அது ஏதோ ஒரு இனம்புரியாத அரூப சக்தி என்று சொன்னாள். காம இச்சையால் உந்தப்பட்டு அவ்வப்போது குற்றவுணர்வின் பயத்தில் தயங்கித் தடுமாறும் ஒரு அனுபவமற்ற விடலையைப்போல், வேதனையோடு கூடிய பரவசத்தை நோக்கிய எதிர்பார்ப்பு அவளை கவர்ச்சியும் வெறுப்பும் கலந்த உணர்ச்சிக் குவியலுக்குள் தள்ளியது.

அவளுடைய மனப்பிறழ்வு வெறித்தனமான சிரிப்பாகவோ அல்லது காம இச்சையைத் தூண்டும் Trilonகளைப் போன்று வடிவமெடுத்த ஆபாசப் பாடல்களாகவோ வெளிப்படும். அதனாலேயே இடைவிடாமல் அலைகளுக்கிடையே விளையாடிக் கொண்டிருப்பதில் மிகுந்த ஆர்வம் கொண்டிருந்தாள் அவள். சில சமயங்களில் படுக்கையை விட்டு எழுந்து உறக்கத்திலேயே நிர்வாணமாக ஓட்டமும் குதியுமாகக் கடலைத் தேடிப் போகும் அளவுக்கு அவளுடைய உணர்வு தீவிரமாகியிருந்தது.

வித்தியாசமான இந்த அறிகுறிகள், கூடிய சீக்கிரமே அவள் ஒரு கடல் மோகினியாக மாறிவிடுவாள் என்று எனக்கு அறிவுறுத்தின. நானும் கூடவே ஓடிப்போய் அவளை சுயநினைவுக்குக் கொண்டு வந்து திரும்பவும் படுக்கைக்கு இட்டுச் செல்வேன். உன்மத்தம் பிடித்த அந்த நிலையில், தான் செய்த விஷயங்களைப் பற்றிய எந்தவிதப் பிரக்ஞையுமில்லாமல் என்னோடு ஏதேதோ பேசிக்கொண்டு வருவாள்.

ஒரு இரவில் அவள் என்னிடம் ஒப்புக்கொண்டாள். கடலால் தான் மிகவும் வசீகரிக்கப்பட்டதாகவும், அதன் கவர்ச்சியால் தூண்டப்பட்டு தன்னை அந்தக் கடலுக்கே முழுமையாக அர்ப்பணித்துவிடும் அந்தக் கணம் நிச்சயம் வரத்தான் போகிறது என்றும் சொன்னாள். அதைப்பற்றித் தொடர்ந்து சிந்தித்த நான் செய்தித்தாள்களில் அதிகம் விவாதிக்கப்பட்ட Glacus Complex தான் இது என்ற முடிவுக்கு வந்தேன். உங்களுக்கு நிச்சயம் நினைவிருக்கலாம் – அந்தப் புராண நாயகன் ஒருவகை மூலிகைகளை உட்கொண்டு அதன் காரணமாக கடலால் அதீதமாகக் கவரப்பட்டான். தன்னுடைய கண்மூடித்தனமான உந்துதலை அவனால் நிறுத்திக்கொள்ளவே முடியவில்லை. கடைசியில் தன்னையே இழப்பதைத்தவிர அவனுக்கு வேறு வழி எதுவும் புலப்படவில்லை. கடலின் அலைகளுக்குள் மூழ்கி யிருந்த அவனை Triton- ஆகவோ, அதுபோன்ற வேறு ஒன்றாகவோ உருமாற்றின Nereids.

நான் என்னுடைய ஆராய்ச்சிக் கட்டுரையில் நம் காலத்தில் இந்த வகையான காம்ப்ளெக்ஸ் அடிக்கடி தென்படக்கூடிய ஒன்றுதான் என்பதை எடுத்துக்காட்ட முயற்சித்தேன். இந்த விசித்திரமான நோய் பல மட்டங்களில் தன்னை வெளிப்படுத்திக் கொள்கிறது. சந்தோஷமான ஒரு சிறிய நேரக் குளியலிலிருந்து துவங்கி தவிர்க்க முடியாத தற்கொலை வரை. நீரில் மூழ்கி உயிரைவிடும்

மனிதன் கடைசியில் பாசிகளாலான சவச்சிலையைப் போர்த்திக் கொண்டுதான் ஓய்வெடுக்கிறான்."

நீதிபதி சற்று நடுங்கினார். பிறகு கோபத்துடன் கேட்டார்: "அவளுடைய மனப்பிறழ்வு அதீதத்தின் பயங்கர எல்லைக்குப் போகும் என்பதை அறிந்திருந்தும் ஏன் நீங்கள் அலட்சியமாக இருந்தீர்கள்? ஏன் அதற்கு ஒரு முற்றுப்புள்ளி வைக்கவில்லை? நீங்கள் செய்திருக்க வேண்டிய சரியான செயல் அவளைக் கரைக்கு அழைத்து வந்திருப்பதுதான் அல்லவா?"

"அதற்கு வழியே இருக்கவில்லை."

"ஏன் இல்லை? கொஞ்சம் விளக்கமாகக் கூறமுடியுமா?"

"காரணம் மிகவும் எளிமையானது – ஏனென்றால் லின்டாதான் என் ஆராய்ச்சிக்கான ஒரே நபராக இருந்தாள். அவள்தான் என்னுடைய ஒரே ஆராய்ச்சிப் பொருள்... ஓ! ஒரு விஞ்ஞானிக்கு அது எவ்வளவு அர்த்தம் வாய்ந்த ஒன்று என்பது உங்களுக்குத் தெரியாது.

அந்தப் புதிய வகை நோயைப் பற்றிய முடிவுகளை நான் தீர்மானிக்க முனைந்தேன். அதன் ஆரம்பத்திலிருந்து அதற்கான தீர்வைக் காணும்வரை அதன் முழுப் பரிமாணத்தையும் ஆராயாமல் இருந்தால் என் முயற்சி தோல்வியடைந்திருக்கும்.

இது ஒரு சுயநலமான காரணமாக உங்களுக்குத் தோன்றலாம். ஆனாலும்... என்னால் லின்டா ஆல்சனை குணப்படுத்த இயலும் என்று நினைக்கும் பட்சத்தில் எப்படி நான் என் முயற்சியைக் கைவிட்டிருக்க முடியும்? அப்படிச் செய்திருந்தால் அது என்னுடைய தோல்வி என பிரகடனப்படுத்தப்பட்டிருக்கும். மற்றவர்களை இந்த விஷயத்தில் ஈடுபட வைத்து அதை நான் வெறுமனே பார்த்துக்கொண்டிருப்பது மிகவும் அபத்தமானது. என்னுடைய அந்த 'காம்ப்ளெக்ஸ் தியரி'யே சிதைந்து போயிருக்கும், இல்லையா? அதுதான் காரணம்."

"ஒரு உயிரை ஆபத்துக்குள்ளாக்குவதைப் பற்றி உங்களுக்கு எந்தக் கவலையும் இல்லையா?"

"இல்லை, அப்படியில்லை! உங்களிடம் நான் சத்தியம் செய்கிறேன். இந்த விஷயத்தில் என்னை விட அதிகத் தகுதி வாய்ந்த நபர் யாராக இருக்க முடியும்? எல்லாவற்றுக்கும் மேல் அவளை நான் ஒரு சாதாரண

நோயாளியாகக் கருதவில்லை. மாறாக, அவள் என் அன்புக்கு உரியவளாகவும், எனக்கு நெருங்கிய ஒருத்தியாகவும் அல்லவா இருந்தாள்? லின்டா ஆல்சனை தியாகம் செய்யும் அளவுக்கு விஞ் ஞானத்தின் மீதான என் ஈடுபாடு அவ்வளவு தீவிரமானதல்ல. அதற்கு மாறாக அவள் வாழ்க்கைக்காக நான் என் உயிரையே தந்திருப்பேன்.

தீர்மானித்த ஒரு திட்டத்தின்படி அவளுக்கு சிகிச்சை அளித்து குணப்படுத்த விரும்பினேன். இதில் மோசமான விஷயம் என்னவென்றால், சில சமயங்களில் நாங்களே உருவாக்கும் அறிகுறிகள் நோயாளியின் கற்பனையில்கூடக் கண்டிராததாக இருக்கும். டாக்டர்களாகிய நாங்கள்தான் நோய்களை உருவாக்குகிறோம் என்று நியாயமாகவே சொல்லப்படுகிறது. லின்டாவின் விஷயத்தில் க்ளாகஸ் காம்ப்ளெக்ஸைத் தவிர வேறு எதைப் பற்றியும் பேச முடியாத அளவுக்கு என்னை அது கவர்ந்திருந்தது. ஒருவேளை எல்லாம் எதிர்மறை விளைவுகளாகவும் இருந்திருக்கலாம்...”

“ஆக, நீங்கள் சொல்ல வருவது என்ன?”

“தெரியவில்லை, அனுமானங்கள். ஒருவேளை என்னுடைய வலியுறுத்தல்தான் அவளை தான் ஒரு கடல்கன்னியாக மாற முடியும் என்று யோசிக்க வைத்திருக்கலாம்.”

“சொல்லுங்கள்.”

“உண்மையில் நான் க்ளாகஸ் காம்ப்ளெக்ஸின் அறிகுறிகளைத்தான் அவளிடம் பார்த்தேன். உதாரணமாக, அவள் கால்கள் மரத்துப்போய் முடங்கிப்போனது ஓரளவுக்கு அவளுடைய கற்பனைதான். காரணம், அவள் தன் கால்களை இயக்க முடிந்ததை நான் பார்த்திருக்கிறேன். ஆனால் கண்ணுக்குத் தெரியாத ஏதோ ஒரு சக்தி அவள் கால்களின் தன்னிச்சையான இயக்கத்தை முடக்கி, இரண்டு கால்களையும் ஒன்றாய்ப் பிணைத்துவிட்டதுபோல் அவள் கற்பனை செய்துகொண்டாள். அடிக்கடி தன் கால்களை கவலையோடு தொட்டுப் பார்த்துக்கொள்வாள். தன்னுடைய தோல் கொழகொழப்பாகிக்கொண்டிருப்பதாக அவள் மனதில் பதிந்துவிட்டது. குணப்படுத்துவதற்கு நான் வழி தேடிக்கொண்டிருக்கும்போதே நோய் தீவிரமாகிக்கொண்டிருந்தது என்பதில் எந்தச் சந்தேகமும் இல்லை...

அவளுடைய வேதனைக்கான காரணங்களை மனதில் போட்டு அலசிக்கொண்டிருந்தபோது எனக்கு ஒரு விஷயம் ஞாபகம் வந்தது.

பிரசவத்தின்போது அந்த இரவில் அவளை வெகுவாகப் பாதித்தது சூறாவளியின் இடியோசைதான். இடி, மின்னல், காதைச் செவிடாக்கிய கடலின் உறுமல், காற்றின் விசிலோசை எல்லாம் சேர்ந்து அவள் மனதில் மூழ்கி அமுங்கிப்போகும் ஓர் அந்திமக் காலத்தின் அழிவைப் பற்றிய நினைவை விதைத்திருக்க வேண்டும். அதுபோலவே, ஒரு கற்பனையைத் தனக்கு உகந்ததாக மனதில் சிருஷ்டித்துக்கொள்வதும் அவளுக்குச் சிரமமானதாக இருக்கவில்லை.

அதனாலேயே நான் விளைவை எதிர்நோக்கி உண்மையான ஆர்வத்தோடு காத்திருந்தேன்.

அது வெளிப்பட ஏன் அவ்வளவு காலம் ஆனது என்றுதான் எனக்குப் புரியவில்லை. உங்களுக்கு நன்றாகத் தெரியும்... வெப்ப மண்டலத் தீவுகளில் புயல் அடிக்கடி வீசும். வசதியான தட்ப வெப்பம் ஒருசில வாரங்களே நீடித்திருக்கும். ஆனால் மூல காரணிகளே என் திட்டத்துக்கு எதிராக இருக்கின்றனவோ என்று கூட நான் யோசித்திருக்கிறேன். முட்டையிடும் பருவத்தைப் பற்றி ஆய்வு செய்வதற்கு நல்ல தட்பவெப்பம் எனக்குத் தேவைபட்டபோது அடைமழை அடித்துக்கொண்டு பெய்தது. நீரை சேற்றோடு சேர்த்துக் குழப்பியது. சூறாவளியை நான் தேடியபோது ஒரு தென்றல் காற்றுகூட வீசுவதில்லை.

ஒவ்வொன்றையும் சரியான வரிசைக்கிரமத்தில் நான் உங்களிடம் சொல்லாதிருந்திருக்கலாம். ஆனால் என் அவஸ்தையை உச்சகட்டத்திற்கு எடுத்துச் சென்ற ஒரு அறிகுறியை நான் ஞாபகம் வைத்திருக்கிறேன். ஒருநாள் காலையில் வேட்டையாடலாம் என்று நினைத்து காட்டுக்குள் நடந்துசென்று கொண்டிருந்தபோது மழை பெய்ய ஆரம்பித்தது. நான் திரும்பிவிட்டேன். கடல்முனைக்கு வந்தபோது அது மழை அல்ல என்றும், பயம் காட்டும் வெறும் பாசாங்குத் தூறல்தான் என்றும் புரிந்துகொண்டேன்.

விசையால் இயக்கப்பட்டதுபோல் கிளம்பிய கடல் காகங்களின் கூட்டத்தை மனம் லயிக்காமல் பார்த்துக்கொண்டு நின்றபோது திடீரென்று லின்டா ஆல்சனைப் பார்த்தேன். நிர்வாணமாக அலைகளை நோக்கி ஓடிக்கொண்டிருந்தாள். அவளைத் தூக்கி வருவதற்காக அவள் பின்னே நானும் ஓடினேன். எய்த்தியக் கிழவியும் அவளை அழைத்து வருவதற்காக வந்துகொண்டிருந்தாள். ஆனால் அந்த நோயாளிப் பெண் லின்டா ஒவ்வொரு அலைக்கும் போட்ட

குதியாட்டத்தைப்பார்த்து சிரிக்க ஆரம்பித்துவிட்டாள் கிழவி. நீக்ரோக்களுக்கே உரிய விலங்கினச் சிரிப்பு.

அந்தச் சிரிப்பைக் கேட்ட மாத்திரத்தில் லின்டா ஆல்சனிடம் அதிருப்தியின் அறிகுறிகள் தெரிந்தன. குதிப்பதை நிறுத்திவிட்டு இயல்பு நிலைக்குத் திரும்புவாள் என்று நினைத்தேன். ஆனால் எய்த்தியக் கிழவியின் பைத்தியக்காரத்தனம் என்னையும் தொற்றிக் கொள்ள நானும் சிரிக்க ஆரம்பித்தேன். இப்படியாக நானும் எய்த்தியக் கிழவி யேயோவும் லின்டாவை எங்களுடைய அதிரடிச் சிரிப்பினால் முற்றுகையிட்டோம்.

ஆனால் நான் எதிர்பார்த்தது நடக்கவில்லை. குதிப்பதை நிறுத்திக்கொள்ள முடியாமல் லின்டா தன் நிலை மறந்து ஆவேசமாகத் தொடர்ந்து குதித்துக்கொண்டிருந்தாள்; பிறகு சக்தியிழந்து களைத்துப் போய் மயங்கிய நிலையில் தரையில் சாய்ந்தாள். ஏதோ அருவமான ஒன்றினால் தாக்கப்பட்டவளைப்போல் கிறீச்சிட்டாள். அவளை நோக்கி நான் ஓடினேன். பக்கத்தில் நெருங்கிய பிறகுதான் அவள் மூச்சுவிட முடியாமல் திணறிக்கொண்டிருந்ததைப் பார்த்தேன்.

அவளைக் கடலுக்குள் தூக்கிச் செல்வதுதான் சரியான வழி என்று எனக்கு அந்தக் கணத்தில் எப்படித் தோன்றியதென்றே தெரியவில்லை. அவளைத் தூக்கிக்கொண்டு போய் நீருக்குள் அமுக்கினேன். அப்போது அவளுடைய எதிர்வினையைக் கண்டு அதிசயித்தேன். நீருக்குள் போனதும் அவள் சந்தோஷமாகச் சிரிக்க ஆரம்பித்துவிட்டாள். கால்கள் இரண்டையும் பிணைத்துக்கொண்டு விசித்திரமாக நீருக்குள் நீந்தினாள்.

அவளுடைய பிரச்சினைக்குக் காரணமாக இருந்த கடலே தீர்வாகவும் இருக்கும் என்பது அந்தக் கணத்தில் எனக்குச் சந்தேகமில்லாமல் தெரிந்துவிட்டது. கடலுக்குள் மூழ்க வைத்துத்தான் அவளைக் காப்பாற்ற முடியும். ஆனால் அந்தப் போராட்டத்தில் கடல் மேலோங்கி நின்று அவளைப் பூரணமாகத் தன்னுடையவளாக உள்வாங்கிக் கொண்டால்தான் அவள் பிழைப்பாள் என்று நினைத்தேன். நிகழ்ந்ததும் அதுதான்...”

“எய்த்தியக் கிழவியின் சிரிப்பினால் ஏதும் விரும்பத்தகாத விளைவுகள் ஏற்பட்டதா?”

“ஏற்பட்டது. துரதிர்ஷ்டவசமாக அந்த நையாண்டிச் சிரிப்பு ஒரு கெட்ட அசரீரியாகத்தான் இருந்தது. எதிர்பார்த்தபடியே அன்றைய

தினத்திலிருந்து வூடு தன்னருகில் வருவதையே லின்டாவினால் சகிக்க முடியாமல் போய்விட்டது. நாராசமான அந்தச் சிரிப்பின் சப்தம் அவள் உள்மனதின் மென்மையான திரைகளை ஆழமாகக் கிழித்துவிட்டது. ஒவ்வொரு இடத்திலும் அந்த ஒலிதான் அவள் காதில் விழுந்தது. கடலின் இரைச்சலில், காற்றின் முணுமுணுப்பில், கடல் பறவைகளின் பாடலில்... என்று எல்லா சப்தங்களிலும் அந்த நாராசமான சிரிப்பின் ஒலிதான் கேட்டது.

அந்தச் சிரிப்பையும், அவளை அலைக்கழித்து ஆட்டி வைத்துக் கொண்டிருந்த அந்த விவரிக்க முடியாத மாயப்பாடலையும் கேட்காமல் இருப்பதற்காக சில சமயங்களில் தூக்கத்திலிருந்துகூட எழுந்து தன் காதுகளைப் பொத்திக்கொள்வாள். ஒரு இரவின் மத்தியில் அவளைக் கவனிப்பதற்காக எழுந்த என் காதிலும்கூட அந்தச் சிரிப்பும் பாடலும் கேட்டதாக நான் உணர்ந்தேன்.

ஆனால் அதற்குள் நான் என் முயற்சியில் களைத்துப் போய்விட்டேன். வெறுக்கத்தக்க தனது உருமாற்றமானது (Metamorphosis) முழுமையடையும் நிலைக்கு வந்துவிட்டதாய் உணர்வதாக அவள் அந்தக் கொடூரமான சொப்பனத்திலிருந்து விடுபட்ட பிறகு சொன்னது எனக்கு ஞாபகம் இருக்கிறது. கடல் கன்னியாக உருமாறி கடலில் வாழ்வதாக அவள் கனவுகள் கண்டாள். கால்கள் வாலாய் மாறிவிட்டதாக உணர்ந்தாள். 'அப்படி நடக்கக் கூடாது. அதில் எனக்கு விருப்பமில்லை,' என்று என்னிடம் சொன்னாள். 'என்னைக் கைவிட்டு விடாதீர்கள்!' என்று என் கழுத்தைக் கட்டிக்கொண்டு கதறினாள்.

மறுநாள் மிகவும் அமைதியடைந்து அந்தப் புதிரான ரகசியத்தை என்னிடம் சொன்னாள். என் தாடியைப் போன்ற அடர்த்தியான தாடியும், சுருள் சுருளான நீண்ட தலைமுடியுமாய் இருந்த வலிமை மிக்க Triton-ஐத் தான் பார்த்ததாக ஒரு வஞ்சகமான குரூரப் பார்வையோடும், அதேசமயம் கூச்சத்தோடும் என்னிடம் சொன்னாள். கனவை நினைவுகூர்ந்து சந்தோஷமாகச் சிரிக்க ஆரம்பித்தாள். Triton அவளை மென்மையற்று நடத்தியதாகத் தெரிகிறது. கடற்கரையை நோக்கி அவளை நெட்டித்தள்ளி கடித்துக் குதறி ஆக்ரமித்திருக்கிறான். 'இன்னும் அவன் கடிகளை என் உடல் முழுவதும் உணர்கிறேன்' என்று சொன்னாள் அவள்."

எரிச்சலுற்ற நீதிபதி தானே விசிறிக்கொண்டு தொண்டையைப் பலமுறை செருமுகிறார். எக்கர் தொடர்கிறார்: "இதையெல்லாம்

உங்களிடம் ஏன் சொல்கிறேன் என்று எனக்குத் தெரியவில்லை. விபரங்களை மறந்துவிட்டு பயங்கரமான அந்த முடிவைப் பற்றிப் பேசுவோம். குடிப்பதற்கு கொஞ்சம் தண்ணீர் கிடைக்குமா?”

“நிச்சயம், டாக்டர்.”

பால் எக்கர் நீர் அருந்துகிறார்.

“பிறகு...?”

“காற்று திசை மாறியது. வரப்போகும் மழையின் நிச்சயத்தை அறிவித்து கடல் கொந்தளித்தது. காந்தக் கதிரோட்டம் நிறைந்த வாயு மண்டலம் அந்த இரவுகளில் லின்டா ஆல்சனைத் தூண்டிவிட்டு மீண்டும் மீண்டும் அவள் கோபத்தை விசிறிவிட்டது. எப்படியாவது வெளியில் ஓடிவிட வேண்டுமென்று அவள் துடித்தாள். ‘கடலோடு ஒரு கலவி இருக்கிறது எனக்கு’ என்று கத்துவாள்.

ஏற்கனவே மிகவும் களைத்துப்போயிருந்த நான் எய்த்தியக் கிழவியைக் கூப்பிட்டு அவளை கவனித்துக்கொள்ளச் சொல்வேன். சூறாவளி வீசிய இரவிலும் நிலைமை அப்படித்தான் இருந்தது. இடியும் மின்னலுமாய் வெடித்த வாண வேடிக்கையில் மழை தன் வருகைக்குக் கட்டியம் கூறியது.

வாயுமண்டலத்தின் சப்தம் லின்டா ஆல்சனிடம் ஏற்படுத்திய பாதிப்பை அறிவதற்காக அவளையே உன்னிப்பாகக் கவனித்துக் கொண்டிருந்தேன். அவளைப் பற்றிய என் முடிவு தவறாகவில்லை என்று என்னால் நிச்சயப்படுத்திக்கொள்ள முடிந்தது. காரணம், அவள் அமைதியானாள். தன் கால்களின் இறுக்கத்தை அவள் மறந்துவிட்டதையும் கவனித்தேன். நல்ல உறக்கத்தில் இருந்ததைக் கண்டு நெருக்கடியின் உச்சநிலையை அவள் தாண்டி விட்டாள் என்று நினைத்தேன். திரும்பிப் போக விரும்பிய எய்த்தியக் கிழவியை அதுதான் சமயம் என்று அனுப்பிவிட்டேன். ‘ஒன்றும் ஆபத்தில்லை; நீ போகலாம்’ என்று சொல்லி அனுப்பினேன்.

எய்த்தியக் கிழவி தான் திரும்பிப் போவதற்கான காரணத்தை என்னிடம் விளக்கினாள் – தன்னுடைய படகு பாறைகளில் இடித்து சேதமடைந்துகொண்டிருப்பதாகவும், அதைப் பாறைகளின் பிளவுகளிலிருந்து வெளியே கொண்டுவர வேண்டுமென்றும் சொல்லிச் சென்றாள். அவள் கதவை மூடிய உடனே அசதியின்

அழுத்தத்தில் கால்களை நீட்டிக்கொண்டு துணித் தொட்டிலில் சாய்ந்து புகைக்கத் தயாரானேன். ஆனால் குழாயைப் பற்ற வைக்கும் முன்பே உறக்கத்தில் என்னை மறந்தேன்...”

“தடக்கென்ற மெதுவான ஒரு சப்தம் என்னை எழுப்பியது. கதவு திறந்திருந்தது. சூறாவளியின் ஆவேசம் தீவிரமடைந்திருந்தது. திரைச் சீலைகள் கிழிந்து விடுகிறாற்போல் அடித்துக்கொண்டிருந்தது காற்று. எய்த்தியக் கிழவி கதவைச் சரியாக மூடாமல் போயிருப்பாள் என்றுதான் முதலில் நினைத்தேன். ஆனால் திரும்பிப் பார்த்தபோது லிண்டா அறையில் இல்லாதது தெரிந்தது. வீடு பூராவும் தேடினேன். காணவில்லை. திடீரென்று எனக்கு பிரச்சினையின் பயங்கரம் புலப்பட்டது. மழையிலேயே கடற்கரையை நோக்கி ஓடினேன். ஓசைகளும் வெளிச்சங்களும் மோதிச் சிதறிய எரிமலையாக இருந்தது அந்த இரவு.

“லிண்டா ஆல்சன்! லிண்டா ஆல்சன்!” என்று குரலைக் கிழித்துக்கொண்டு கத்தினேன்.

பதில் சொல்ல யாருமில்லை. கிழவி தன் படகை கரைக்கு அருகில் கொண்டு வந்திருந்தாள். ஆனால் காற்றும் அலைகளும் படகை அலையோட்டத்திலிருந்து வெளியே இழுக்க முடியாமல் அவளைத் தடுத்தன. மழை விடாமல் பொழிந்துகொண்டிருந்தது. இடியோசையும் காற்றின் ஊளையும் சேர்ந்த இசைக் கச்சேரி ஒன்றை அந்த இருண்ட இரவில் நடத்திக்கொண்டிருந்தது புயல். பாறை மீது ஏறினேன். பளிச்சிட்ட மின்னல் ஒளியில் லிண்டா ஆல்சன் அலைகளுக்கிடையே தூக்கிச் செல்லப்படுவதை நான் பார்த்ததாக என் மனதுக்குப் பட்டது. கைகளை வாய்க்கருகே குவித்து, ‘லிண்டா ஆல்சன்! லிண்டா ஆல்சன்!’ என்று கூப்பிட ஆரம்பித்தேன்.

செயலிழந்து கூச்சலிடும் அவள் குரல் தூரத்திலிருந்து எனக்குக் கேட்பது போலிருந்தது.

கடற்கரைக்கு ஓடிப்போய் கிழவியைத் தள்ளிவிட்டு படகில் ஏறிக்கொண்டேன்.

“காலம் கடந்துவிட்டது!” என்று உறுமினாள் கிழவி.

துடுப்பைப் பிடித்துக்கொண்டு படகை கடலை நோக்கித் திருப்பினேன். அலைகளின் கோபத்தோடும் காற்றின் வேகத்தோடும் போராடி நான்

அவளைக் கண்டுவிட்டதாக நினைத்த அந்த இடத்தை நெருங்கினேன். அலையோடு மிதந்துகொண்டிருந்த அவளை மின்னல் ஒளி இடையிடையே எனக்குக் காட்டி மறைத்துக்கொண்டிருந்தது. ஆனால் இப்போதுதான் நான் உணர்கிறேன்...ஒருவேளை நான் அவளைப் பார்க்கவோ அல்லது இதயத்தைப் பிழியும் அவள் குரலைக் கேட்கவோ இல்லையென்று... ஒருவேளை அது என் பிரமையாகவும் இருந்திருக்கலாம். உண்மையில் நான் அவளை நெருங்கிவிட்டதாக நினைத்தபோது வெகு தூரத்தில் இருந்தாள் அவள்.

கடைசியில் அந்தக் கணம் வந்தது. என் சக்தியெல்லாம் போய் நான் பிரக்ஞையிழந்தேன். நான் படகில் பயணித்ததாகவோ அல்லது படகு அடுத்த தீவின் பாறைகளில் மோதி உடைந்ததாகவோ இப்போது எனக்கு ஞாபகமில்லை. தொப்பியை எப்போது என் தலையில் மாட்டிக்கொண்டேன் என்பதும் நினைவில்லை. ஒருவேளை அறையைவிட்டு வரும்போதே மாட்டிக்கொண்டு வந்திருக்கலாம். ஆனால் ஒரு விஷயத்தை மட்டும் என்னால் மறக்கவே முடியாது – என்னுடைய பயத்தினாலோ அல்லது மழையின் சப்தத்தினாலோ... மிஸ் ஆல்சனின் ஓலமும் அந்த மாயப்பாடலும் காதில் விழுவது மட்டும் ஒருக்கணமும் நிற்கவில்லை...

கரைக்கு நான் எப்படி வந்து சேர்ந்தேன் என்று எனக்குத் தெரியாது. ஒருக்கால், பாறைகளைச் சுற்றி நான் நடந்துகொண்டிருக்கும்போது பிரக்ஞையிழந்து மணலில் விழுந்திருக்கலாம். ஆனால் ஒன்று மட்டும் நிச்சயம் – எனக்குப் பிரக்ஞை மீண்டபோது ஏற்கனவே பொழுது புலர்ந்திருந்தது. புயலும் நின்றிருந்தது. ஆனால் என்னுள் வெகுதூரத்துப் பாடலின் எதிரொலியும், கடலின் ஆழமான ஒலி அதிர்வுகளும் கலந்து தொடர்ந்து ஒலித்துக்கொண்டிருந்தது... என் ஆத்மா முழுவதும் ஒரு பிரம்மாண்டமான சங்காக உருமாறி விட்டிருந்தது.

***

# ‘என் அம்மா ஒரு விபச்சாரி...’

**பு**வெர்த்தோ ரீக்கோ என் தாய்நாடுகளுள் ஒன்று. காரணம் என் வாழ்வை மாற்றியமைத்த இரண்டு புத்தகங்களில் ஒன்றான ‘லா பீதா’ புவெர்த்தோ ரீக்கோ மக்களைப் பற்றியது. (மற்றொன்று, சே குவேராவின் பொலிவிய நாட்குறிப்புகள்.)

மனித வாழ்வைக் குறித்து என்னை வெகுவாகச் சிந்திக்க வைத்த புத்தகம் லா பீதா. மிகச் சிறிய எழுத்துக்களில் 670 பக்கங்கள் நீளும் இந்தப் புத்தகத்தைப் படித்த போது புவெர்த்தோ ரீக்கோவிலேயே பல ஆண்டுகள் வாழ்ந்தது போன்ற அனுபவம் ஏற்பட்டது. இதை எழுதிய – தவறு, அப்படிச் சொல்ல முடியாது. புவெர்த்தோ ரீக்கோவின் ஸான் ஹூவான் நகரிலுள்ள லா எஸ்மரால்தா என்ற சேரியில் வசித்த ஒரு குடும்பத்தின் உறுப்பினர்களைப் பேட்டி கண்டு அதை அப்படியே டேப்பில் பதிவு செய்து – பிறகு பிரதி எடுத்து புத்தக வடிவமாக்கியிருக்கிறார் ஆஸ்கார் லூயிஸ்.

புவெர்த்தோ ரீக்கோ 1893ஆம் ஆண்டிலிருந்து அமெரிக்க அதிகாரத்தின் கீழ் இருந்தது. பின்னர் 1952இல் சுதந்திரம் பெற்றது.

அறுபதுகளில் இதன் ஜனத்தொகை முப்பத்தைந்து லட்சம். (இப்போது 40 லட்சம்.) இதில் பத்து லட்சம் பேர் அமெரிக்காவில் வாழ்கிறார்கள். இந்தப் பத்து லட்சத்தில் நியூயார்க் நகரத்தில் மட்டுமே ஆறு லட்சம் பேர்.

நியூயார்க் நகரத்தில் வாழும் இந்தப் புவெர்த்தோ ரீக்கோ மக்களைப் பற்றி அறிந்துகொள்ள விரும்புகிறேன். பல ஆண்டுகள் அமெரிக்காவில் வாழ்ந்தாலும் இவர்கள் தங்களின் தனி அடையாளத்தை இழந்து விட வில்லை என்று தெரிகிறது. காரணம், ஸான் ஹுவானின் தொடர்பை இவர்கள் துண்டிக்கவேயில்லை என்பதுதான். மட்டுமல்லாமல் நியூயார்க் நகரத்துக்கும் ஸான் ஹுவானுக்கும் இடையிலான விமானச் செலவு மிகவும் குறைவு.

புவொர்த்தோ ரீக்கோவின் ஏழ்மை எல்லா விதத்திலும் இந்தியாவின் விளிம்புநிலை மக்களின் ஏழ்மையோடு ஒப்பிடக் கூடியது. "குரூரமும் வன்முறையும் நிரம்பிய இவர்களது வாழ்வில் கல்வி, மருத்துவம் போன்ற எந்த வசதிகளும் இல்லை" என்கிறார் ஆஸ்கார் லூயிஸ். மிருக வாழ்க்கையை விடக் கேவலமாக இருக்கும் இவர்களின் வாழ்வுச் சூழல் 'ஏழ்மையின் கலாச்சாரம்' என்று அழைக்கப்படுகிறது.

கூபாவைப் போலவும் மற்ற லத்தீன் அமெரிக்க நாடுகளைப் போலவும் புவெர்த்தோ ரீக்கோவில் ஏன் புரட்சிகர இயக்கங்கள் தோன்றவில்லை? 19ஆம் நூற்றாண்டில் ஸ்பெயினின் ஆதிக்கத்தை மற்ற லத்தீன் அமெரிக்க நாடுகள் எதிர்த்துக் கிளர்ச்சி செய்த போதும் கூட இந்த மத்திய அமெரிக்கத் தீவிலிருந்து எந்த எதிர்ப்பும் கிளம்பவில்லையே, ஏன்?

காரணம், கூபாவைப் போல் கெரில்லா இயக்கத்தினர் ஒளிந்து கொள்வதற்கான நில அமைப்பு இந்தச் சிறிய தீவில் கிடையாது. ஆனால் புவெர்த்தோ ரீக்கோவின் புகழ்பெற்ற எழுத்தாளர் ரெனே மார்க்கேஸ் இதை மறுக்கிறார். "புவெர்த்தோ ரீக்கோவினரின் குணாம்சத்திலேயே ஒரு பணிவுத்தன்மை உள்ளது" என்கிறார் அவர்.

ஸான் ஹுவான் சேரி மக்களிடையே தான் கவனித்த ஒரு முக்கியமான அம்சம் என ஆஸ்கார் லூயிஸ் குறிப்பிடுவது அவர்களது பாலியல் வெளிப்பாடு.

"இவர்கள் வாழ்வின் மீது தீராத காதல் கொண்டவர்களாக இருக்கிறார்கள். அது காமமாக வெளிப்படுகிறது. அதாவது, அவர்களின் மொழியே உடலை அடிப்படையாகக் கொண்டிருக்கிறது. அதிலும் குறிப்பாக அந்தரங்க உறுப்பு, காமம் சம்பந்தப்பட்ட பல அந்தரங்கமான காட்சிகள் மிகவும் சகஜமாக இந்தச் சேரிகளில் விவரிக்கப்படுகின்றன. இந்த சகஜத்தன்மையின் காரணமாகவே அது ஆபாசம் என்ற நிலையிலிருந்து விலகி வாழ்வுடன் பின்னிப் பிணைந்த ஒன்றாக மாறிவிடுகிறது.

வாழ்க்கையின் மீது இவர்கள் கொண்டுள்ள வெறித்தனமான ஆர்வம் காமமாகவும், புதுப் புது அனுபவங்களையும் சாகசங்களையும் நோக்கிய தேடலாகவும் வெளிப்படுகிறது. இவர்களின் வாழ்க்கை மிக வெளிப்படையாக இருக்கிறது. ஸ்தூல வெளிப்பாடுகளைக் கொண்டதாகஇருக்கிறது.யோசிப்பதைவிட செயல்படுவதைஇவர்கள் அதிகம் விரும்புகிறார்கள். அடக்கத்தை விட ஆடம்பரத்தையும், சேர்த்து வைப்பதைவிட செலவு செய்வதையும், கடின உழைப்பில் ஈடுபடுவதைவிட சந்தோஷத்தை நாடிச் செல்வதையும், எல்லோருக்கும் பொதுவான நீதி என்பதைவிட தனிப்பட்ட உறவுகளையும் விரும்புகிறார்கள். வேடிக்கை, விளையாட்டு, விருந்து, குடி, நடனம், இசை – இவையே இவர்களது வாழ்க்கை." (புவெர்த்தோ ரீக்கோவை என் தாய்நாடு என்று நான் சொல்வதன் காரணம் இப்போது புரிகிறதா?)

இவர்களுக்குப் பிடிக்காத மற்றொரு விஷயம்: தனிமை. சுருக்கமாகச் சொல்வதனால், பல்வேறு ஐரோப்பிய நாடுகளில் நாம் காணக்கூடிய தனிமையும், துக்கமும் இவர்களிடம் அறவே காண முடியாதது. "இவர்கள் காமத்தின் மேல் அதீத ஆர்வம் கொண்டவர்களாக இருக்கிறார்கள். வாழ்க்கையின் போதாமைகளையும் தேவைகளையும் காமமே இட்டு நிரப்புகிறது. குழந்தைக்காகவும், இன்பத்துக்காகவும், பணத்துக்காகவும், பழி வாங்குவதற்காகவும், காதலுக்காகவும், இப்படி எல்லாவற்றுக்காகவும், காமமே இவர்களின் பிரதான வாழ்வு மையமாக இயங்குகிறது. ஒரே வாக்கியத்தில் சொல்வதானால், இவர்களது வாழ்வின் துயரத்தை காமமே ஈடு செய்கிறது.

குடும்பத்தை அடிப்படையாக் கொண்ட இந்தச் சமூகத்தில் சமயங்களில் குடும்பத்தையும் சிதைத்து விடுவதாக காமம் பிரதானமாகி விடுகிறது. உதாரணமாக, மாற்றுத் தந்தையரால் பாலியல் ரீதியாக வசப்படுத்தப்படும் பெண் குழந்தைகள்.

செக்ஸைப் பொறுத்தவரை ஆச்சரியப்படும் விதத்தில் இவர்கள் வெளிப்படையாக இருக்கிறார்கள். குழந்தைகளிடமிருந்து கூட மறைப்பதில்லை. ஆண் குழந்தைகள் தங்கள் அம்மாவிடமிருந்து காமத்தூண்டுதலைப் பெறுகிறார்கள். குழந்தைகளின் ஆண் குறி விறைப்பு *machismo*-வின் அடையாளமாகக் கருதப்படுகிறது.

பணத்தைப் பற்றி இவர்கள் கவலையே படுவதில்லை. கேட்டால் *த்தோமா லா பீதா ஈஸி, முச்சாச்சா* என்கிறார்கள். 'வாழ்க்கையை

ஈஸியாக எடுத்துக்கொள், பெண்ணே' என்று பொருள். ஆனால், அன்புக்காக எதையுமே செய்யக்கூடியவர்கள் இவர்கள்."

***

ஆஸ்கார் லூயிஸின் *வாழ்க்கை* என்ற மிகப் பெரிய புத்தகத்திலிருந்து ஒரே ஒரு அத்தியாயத்தை மட்டும் மொழிபெயர்த்திருக்கிறேன். அதன் தலைப்பு: என் அம்மா ஒரு விபச்சாரி. பேசுபவர் ஃபெலிஸித்தா.

நான் குழந்தையாக இருக்கும்போது என் சித்தி சொல்லுவாள், என் அம்மா ஒரு விபச்சாரி என்று. ஆனால் நான் அதை நம்பவில்லை. என் அம்மாவைப் பார்க்க வேண்டும் என்று சொல்லுவேன். ஆனால் சித்தி "அந்தத் தெருநாயை நீ ஒன்றும் பார்க்க வேண்டியதில்லை" என்று திட்டுவாள். அவள் ஒரு அம்மாவைப் போல் நடந்து கொள்ளவில்லையாம். அம்மா எங்களுக்காக என்றுமே சமைத்ததில்லை. அது மட்டுமல்ல. கண்டவர்களுடன் போய் சுற்றி விட்டு, குடித்துவிட்டு, சுய நினைவில்லாமல் இரவு வெகுநேரம் கழித்து வருவாளாம். சிறு குழந்தைகளாகிய நாங்கள் அதுவரை பட்டினியாகவே கிடப்போம். சித்தி சொன்னாள்.

சித்தி சொல்வதைப் பற்றி எனக்கு அக்கறையில்லை. அம்மாவும் அப்பாவும் பிரிந்து வாழ்ந்ததைப் பற்றியே நான் மிகவும் கவலைப் பட்டேன். இருவரும் சேர்ந்து வாழ வேண்டும் என்று விரும்பினேன்.

சித்தி எங்களை சரியாக நடத்துவதில்லை. எங்களுக்காக சமைப்பதில்லை. எங்களைப் பள்ளிக்கும் அனுப்புவதில்லை. ரொட்டியைத் தூக்கி தரையில் எறிவாள். நாங்கள் போய் பொறுக்கித் தின்போம். எங்களுக்குத் துணிமணிகளும் வாங்கித் தந்ததில்லை. எப்போதும் எங்களை அடித்துக் கொண்டேயிருப்பாள். ஒருநாள் க்ரூஸித்தா அழுதாள். ஓடி வந்த சித்தி அவளைத் தூக்கித் தரையில் வீசி எறிந்தாள். அன்றிலிருந்துதான் க்ரூஸித்தா முடமானாள். ஆனால் "தண்டுவடத்தில் ஏற்பட்ட நோயினால்தான் அப்படியானது" என்கிறாள் சித்தி.

ஒருநாள் செஞ்சிலுவைச் சங்கத்தினர் எங்கள் குடிசைக்கு வந்து எங்களையெல்லாம் பள்ளிக்கூடத்தில் சேர்த்து விடுகிறோம் என்று சொன்னார்கள். அப்போது வீட்டில் சித்தி இல்லை. என் அக்கா சொலேதாத் "எங்களுக்கு வேண்டாம்" என்று சொல்லி அவர்களைத் திருப்பி அனுப்பி விட்டாள்.

சித்தியுடன் அதிகமாக சண்டை பிடிப்பது சொலேதாத் தான். ஒருநாள் சித்தியின் சொந்தக்காரர் ஒருவர் குளித்துக்கொண்டிருக்கும்போது ஒரு துவாரத்தின் வழியே சொலேதாத் பார்த்துக்கொண்டிருந்தாள். நான் போய் சித்தியிடம் சொன்னதும் சொலேதாத் என்னை வயிற்றில் குத்தினாள். உடனே சித்தி அவள் மீது விழுந்து கன்னாபின்னாவென்று அடித்து நொறுக்கி விட்டாள்.

ஒருமுறை என் அப்பா புவெர்த்தோ ரீக்கோவில் இல்லாதபோது அம்மா எங்கள் குடிசைக்கு வந்தாள். சொலேதாதைப் பார்க்க வேண்டும் என்றாள். சித்தி பயந்து போனாள். ஏனென்றால், என் அம்மா தன் வாயில் எப்போதும் ப்ளேடு வைத்திருப்பதாக எல்லோரும் பேசிக்கொண்டதுதான். அதனால் நந்தா (என் அம்மா) சொலேதாதை அழைத்துக்கொண்டு போனபோது சித்தி ஒன்றும் சொல்லவில்லை. பிறகு சொலேதாத் திரும்பவேயில்லை.

எங்களையெல்லாம் வைத்துக்கொள்வதில் சித்திக்குத் துளியும் இஷ்டமில்லை. "அவள் வந்து உங்கள் எல்லாரையம் அழைத்துக் கொண்டு போனால் எவ்வளவு நன்றாக இருக்கும்!" என்று அடிக்கடி சொல்லிக் கொண்டிருப்பாள். பிறகு அம்மா வந்து என் அண்ணனையும், க்ரூஸையும் அழைத்துச் சென்றாள். கடைசியில் சித்தியுடன் நான் மட்டுமே இருந்தேன். நான் என் அம்மாவுடன் சென்று விடுவதை ஓர்த்தென்சியா விரும்பவில்லை. என் அம்மாவைப் போலவே நானும் ஆகிவிடுவேன் என்று அவளுக்குப் பயம்.

என் அப்பாவின் மூலமாக ஓர்த்தென்சியாவுக்கு இரண்டு மகன்கள் இருந்தார்கள். ஒருவன் மரியானோ, மற்றவன் தொமாஸ். தொமாஸுடன்தான் எனக்கு ஒத்து வந்தது. தொமாஸ் மிகவும் நல்லவன். இரக்க சுபாவமுள்ளவன். ஆனால் மரியானோ அப்படியல்ல. அவனுக்கு யாரைப் பற்றியும் கவலையில்லை. காரணம், அவன் வெள்ளை நிறத்தவன்.

அப்பா பனாமாவில் இருக்கும்போது ஓர்த்தென்சியாவையும் வரவழைத்துக்கொண்டார். ஓர்த்தென்சியா எங்களை அவள் சகோதரி மரியாவிடம் ஒப்படைத்து விட்டுச் சென்றாள். மரியாவின் வீட்டில் நான் ஒரு வேலைக்காரியாகத்தான் இருந்தேன். என் உயரம் 'ஸிங்க்' வரை எட்டாது. அதனால் கீழே ஒரு பெஞ்ச்சைப் போட்டு அதன் மீது ஏறி நின்று கொண்டு பாத்திரங்களைத் தேய்ப்பேன். இரண்டு மாதங்கள் சென்று என் சித்தி வந்து என்னையும் பனாமாவுக்கு

அழைத்துச் சென்றாள். அப்போது எனக்கு ஆறு அல்லது ஏழு வயது இருக்கும்.

பனாமாவில் சித்தி என்னை முன்னைவிட மோசமாக நடத்த ஆரம்பித்தாள். பள்ளியிலிருந்து நான் திரும்பும் போது சித்தி தன்னுடைய பையன்களுக்கு மட்டும் காப்பி போட்டு வைத்திருப்பாள். எனக்கு ஒன்றும் கிடையாது. என்னை யாரோடும் விளையாட விடமாட்டாள். எனக்கு நண்பர்கள் இருப்பதையும் அனுமதிக்க மாட்டாள். வீட்டிலேயே இருந்து வேலை செய்து கொண்டிருக்க வேண்டும். என் தோழிகள் யாரிடமாவது நான் பேசிக் கொண்டிருப்பதைப் பார்த்து விட்டால் போதும், ஓங்கி ஒரு உதை விடுவாள். "புவெர்த்தோ ரீக்கோவுக்குத் திரும்பினால் நான் என் அம்மாவிடம் போய் விடுவேன்" என்று சித்தியிடம் சொல்லுவேன். அவள் பதிலுக்கு, "அது நல்ல யோசனை. ஏனென்றால் கடைசியில் நீ விபச்சாரியாகத்தான் போகப் போகிறாய். அதனால் உன் அம்மாவிடம் இருப்பதே நல்லது" என்பாள்.

எப்பேர்ப்பட்ட கொடுமையான சித்தி! என் அப்பா இருக்கும்போது என்னிடம் அன்பாக இருப்பது போல் நடிப்பாள். அவர் வெளியே போனதுமே என்னைத் திட்ட ஆரம்பித்து விடுவாள். கையில் கிடைத்ததையெல்லாம் எடுத்து அடிப்பாள். தரை துடைக்கும் பிரஷ்ஷை எடுத்து என் உடம்பின் மீது தேய்ப்பாள். கேட்டால் "நீ நன்றாக அழுக்குப் போக குளிக்கவில்லை" என்பாள். ஆவே மரியா! என் முதுகு பூராவும் ரத்தக்களரியாகிவிடும்.

எல்லாம் பழைய கதை... இப்போது என் அப்பாவுக்கு நாற்பத்தாறு வயது ஆகிறது. ஓர்த்தென்சியாவுடன் பதினேழு ஆண்டுகளாக வாழ்ந்து வருகிறார். அவருடைய முதல் மனைவியின் குழந்தைகளை வளர்த்து வருவதால் ஓர்த்தென்சியாவுக்கு மிகவும் நன்றிக்கடன்பட்டிருக்கிறார் என்று நினைக்கிறேன். பல பெண்களோடு தொடர்பு வைத்திருந்தாலும் ஓர்த்தென்சியாவோடுதான் அவர் காலம் கழிந்தது. ஒருமுறை ஓர்த்தென்சியா அவரை அடித்துக் கீழே தள்ளி அவர் மீது ஏறி உட்கார்ந்து விட்டாள். கீழே படிக்கட்டுகள். அதில் தள்ளி விடப் போகிறேன் என்று கத்துகிறாள். அப்பாவினால் எழுந்து கொள்ள முடியவில்லை. நான்தான் ஓடி வந்து பக்கத்து வீட்டுக்காரர்களைக் கூப்பிட்டேன். ஒரு நாற்காலியை எடுத்து அவர் மீது அடித்தாள் ஓர்த்தென்சியா. ஒரு வாரம் அவரால் படுக்கையை விட்டு எழுந்து கொள்ள முடியவில்லை.

அப்பாவின் மீது அவள் ஏதாவது செய்வினை வைத்திருப்பாளோ என்று கூடத் தோன்றுகிறது. ஏனென்றால் அடிக்கடி அவள் மந்திரவாதியிடம் போய்க் கொண்டிருந்தாள். வீடு முழுவதும் தாயத்துகள்... சிலுவைகள்... மெழுகுவர்த்திகள்... ஊதுவத்திகள்... எல்லாம் என்அப்பாவை ஒரு கட்டுக்குள் வைத்திருப்பதற்காக!

நான் சிறுமியாக இருக்கும்போதே எனக்கு ஒருவிதமான கிளர்ச்சி ஏற்பட்டு விட்டது. ஏதோ நமநமவென்ற உணர்ச்சி. எனக்கு ஒரு ஆண் வேண்டும் என்று தோன்ற ஆரம்பித்தது. அதை எப்படி விளக்குவது என்று கூடத் தெரியவில்லை. அந்த உணர்வு வந்தவுடனே என் உறுப்பின் மீது வெதுவெதுப்பான நீரை ஊற்றுவேன். சமயங்களில் நேரடியாக வெந்நீர்க் குழாயைத் திறந்து விட்டு ஆவி பறக்கும் வெந்நீர்த் தொட்டியில் அமர்ந்து எனக்குப் பிடித்த சினிமா நடிகனை நினைத்துக் கொள்வேன். கொஞ்ச நேரத்தில் என் அப்பாவும் சித்தியும் நெருக்கமாக இருப்பதை நினைப்பேன். ஆனால் எனக்கு ஒரு அவமான உணர்வு தோன்றும். கடவுளே, ஏன் இப்படியெல்லாம் நினைக்கிறேன்?

இலையை சிகரெட்டைப் போல் சுருட்டி வாயில் வைத்து ஊதுவேன். சில சமயம் ஆடைகளை அவிழ்த்து விட்டு துவாலையால் உடம்பைச் சுற்றிக் கொண்டு (பக்கவாட்டில் அது திறந்து இருக்க வேண்டும்) தெருமுனையில் போய் நிற்பேன். தலையில் பூ. கையில் ‘சிகரெட்!’ அப்போது என்னை ஒரு வேசி என்று கற்பனை செய்து கொள்வேன்.

எனக்கு ஏழு வயது ஆனபோது, நான் ஒரு பாடகியாக வேண்டும் என்று ஆசைப்பட்டேன். குழந்தைகளுக்கான வானொலி நிகழ்ச்சியில் பாடி முதல் பரிசு வாங்கினேன். ஐந்து டாலர், ஒரு பேனா செட் மற்றும் ஒரு தியேட்டர் டிக்கட். அடுத்த முறை சென்றபோது இரண்டாம் பரிசு கிடைத்தது. ஆனால் அதற்கு அடுத்த முறை சித்தி என்னை அனுப்ப மறுத்து விட்டாள். அதோடு அந்தக் கனவு முடிவுக்கு வந்தது. ஆனால் இப்போது கூட பாடினால் அசல் பாடகியைப் போலவே இருப்பதாக நண்பர்கள் சொல்கிறார்கள். நான் பெரியவளான பிறகு ஓர்த்தென்சியா எனக்குச் செய்ததையெல்லாம் அவளுக்குத் திருப்பிச் செய்வேன் என்று அவளிடம் சொன்னேன். ஆனால் இப்போது அப்படிச் செய்யவில்லை. என்னால் அவளைச் சிறிதளவு கூட மரியாதைக் குறைவாக நடத்த முடியவில்லை.

எனக்குப் பனிரண்டு வயது ஆனபோது நாங்கள் மீண்டும் புவெர்த்தோ ரீக்கோவுக்குத் திரும்பினோம். காரணம், என் சித்தியின் அப்பா

உடல்நிலை சரியில்லாமல் இருந்தார். பிறகு ஆறுமாதம் கழித்து பனாமா திரும்பினோம். கப்பல் ட்ரினிடாடில் நிற்க வேண்டி வந்தது. அன்றைய தினம் ஃபெப்ருவரி 18, 1952.

உடம்பின் முன் பக்கத்திலும் பின் பக்கத்திலும் ஒரு வலி. அதை நான் கப்பலிலிருந்த ஒருவனிடம் சொன்னேன். அவன் "ஒன்றுமில்லை, பயப்படாதே. ஓய்வு எடுத்தால் சரியாகி விடும்" என்று சொன்னான். என் ஆடை முழுதும் ரத்தமாகியிருந்தது. பிறகு அவன் "நீ செஞோரீத்தா தானே?" என்று கேட்டான். எனக்கு விளங்கவில்லை. பிறகு அவனே அதன் அர்த்தத்தை விளக்கினான். "இன்றிலிருந்து நீ செஞோரீத்தா." (செஞோரீத்தா – குமாரி, திருமணமாகாதவள்.)

மூன்று மாதம் வரை நான் ஒரு செஞோரீத்தா என்பதை யாரும் கண்டு பிடிக்கவில்லை. சித்தியிடம் சொல்வதற்கு எனக்குத் தைரியம் இல்லை. ஏனென்றால், அவள் எப்போதுமே சொல்லிக்கொண்டிருந்தாள், நான் செஞோரீத்தா ஆனதுமே ஒருவனிடம் என்னை ஒப்படைத்து விடப் போவதாக. அதனால்தான் அவளிடம் சொல்லத் தயங்கினேன். இதை மறைப்பதற்காக நான் ஏகப்பட்ட உள்ளாடைகளை மாற்ற வேண்டியிருந்தது. ஆனால் ஒருநாள் குளியலறையில் உள்ளாடையை மறந்து போய் விட்டு விட்டேன். அவள் கண்டு பிடித்து அப்பாவிடம் சொல்லி விட்டாள்.

எனவே, இப்போது நான் செஞோரீத்தாவாக ஆகிவிட்டேன். குழந்தைப் பருவம் போய் விட்டது. இனிமேல் நான் திருமணம் செய்து கொள்ளலாம். திருமணம் செய்து கொள்ள வேண்டும் என்பது எப்போதுமே எனது விருப்பமாக இருந்து வந்துள்ளது. ஆனால் என் ஆசை நிறைவேறுவது சாத்தியமில்லை. என் சித்தி அதற்கு விடமாட்டாள். எனக்கென்று ஒரு வீடு. என் விரலில் திருமண மோதிரம். அழகான கவுன். அருமையான கேக்...

ஒரு ராணுவக்காரனைத்தான் நான் மணந்து கொள்வேன். சிவி லியனை அல்ல. சிவிலியன்களுக்குக் கரும்பு வெட்டுவதைத் தவிர வேறு என்ன தெரியும்? மனதுக்குள் சொல்லிக்கொள்வேன்...'என்னை ஒரு ராணுவ ஜெனரல்தான் மணந்து கொள்ளப் போகிறான்.'

அப்போது என்னை ஒருவன் காதலித்தான். பள்ளியில் நான் ஆறாம் வகுப்பில் இருந்தேன். புவெர்த்தோ ரீக்கோ சென்று வந்ததில் ஒரு ஆண்டு வீணாகிவிட்டது.

அவன் ஒரு பஸ் டிரைவர். இளைஞன். என்னுடைய பாய் ஃப்ரெண்டாக இருக்கப் போவதாகச் சொன்னான். ஏற்கனவே திருமணமானவன். ஆனால் அது எங்கள் காதலுக்குத் தடையாக இருக்கவில்லை.

சித்திக்கு இந்த விஷயம் தெரிந்து போனது. அப்பாவிடம் சொன்னாள். அவர் அதைக் கண்டு கொள்ளவில்லை. உடனே அவள் மிளாறை எடுத்து அதன் தோலை உரித்து விட்டு என் மார்பின் மீது விளாசித் தீர்த்தாள். அதோடு மட்டும் விடவில்லை. சமையலறை அரத்தின் மீது இரண்டு மணி நேரம் நிற்கச் செய்தாள்.

பதினான்கு வயதில் புவெர்த்தோ ரீக்கோ திரும்பினேன். அங்கே எனக்கு எல்லாமே வித்தியாசமாக இருந்தது. நான் பேசியது பனாமா பாணியில் இருந்தது. அவர்கள் பேசியதில் முக்கால்வாசி எனக்குப் புரியவில்லை.

ஒருநாள் நான் அந்தப் பெண்ணைச் சந்தித்தேன். அவள் என் சகோதரி. அச்சு அசலாக க்ரூஸித்தா மாதிரியே இருந்தாள். அவள் பெயர் ஆல்பா நிதியா. ஆனால் அவள் என் தகப்பனுக்குப் பிறந்தவள் அல்ல. அவள் தகப்பன் கொல்லப்பட்டு விட்டான். இந்தச் சிறுமிக்கும் என் (தன்) அம்மாவைப் பற்றி எதுவும் தெரியாது. ஏனென்றால், பிறந்த ஆறாம் நாளே இவளை வேறோர் இடத்தில் கொடுத்து விட்டாள் நந்தா. இவளைப் பற்றி எங்களிடம் பேசியதும் இல்லை. ஆனால் எனக்கு எல்லா விஷயமும் தெரியும். சித்தி சொல்லியிருக்கிறாள்.

“குட்டிப் பெண்ணே... நீ என் தங்கை, தெரியுமா?”

பதிலுக்கு அவள் என் முகத்தில் காறித் துப்பினாள்.

ஒருநாள் ஓர்த்தென்சியா என்னிடம் சொன்னாள்... அப்பாவை ராணுவத்துக்கு அனுப்ப இருப்பதாகவும் அதனால் அவள் பால்த்திமோர் செல்வதாகவும். திரும்பவும் நான் மரியாவிடம் விடப்பட்டேன். மரியாவின் வீடு ஒரு நரகம். அவள் தொழில் கள்ளச் சாராயம் காய்ச்சுவது. கள்ளத்தனமாக தயாரிக்கப்பட்ட ரம்மை பூமிக்கடியில் புதைப்பதும் பிறகு அதைத் தோண்டி எடுப்பதும், விற்பதும்தான் என் வேலை.

ஆனாலும் அவள் என்னைக் குறை சொல்லிக்கொண்டே இருந்தாள். நான் எந்த வேலையும் செய்வதில்லை. தண்டமாகச் சாப்பிட்டுக் கொண்டிருக்கிறேன். இப்படி, இப்படி...

அப்போது மரியா ஒரு இளைஞனைக் காதலித்தாள். மரியா ஒரு கிழவி. நானோ ஒரு செஞோரீத்தா. அதனால் இயல்பாகவே அந்த

வாலிபனுக்கு என் மீது ஒரு கண் இருந்தது. சந்தர்ப்பம் கிடைக்கும் போதும், கிடைக்காதபோது அதை உருவாக்கிக்கொண்டும் அவன் என்னோடு பேசினான்.

அவ்வளவுதான். மரியாவுக்கு என் மீது பொறாமை வந்து விட்டது. “இதோ பார்... நீ என் காதலனைத் திருடிக் கொண்டு விட்டாய், இனிமேல் நீ இங்கே இருக்கக் கூடாது” என்று சொல்லி என்னைத் துரத்தியடித்து விட்டாள்.

எனவே, நான் மரியாவின் மகள் லூர்தெஸின் வீட்டுக்குச் சென்றேன்.

லூர்தெஸின் கணவன் பெயர் ரமோன். அவன் ஒரு பெண்ணைக் கொலை செய்து விட்டு பரோலில் வந்திருந்தான். சில பெண்களை வன்கலவி செய்ததாகவும் அவன் மீது குற்றச்சாட்டு இருந்தது. பெண்கள் அல்ல, குழந்தைகள். குழந்தைகளிடம் மிட்டாயைக் கொடுத்து ஏமாற்றி அவர்களை அழைத்துச் சென்று வன்கலவி செய்வது அவனது அன்றாட வேலையாக இருந்து வந்திருக்கிறது. என்னிடமும் தன் வேலையைக் காண்பித்தான். என் முலைகளைப் பிடித்தான். நான் அதை விரும்பவில்லையென்று தெரிந்ததும் என்னை அணைத்து முத்தமிட முயன்றான். எல்லாவற்றையும் நான் மூர்க்கமாக எதிர்த்தேன். கடைசியில் போலீஸ் அவனைப் பிடித்துச் சென்றது, திருடப்பட்ட சில பொருட்களை வாங்கி விற்றதற்காக.

லூர்தெஸ் வீட்டில் நான் ஒரு அடிமையைப் போல் வேலை செய்ய வேண்டியிருந்தது. துணி துவைப்பது, குழந்தைகளைப் பார்த்துக் கொள்வது, கள்ளச் சாராயம் தயாரிப்பது, இப்படிப் பல வேலைகள். இவ்வளவு வேலைக்கும் அவள் எனக்குத் தரும் காலை உணவு என்ன தெரியுமா? ஒரு டம்ளர் பால். அவ்வளவுதான். ஆனால் பல நாட்களில் இந்த ஒரு டம்ளர் பால் கூட கிடைக்காமல் மாலை ஆறு மணி வரை பட்டினி கிடந்திருக்கிறேன். காலையிலிருந்து மாலை ஆறு மணி வரை வெறும் வயிற்றுடன் எத்தனை நாட்களைக் கழித்திருக்கிறேன் தெரியுமா?

அப்போது எலும்பும் தோலுமாக இருந்தேன். அம்மாவிடமே போய் விடலாமா என்று கூடத் தோன்றியது.

அம்மா லா எஸ்மரால்தாவில் வசிக்கிறாள் – என் சகோதரன் மற்றும் சகோதரி க்ரூஸுடன். என் மற்றொரு சகோதரி சொலேதாத் கூட லா எஸ்மரால்தாவில்தான் தனியாக வசிக்கிறாள். நான் பனாமாவில் இருந்தபோது அவள் ஆர்த்துரோ என்ற கிழவனைத் திருமணம் செய்து கொண்டாள்.

சொலேதாத் என்னிடம் அன்பாக இருந்தாள். என்னுடைய மாதவிடாய் நாட்களில் நான் என்ன செய்ய வேண்டும் என்று சொன்னாள். துணியை மடித்துக் கொடுத்தாள். பிறகுதான் கோட்டக்ஸ் பயன்படுத்துவதைப் பற்றித் தெரிந்து கொண்டேன். வாலிபர்களைக் கவரக்கூடிய விதத்தில் எப்படி ஆடை அணிவதென்றும் அவள்தான் எனக்குச் சொல்லிக் கொடுத்தாள். சினிமாவுக்கு அழைத்துச் சென்றாள். பல நண்பர்களுக்கும் என்னை அறிமுகம் செய்தாள்.

ஒருநாள் என்னை என் அம்மாவிடம் போய் விடும்படி சொன்னாள் சொலேதாத். "நந்தாவிடம் சென்று விடு. அவள்தான் உன்னைச் சுதந்திரமாக இருக்க விடுவாள். இல்லாவிட்டால் இங்கேயே வந்துவிடு. நான் உன்னை டான்ஸ் பார்ட்டிகளுக்கு அழைத்துச் செல்கிறேன். எனக்கு நிறைய நண்பர்கள் இருக்கிறார்கள். அவர்கள் உன்னை பீச்சுக்கும் அழைத்துச் செல்வார்கள்." எனவே நான் லூர்தெஸ் வீட்டைவிட்டு அம்மாவிடம் சென்றேன். "நந்தா, உன்னோடுதான் இனிமேல் இருக்கப் போகிறேன். லூர்தெஸ் என்னை மிக மோசமாக நடத்துகிறாள். நான் அங்கே இருக்க மாட்டேன்" என்றேன்.

"சரி... எப்படியும் நீ என் மகள். இங்கேயே இருந்து கொள். பரவா யில்லை" என்றாள் அம்மா.

நான் அவளுடன் நான்கு மாதங்கள் தங்கினேன். முதலில் சில தினங்கள் அவள் என்னிடம் அன்பாக இருந்தாள். நானும் சந்தோஷமாக இருந்தேன். லா எஸ்மரால்தாவை எனக்கு மிகவும் பிடித்து விட்டது. அப்பாவின் வீட்டை விட இந்த வீடு ஏழ்மையாகவே இருந்தது என்றாலும் இந்த இடம் எனக்குப் பிடித்திருந்தது. காரணம், அம்மா என்னை அடிக்கமாட்டாள். திட்டுவாள். வீட்டைவிட்டு வெளியே போகச் சொல்லுவாள். ஆனால் ஒருபோதும் அடிக்கமாட்டாள்.

அப்போது என் அம்மா எராஸ்மோ என்ற ஆளுடன் வாழ்ந்து கொண்டிருந்தாள். எராஸ்மோ ஆர்த்துரோவுக்கு சகோதரன். குடிகாரன். வீட்டுக்கு யார் வந்தாலும் எராஸ்மோவுக்குப் பிடிக்காது. ஒருநாள் சொலேதாதைக் கட்டியணைக்க முயன்றான். மற்றொரு நாள் நான் பீச்சுக்குப் போய் விட்டு வீட்டுக்குத் திரும்ப வந்தபோது இருவரும் படுக்கையில் இருப்பதைப் பார்த்தேன். நினைத்துப் பாருங்கள்... நான் என்ன செய்ய முடியும்? உடனே வெளியே வந்து விட்டேன். பிறகு என்னையும் வழிக்குக் கொண்டு வர முயற்சி செய்தான். நான் அதற்கு இடம் கொடுக்கவில்லை. என்னிடம் அவன் முயற்சி கடைசி வரை பலிக்கவில்லை.

கடைசியில் அம்மா அவனை விட்டுப் பிரிந்ததன் காரணமும் இதுவாகத்தான் இருக்கும் என்று நினைக்கிறேன். அவளுடைய மகள்களின் மீது அவன் கை வைத்ததை அவளால் பொறுத்துக் கொள்ள முடியாமல் போயிருக்கலாம். அதற்குப் பிறகு நாங்கள் பெத்ரோவின் வீட்டுக்குச் சென்றோம். என் அப்பாக்களில் பெத்ரோதான் என்னிடம் மிகவும் பிரியமாக நடந்து கொண்டவர் என்று சொல்லலாம்.

உண்மையில் என் அம்மா என்னைப் பற்றிக் கொஞ்சமும் கவலைப் படவில்லை. அந்த வீட்டிலும் நான் வேலைக்காரியாகவே இருந்தேன். தப்பித் தவறி "எனக்கு சூப் பிடிக்காது நந்தா" என்று சொல்லிவிட்டேன் என்று வைத்துக்கொள்ளுங்கள். அவ்வளவுதான்.

"அப்படியா? உனக்கு சூப் பிடிக்கவில்லையானால் போய் பீயைத் தின்னு. எனக்கும் என் புருஷனுக்கும் எது பிடிக்கிறதோ அதைத்தான் என்னால் சமைக்க முடியும்" என்பாள்.

என் அம்மா மிகவும் கடினமான பெண்மணி. அவளுடைய மென்மையான பகுதியை நான் பார்த்ததேயில்லை. ஏன் அவள் அப்படியிருந்தாள் என்பதை என்னால் புரிந்து கொள்ளவே முடிந்ததில்லை. எங்களை வளர்க்க அவள் ஒரு சிறிதும் கஷ்டப்பட்டதில்லை. அதுதான் காரணம் என்று நினைக்கிறேன். நாங்கள் பிறந்ததுமே எங்களைத் தெருவில் தூக்கியெறிந்து விட்டாள். எங்களுக்காக அவள் எந்தத் தியாகமும் செய்ததில்லை. எங்களை வளர்த்ததெல்லாம் எங்கள் சித்திதான்.

என் அம்மாவின் வாழ்க்கையைப் பற்றி எனக்கு அதிகம் தெரியாது. தெரிந்து கொள்ளவும் முயற்சி செய்யவில்லை. ஒருநாள் நானும் அவளும் ஒன்றாகக் குளிக்கச் சென்ற போது அவள் உடம்பில் பச்சை குத்தியிருப்பதைப் பார்த்தேன். ஒரு இடத்தில் ஃபிதல் தியாஸ் என்றும், மற்றொரு இடத்தில் 'ஐ லவ் யூ' என்றும் பச்சை குத்தப்பட்டிருந்தது.

"அது என்ன நந்தா?" என்று கேட்டேன்.

"ஓ... அது என்னுடைய பிம்ப்பின் பெயர்."

"பிம்ப் என்றால்?"

"என் உதவியால் வாழும் ஒருத்தன்."

குளித்து முடித்த பின் அவள் என்னை விட்டு விட்டுக் கிளம்பினாள்.

“நந்தா, எங்கே போகிறாய்?”

“மாலுமிகளோடு படுக்கப் போகிறேன்... பணம் சம்பாதிக்க.”

“ஓ... அப்படியானால் நீ அந்தத் தொழில்தான் செய்கிறாயா?”

“ஆமாம்... பல காலமாக அந்தத் தொழில்தான். உங்களையெல்லாம் பிரிந்ததிலிருந்து.”

என் அம்மா அந்தத் தொழில் செய்வதால் பல ஆண்களையும் வீட்டுக்கே அழைத்து வருவாள். சமயங்களில் அவர்களுடன் வீட்டிலேயே படுப்பதும் உண்டு. ஆனால் பொதுவாக குடிப்பதற்காகத்தான் அவர்களுடன் வீட்டுக்கு வருவாள். பிறகு ஓட்டலுக்குப் போவார்கள். அவள் குடித்து விட்டு வீட்டுக்கு வரும்போது நான் என் நண்பர்களுடன் பேசிக் கொண்டிருப்பதைப் பார்த்தால் என்னை வீட்டை விட்டுப் போய் விடும்படிச் சொல்லுவாள். அதுதான் என்னை மிகவும் வருத்தமடையச் செய்யும்.

அந்தத் தொழில் செய்யும் பெண்களின் மீதே எனக்கு ஒரு வெறுப்பு உண்டாகி விட்டது. “ஏன் இந்தத் தொழில் செய்கிறாய்?” என்று கேட்டேன். “இதில்தான் பணம் சுலபமாகக் கிடைக்கிறது” என்றாள். அவள் இந்தத் தொழில் செய்வது பற்றி நான் ஒன்றும் வெட்கப்படவில்லை. காரணம், அவளுக்காகத்தான் அவள் இதைச் செய்கிறாள். எங்களைக் காப்பாற்றுவதற்காக அல்ல. மேலும், அவள் ஒன்றும் இந்தத் தொழிலைச் செய்யும் முதல் பெண்ணும் அல்ல. அவளைப் பற்றி நான் கருத்துச் சொல்ல முடியாது. ஏனென்றால் அவள் வாழ்க்கை அப்படியாகிவிட்டது. அதே சமயம் எனக்கு அது பிடிக்கவும் இல்லை.

ஒருநாள் அவள் தொழில் செய்யும் இடத்துக்கு என்னை அழைத்துச் சென்றாள். எனக்கு அப்போது பதினான்கு வயது. ஒரு பாருக்குச் செல்வது அதுவே எனக்கு முதல் முறை. நிறைய பேர் என்னைப் பார்த்து விசில் அடித்தார்கள். அந்த இடத்தையோ அந்த மனிதர்களையோ எனக்குத் துளியும் பிடிக்கவில்லை. முகத்தில் பெரிய தழும்புகளோடு இருந்த பெண்களை அங்கே பார்த்தேன். வேசிகள். ஒரு பெண் தன் முகத்தை அறுத்துக்கொண்டாள் என்றால் அவள் ஒரு வேசி என்று பொருள். “நீ இவர்களுடன் பழகிக் கொள்ளலாம்“ என்றாள் நந்தா.

“வேண்டாம். இந்த வேசிகளுடன் என்னால் பழக முடியாது” என்று மறுத்து விட்டேன்.

பிறகு சொலேதாதின் வீட்டில் போய் நான்கு மாதங்கள் இருந்தேன். சமயங்களில் அவளுக்கு மிகக் கடுமையான கோபம் வந்தாலும் எங்களுக்குள் நன்றாக ஒத்துப் போயிற்று. ஆனால் சொலேதாதுக்கும் என் அம்மாவுக்கும் ஒத்துப்போகவில்லை. காரணம், என் அம்மாவின் மீது சொலேதாதுக்கு மரியாதை இல்லை. ஒருநாள் சொலேதாத் அவளைத் தன் முஷ்டியால் குத்த, பதிலுக்கு என் அம்மா அவளை ஒரு கம்பியால் அடித்தாள். ஆனால் சொலேதாத் மிகவும் பலசாலி. அந்தக் கம்பியைப் பிடுங்கி என் அம்மாவை அடித்து நொறுக்கி விட்டாள்.

அவள் கணவன் ஆர்த்துரோ இல்லாதபோது சொலேதாத் தன் நண்பர்களை வீட்டுக்கு அழைத்து வருவாள். ஒரு கட்டத்தில் அவள் ரெய்னால்தோவைக் காதலித்துக் கொண்டிருந்தாள். ஒருநாள் ஆர்த்துரோ வெளியே செல்வது போல் போக்குக் காட்டிவிட்டு சிறிது நேரத்தில் திரும்பி வந்தான். அந்த நேரத்தில் சொலேதாத் ரெய்னால்தோவின் மடியில் படுத்துக் கிடந்தாள்.

ஆர்த்துரோ தனது கைத்துப்பாக்கியை எடுப்பதற்குள் முந்திக்கொண்டு சொலோதாத் அதைப் பிடுங்கிச் சுட முயன்றாள். அதற்குள் அவள் கையை ஆர்த்துரோ பிடித்துவிட குண்டு அவள் கையிலேயே பாய்ந்தது. இன்னமும் அந்த அடையாளம் அவள் கையில் இருக்கிறது. உடனே ஆர்த்துரோ ஒரு கத்தியை உருவி அவளை இரண்டு முறை கிழித்தான். பிறகு அவனை ஜெயிலில் போட்டார்கள். அவன்தான் சுட்டான் என்று நீதிபதியிடம் சொல்லிவிட்டாள் சொலேதாத். அவனுக்கு ஆறு மாதம் தண்டனை கிடைத்தது. அவன் ஜெயிலில் இருந்தபோது அவள் மற்றவர்களுடன் சுற்றிக் கொண்டிருந்தாள்...

***

# சார்ல்ஸ் ப்யூகோவ்ஸ்கி

**ப்**யூகோவ்ஸ்கியின் கதைகளிலேயே தமிழ்ச் சூழலில் மொழி பெயர்க்கக்கூடிய அளவுக்கு என்னால் தேர்ந்தெடுக்க முடிந்த கதை இது ஒன்றுதான். வேறு கதைகளை மொழிபெயர்த்தால், ஆபாசத் தடைச்சட்டம் என் மீதும் பதிப்பாளர் மீதும் பாயும். அது மட்டுமல்ல. வேறு பலரும் பாயலாம். உயிருக்கு உத்தரவாதம் சொல்ல முடியாது.

ப்யூக்கின் ஒரு சிறுகதைத் தொகுப்பின் தலைப்பு இது. Erections, Ejaculations, Exhibitions and General Tales of Ordinary Madness. ப்யூக் தன்னுடைய கதைகளை எப்படி வெளியிட்டாரோ அதைப் போலவே நானும் அவரது கதைகளின் மொழிபெயர்ப்பை போர்னோ பத்திரிகைகளில் வெளியிடலாம். ஆனால் இங்குள்ள போர்னோ பத்திரிகைகள் மட்டமானவை. ப்யூக்கின் கதைகளைப் போன்ற தரமான எழுத்தை வெளியிட மாட்டார்கள். ப்யூக்கின் ஆங்கிலம் ப்ளஸ்டூ ஃபெயில் ஆனவர்களுக்கும் புரியக்கூடியது. எனவே அவர் கதைகளை ஆங்கிலத்திலேயே படித்துக்கொள்வது நல்லது.

மற்ற எழுத்தாளர்களுக்கும் ப்யூகோவ்ஸ்கிக்கும் உள்ள முக்கிய வித்தியாசம், அவர் கற்பனைக் கதைகளை எழுதியதே இல்லை. தன் வாழ்வில் நடந்த சம்பவங்களையே அவர் எழுதினார். இந்தப் பின்னணியில் 'அழகி'யை மீண்டும் வாசித்துப் பாருங்கள்.

மற்றொரு வித்தியாசம் ப்யூக் தனது கவிதை வாசிப்புக் கூட்டங்களின்போது மேடையில் ஒரு பாத்திரத்தை வைக்கச்

சொல்வாராம். வாந்தி வந்தால் எடுத்துக்கொள்ள வசதியாக. அந்த அளவு போதையில் கவிதை வாசிப்புக்கு வருவார்.

***

# ஊரின் மிக அழகான பெண்

**சார்ல்ஸ் ப்யூகோவ்ஸ்கி**

**அ**ந்த ஐந்து சகோதரிகளில் காஸ்தான் மிகவும் அழகானவள். இளையவள். ஊரிலேயே மிகவும் அழகான பெண் அவள்தான். பாதி செவ்விந்தியத்தன்மை கொண்ட அவள் உடம்பு ஒரு பாம்பைப்போன்ற லாவகமும், வசீகரமும் கொண்டது. தீப்பொறி பறக்கும் கண்கள். அதே போன்ற உடம்பு. திரவ வடிவில் உலவும் தீ அவள். ஆவியைப் போல் பீறிட்டுக் கிளம்பும் தீவிரத்தைத் தாங்க முடியாததைப் போன்றதொரு ரூபத்தில் சிக்கிக் கொண்டிருப்பவர்களைப்போல் தோன்றுவாள். அவளுடைய உடம்பைப் போலவேதான் அவள் கூந்தலும், நீண்டு, கருத்து, பட்டுப் போன்ற மென்மையுடன் சுருள் சுருளாக இருக்கும். காஸ், ஒன்று, படு உற்சாகமாக இருப்பாள். அல்லது, படு சோர்வாக இருப்பாள். இடைப்பட்ட நிலை என்பதே காஸிடம் கிடையாது. அவள் ஒரு பைத்தியம் என்றார்கள் சிலர். அவர்கள் சராசரிகள். சராசரிகளால் காஸைப் புரிந்துகொள்ள முடியாது. ஆண்களைப் பொறுத்தவரை அவள் ஒரு செக்ஸ் மெஷின். அவள் பைத்தியமா இல்லையா என்பதைப் பற்றி அவர்களுக்கு அக்கறை கிடையாது. காஸ் நடனமாடுவாள். ஆண்களின் சகவாசம் உண்டு. அவர்களை முத்தமிடுவாள். ஆனால் சில சந்தர்ப்பங்களில் ரொம்பவும் நெருங்கப் பார்த்தால் விலகிவிடுவாள்.

அவள் புத்தியைப் பயன்படுத்தாமல் தன் அழகைத் தவறாகப் பயன்படுத்துகிறாள் என்று குறைகூறுகிறார்கள் அவளுடைய சகோதரிகள். ஆனால் காஸூக்கு புத்தியும் உண்டு, அறிவும் உண்டு. ஓவியம் தீட்டுவாள். நடனமாடுவாள். பாடுவாள். களிமண்ணில் சிற்பங்கள் செய்வாள். அதோடு, யாராவது மனதளவிலோ, உடல் ரீதியாவோ பாதிக்கப்பட்டால் மிகவும் கவலைப்படுவாள். அவள் மிகவும் வித்தியாசமானவள். அவளுடைய போக்கு, நடைமுறை வாழ்க்கைக்குக் கொஞ்சமும் ஒத்துவராதது. அவள் சகோதரிகளுக்கு அவள் மீது பொறாமை. காரணம் – அவர்களுடைய ஆண் நண்பர்களுக்கு அவள் மீது ஈர்ப்பு ஏற்பட்டுவிடுகிறது. ஆனால் அவர்களையும் அவள் சரியாகப் பயன்படுத்திக் கொள்ளவில்லை என்று அவள் மீது அவர்களுக்குக் கோபம். அசிங்கமானவர்களுடன் நட்பாக இருப்பதுதான் அவள் சுபாவம். கம்பீரமான ஆண்களைப் பார்த்தால் எரிச்சல் அடைவாள். “டப்பாப் பயல்கள். காதிலும் மூக்கிலும் சவாரி செய்யும் வெற்றுப் பயல்கள். உள்ளே சரக்கு இல்லாத வெறும் பயல்கள்” என்று கண்டபடி திட்டுவாள். கோபம் வந்தால் அவள் பைத்தியம் என்று சிலர் சொல்கிறார்கள். அவளுடைய அப்பா குடித்தே செத்தான். மகள்களைத் தனியே விட்டு விட்டு ஓடிவிட்டாள் அம்மா. பெண்கள் ஒரு உறவினர் வீட்டுக்குச் செல்ல அவர்கள் அந்தப் பெண்களை ஒரு காப்பகத்தில் கொண்டுபோய் விட்டு விட்டார்கள். காஸின் சகோதரிகளை விட காஸூக்குத்தான் அந்தக் காப்பகம் பெரும் துன்பமாக அமைந்தது. அங்கிருந்த பெண்கள் காஸைப் பார்த்து பொறாமைப்பட்டார்கள். காஸ் பதிலுக்கு அவர்களோடு சண்டை போட்டாள். அப்படி நடந்த இரண்டு சண்டைகளில் அவளுடைய இடது கை முழுவதும் கத்திக் காயங்கள் ஏற்பட்டன. இடது கன்னத்திலும் ஒரு நிரந்தரமான வெட்டுக்காயம். ஆனால் அது அவளுடைய அழகைக் குறைப்பதற்குப் பதிலாக கூடுதலாகவே ஆக்கிக் காட்டியது. அந்தக் காப்பகத்திலிருந்து வெளியேறிய பிறகு அவளை நான் வெஸ்ட் எண்ட் பாரில் பல இரவுகளில் சந்தித்திருக்கிறேன். ஐந்து பேரிலும் கடைசி என்பதால், காப்பகத்திலிருந்தும் அவள் கடைசியாகவே வெளியேற முடிந்தது. நேராக வந்து என்னருகே அமர்ந்தாள். அநேகமாக இந்த ஊரில் நான்தான் மிகவும் அசிங்கமானவனாக இருப்பேன் என்று நினைக்கிறேன். அதனால்தான் அவள் என்னிடம் வந்திருக்க வேண்டும்.

“குடிக்கிறாயா?” என்று கேட்டேன்.

“ஓ, குடிக்கலாமே.”

அன்று இரவு நடந்த உரையாடலில் எந்த அசாதாரணத் தன்மையும் இருந்ததாகத் தெரியவில்லை. காலை சந்தித்த ஒரு உணர்வு மட்டுமே இருந்தது. அவள் என்னைத் தேர்ந்தெடுத்ததால். அவ்வளவுதான். குடிப்பது அவளுக்குப் பிடித்திருந்தது. நிறையவே குடித்தாள். குடிப்பதற்குரிய வயதுள்ளவளாகத் தெரியவில்லை. ஆனால் பார் பணியாளர்கள் அதுபற்றிக் கவலைப்படவில்லை. ஒருவேளை பொய்யான அடையாள அட்டை வைத்திருக்கிறாளோ என்னவோ. எப்படியோ,அவள் ஒவ்வொருமுறைகழிப்பறைக்குப்போய்விட்டுவந்து என்னருகே அமரும்போதும் எனக்குக் கொஞ்சம் பெருமையாகவே இருந்தது. ஊரிலேயே மிகவும் அழகானவள் என்பது மட்டுமல்ல, நான் பார்த்த பெண்களிலேயும் அழகானவள் அவள்தான். அவள் இடுப்பில் கையை வைத்து அவளை முத்தமிட்டேன்.

“நான் அழகாக இருக்கிறேன் என்று நினைக்கிறாயா?” என்று கேட்டாள்.

“நிச்சயமாக அழகு மட்டுமல்ல. வேறு ஏதோ வசீகரமும் உன்னிடம் இருக்கிறது.”

“எல்லோரும் என்னை அழகி என்றே சொல்கிறார்கள். உண்மை யிலேயே நீ அப்படி நினைக்கிறாயா?”

“அழகு என்ற வார்த்தை ரொம்பக் கம்மி. உன் அழகு அதை விட மேல்...”

காஸ் தன் கைப்பையில் எதையோ தேடினாள்.

கைக்குட்டையாக இருக்கும் என்று நினைத்தேன். இல்லை, அவள் கையில் இருந்தது ஒரு கூர்மையான நீண்ட ஊசி. நான் தடுப்பதற்குள் அந்த ஊசியைத் தன் மூக்கின் பக்கவாட்டில் வைத்து அழுத்திக் குத்தி விட்டாள். பயங்கர அதிர்ச்சியும், அருவருப்புமாக உணர்ந்தேன். அவள் என்னைப் பார்த்து சிரித்துக் கொண்டே “இப்போது என்னை அழகி என்று சொல்வாயா? இப்போது என்ன நினைக்கிறாய், மகனே?” என்று கேட்டாள். முதலில் அவள் மூக்கில் குத்திக்கொண்டு நின்ற அந்த ஊசியை எடுத்துவிட்டு, என் கைக்குட்டையை வைத்து ரத்தத்தை நிறுத்தினேன். அங்கிருந்த பலரும் – பார் பணியாளன் உட்பட – இதைப் பார்த்துக் கொண்டிருந்தார்கள். பிறகு பார் பணியாளன் ஓடி வந்தான்.

"இதோ பார், இன்னொரு தடவை இப்படிச் செய்தால் நீ வெளியே போக வேண்டிருக்கும். உன்னுடைய நாடகம் இங்கே எங்களுக்குத் தேவையில்லை."

"Oh, Fuck you man !" என்றாள் அவள்.

"அவளைக் கொஞ்சம் ஒழுங்காக நடந்துகொள்ளச் சொல்" என்று என்னிடம் சொன்னான் அவன்.

"சரியாகி விடுவாள்" என்றேன் நான்.

"இது என்னுடைய மூக்கு. இதை நான் என்ன வேண்டுமானாலும் செய்வேன். அது என் இஷ்டம்."

"வேண்டாம். நீ அப்படிச் செய்தால் எனக்கு வலிக்கிறது."

"என்ன சொல்கிறாய்? என் மூக்கை ஊசியால் குத்தினால் உனக்கு வலிக்கிறதா ?"

"ஆமாம், வலிக்கிறது. நிஜமாகத்தான்."

"ஓகே. இனிமேல் செய்யவில்லை. Cheer up !"

கைக்குட்டையால் மூக்கைப் பிடித்தபடி, வலியைப் பொறுத்துக் கொண்டே அவள் என்னை முத்தமிட்டாள். பார் மூடிய பின் நாங்கள் என் அறைக்குத் திரும்பினோம். பியர் அருந்தியபடி பேசிக் கொண்டிருந்தோம். அப்போதுதான் அவளைப் பற்றி எனக்கு முழுமையாகப் புரிந்தது. அவள் அன்பினாலும், கருணையினாலுமே உருவானவள். அவளையும் அறியாமலேயே அவள் அப்படியிருந்தாள். அதே சமயம், சட்டென்று ஒரு கொந்தளிப்பான மனோநிலைக்குப் பாய்வதற்கும் தவறுதில்லை. Schitzi!* ஓர் அழகான, ஆன்மீக ரீதியான Schitzi.

ஒருவேளை யாராவது ஒருவன் அல்லது ஒரு விஷயம் அவளை முற்றிலுமாக அழித்து விடக்கூடும். ஆனால் அது நானாக இருக்க மாட்டேன் என்பது மட்டும் நிச்சயம். நாங்கள் படுக்கைக்குச் சென்றோம். நான் விளக்கை அணைத்த பிறகு காஸ் கேட்டாள்.

"எப்போது வேண்டும் உனக்கு? இப்போதா, காலையிலா ?"

* Schizoid என்ற மனப்பிறழ்வு நிலையையே ப்யூக் இங்கே சுருக்கமாக Schitzi என்று கூறுகிறார். இதை Schizoid Aesthetics என்றும் அழைப்பதுண்டு.

“காலையில்” என்று சொல்லி விட்டுத் திரும்பிப் படுத்தேன்.

காலையில் எழுந்து காஃபி போட்டுக்கொண்டு வந்து அவளை எழுப்பினேன். சிரித்தாள்.

“இரவில் வேண்டாம் என்று மறுத்த முதல் ஆள் நீதான்.”

“பரவாயில்லை. வேண்டுமானால் அதை முழுவதுமாகவே கூட தவிர்த்து விடலாம்.”

“இல்லை. பொறு. எனக்கு இப்போது வேண்டும். பாத்ரூம் போய் விட்டு வருகிறேன்.”

சீக்கிரமாகவே திரும்பி வந்தாள். அப்போது அவள் அற்புதமாக இருந்தாள். அவளுடைய கருங்கூந்தல் ஜொலித்தது. அவள் கண்களும், உதடுகளும் கூட ஜொலித்தன. அவளே ஜொலித்துக்கொண்டுதான் இருந்தாள்... அவள் தன் உடலை ஒரு அற்புதமான பொருளைப்போல் மிக மெதுவாகக் காட்டினாள். பிறகு படுக்கையில் படுத்தாள்.

“வா, என் காதலனே.”

நானும் அவளருகே சென்று படுத்தேன். அளப்பரிய முத்தங்களைக் கொடுத்தாள். அவள் அசைவுகளில் அவசரமேயில்லை. என் கரங்களை அவள் மீதும் அவள் கூந்தலின் மீதும் படரவிட்டேன். அவள் மீது ஏறி இயங்கினேன். அவள் உறுப்பு சூடாகவும், இறுக்கமாவும் இருந்தது. நீண்ட நேரம் தொடர வேண்டும் என்று மெதுவாக இயங்கினேன். அவள் கண்கள் என்னை நேரடியாகப் பார்த்தன.

“உன் பெயர் என்ன?” என்று கேட்டேன்.

“தெரிந்து இப்போது என்ன ஆகப் போகிறது?”

நான் சிரித்துவிட்டுத் தொடர்ந்து இயங்கினேன். பிறகு அவள் ஆடைகளை உடுத்திக் கொண்டாள். அவளை பாரில் கொண்டுபோய் விட்டேன். அவளை மறக்க முடியவில்லை. அதன் பிறகு நான் எதுவும் செய்யவில்லை. மதியம் இரண்டு மணி வரை தூங்கினேன். பிறகு எழுந்து தினசரியைப் படித்தேன். அவள் ஒரு பெரிய ‘யானைக் காது’ இலையை எடுத்துக்கொண்டு திரும்பி வந்தபோது நான் குளியல் தொட்டியில் இருந்தேன்.

“இந்நேரம் நீ குளியல் தொட்டியில்தான் இருப்பாய் என்று நினைத்தேன். அதனால்தான் அதை மறைக்க இந்த இலையைக் கொண்டு வந்தேன் ஆதிமனிதா...”

குளியல் தொட்டியில் கிடந்த என்மீது அந்த 'யானை' இலையை எறிந்தாள்.

"நான் குளியல் தொட்டியில் இருப்பேன் என்று உனக்கு எப்படித் தெரியும்?"

"எப்படியோ தெரியும்."

அநேகமாக தினமுமே நான் குளியல் தொட்டியில் இருக்கும்போது காஸ் வருவாள். அது வெவ்வேறு நேரமாகக் கூட இருக்கும். ஆனால் அந்தக் குறிப்பிட்ட நேரத்தில் வந்து விடுவாள். அபூர்வமாகவே தவறவிட்டிருக்கிறாள். நிச்சயம் கையில் அந்தப் பெரிய 'யானைக் காது' இலை இருக்கும். பிறகு, கலவி கொள்வோம். ஒருசில இரவுகளில் அவளிடமிருந்து தொலைபேசி அழைப்பு வரும். குடித்துவிட்டுத் தகராறு செய்து மாட்டிக் கொண்டு விடுவாள். நான்தான் ஜாமீன் கொடுத்து ஜெயிலிலிருந்து அழைத்து வருவேன்.

"தேவடியாப் பயல்கள்... இரண்டு பெக் வாங்கிக் கொடுத்து விட்டால் என் பேண்டைக் கழற்றிவிடலாம் என்று பார்க்கிறான்கள்."

"அவர்கள் வாங்கிக் கொடுப்பதை நீ ஏற்றுக் கொள்ளும் போதே பிரச்சினை ஆரம்பம் என்றுதான் அர்த்தம்..."

"அவர்களுக்கு என்னைப் பிடித்திருக்கிறது என்று நினைத்தேன். என் உடம்பை மட்டும்தான் பிடித்திருக்கிறது என்று யார் கண்டது?"

"எனக்கு உன்னையும் பிடித்திருக்கிறது. உன் உடம்பையும் பிடித்திருக்கிறது. ஆனால் மற்ற ஆண்களால் உன் உடம்பை மீறி யோசிக்க முடியும் என்று எனக்குத் தோன்றவில்லை."

ஆறு மாதங்கள் நான் ஊரில் இல்லை. எங்கெங்கோ பொறுக்கித் திரிந்து விட்டு ஊர் திரும்பினேன். அந்த நாட்களில் நான் என்றுமே காஸை மறந்ததில்லை. எங்களுக்குள் சில வாக்குவாதங்கள் நடந்துள்ளன. எப்படியிருந்தாலும் விலகிவிடத்தான் வேண்டும் என்று தோன்றும். நான் திரும்பி வந்தபோது, இத்தனை நாட்களில் அவள் இந்த இடத்தைவிட்டுப் போயிருப்பாள் என்றே நினைத்தேன். ஆனால் வெஸ்ட் எண்ட் பாரில் நான் உட்கார்ந்திருந்தபோது முப்பது நிமிடங்களில் வந்து விட்டாள். வந்து என்னருகில் அமர்ந்தாள்.

"Well bastard! கடைசியில் திரும்பி வந்துவிட்டாய்."

நான் அவளுக்கும் சரக்கை ஆர்டர் கொடுத்து விட்டு அவளைப் பார்த்தேன். கழுத்து வரை மூடிய சட்டை அணிந்திருந்தாள். இம்மாதிரி உடையில் அவளை நான் இதுவரை பார்த்ததில்லை. அதோடு, ஒவ்வொரு கண்ணின் கீழும் ஒரு ஊசி குத்தப்பட்டிருந்தது. நான் பார்க்க முடிந்ததெல்லாம் அந்த ஊசிகளின் முனையைத்தான்.

"அடப்பாவி... இன்னமும் நீ உன் அழகைச் சிதைத்துக் கொண்டுதான் இருக்கிறாயா?"

"இது ஒன்றும் நிஜ ஊசி இல்லை, முட்டாள்."

"நீ ஒரு பைத்தியம்."

"I have missed you."

"வேறு யாரும் உண்டா?"

"ம்ஹூம், யாரும் இல்லை. நீ மட்டும்தான். ஆனால் தொழில் செய்கிறேன். பத்து டாலர். உனக்கு மட்டும்தான் இலவசம்."

"முதலில் அந்த ஊசிகளை எடு."

"அது நிஜ ஊசியில்லை."

"அதைப் பார்த்தாலே எனக்கு எரிச்சல் வருகிறது."

"நிச்சயமாக?"

"ஆமாம், நிச்சயமாக."

காஸ் மெதுவாக அந்த ஊசிகளை எடுத்துத் தன் பர்ஸில் வைத்துக் கொண்டாள்.

"ஏன் உன் அழகோடு பிரச்சினை செய்துகொண்டிருக்கிறாய்? ஏன் நீ அதோடு சமாதானமாக வாழக்கூடாதா?"

"முடியாது. ஏனென்றால் என்னிடம் அது ஒன்றுதான் இருப்பதாக மற்றவர்கள் நினைக்கிறார்கள். அழகு ஒன்றுமேயில்லை. அழகு நிரந்தரமானதல்ல. அசிங்கமானவனாக இருக்க நீ எவ்வளவு அதிர்ஷ்டம் செய்திருக்க வேண்டும் என்று உனக்குத் தெரியாது."

"ஓகே. நான் அதிர்ஷ்டக்காரன்தான்."

“நீ அசிங்கம் என்று நான் சொல்லவில்லை. மற்றவர்கள் நினைக்கிறார்கள். உன் முகம் மிகவும் வசீகரமானது.”

“நன்றி.”

மீண்டும் குடித்தோம்.

“இப்போது என்ன செய்து கொண்டிருக்கிறாய்?” என்று கேட்டாள்.

“ஒன்றும் செய்யவில்லை. எதிலும் ஈடுபாடு வரவில்லை.”

“அந்நியர்களோடு உறவு கொள்வது என்னால் முடியும் என்று தோன்றவில்லை. அது மிகவும் சலிப்பூட்டுவது.”

“ஆமாம், சலிப்பூட்டுவதுதான். எனக்கு எல்லாமே சலிப்பூட்டுகிறது.”

ஒன்றாகவே கிளம்பினோம். தெருக்களில் இன்னமும் மக்கள் காஸை உற்றுத்தான் பார்த்தார்கள். காஸ் ஒரு அழகான பெண். ஒருவேளை முன்னைவிட இப்போது இன்னும் அழகாக இருந்தாளோ என்னவோ. என்னுடைய இடத்துக்குச் சென்றோம். ஒரு ஒயின் பாட்டிலைத் திறந்தேன். பேசிக்கொண்டிருந்தோம். காஸுக்கும் எனக்கும் இயல்பாகவே ஒத்துப் போனது. அவள் கொஞ்ச நேரம் பேசினாள். நான் கேட்டுக் கொண்டிருந்தேன். பிறகு நான் பேசினேன். எங்கள் உரையாடல் எந்தக் கஷ்டமும் இல்லாமல் போய்க் கொண்டிருந்தது. இரண்டு பேரும் சேர்ந்து சில ரகசியங்களைக் கண்டுபிடிப்பதாகத் தோன்றியது. ஒரு நல்ல ரகசியத்தைக் கண்டுபிடிக்கும்போது காஸ் சிரிப்பாள். அந்தச் சிரிப்பு... அவளால் மட்டும்தான் அப்படிச் சிரிக்க முடியும். தீயிலிருந்து கிளம்பும் சிரிப்பு அது. பேச்சினிடையே முத்தமிட்டுக் கொண்டோம். இன்னும் நெருக்கமாக அமர்ந்து கொண்டோம். மிகவும் சூடாகி விட்டதால் படுக்கைக்குச் சென்றோம். அவள் தன் சட்டையைக் கழற்றியபோதுதான் அதைப் பார்த்தேன். கழுத்தில் தாறுமாறாக வெட்டப்பட்ட அசிங்கமான ஒரு காயம். மிகப் பெரிய ஆழமான காயம்.

“அடப்பாவி... அடப்பாவி... என்ன செய்து வைத்திருக்கிறாய் நீ?”

“ஒரு உடைந்த பாட்டிலை வைத்து ஒரு நாள் இரவு முயற்சி செய்தேன். இனிமேல் என்னை உனக்குப் பிடிக்காதா? நான் இன்னமும் அழகாக இருக்கிறேனா?”

நான் அவளைக் கட்டிலுக்கு இழுத்து முத்தமிட்டேன். அவள் என்னைத் தள்ளிவிட்டு நகைத்தாள். “சில பேர் பத்து டாலரைக்

கொடுத்து விட்டு நான் ஆடையைக் களைந்ததும் ஒன்றும் செய்யாமல் சும்மா இருந்து விடுகிறார்கள். நான் அந்தப் பத்து டாலரை எடுத்துக் கொள்வேன். வேடிக்கைதான்.”

“என்னால் சிரிப்பை அடக்க முடியவில்லை... காஸ் bitch. ஐ லவ் யூ... உன்னை அழித்துக் கொள்வதை நிறுத்து. நான் பார்த்ததிலேயே மிக மிக ஜீவனுள்ள பெண் நீ ஒருத்திதான்.”

நாங்கள் மீண்டும் முத்தமிட்டோம். காஸ் சத்தமின்றி அழுது கொண்டிருந்தாள். அவள் கண்ணீரை என்னால் உணர முடிந்தது. மரணத்தின் கொடியைப் போல் அவளுடைய நீண்ட கருங்கூந்தல் என்னருகே விழுந்து கிடந்தது. நாங்கள் நீண்டதொரு அற்புதமான கலவியில் ஈடுபட்டோம். காலையில் எழுந்து காலை உணவைத் தயார் செய்து கொண்டிருந்தாள் காஸ். அவள் அமைதியாகவும், சந்தோஷமாகவும் இருப்பதைப் போலிருந்தது. பாடிக்கொண்டிருந்தாள். நான் படுக்கையிலேயே இருந்து அவள் சந்தோஷமாக இருப்பதை ரசித்துக் கொண்டிருந்தேன். கடைசியில் என்னருகே வந்து “ஏய், பாஸ்டர்ட்! எழுந்து வா, கொஞ்சம் உன் மூஞ்சியில் தண்ணீரை ஊற்றிக் கொண்டு சாப்பிட வா...” என்று சொல்லி எழுப்பினாள்.

அன்று அவளை கடற்கரைக்கு அழைத்துச் சென்றேன். அது ஒரு வேலை நாள். இன்னும் கோடைக் காலம் ஆரம்பமாகவில்லை. அதனால் கடற்கரை கூட்டமில்லாமல் அழகாக இருந்தது. சிலர் படுத்துக் கிடந்தார்கள். சிலர் கல்பெஞ்சுகளில் அமர்ந்து முட்டாள் தனமான இந்த வாழ்வின் கதியில் எப்போதோ இறந்துபோன தங்கள் கணவன்மார்கள் வைத்து விட்டுப்போன ஆஸ்திகளை எப்படி விற்பது என்று பேசி ஆலோசித்துக் கொண்டிருந்தார்கள். இவ்வளவுக்கும் மத்தியில் அந்தக் காற்றில் ஓர் அமைதியிருந்தது. நாங்கள் நடந்து சென்று ஒரு இடத்தில் அமர்ந்தோம். அதிகம் பேசிக் கொள்ளவில்லை. இருவரும் சேர்ந்து இருப்பதே சந்தோஷமாக இருந்தது. சான்ட்விச்சும், சிப்ஸூம், குளிர்பானமும் வாங்கிக் கொண்டு வந்தேன். பிறகு காஸை அணைத்துக் கொண்டேன். ஒரு மணி நேரம் தூங்கினோம். கலவியில் ஈடுபடுவதைவிட இது நன்றாக இருந்தது. அது ஒரு அற்புதமான உணர்வு. தூங்கி எழுந்து என்னுடைய இடத்துக்கு வந்தோம். இரவு உணவைத் தயார் செய்தேன். சாப்பிட்ட பின் அவளிடம் “நாம் இருவரும் சேர்ந்தே இருக்கலாமே?” என்றேன். என்னைப் பார்த்தப்படியே நீண்ட நேரம் அமைதியாக இருந்தாள். பிறகு “வேண்டாம்” என்று மெதுவாகச் சொன்னாள்.

அவளை பாரில் கொண்டுவிட்டு சரக்கு வாங்கிக் கொடுத்துவிட்டுத் திரும்பினேன். மறுநாள் எனக்கு ஒரு ஃபாக்டரியில் ஒரு கூலி வேலை கிடைத்தது. அந்த வாரம் முழுவதும் அந்த வேலையிலேயே கழிந்தது. வேலை காரணமாக மிகவும் களைப்பாக இருந்ததால் பாருக்கும் போக முடியவில்லை. ஆனால் வெள்ளிக்கிழமை இரவு வெஸ்ட் எண்டுக்குச் செல்ல முடிந்தது. காஸுக்காகக் காத்துக் கொண்டிருந்தேன். மணிக்கணக்கில் ஆனது. அவளைக் காணோம். எனக்கு நல்ல போதை ஏறிய பிறகு பார் பணியாளன் என்னிடம் வந்து "உன் தோழிக்காக மிகவும் வருத்தப்படுகிறேன்" என்றான்.

"என்ன சொல்கிறாய்?"

"ஐ யாம் ஸாரி, உனக்குத் தெரியாதா?"

"தெரியாது."

"தற்கொலை செய்து கொண்டாள். நேற்றுதான் புதைத்தார்கள்."

"என்ன, புதைத்தார்களா?" என்னால் அவன் சொல்வதை நம்ப முடியவில்லை. எந்தக் கணத்திலும் வாசல் கதவைத் திறந்து கொண்டு வந்துவிடுவாள் என்பது போல்தான் இருந்தது. அவள் எப்படி செத்திருக்க முடியும்?

"அவளுடைய சகோதரிகள்தான் அவளைப் புதைத்தார்கள்."

"தற்கொலையா? எப்படிச் செத்தாள் என்று சொல்ல முடியுமா?"

"கழுத்தை அறுத்துக் கொண்டாள்."

"ஓ... எனக்கு இன்னொரு பெக் கொடு."

பார் முடியும் வரை குடித்தேன். அந்த ஐந்து சகோதரிகளில் காஸ்தான் மிகவும் அழகானவள். இந்த ஊரிலேயே அழகானவளும் அவள்தான். எப்படியோ என் இடத்துக்கு வந்து சேர்ந்தேன். அவளை என்னோடு தங்க வற்புறுத்தியிருக்க வேண்டும். அவள் மறுத்தவுடன் நான் தலையை ஆட்டி ஒப்புக் கொண்டது பெரும் தவறு. அவள் என்னை வெகுவாக நேசித்தாள் என்றே அவளுடைய ஒவ்வொரு செய்கையும் உணர்த்தியது. நான்தான் புரிந்துகொள்ளாமல் அசட்டையாக இருந்து விட்டேன். நான்தான் அவளைக் கொன்று விட்டேன். எனக்கு மரணதண்டனைதான் சரி. நான் ஒரு நாய். அதுசரி, நாய்களை ஏன் திட்ட வேண்டும்? எழுந்து ஒரு ஒயின் பாட்டிலை எடுத்து மடமடவென்று அவ்வளவையும் குடித்தேன்.

வெளியே யாரோ ஹார்ன் அடிக்கிறார்கள். தொடர்ந்து பலமாக அடித்துக்கொண்டிருந்தார்கள். நான் பாட்டிலை வைத்து விட்டுக் கத்தினேன். “டேய் தேவடியாள் மகனே... நிறுத்துடா.” இரவு நீண்டு கொண்டிருந்தது. எனக்கு என்ன செய்வதென்று தெரியவில்லை.

***

# ராத்வா அஷூர்

இடதுசாரி எழுத்தாளரான ராத்வா அஷூர் கெய்ரோவில் 1946இல் பிறந்தார். அதே ஆண்டில்தான் அந்நகரின் புகழ்பெற்ற அப்பாஸ் பாலத்தில் பிரிட்டிஷ் அதிகாரத்தை எதிர்த்துப் போராடிய மாணவர்கள் மீது பிரிட்டிஷ் ராணுவம் துப்பாக்கியால் சுட்ட சம்பவமும் நடந்தது. ஒரு பக்கம் நைல் நதி, எதிர்ப் பக்கம் துப்பாக்கிச் சூடு என்ற நிலையில் அன்றைய தினம் பல நூறு மாணவர்கள் படுகொலை செய்யப்பட்டனர்.

சிறு வயதிலிருந்தே கலக மனோபாவம் கொண்டிருந்த ராத்வா அஷூர் தன் 14ஆம் வயதில் ஃப்ரெஞ்சுப் பள்ளியிலிருந்து விலகி அரசாங்கத்தின் அரபிப் பள்ளியில் சேர்ந்தார். வெளிநாட்டுக் கல்விமுறையை எதிர்த்தாரே தவிர மூன்று ஐரோப்பிய மொழிகளில் புலமை பெற்றவராக இருந்தார் ராத்வா.

1967இல் கல்லூரிப் படிப்பை முடித்த அஷூர் 1970இல் Mourid Barghouti என்ற பாலஸ்தீனிய கவிஞரை மணந்தார். மிகப் பெரும் கல்வியாளராகவும், புகழ் பெற்ற ஆசிரியராகவும் விளங்கிய ராத்வா, எகிப்திய அரசை எதிர்த்து பல போராட்டங்களில் ஈடுபட்டு கைது செய்யப்பட்டிருக்கிறார்.

பாலஸ்தீனிய விடுதலையை முன்னிட்டு எகிப்தில் பர்கோத்தி ஈடுபட்ட அரசியல் நடவடிக்கைகளுக்காக 1977 ஆம் ஆண்டு அவர் எகிப்திய அரசினால் நாட்டிலிருந்து வெளியேற்றப்பட்டார். அப்போது ராத்வா அஷூர் – பர்கோத்தி தம்பதியினரின் ஒரே மகன் சிறு குழந்தையாக இருந்தான்.

பின்னர் பர்கோத்தியும் ராத்வா அஷூரும் ஒன்று சேர்வதற்கு 17 ஆண்டுகள் ஆயின. அதுவரை அவர்கள் அரசுக் கெடுபிடிகளால் வெவ்வேறு நாடுகளிலேயே வாழ நேர்ந்தது.

தன்னுடைய நாவல் *க்ரனடா* பற்றி ராத்வா அஷூர் சொல்கிறார்:

"குழந்தையாகஇருக்கும்போதுஅல்ஜீரியாமற்றும்பாலஸ்தீனிய விடுதலைக்காக நான் பிரார்த்தனை செய்வதுண்டு. 1967 ஆம் ஆண்டு எனக்குள் ஒரு பயம் ஏற்பட்டது. அப்படி ஒரு பயத்தை அதுவரை நான் உணர்ந்ததில்லை. ஒருவருக்கு ஏற்படக் கூடிய மோசத்திலும் மோசமான ஒரு துயரம் அது. ஆகாயவெளியில் ஒரு பலூனுக்குள் இருப்பதாகக் கற்பனை செய்து கொள்ளுங்கள். அந்த பலூன் வெடித்து விட்டால் உங்கள் கதி என்ன ஆகும்? பூமியிலும் இருக்க மாட்டீர்கள்; ஆகாயத்திலும் இருக்க மாட்டீர்கள். அப்படி ஒரு பயம்தான் 1967இல் எனக்கு ஏற்பட்டது அப்போதுதான் நான் *க்ரனடா*வை எழுதினேன். அந்த நாவலின் மூலமாகவே நான் அந்தப் பயத்திலிருந்து வெளியே வர முடிந்தது. கிட்டத்தட்ட மரணத்துக்கும் எழுத்துக்குமான போராட்டமாக இருந்தது அது."

2014இல் அவர் மரணம் அடையும் வரை கெய்ரோவில் *Ain Shams* பல்கலைக்கழகத்தின் ஆங்கிலத் துறைத் தலைவராக இருந்த ராத்வா அஷூரின் மற்ற சில முக்கியமான நூல்கள்: *Gibran and Blake: A Comparative Study (1978), The Novel in West Africa (1980), I Saw the Palm Trees (1989), The Reports of Mrs. R (2011).* இவரது முக்கியமான பயண நூல்: *The Journey: An Egyptian Student's Days in America (2018).*

ஒவ்வொரு சமகாலத்திய அரபி நாவலைப் படிக்கும்போதும் 'இப்படி ஒரு நாவலை வாழ்நாளில் படித்ததில்லை' என்ற எண்ணமே எனக்கு மேலிடுகிறது. சமீபத்தில் ராத்வா அஷூர் எழுதிய *Granada* என்ற நாவலைப் படித்த போதும் அவ்வாறே தோன்றியது.

கி.பி. ஏழாம் நூற்றாண்டிலிருந்து பதினைந்தாம் நூற்றாண்டு வரை சுமார் 800 ஆண்டுகளாக ஸ்பெய்னில் இஸ்லாமிய வாழ்நெறியையே அந்நாட்டின் பெரும்பான்மையான மக்கள்

கடைப்பிடித்து வந்தனர். அதே சமயத்தில் அங்கு வாழ்ந்த சிறுபான்மையினரான கிறித்தவர்களையும், யூதர்களையும் அவர்கள் தங்களுக்குச் சமமாகவும், சகோதரத்துவத்துடனும் எண்ணிப் பழகி வந்தனர். ஸ்பெய்னின் வரலாறு நமக்குத் தெரிவிக்கும் செய்திகள் இவை. ஆனால் பதினைந்தாம் நூற்றாண்டில் இஸ்லாமிய ஸ்பெய்ன் முழுமையும் ஸ்பானியர்களின் ஆக்ரமிப்பில் வந்ததும் அந்தப் பன்முகக் கலாச்சார வாழ்க்கை ஒரு முடிவுக்கு வந்தது. 1492ஆம் ஆண்டு ஸ்பெய்னின் தெற்கிலுள்ள *Granada* நகரம் ஸ்பானியர்களின் கீழ் வந்தது. ஸ்பெய்ன் முழுவதுமிருந்த ஆயிரக்கணக்கான முஸ்லீம்கள் மதமாற்றம் செய்யப்பட்டார்கள். சித்ரவதை செய்யப்பட்டார்கள். கொல்லப்பட்டார்கள். மீதமிருந்த முஸ்லீம்கள் 1609ஆம் ஆண்டு ஸ்பெய்னிலிருந்து விரட்டப்பட்டார்கள்.

ஸ்பெயினில் வாழ்ந்த முஸ்லீம்கள் ஸ்பானியர்களால் Morisco என்று கிண்டலாக அழைக்கப்பட்டனர். இதிலுள்ள Moro என்பதன் பொருள்: Moorish. அதாவது, மொராக்கோவிலிருந்து வந்த முஸ்லீம்கள். 16ஆம் நூற்றாண்டுக்குப் பின்னர், மொரிஸ்கோ என்பது ஸ்பெனிலேயே தங்கி கிறிஸ்தவ மதத்துக்கு மாறிவிட்ட முஸ்லீம்களைக் குறிக்கும் வார்த்தையாக ஆனது.

15, 16ஆம் நூற்றாண்டுகளில் ஸ்பெய்ன் தேசத்து முஸ்லீம்கள் மிகக் கடுமையாக ஒடுக்கப்பட்டதற்கு சில சமூகவியல் காரணங்களும் இருந்தன. மொரிஸ்கோ முஸ்லீம்கள் கடுமையான உழைப்பாளிகளாகவும், அதனால் மற்றவர்களை விட வசதி படைத்தவர்களாகவும் இருந்தனர். மேலும், அவர்கள் தங்களுடைய பூர்வீகமான வட ஆஃப்ரிக்கப் பாரம்பரியத்தையும், கலாச்சாரத்தையும் அழிந்துவிடாமல் பின்பற்றி வந்தனர்.

இந்த மொரிஸ்கோ இன முஸ்லீம் மக்களைப் பற்றி அரபி, ஆங்கிலம், ஃப்ரெஞ்ச் மற்றும் எஸ்பஞோல் மொழிகளில் கிடைக்கும் வரலாற்றுக் குறிப்புகளை பல ஆண்டுகள் ஆய்வு செய்து ராத்வா அஷூர் எழுதிய நாவல்தான்: க்ரனடா.

இந்த நாவலின் தொடர்ச்சியாக *Mariama, Exodus* என்ற மேலும் இரண்டு நாவல்களை எழுதினார் ராத்வா அஷூர்.

சலீமா என்ற பெண்ணின் குடும்பம் முழுமையும் ஸ்பானியர்களால் எவ்வாறு அழித்தொழிக்கப்பட்டது என்பதே க்ரனடா Trilogy-இன் கதை.

***

# க்ரனடா

*ராத்வா அஷூர்*

**ச**லீமா அங்கே அழைத்து வரப்பட்டு இரண்டு நாட்கள் ஆகின்றன. அந்த நான்கு பேரும் அவளை விசாரணை செய்யும் தோரணையுடன் உற்றுப் பார்த்துக் கொண்டிருந்தனர். ஒருவர் கையில் காகிதங்களும் மயிலிறகும் இருந்தன.

சுருக்கம் விழுந்த முகத்துடனிருந்த அந்த வயதான நீதிபதி தன் தொண்டையைக் கனைத்தபடி தலையைப் பின்னுக்கு இழுத்தார். பிறகு மீண்டும் ஒருமுறை தொண்டையைக் கனைத்துக் கொண்டு அவர் கூறியதை எழுத்தர் தன் மயிலிறகை மையில் தோய்த்து எழுதத் துவக்கினார்.

“1527ஆம் ஆண்டு மே மாதம் 15ஆம் தேதியாகிய இன்று, இந்த நீதிமன்றம், சலீமா பின் ஜாஃபர் என்ற பழைய பெயர் கொண்ட க்ளோரியா ஆல்வரஸாகிய உன் மீது சாட்டப்பட்டிருக்கும் குற்றங்களைக் கர்த்தரின் பெயரால் விசாரிக்க முன்வந்துள்ளது. ஆமென்...”

“...தாயத்துகள் மற்றும் மூலிகைப் பொருட்களைக் கொண்டு ஏவல், பில்லி, சூன்யம் செய்வதெல்லாம் கத்தோலிக்கத் திருச்சபைக்கும், அரசாங்கப் பாதுகாப்புக்கும் எதிரானது.”

காகிதத்தில் மயிலிறகு ஏற்படுத்திய சப்தத்தை சலீமாவினால் தெளிவாகக் கேட்க முடிந்தது.

குழிக்குள் கிடப்பது போல் உள்ளொடுங்கியிருந்த கண்களை இடுக்கியபடி தனது ஆட்காட்டி விரலால் அவளைச் சுட்டிய நீதிபதி பைபிளின் மீது சத்தியப் பிரமாணம் செய்யும்படி ஆணையிட்டார்.

“உன் பெற்றோரின் பெயர் என்ன? உயிரோடு இருக்கிறார்களா? இறந்துவிட்டார்களா?”

“என் தந்தையின் பெயர் ஜாஃபர் இப்ன் அபு ஜாஃபர், புத்தக பைண்டர். கிறித்தவர்கள் க்ரனடாவுக்கு வருவதற்கு முன்பே இறந்து விட்டார். என் தாயார் பெயர் உம் ஹாஸன். ஞானஸ்நானம் செய்த பிறகு மரியா ப்ளாங்கா. உயிரோடு இருக்கிறார்.”

“பில்லி சூன்யம் செய்ததாக நீயோ உன் உறவினர்களோ இதற்கு முன் குற்றம் சாட்டப்பட்டிருக்கிறீர்களா?”

“இல்லை.”

“நீ திருமணமானவளா?”

“ஆம்.”

“உன் கணவனின் பெயர்?”

“கார்லோஸ் மானுவல். ஞானஸ்நானம் செய்வதற்கு முன்பு ஸாத்.”

“உன் கணவன் எங்கேயிருக்கிறான்?”

நீதிபதியின் அருகில் அமர்ந்திருந்த மூன்று பேரும் தங்களுக்குள் பார்த்துக் கொண்டதை கவனித்த சலீமாவுக்கு ஒன்றும் புரியவில்லை. ஏதோ தவறான பதிலைச் சொல்லிவிட்டோம் என்று தோன்றியது.

“எப்போது உன் கணவன் வீட்டை விட்டுப் போனான்?”

“பல வருடங்களுக்கு முன்னால்.”

“எத்தனை வருடம்?”

“ஆறு வருடம்.”

“உனக்கு எத்தனை குழந்தைகள்?”

“ஒரு பெண் குழந்தை.”

“அவள் பெயர் என்ன? எத்தனை வயது?”

“அவள் பெயர் எஸ்பரான்ஸா. மூன்று வயது.”

“உன் கணவன் உன்னை விட்டுச் சென்று ஆறு ஆண்டுகள் ஆவதாக இப்போதுதானே சொன்னாய்?”

“இடையில் ஒருமுறை வந்தார். என்னுடன் இருந்து விட்டுப் போய் விட்டார்.”

திரும்பவும் அவர்கள் தங்களுக்குள் பார்த்துக்கொண்டனர். எழுத்தர் சிரித்தபோது அவரது முன்பற்கள் தெரிந்தன.

“நீ பில்லி சூன்யம் வைப்பது உண்டா?”

“இல்லை.”

“அப்படியானால் உன் வீட்டில் கிடைத்த பொருட்களைப் பற்றி என்ன சொல்கிறாய்?”

“அதெல்லாம் என்னிடம் வரும் வியாதிஸ்தர்களை சொஸ்தப்படுத்துவதற்கான மூலிகைப் பொருட்கள்.”

“அதை எப்படிக் கற்றுக்கொண்டாய்?”

“நானாகவே கற்றுக்கொண்டேன்.”

“நீயாகவா அல்லது புத்தகங்கள் மூலமா?”

ஒருக்கணம் நிதானித்த அவள் சொன்னாள். “புத்தகங்கள் கிடைக்க எனக்கு வாய்ப்பில்லை. எனக்குக் காஸ்த்தில் மொழி தெரியாது. அரபிப் புத்தகங்கள் அரசால் தடை செய்யப்பட்டிருக்கின்றன.”

“அப்படியானால் உன்னிடம் நாங்கள் பறிமுதல் செய்த புத்தகங்கள் பற்றி என்ன கூறுகிறாய்?”

“அவை என்னுடையதல்ல. என் வீட்டில் எந்தப் புத்தகங்களும் இல்லை. எங்களிடம் எப்போதும் புத்தகங்கள் இருந்ததில்லை.”

“அப்படியானால் நீ பில்லி சூன்யம் செய்வதையும், நீ மருத்துவம் என்று சொல்வதையும் சைத்தானிடமிருந்துதான் கற்றுக்கொண்டாய் என்பதை ஒப்புக்கொள்கிறாயா?”

“நான் அப்படிச் சொல்லவில்லை.”

“பேய் பிசாசுகள்தான் புயலை உண்டாக்குகின்றன, கால்நடைகளை சாகடிக்கின்றன, மனிதர்களிடம் வியாதிகளைப் பரப்பி அவர்களை அழிக்கின்றன என்பதை நீ நம்புகிறாயா?”

“புயல், கால்நடைகள் சாவது, மனிதர்களுக்கு ஏற்படும் வியாதி போன்றதெல்லாம் இயற்கையான காரணங்களால் ஏற்படுகின்றன. அக்காரணங்களைப் பற்றி ஒருவேளை நாம் அறிந்திராமல் இருக்கலாம். ஆனால் நிச்சயமாக அவை பேய் பிசாசுகளால் உண்டாவதில்லை?”

”மக்கள் ஏன் உன்னை வெறுக்கிறார்கள்? ஏன் உன்னைப் பார்த்து பயப்படுகிறார்கள்? ஏன் உன்னுடைய பார்வையைத் தவிர்க்கிறார்கள்? ஒருமுறை நீ ஒருவரிடம் ‘என்னிடம் அப்படிப் பேசாதே’ என்று சொல்லியிருக்கிறாய். அன்று இரவு பூராவும் அவன் தாங்க முடியாத வலியில் துடித்திருக்கிறான். மற்றொரு முறை ஒரு கர்ப்பிணிப் பெண்ணின் வயிற்றைத் தொட்டிருக்கிறாய். இரண்டு தினங்களில் அந்தப் பெண் இறந்து விட்டாள். ஒரு பெண் தன் குழந்தையைக் குணப்படுத்தச் சொல்லியிருக்கிறாள். நீ செய்த சூனியத்தில் அந்தக் குழந்தை ரத்தம் கக்கிச் செத்துவிட்டது.”

“நீங்கள் முதலில் சொன்னது நடந்திருக்கலாம். யாராவது என்னிடம் மோசமாகப் பேசியிருந்தால் ‘அப்படிப் பேசாதீர்கள்’ என்று நான் சொல்லியிருக்கக்கூடும். ஆனால் யாரிடம் அப்படிச் சொன்னேன் என்று எனக்கு நினைவில்லை. அன்றைய இரவு அவருக்கு வலி ஏற்பட்டது சந்தர்ப்பவசமாகவே நடந்திருக்க வேண்டும்.

இரண்டாவது சம்பவம்: அந்தப் பெண்ணை நான் ஒரு தெருவில் பார்த்தேன். என்னைப் போல் புதிதாக கிறித்தவ மதத்திற்கு மாறிய ஒரு அரபிப் பெண். தன் வயிற்றிலுள்ள குழந்தை ஏன் அசைவேயில்லாமல் இருக்கிறது என்று கேட்டாள். அவள் வயிற்றில் கை வைத்துப் பார்த்தபோது குழந்தை இறந்துவிட்டது போல் தெரிந்தது. அந்த இறந்த குழந்தையினால் அவள் வயிறு விஷமாகி இறந்திருக்கிறாள்.

மூன்றாவது சம்பவமும் உண்மைதான். ஒரு காஸ்த்தில் (ஸ்பானிய) பெண் என் வீட்டுக்கு வந்தாள். தன் குழந்தைக்கு சுகமில்லை என்றும், நான் வந்து அவனைப் பார்க்க வேண்டுமென்று அழுது கொண்டே

கூறினாள். தெரியாதவர்களின் வீட்டுக்கெல்லாம் போக வேண்டாம் என்று என் சகோதரர் கூறினார். நான் பார்த்தபோது சிறுவன் ரத்தமாகக் கக்கிக்கொண்டிருந்தான். அவனுடைய நகக்கணுக்களும் உடம்பும் நீலம் பாரித்துக் கிடந்தன. காப்பாற்றக்கூடிய நிலையைத் தாண்டியிருந்த அவன் கிட்டத்தட்ட செத்துக்கொண்டிருந்தான்."

"நீ பில்லி சூனியம் செய்ததை ஒப்புக் கொள்கிறாயா?"

"பில்லி சூன்யத்தில் எனக்கு நம்பிக்கையில்லை என்று ஏற்கனவே சொன்னேன்."

"சைத்தான் இருப்பதை நீ நம்பவில்லையா?"

"எனக்குத் தெரியாது."

"சைத்தானை நீ நம்புகிறாயா இல்லையா? உண்டு அல்லது இல்லை என்று சொல்."

அவர்கள் அவளை உற்றுப் பார்த்துக் கொண்டிருந்தனர். எழுத்தருக்கு சுவாரசியமான நாடகம் ஒன்றைப் பார்ப்பது போலிருந்ததாகத் தெரிந்தது.

"சைத்தான் என்ற ஒன்று இருப்பதாக எனக்குத் தோன்றவில்லை."

அவள் சற்று தணிந்த குரலிலேயே அந்த பதிலைக் கூறினாள். ஆனால் சொன்னவுடனேயே தான் சொன்னது தவறு என்பதை அவள் உணர்ந்தாள். ஏனென்றால் நீதிபதியின் முகத்தில் தான் வெற்றியடைந்து விட்டதைப் போன்ற மந்தகாசப் புன்னகை உண்டானது.

"ஆம், சைத்தான் இருப்பதை நான் நம்புகிறேன்."

"ஆக, நீ சைத்தானை வணங்குகிறாய்?"

அவள் குழம்பித் தடுமாறினாள்.

"வணங்குவதா? எப்படி?"

"நீ கர்த்தருக்கு பதிலாக சைத்தானையே வணங்குகிறாய்."

"நிச்சயமாக இல்லை."

"எப்படிச் சொல்கிறாய்?"

வெற்றிகரமான தோரணையுடன், அவளுடைய குற்றத்தை மிக நிச்சயமாக ருசுப்படுத்தும் தடயத்தைக் காட்டுவதுபோல் ஒரு சிறு காகிதத்தை எடுத்து நீட்டினார் நீதிபதி. அவருடைய உதவியாளர்கள் மிகவும் திருப்தியடைந்தது போல் தலையை ஆட்டி ஆமோதித்துப் புன்னகைத்தனர்.

“என்ன இது? அருகே வந்து இந்தக் காகிதத்தைப் பார்.”

சலீமா அந்தக் காகிதத்தைக் கூர்ந்து பார்த்தாள். அதில் ஒரு ஆடு அல்லது மானின் படம் வரையப்பட்டிருந்தது. மறுபடியும் பார்த்தபோது அவளுக்கு ஞாபகம் வந்துவிட்டது.

“எனக்கு அவ்வளவு நன்றாகப் படம் வரையத் தெரியாது.”

“இந்தப் படம் நீ வரைந்ததுதான் என்பதை ஒப்புக்கொள்கிறாயா?”

“என்னிடம் ஒரு மான் இருந்தது. அது எனக்கு மிகவும் பிரியமான மான். அதைத்தான் நான் வரைய முயற்சி செய்தேன்.”

நீதிபதி சத்தமாகச் சிரித்தார். அவரைத் தொடர்ந்து அவரது இரண்டு உதவியாளர்களும், எழுத்தரும் சிரித்தார்கள்.

“அது ஒரு ஆடு, மான் அல்ல.”

“நீதிபதி அவர்களே, எனக்கு அவ்வளவாகப் படம் வரைய வராது என்று சொன்னேன்.”

“இல்லை. அதுதான் நீ தினந்தோறும் இரவில் சம்போகித்த ஆடு.”

“என்ன, சம்போகித்த ஆடா?”

“ஆமாம், உன்னைக் கெடுத்து உன்னோடு உறவு கொண்ட ஆடு. உன் கணவன் உன்னை விட்டு விலகக் காரணமாக இருந்த ஆடு. அது ஆட்டு வடிவத்திலிருக்கும் சைத்தான். அந்த சைத்தானின் விருப்பத்திற்கு இணங்கவே நீ வேலை செய்கிறாய்.”

கழுத்தை முன்னுக்குக் கொண்டு வந்து, தலையை வெறித்தனமாக ஆட்டியபடி, முகம் கோபத்தில் கொழுந்துவிட்டு எரிய, அவளை நோக்கித் தன் ஆட்காட்டி விரலை நீட்டி, தொண்டையைக் கிழித்துக் கொண்டு கத்தினார் நீதிபதி.

இந்த முட்டாள்களின் பைத்தியக்கார விளையாட்டில் நானும் பங்கு பெற்றிருக்கும் இந்தத் தருணம் உண்மையில் நிஜம்தானா அல்லது, கனவா? ஒரு துண்டுச் சீட்டைக் காண்பித்து ஒரு ஆட்டோடு படுத்துக் கொண்டாய் என்கிறான் ஒரு நீதிபதி. அவளைக் கைது செய்தவர்களோ அதைவிட வேடிக்கையாக இருந்தார்கள். அவர்களில் ஒருவன் அவளுடைய புத்தகங்களைக் கலைத்துப் போடும்போது அவன் கைகளைப் பிடித்துத் தடுக்க முயன்றாள். உடனே அவன் தன் கையை ஏதோ பாம்போ தேளோ கடித்து விட்டது போல் பயந்து அலறிக்கொண்டு "என்னைத் தொடாதே!" என்று அலறினான். அவர்கள் அவளைக் கைது செய்து ஒரு முரட்டுக் காளையைக் கட்டுவது போல் கட்டி, ஒரு கூடையில் போட்டுக் கொண்டு வந்தார்கள்! இல்லை, காளை மாட்டை கூடையில் போடுவதில்லை. ஆட்டையோ, கோழியையோ, முயலையோதான் கூடையில் அடைப்பார்கள். அதுபோல் அன்றைய தினம் சலீமா பின் ஜாஃபரை ஒரு கூடையில் போட்டுக்கொண்டு வந்தார்கள்! எல்லாவற்றையும் பொறுத்துக்கொண்டு அவள் சிரித்தாள். ஆனால் அந்தச் சிரிப்பு அழுகையைப்போல் வெளிப்பட்டது. அதற்கு மேல் அவள் சிரிக்கவில்லை.

நீதிமன்றத்துக்கு அழைத்து வரப்படுவதற்கு முன்பு, முரட்டுத்தனமான முகத்தைக் கொண்ட ஒரு தடித்த பெண் அவளுடைய தலைமயிரை மழித்து மொட்டையடித்தாள். பிறகு அவள் ஆடைகளைக் கழற்றச் செய்து நிர்வாணமாக்கி, அவளுடைய அக்குள், தொடை, ஜனன உறுப்பு, மூக்கு, காது என்று எல்லா இடங்களையும் மழித்தாள். அவள் என் உடம்பில் எதைத் தேடுகிறாள்? எல்லாம் ஒரே அபத்தமாகவும், பைத்தியகாரத்தனமாகவும் இருந்தது. இந்த நீதிபதி என் கண்களைத் தோண்ட வருவதுபோல் விரலை நீட்டி "நீ சம்போகித்த ஆடு" என்கிறான்.

சிறையில் தனியாக அடைந்து கிடத்த போது சலீமா மிகவும் பீதியடைந்தாள். அவளுக்கு எதுவும் புரியவில்லை. அவர்கள் எதைத்தான் தேடுகிறார்கள் என்று அவளுக்குப் புரியவே இல்லை. பிறகுதான் தெரிந்தது, அவர்கள் தேடியது அவளைத்தான். ஆனால் ஏன்? ஞாயிற்றுக்கிழமை பிரார்த்தனைக்குச் செல்லாதது பற்றித்தான் அவர்கள் விசாரிக்கப் போகிறார்கள் என்று அவள் நினைத்தாள். ஆனால் நீதிபதியோ அது பற்றிப் பிரஸ்தாபிக்கவேயில்லை.

என்ன நடந்து கொண்டிருக்கிறது என்பதைப் புரிந்து கொள்ள முதலில் அவள் தன்னை நிதானப்படுத்திக் கொள்ள வேண்டும்.

ஆனால் இவ்வளவு அவமானத்துக்கிடையில் அது சாத்தியமா? கடவுளால் படைக்கப்பட்ட ஜீவன்கள் அனைத்தும் முன்பக்கமாகத் தானே நடக்கின்றன? ஆனால் அவள் பின்பக்கமாக நடத்தி அழைத்து வரப்பட்டாள். "திரும்பு" என்று அந்தப் பெண் கத்தியதும் திரும்பினாள். அவள் ஆத்மாவையே ஊடுருவி விடுவதைப் போல் பார்த்துக் கொண்டிருந்தார்கள் நீதிபதியும் அவரது உதவியாளர்களும். அவர்களுக்கு என்னிடமிருந்து என்ன வேண்டும்? பெரும் பீதியடைந்த சலீமாவுக்கு அவர்களின் மண்டையை உடைத்து அவர்களைத் துண்டு துண்டாக வெட்டியெறிய வேண்டும்போல் தோன்றியது. குறைந்த பட்சம் அது அவளது சீற்றத்தை அடக்கக்கூடும். ஆனால் இந்த அவமானம்? இந்த அவமானத்தை எதனால் சரி செய்ய முடியும்? எதனாலும் அல்ல. அவளுக்கு நடந்ததெல்லாம் நடந்ததுதான்... "நீ சம்போகித்த ஆடு!" அவளுக்கு என்ன செய்வதென்றே தெரியவில்லை. சிரிப்பதா? அழுவதா? அல்லது அவர்களின் மண்டையை உடைப்பதை விட்டு விட்டு சுவரில் தன் மண்டையை மோதி உடைத்துக் கொள்வதா...? "நீ சம்போகித்த ஆடு!"

அந்த நீதிபதி நன்கு படித்த ஒரு ஞானவான் என்பது விசாரணை முடியும் வரை சலீமாவுக்குத் தோன்றவேயில்லை. நீதியின் தராசை அவர் மிகச் சரியாகப் பிடித்துக்கொண்டிருந்தார். தன் உதவியாளர்கள் அவளிடம் தேவையில்லாமல் அத்துமீறுவதை அவர் ஒரு சிறிதும் அனுமதித்ததில்லை.

"அந்தக் குழந்தையையும் நாம் கைது செய்தாக வேண்டும். அது சைத்தானின் வித்தைச் சுமந்து கொண்டிருக்கிறது. அவளுடைய வாக்குமூலம் அதைச் சந்தேகமின்றி நிரூபித்திருக்கிறது. அவள் கணவன் அவளை விட்டுப் பிரிந்து சென்று ஆறு வருடங்கள் ஆகின்றன. குழந்தையோ மூன்று வருடங்களுக்கு முன்னால் பிறந்திருக்கிறது. குற்றம் சாட்டப்பட்டுள்ள பெண்ணுக்கும் ஆட்டின் வடிவத்தை எடுத்திருக்கும் சைத்தானுக்குமிடையே ஏற்பட்ட சம்போகத்தின் காரணமாகப் பிறந்ததே அந்தக் குழந்தை" என்று வாதிட்டார் நீதிபதியின் உதவியாளர்.

புன்னகைத்தார் நீதிபதி. எப்போதுமே அவர் தனது உதவியாளர்களிடம் பரிவுடனும் கருணையுடனும்தான் நடந்து கொள்வார். ஏனென்றால் அவருக்கு நன்றாகத் தெரியும்: திருச்சபையின் மீது அவர்களுக்கு இருக்கும் அளவு கடந்த நம்பிக்கையே அந்தக் கோபத்தின் காரணம் என்று.

“என் அருமை அலோன்ஸோ, சைத்தான் என்பது ஆவி ரூபத்தில் இருப்பது. அதற்கு உடம்பு கிடையாது. அதனால் ஒரு ஜீவனை உண்டு பண்ண முடியாது.”

“ஆனால் தந்தையே! சைத்தான் இந்தப் பூமியின் ஒரு மூலை யிலிருந்து மற்றொரு மூலைக்கு அலைந்து உயிரின் வித்துக்களைத் தேடியெடுத்து– புருஷர்களின் வித்துகள் உட்பட – தான் விரும்பும் தீய உயிர்களை உருவாக்குகிறதே? மனித விந்துவைச் சேகரித்து அதைப் புருஷர்களின் சரீரத்தில் வைத்துப் பாதுகாக்கும் சைத்தான்கள் பற்றி ஞானி அகஸ்டின் தனது புனித நூலின் மூன்றாம் பாகத்தில் சொல்லுகிறார். மேலும், மிகப்பெரும் அறிஞரான Walafrid Strabo-வும் யாத்ராகமம் ஏழூக்கான வியாக்கியானத்தில் பூமியெங்கும் சுற்றியலையும் சைத்தான்கள் எல்லாவிதமான வித்துக்களையும் சேகரித்து, அவற்றின் மூலம் அசாதாரணமான ஜீவன்களை உருவாக்குவதாகக் குறிப்பிடுகிறார். அதே வியாக்கியானத்தில் ராட்சஸப் பிறவிகள் என்பவை காமாந்தகரமான சைத்தான்கள் ஸ்த்ரீகளுடன் வெட்கங் கெட்டு சம்போகம் செய்வதால் ஜனிப்பவை என்ற குறிப்பும் இடம்பெறுகிறது.”

மிகெல் அகிலாரின் ஆழ்ந்த வாசிப்பும், நீண்ட கால அனுபவமும் அவரது குரலில் ஒரு சுய நம்பிக்கையை ஏற்படுத்திக் கொடுத்தன. அவருடைய வாதம் மிகுந்த நிதானமாகவும் தெளிவாகவும் அமைந்திருந்தது.

“அருள் தந்தை அந்தோனியோ கூறியதுபோல் சைத்தான் ஒரு ஆவி. குழந்தையை உருவாக்குவதென்பது ஸ்தூல சரிரம் ஒன்றின் குணாம்சம். சைத்தான்கள் எவ்வளவு வலிமையுடைவையாக இருந்தாலும், அவைகளின் திறமை எவ்வளவு விசேஷமானதாக இருந்தாலும், அவைகள் பீடித்திருக்கும் சரீரத்தின் மூலமாக அவைகளால் ஒரு ஜீவனை உருவாக்க முடியாது. இந்தப் பூமியில் அவைகளால் வியாதிகளைப் பரப்ப முடியும். புயல்களை உருவாக்க முடியும். புருஷர்களை நபும்ஸகர்களாக மாற்ற முடியும். அவைகள் எங்கே சென்றாலும் தங்களோடு நரகத்தையும் உடன் எடுத்துச் செல்ல முடியும். தங்களை எதிர்க்காத சரீரத்தைப் பிடித்துக் கொள்ள முடியும். மனிதர்களைத் துன்புறுத்தவும் அழிக்கவும் முடியும். சைத்தான்களால் இது எல்லாம் முடியும். ஆனால் ஒரே ஒரு உயிருள்ள ஜீவனைக்கூட மனித சரீரத்தில் அவைகளால் உருவாக்க முடியாது.”

“அப்படியானால் அந்தக் குழந்தை சைத்தானுடையது இல்லை?”

அலோன்ஸோவின் குரல் பரிதாபமாக இருந்தது.

அதற்குள் அருள் தந்தை அகாபிதா பதில் சொன்னார். “இல்லை. அந்தக் குழந்தை சைத்தானுடையது அல்ல. அது வேறொரு மனிதனுடையது. அவனிடமிருந்த விந்து ஒரு சைத்தானால் நேரடியாகவோ அல்லது வேறொரு சைத்தான் மூலமாகவோ கையகப்படுத்தப்பட்டிருக்க வேண்டும். ஏனென்றால் சைத்தான்கள் பலவிதமானவை. இந்த வழக்கில் அந்தக் குழந்தை சைத்தானின் சக்தியால் உருவாகவில்லை. ஆனால் அதில் சைத்தானின் பங்கு மறைமுகமாக உள்ளது. நமக்கோ, குற்றம் சாட்டப்பட்டுள்ள பெண்ணுக்கோ தெரியாத ஒரு மனிதனின் மூலமாக சைத்தான் அந்தக் காரியத்தை நடத்தியுள்ளது.”

“அப்படியானால் இந்தப் பெண் எரிக்கப்பட வேண்டாமா?”

அலோன்ஸோவின் குரலில் ஏமாற்றம் தெரிந்தது.

“எரிக்கப்படமாட்டாள்!”

அகாபிதாவின் குரல் உறுதியாக இருந்தது.

ஒரு சிறிய மௌனத்தைத் தொடர்ந்து அகாபிதாவின் வார்த்தைகள் வெளிப்பட்டன. “நான் சிந்தித்துக்கொண்டிருப்பது இந்தக் கேள்வியைப் பற்றியல்ல. பெரும் அறிஞர்களான நமது முன்னோர்களின் எழுத்துக்கள் இது பற்றி மிகத் தெளிவான பதில்களைத் தருகின்றன. ஆனால் என்னுடைய யோசனை என்னவென்றால், இந்தப் பெண் தன்னுடைய குற்றம் எல்லாவற்றையும் முழுமையாகச் சொல்லிவிட்டாளா இல்லையா என்பதை அறிய இவளைச் சித்ரவதைக்கு உட்படுத்தலாமா வேண்டாமா என்பது பற்றித்தான்.”

மிகெல் அகிலார் பதில் கூறினார். “இன்று இந்தப் பெண் மூன்று வாக்குமூலங்களை அளித்திருக்கிறாள். ஒன்று நேரடியானது. அவள்தான் அந்த ஆட்டை வரைந்திருக்கிறாள். இரண்டாவது வாக்குமூலத்தை முதலில் சொல்லிவிட்டுப் பிறகு மறுத்து விட்டாள். அவள் கணவன் ஆறு ஆண்டுகளுக்கு முன்னால் அவளை விட்டு ஓடிவிட்டான்; அவள் குழந்தையின் வயது மூன்று. மூன்றாவது வாக்குமூலம் தெளிவாக உள்ளது. சைத்தான் இருப்பது பற்றி அவளுக்கு உறுதியாகத் தெரியாது.”

அலோன்ஸோ கூறினார். "இந்த மூன்றாவது வாக்குமூலம் மட்டுமே அவளைத் தண்டிக்கப் போதுமானது. சைத்தான் இருப்பது பற்றித் தெரியாது என்று கூறுவதன் மூலமாக அவள் கத்தோலிக்க நம்பிக்கையின் அடிப்படைக் கோட்பாடுகளில் ஒன்றை மறுக்கிறாள். இருந்தாலும், அவள் தனது குற்றங்களை முழுமையாகக் கூறிவிட்டாளா இல்லையா என்பதைத் தெரிந்துகொள்ள அவளைச் சித்ரவதைக்கு உட்படுத்துவதுதான் சரி என்று எனக்குத் தோன்றுகிறது."

அகாபிதாவை நோக்கித் திரும்பி அவர் மேலும் கூறினார். "அருள் தந்தையே, ஒரு விசாரணையின்போது நீங்கள் சொன்னீர்கள். சைத்தான்களின் வலிமையான சக்தி தங்களுடன் இருப்பதால்தான் சூன்யம் செய்பவர்கள் அசாதாரணமான அளவில் அமைதியாகவும், அழாமலும் இருக்கிறார்கள். சித்ரவதையிலிருந்து சைத்தான் தன்னைக் காப்பாற்றிவிடும் என்ற நம்பிக்கைதான் அவர்களுக்கு அந்த சக்தியைக் கொடுக்கிறது."

"உண்மைதான். இன்றும் நான் சொன்னது நிரூபணமாகியிருக்கிறது. குற்றம் சாட்டப்பட்டவள் நம்மைக் கெஞ்சவில்லை. அழுது ஆர்ப்பாட்டம் செய்யவில்லை. சைத்தானுடன் அவளுக்கு மிக நெருக்கமான உறவு இருக்கிறது என்பதற்கு இந்த ஒன்றே சாட்சி. நீங்கள் என்ன கருதுகிறீர்கள்? சித்ரவதையா? இரண்டாவது விசாரணையா?"

மிகெல் அகிலார் செருமிக்கொண்டே கூறினார். "மற்றொரு விசாரணையே நல்லது. இதே கேள்விகளை நாம் அவளிடம் கேட்போம். அவள் அதே பதில்களைக் கூறுகிறாளா என்று பார்ப்போம். மேலும் புதிய கேள்விகளையும் கேட்போம். அதிலிருந்து அவளுக்கு சித்ரவதை தேவையா இல்லையா என்று முடிவு செய்வோம்."

இந்த முடிவுடன் அவர்கள் திருப்தியுற்று நீண்டதொரு வேலைநாளின் களைப்பில் இரவு உணவுக்காகக் கலைந்தனர்.

***

சிறையின் தனிமையில் தன்னை அமைதிப்படுத்திக் கொள்ள முயன்றாள் சலீமா. அவளால் உறங்க முடியவில்லை. கண்களைத் திறந்து வைத்துக்கொண்டால்தான் எலிகளை விரட்ட முடியும். தீய கனவுகளின் காரணமாக விழித்து எழுந்து அலறுவதிலிருந்தும் தப்பிக்க முடியும். தன் மீதான குற்றங்கள் ருசுவாகி விட்டதாக அந்தத்

தடித்த பெண் வந்து சொன்னாள். நூற்றுக்கணக்கானவர்களை எரித்ததுபோல் தன்னையும் அவர்கள் எரிக்கப் போகிறார்கள். அந்தக் காட்சியை அவள் தன் மனக்கண் முன் கொண்டுவந்தாள். அவள் எரிக்கப்படுவதை வேடிக்கை பார்க்கக் கூடியிருக்கும் மக்கள் கூட்டத்திற்கு முன்னே அவளைக் கயிறுகளால் பிணைத்துக் கட்டி அந்தச் சதுக்கத்திற்குக் கொண்டு செல்வார்கள். ஆயிரக்கணக்கான புத்தகங்கள் எரிக்கப்பட்டதைப் போல் அவளும் எரிக்கப்படுவாள். தாத்தா எப்படி இதையெல்லாம் தாங்கிக் கொண்டார்? அந்தப் புத்தகங்கள் அனைத்தின் மீதும் ஒன்றன் பின் ஒன்றாக ஒவ்வொரு பக்கமாகப் பரவிய தீ தனது கோர பசியைத் தீர்த்துக் கொண்டதை எப்படி அவர் கண் கொண்டு பார்த்தார்? கடைசியில் சாம்பல்தான் எஞ்சியிருக்கும். வெறும் சாம்பல்... அதில் எழுதப்பட்ட எண்ணற்ற விஷயங்கள்? அந்த எழுத்தெல்லாம் எங்கே சென்றிருக்கக் கூடும்?”

***

ஒரு விசாரணையின் போது அவர்கள் அவளை பழுக்கக் காய்ச்சிய இரும்புத் தகட்டின் மீது நடக்கச் செய்தார்கள். அப்போது நீதிபதி கேட்டார். இறக்கைகளுள்ள ஒரு பிராணியின் மீது அமர்ந்து அவள் இரவில்வெகுதூரம்பயணித்ததுண்டாஎன்று.முஸ்லீம்களின்தீர்க்கதரிசியான முகம்மதுவைத் தவிர வேறு யாரும் அப்படிச் சென்றதாகத் தான் கேள்விப்பட்டதில்லை என்று அவள் பதில் கூறினாள். அவள் கூறிய பதிலை அவர்கள் விளக்கச் சொன்னார்கள். மெக்காவிலுள்ள ஒரு மசூதியிலிருந்து ஜெருசலேமிலுள்ள மற்றொரு மசூதிக்கு முகம்மதுவை அப்படி இறக்கைகளுள்ள பிராணியொன்று தூக்கிச் சென்றது என்ற விஷயத்தை அவள் அவர்களுக்குச் சொன்னாள். அப்படி ஒரு சம்பவம் நடந்திருக்குமென்று அவள் வாஸ்தவமாகவே நம்புகிறாளா என்று கேட்டார் நீதிபதி. அப்போதுதான் அவள் சற்று தன்னை சுதாரித்துக்கொண்டு “நான் ஞானஸ்நானம் பெற்றவள். கிறித்தவளாக மாறியவள்” என்று பதில் கூறினாள்.

இந்தப் புதிய விபரங்கள் வழக்கில் ஒரு முக்கியமான திருப்பத்தை ஏற்படுத்தின. அதாவது, குற்றம் சாட்டப்பட்டவள் சைத்தானுடன் உறவு வைத்திருப்பதோடு மட்டும் நிற்கவில்லை. அவளுடைய மத நம்பிக்கையையே சந்தேகப்படும் அளவுக்கு அவளுடைய குற்றம் நீண்டு சென்றது. ஞானஸ்தானம் பெற்ற பிறகும் அவள் தனது பழைய மத நம்பிக்கையை விடவில்லை. அப்படியிருக்கும் பட்சத்தில்

சைத்தானுடன் அவள் கொண்டுள்ள விவகாரங்கள் கத்தோலிக்கத் திருச்சபையின் நலன்களுக்குக் குந்தகம் விளைவிக்கக்கூடும்.

குற்றத்தை ஒப்புக்கொள்ளச் சொன்னார்கள். அது நடக்காதபோது நீதிபதி அவளை எச்சரித்தார். “சுலபமாக முடிந்து விடும் என்று எண்ணாதே. பழுக்கக் காய்ச்சிய இரும்புக் கம்பிகளைச் சுமந்தபடி நீ நடக்க வேண்டியிருக்கும்.”

தான் அதற்குத் தயாராக இருப்பதாகச் சொன்னாள் அவள்.

இரண்டு கைகளாலும் அந்தக் கம்பியைச் சுமந்து கொண்டு அவள் நடப்பதை அவர்கள் பார்த்தார்கள். எப்படி அவளால் அது முடிகிறது? நினைக்கும்போதே அவர்கள் தேகம் நடுங்கியது. எல்லாவற்றையும் ஒன்று விடாமல் குறித்துக் கொண்டிருந்தார் எழுத்தர்.

இவ்வளவு வலிமையான ஒரு சூன்யக்காரியிடமிருந்து தங்களுக்கு ஏதும் நேர்ந்துவிடாமல் தங்களைக் காப்பாற்றிக் கொண்டது பற்றி நீதிபதி தன்னையும் தன் உதவியாளர்களையும் மெச்சிக்கொண்டார். காப்பாற்றிக்கொண்டது எப்படியென்றால், அவர்கள் தங்களது கருப்பு நிற அங்கிகளுக்குள்ளே இயேசு கிறிஸ்து இறுதியாகக் கூறிய ஏழு வார்த்தைகளும் பொறிக்கப்பட்ட சிலுவையை வைத்துக் கொண்டிருந்தார்கள்.

“சித்ரவதையைத் தவிர வேறு வழியில்லை!” அருள் தந்தை அகாபிதா அறிவித்தார்.

***

நடப்பது பெரும் வேதனையாக இருந்தது. அவள் பாதங்கள் தீய்ந்து கருகி வீங்கியிருந்தன. கட்டப்பட்டிருந்த கைகள் ஒன்றோடொன்று உராய்வதை அவள் தவிர்க்க முயற்சித்தாள். காய்ச்சிய இரும்புக் கம்பிகளால் கைகள் புண்ணாகியிருந்தன. தன் எண்ணங்களில் மூழ்கியிருந்த அவள், தன்னைச் சுற்றிலும் பார்க்கவில்லை. அவர்கள் அவளுக்கு மரண தண்டனை கொடுக்கப் போகிறார்கள். பீதியில் அவள் வயிறு சுருங்கவில்லை. பயத்திலோ, கோபத்திலோ அவள் கூச்சலிடவில்லை. ஏன்? ஆத்மாவையும், சரீரத்தையும் துன்புறுத்தும் இந்தக் கொடுமையான வேதனையிலிருந்து விடுபடுவதற்கு மரணமே தீர்வென்று கடவுளிடம் அவள் மன்றாடுவதாலா?

தன்னைச் சுற்றிலும் கூடியிருந்த மக்கள் கூட்டத்தின் கூச்சல் சலீமாவின் தலையில் சம்மட்டி அடிகளாய் விழுந்தன. அக்கூட்டத்தைப் பார்ப்பதை அவள் தவிர்த்தாள். அவர்கள் அவளுடைய கால் விலங்கைக் கழற்றி அவளைக் கழுமரத்தை நோக்கி இட்டுச் சென்றார்கள்.

***

# காதா ஸம்மான்

சிரியாவில் 1942ஆம் ஆண்டு பிறந்த காதா ஸம்மான் டமாஸ்கஸில் ஃப்ரெஞ்ச் பள்ளியில் பயின்று, பின்னர் கெய்ரோ பல்கலைக்கழகத்தில் ஆங்கில இலக்கியத்தில் டாக்டர் பட்டம் பெற்றார். 1966ஆம்ஆண்டு அரசை எதிர்த்துக் கூறிய கருத்துகளுக்காக மூன்று மாத காலம் சிறைத் தண்டனை பெற்ற ஸம்மான் பிறகு சிரியாவிலிருந்து ரகசியமாக வெளியேறி பெய்ரூட் வந்து தங்கினார். குவைத்தில் சில காலம் வானொலி அறிவிப்பாளராக பணி புரிந்தார். சில அரபி பத்திரிகைகளில் பணியாற்றினார். பிறகு பெய்ரூட்டில் தங்கி ஆசிரியராகப் பணிபுரிந்தார்.

சிறுகதைத் தொகுப்புகள், நாவல், கவிதை, பேட்டி என இதுவரை காதா ஸம்மானின் 30 புத்தகங்கள் வெளிவந்துள்ளன. *Your Eyes Are My Destiny, Night of Strangers, The Sea Prosecutes A Fish, The Square Moon: Supernatural Tales* போன்றவை இவரது முக்கியமான சிறுகதைத் தொகுப்புகள். *Beirut 75, Beirut Nightmares, The Night of the Billion* மூன்றும் ஒன்றன் பின் ஒன்றாக எழுதப்பட்ட Trilogy நாவல்கள்.

*I Declare Love, Swimming in a Sea of Devils* என்பவை இவரது கட்டுரைத் தொகுப்புகளில் அதிகம் மொழிபெயர்க்கப்பட்டவை. தணிக்கை விதிகளால் மிகவும் பாதிக்கப்பட்ட ஸம்மான் தன் எழுத்துக்களுக்காகத் தானே ஒரு பிரசுர மையத்தை நிறுவிக் கொண்டார். வாழ்நாளின் பெரும்பகுதியை பெய்ரூட்டில் அகதியாகவே வாழ்ந்து கழித்த காதா ஸம்மான் பிறகு பாரிஸைத் தன் வாழ்விடமாகக் கொண்டார். இப்போது 76 வயது ஆகும் ஸம்மான், தன்

சொந்த ஊரான டமாஸ்கஸைப் பற்றி ஏக்கத்துடன் எழுதிய கவிதைகள் *Nostalgic Letters to Jasmine* என்ற தொகுதியாக வெளிவந்துள்ளது.

சமகால அரபி இலக்கியத்தில் உலகத்தரத்தில் எழுதக்கூடியவர்கள் என குறைந்தபட்சம் 50 பேரைச் சொல்லலாம். ஐரோப்பியக் கலை இலக்கியத்தின் மையம் பாரிஸ் என்பதைப் போல லெபனானின் தலைநகர் பெய்ரூட்டை அரபி கலை இலக்கியத்தின் மையம் என்று கூற வேண்டும். மேலும், அந்த நகரம் 1975 முதல் 1990 வரை 15 ஆண்டுகள் உள்நாட்டுப் போரைச் சந்தித்திருக்கிறது. யோசித்துப் பாருங்கள், தொடர்ந்தாற்போல் மூன்று நாள் ஊரடங்கு உத்தரவு அமுலில் இருந்தாலே நம் வாழ்க்கை நரகமாகி விடுகிறது. ஆனால் பெய்ரூட் நகர மக்கள் 15 ஆண்டுகள் அத்தகைய சூழலில் வாழ்ந்திருக்கிறார்கள்.

பெய்ரூட்டின் கிழக்குப் பகுதியும் மேற்குப் பகுதியும் சந்திக்கும் இடம்தான் அந்நகரின் மையமாக அமைந்திருந்தது. போருக்குப் பிறகு அங்கிருந்த கட்டிடங்கள் அனைத்தும் குண்டுகளுக்கு இரையாயின. மக்கள் யாருமே நகரின் மற்ற பகுதிக்குச் செல்ல முடியவில்லை. லெபனான் கவிஞர் Nour Salman தாங்கள் குகைவாசிகளைப் போல் வாழ்ந்ததாகக் கூறுகிறார்.

பொதுவாக போர் என்றால் எங்கோ கண்காணாத இடத்தில், தேசத்தின் எல்லைப் பகுதியில் நடப்பதாகவே நாம் அறிந்திருக்கிறோம். ஆனால் பெய்ரூட்டின் தெருக்களில், வீடுகளில், மருத்துமனையில், மசூதியில், தேவாலயத்தில், ஷாப்பிங் மால்களில், சினிமா தியேட்டர்களில், மார்க்கெட்டுகளில், நீச்சல் குளங்களில், பல்கலைக்கழக வளாகங்களில், கடற்கரையில் என்று எங்கு பார்த்தாலும் கார் வெடிகுண்டுகள் வெடித்தன. கடத்தப்பட்ட விமானத்தின் பயணிகளைப் போல் பெய்ரூட் நகர மக்கள் 15 ஆண்டுகள் வாழ்ந்தனர்.

உணவு, மின்சாரம், தண்ணீர், குழந்தைகளின் படிப்பு என்று எல்லாத் தேவைகளையும் பெய்ரூட் நகர மக்கள் 15 ஆண்டுகளாக எப்படிச் சமாளித்திருக்க முடியும்? “மக்கள் அனைவரும் ஒரு ‘பொய்யான’ எதார்த்தத்தில் வாழ்ந்தனர்” என்கிறார்கள் சமூகவியல் ஆய்வாளர்கள்.

"நீங்கள் கொல்லப்படும்வரை வாழ்ந்துதானே ஆக வேண்டும்?" என்கிறார் ஒரு பெய்ரூட்வாசி.

"சர்ரியலிசம், விசித்திரம், பைத்தியக்காரத்தனம் எல்லாம் மிகக் கடுமையாகக் கலந்திருந்த ஒரு எதார்த்தம் அது" என்கிறார் ஒரு விமர்சகர்.

"எதிர்காலம் என்பதே இல்லாதவர்களாக நாங்கள் வாழ்ந்து கொண்டிருந்தோம். நிகழ்காலமே திருடப்பட்டுவிட்ட எங்களுக்கு எதிர்காலம் எப்படி இருக்க முடியும்?" என்கிறார் மற்றொரு பெய்ரூட்வாசி. "எல்லோருமே voyeur ஆகிவிட்டது போல் இருந்தது. எங்களை அச்சுறுத்திக் கொண்டிருந்த மரணத்திற்கு நாங்களே பார்வையாளர்களானோம்" என்கிறார் வேறொருவர் .

கதவை வேகமாகச் சாத்தினால் கூட குண்டு வெடித்து விட்டது போல் நடுங்கிய பெய்ரூட்வாசிகள் தூக்கத்தில் நடப்பவர்களைப் போலவே வாழ்ந்தார்கள். "இரவில் குண்டு வீசப்படும் போது ஏதோ Light & Sound நிகழ்ச்சியைப் பார்ப்பது போல் இருக்கும்" என்று எழுதுகிறார் ஒருவர். இந்த 'ஒலி, ஒளி' நிகழ்ச்சி பெய்ரூட்டில் 15 வருடகாலம் நடந்தது.

போர்க்கால பெய்ரூட் பற்றி அரபி மொழியில் ஐம்பதுக்கும் மேற்பட்ட நாவல்கள் வெளி வந்துள்ளன. அவற்றில் உலக அளவில் பிரசித்தி பெற்றவை: Etel Adnan-இன் *Sitt Marie Rose* (1982), Hanan al-Shaykh -இன் *Story of Zahra* (1986), *Beirut Blues* (1995), Hoda Barakat-இன் *Stone of Laughter* (1994), Emily Nasrallah-வின் *Fight Against Time* (1997), Mai Ghoussoub இன் *Leaving Beirut* (1998).

1975க்கு முந்தைய லெபனானில் அதன் அரசியல் மற்றும் பொருளாதார ஸ்தாபனங்கள் அனைத்தும் சிறுபான்மை யினரான கிறிஸ்தவர் வசம் இருந்தன. அதிக அளவில் அந்நிய மூலதனமும் முதலீடு செய்யப்பட்டிருந்தது. இதனால் பெய்ரூட்டிலும் அதன் சுற்றுப்புறப் பிராந்தியங்களிலும் வசித்தவர்கள் மட்டுமே பயனடைந்தனர். லெபனானின் மற்ற பகுதிகளில் வாழ்ந்த பெரும்பான்மையான முஸ்லீம்கள் மிகப் பின்தங்கிய நிலையில் இருந்தனர். மேலும், 1967 பாலஸ்தீனியப் போரின் காரணமாக பெரும் எண்ணிக்கையிலான முஸ்லீம்கள்

பாலஸ்தீனத்திலிருந்து லெபனானுக்கு அகதிகளாக வந்து சேர்ந்தனர். இத்தகைய சூழலில்தான் கிறிஸ்தவர்களுக்கும் முஸ்லீம்களுக்கும் இடையிலான உள்நாட்டுப் போர் ஏற்பட்டது.

1982இல் இஸ்ரேல் லெபனானுக்குள் நுழைந்ததும் இந்தப் போர் சிக்கலானதற்கு மற்றொரு காரணமாக அமைந்தது. ஈரான் சில முஸ்லீம் குழுக்களை ஆதரிக்க, இஸ்ரேல் சில கிறித்தவக் குழுக்களை ஆதரித்தது. அதனால் போர் மேலும் வலுவடைந்தது.

இந்த பின்னணியில்தான் Mai Ghoussoub போன்ற லெபனான் எழுத்தாளர்கள் இந்தப் போர் அனுபவங்களைத் தங்கள் படைப்புகளில் பதிவு செய்தார்கள். இப்படைப்புகளில் நாம் காணும் ஒரு பொதுத்தன்மை பெண் பாத்திரங்களெல்லாம் போர் முடிவுற வேண்டும் என்று கருத, ஆண் பாத்திரங்கள் போர் தொடர வேண்டும் என்று நினைக்கின்றனர். காரணம், சமூக வெளியில் தங்கள் மேலாண்மையை நிலைநிறுத்திக் கொள்ள ஆண்களுக்கு உதவியது போர்.

***

# பெய்ரூட் கொடுங்கனவுகள்

**காதா ஸம்மான்**

**அ**ந்த இடத்தில் எட்டு மாதங்கள் சண்டை நடந்தது. கதைசொல்லி மூன்றாவது மாடியில் தங்கியிருந்தாள். அவளும், அந்தக் குடியிருப்பின் உரிமையாளனும், அவனுடைய முதுகெலும்பில்லாத, கோழையான மகனும், சூடானைச் சேர்ந்த ஒரு வேலைக்காரரும்தான் அந்த அடுக்குமாடிக் குடியிருப்பில் எஞ்சியிருந்தவர்கள். எளிதில் தாக்குதலுக்கு இலக்காகக் கூடிய அந்தப் பழைய கட்டிடம் போரிட்டுக் கொண்டிருந்த இரண்டு குழுக்களுக்கும் நடுவில் அமைந்திருந்தது. எதிரிலிருந்த உயரமான 'ஹாலிடே இன்'னை துப்பாக்கி ஏந்திய சிப்பாய்கள் ஆக்ரமித்திருந்தார்கள். அந்த ஓட்டல் அவர்களின் குடியிருப்பை ஒரு காங்க்ரீட் மலையைப் போல் மறைத்துக் கொண்டிருந்தது. ஏற்கனவே கதைசொல்லி தன் காதலனை இழந்திருந்தாள். வேறொரு மதத்தைச் சேர்ந்தவன் என்பதால், நடந்து கொண்டிருந்த மதக் கலவரத்தில் அவன் அவள் கண்முன்னாலேயே படுகொலை செய்யப்பட்டான். முற்றுகைக்கு உள்ளான இந்த இடத்தை விட்டுத் தப்பிய அவள் சகோதரன், கடைசியில் போலீஸால் கைது செய்யப்பட்டு இப்போது சிறையில் இருக்கிறான். நாலா பக்கங்களிலும் துப்பாக்கிகள் சுட்டுக்கொண்டிருந்ததால்

அந்தக் குடியிருப்பை யாராலும் நெருங்க முடியாதிருந்தது. “எங்கள் இடம் குஷ்டரோகிகளின் உறைவிடத்தைப் போலிருந்தது. யாராலும் எங்களை அணுக முடியவில்லை, திருடர்களால் கூட. எங்கள் சுவர்களிலும் கதவுகளிலும் தோட்டாக்கள் வந்து விழுந்து கொண்டிருந்தன.”

## கொடுங்கனவு 49

அவள் தன் கணவனிடம் எதுவும் சொல்லவில்லை. அவன் காலையில் மிகுந்த மனவருத்தத்துடன் படுக்கையிலிருந்து எழுந்தான். இந்தக் கட்டுமஸ்தான உடம்பு, இந்த உயரம், இந்த மீசை, மார்பில் அடர்ந்து படர்ந்திருக்கும் முரட்டுத்தனமான முடி– இது எதுவுமே அவள் தேகத்தை வெல்வதற்கு அவனுக்குப் பயன்படவில்லை.

அந்த மென்மையான, இளம் பெண்ணை அவன் தன் மூன்றாவது மனைவியாக சேர்த்துக் கொண்டதிலிருந்து அவளது மிருதுவான தேகம் அமைத்து வைத்திருக்கும் அரண்களை அவனால் வெல்ல முடியவில்லை. பதினைந்து நாட்களாகிவிட்டன. ஒரே வெட்டில் ஆடுகளின் தலையைத் துண்டாக்க முடிகின்ற இந்தக் கைகள் அவள் முன்னால் செயலற்றுப் போகின்றன. தனக்கு என்ன ஆனது என்றே அவனால் புரிந்து கொள்ள முடியவில்லை. நாற்பதேழு வயது ஆகிவிட்டது உண்மைதான். ஆனால் அவன் தந்தையார் தன் ஐந்தாவது மனைவியைத் திருமணம் செய்துகொண்டபோது அவர் வயது அறுபதுக்கு மேல் ஆகியிருந்தது... அவனுடைய வேதனையை அதிகமாக்கிக்கொண்டிருந்தது எதுவென்றால், அவன் வாங்கி வந்த அந்தப் பாவப்பட்ட பெண் – ஆம், அவனை விடவும் பாவப்பட்டவள் அவள் – வாயை மூடிக்கொண்டிருந்தாள். ஒரு பேச்சு இல்லை. ஒரு எதிர்ப்புக் குரல் இல்லை. எதைப் பற்றியும் புகார் இல்லை. ஆனால் அவள் கண்களில் பெண்களுக்கே உரிய அச்சமூட்டுகின்ற, குரூரமான ஏளனப் பார்வை மின்னி ஓடுவதை அவன் கண்டான்... ஆனால் சமீப நாட்களாக அவளுடைய தலை அவனுக்கு ஆட்டுத் தலையை போலவும், பெரும்பசியுடன் ஒரே வெட்டில் அந்தத் தலையை அவன் வெட்டுவது போலவும் அவனுக்குத் தோன்ற ஆரம்பித்திருந்தது.

அன்றைய தினம் காலை அவனுடைய கசப்புணர்வு, அவள் தலையை நிஜமாகவே வெட்டி எறிந்து விடலாம் என்ற அளவுக்கு சீற்றங்கொண்ட எரிமலையாய் வெடித்தது. அவளை நடத்தை கெட்டவள் என்று சொல்லி விட வேண்டியதுதான்...ஆனால்

அது இப்போது சாத்தியமில்லை. ஏனென்றால் அவள் இன்னும் கன்னிப்பெண்ணாகவே இருந்தாள்... இவள் செத்தால் இவள் பிணத்தை அறுத்துச் சோதிக்கவா போகிறார்கள்? இருந்தாலும் அவள் மார்க்கெட்டிலிருந்து வீட்டுக்குத் திரும்பி வரும்போது அவளை ஏன் இன்னமும் அவன் சுட்டுத் தள்ளாமல் இருக்கிறான்? கொலைக் குற்றம் என்னவோ அவன் மீது விழப்போவதில்லை. யாரோ ஒருவன் சுட்டுவிட்டதாகத்தான் முடிவு செய்யப்படும்! அதனால் அவளை வீட்டில் சுடாமல் தெருவில் வைத்துச் சுடுவதுதான் நல்லது. இந்த பெய்ரூட் நகரில் அப்படி ஆயிரக்கணக்கானவர்கள் செத்துக் கொண்டிருக்கிறார்கள். அதைப் பற்றி இங்கே யாருக்குக் கவலை? அந்தப் பிணங்களோடு இவளும் ஒரு பிணமாகக் கிடந்து நாறுவாள்... நகரிலுள்ள இடுகாட்டில் புதைக்கப்படும் அதிர்ஷ்டசாலிகளின் பட்டியலில் அவள் பெயர் இருக்காது. அவ்வளவுதான்.

தொலைபேசி மணி அடித்ததும் அவன் சிந்தனை கலைந்து எழுந்தான். முதலாளி அவனிடம் ஒரு உதவி கேட்கிறார். “இதோ பதினைந்து நிமிடங்களில் அங்கே இருக்கிறேன், சார்.”

ஐந்து இளைஞர்கள் அவனிடம் ஒப்படைக்கப்படுகிறார்கள். அவர்களுக்குப் பதினாறு வயதுக்குள்தான் இருக்க வேண்டும். அவர்களை இழுத்துச் சென்று நல்ல ‘பாடம்’ கற்பிக்கச் சொல்லி உத்தரவு. அவன் மிகவும் திருப்திகரமாக உணர்ந்தான். சட்டையைக் கழற்றினான். உருண்டு திரண்ட தனது உடற்கட்டைக் காண்பித்தான். பிறகு தன் பெல்ட்டைக் கழற்றினான்...

மூன்று மணிநேரம் கழித்து சாலையின் ஓரத்தில் தலை துண்டிக்கப்பட்ட ஐந்து உடல்கள் கிடந்தன. கற்பனை செய்ய முடியாத மிருகத்தனமான சித்ரவதைகளுக்குப் பிறகு கொல்லப்பட்டிருக்கிறார்கள் என்பது அந்த உடல்களிலிருந்து தெரிந்தது.

பிறகு அந்த கசாப்புக் கடைக்காரன் தன் வீட்டுக்குச் சென்றான். ஐந்து கன்னிப் பெண்களை ஒருவர் மாற்றி ஒருவராகப் புணர்ந்து விட்டு வந்தது போன்ற களைப்பு. அடித்துப் போட்டது போல் நிம்மதியாக உறங்கினான்... மதியம் தூங்கியவன் மறுநாள் காலைதான் எழுந்தான்... அவனுடைய இளம் மனைவியால் ஏற்பட்ட கவலை அதற்குமேல் அவன் மனதை அலைக்கழிக்கவில்லை. இந்தப் புதிய வேலை அவனுக்கு மனநிறைவாக இருந்தது. பாக்கெட்டையும் நிறைத்தது.

–

## கொடுங்கனவு 64

கடலை நோக்கியிருந்த ஒரு கட்டிடத்தின் மொட்டைமாடியில் அமர்ந்திருந்தான் அந்தச் சிப்பாய். அவன் முகத்தின் நடுவே ஒரு பெரிய கண் தனித்திருந்தது. மாதக் கணக்கில் அவன் தன் நிலையை மாற்றிக் கொள்ளாமல் ஒரே நிலையில் அமர்ந்திருந்தான். இந்தக் காரியத்திற்கு ஏன் வந்தான், எப்படி வந்தான் என்பதெல்லாம் அவனுக்கு நினைவில்லை. அவனுக்குத் தெரிந்ததெல்லாம் எவ்வளவு அதிகமாகக் கொல்ல முடிகிறதோ அவ்வளவுக்கு நல்லது.

இந்தக் காரியம் மிகவும் சிரமமாக இருக்கும், மொட்டைமாடியில் அங்குமிங்கும் ஓடியலைந்து மக்களை வேட்டையாட வேண்டியிருக்கும் என்றே ஆரம்பத்தில் நினைத்திருந்தான். பறவைகளை வேட்டையாடுவதைவிட மனிதர்களை வேட்டையாடுவது கடினம் என்பது அவன் எண்ணம். ஆனால் ஆச்சரியப்படும் விதத்தில் அவனிடம் தாமாகவே வந்தனர் மக்கள்... இந்தக் கட்டிடத்திலிருந்து அவன் சுட ஆரம்பித்த போது, மக்கள் இதைத் தவிர்க்க நினைப்பார்கள், அதனால் வேறோர் இடத்திற்கு மாற வேண்டியிருக்கும் என்றே அவன் நினைத்தான். ஆனால் நம்ப முடியாதபடி, மக்கள் தாமாகவே கூட்டம் கூட்டமாக அவன் துப்பாக்கியின் முன்னே விருப்பத்துடன் வந்து நின்றார்கள். ஒவ்வொரு நாளும் வந்தார்கள். ஒவ்வொரு குடும்பமாக வந்தார்கள். வயதானவர், இளைஞர் என்ற பாகுபாடில்லாமல் குடும்பத்தினர் மொத்தமாகவே வந்தார்கள். அவன் அவர்கள் எல்லோரையும் சுட்டுத் தள்ளினான். தோட்டா உடலில் பாய்ந்ததும் அவர்கள் மிகுந்த நன்றியுணர்வுடன் ஒருசில அடிகள் கடலை நோக்கி முன்னே நடந்து விழுந்தார்கள். ஓரிரு நிமிடங்களில் வரும் கடல் அலை அடுத்த குடும்பத்திற்கு இடம் வேண்டும் என்பதால் அந்த உடல்களைக் கடலுக்கு இழுத்துச் செல்லும்... இப்படியே தொடர்ந்து நடந்தபடியிருந்தது.

இப்படி, சாவதற்கு விருப்பப்பட்டே வருவதால் பெய்ரூட் நகர மக்கள் ஒரு கூட்டுத் தற்கொலை முயற்சியைச் செயல்படுத்தி வருகிறார்களோ என்று அவனுக்குத் தோன்றியது. ஒரு சாதாரண சிப்பாய் என்பதிலிருந்து ஒரு வேட்டைக்காரன் என்று மாறக்கூடிய சாத்தியத்தையும், வேட்டையிலுள்ள பரவசத்தையும் அவனுக்குத் தர அவர்கள் மறுத்தார்கள். மனித வேட்டையென்றால் முதலில் ஒரு மனிதனின் காலுக்கு முன்னே சுட்டு அவனை பீதியுறச் செய்து, பிறகு

அவன் வயிற்றில் சுட்டு, கொஞ்சம் கொஞ்சமாகச் சாக வேண்டும். அப்படிப்பட்ட வேட்டைக்காகவே அவன் ஏங்கினான். ஆனால் பெய்ரூட் நகர மக்கள் தங்களின் ஆச்சரியமான கூட்டுத் தற்கொலை ஆர்வத்தாலும், மரணத்தின் மீதான அதீத விருப்பத்தினாலும் அவனைக் குழம்பச் செய்தனர்.

வேட்டைக்காரனால் துரத்தப்பட்டு ஓடிவரும் விலங்கைப்போல் ஒரு சந்திலிருந்து மிக எச்சரிக்கையாக நடந்து வந்துகொண்டிருக்கும் ஒரு மனிதனைப் பார்த்தான். அவன்தான் இந்த நகரத்தின் கடைசி மனிதனோ என்னவோ. அப்படியானால் தான் தனியனாகி விடுவோம், அதனால் அவனை விட்டு விட வேண்டியதுதான் என்று எண்ணினான் சிப்பாய். ஆனால் அவன் ரத்தம் கொதிப்படையத் துவங்கியது... அவன் பயம் விலகியது. ரத்த வேட்கை திரும்பவும் அவனைத் தொற்றிக் கொண்டது. அவனுடைய சக்தியும், வேட்டைக்கான உந்துதலும் கூடியது; குறி பார்த்துச் சுட்டான். அவன் விருப்பப்பட்ட இடத்திலேயே, அதாவது அவன் கால்களுக்கு எதிரே பூமியில் சரியாகப் பாய்ந்தது குண்டு... அவனை முதலில் பயமுறுத்தவே நினைத்தான் சிப்பாய். அடுத்த குண்டு அந்த மனிதனின் கையில் பாய்ந்தது. ரத்தம் கொட்ட ஆரம்பித்தது. தன் கையிலும் சரியாக அதே இடத்தில் ரத்தம் வருவதையும் கவனிக்காமல் சந்தோஷமடைந்தான் சிப்பாய். மூன்றாவது குண்டு அந்த மனிதனின் தொடையைத் துளைத்தது. அவன் கீழே விழுந்தான். அவன் தொடையிலிருந்து ரத்தம் கொட்டியது. தன் தொடையிலிருந்தும் ரத்தம் கொட்டுவதை சிப்பாய் கவனிக்கவில்லை. நான்காவது குண்டு அந்த மனிதனின் வயிற்றில் பாய்ந்தது. அதற்கு மேல் அந்த மனிதனால் தரையில் தவழ முடியவில்லை. தான் சாகப் போவது அவனுக்குத் தெரிந்துவிட்டது. தன்னுடைய வயிற்றிலும் சரியாக அதே இடத்தில் ரத்தம் கொட்டுவதை சிப்பாய் பார்க்கவில்லை. அவனுக்கு மிகவும் களைப்பாக இருந்தது. தன்னிடம் பலியானவனை மன்னித்து ஒரே குண்டில் கொன்று விடலாம் என்று தீர்மானித்தான் சிப்பாய். ஆனால் அவன் முகத்தைப் பார்த்துவிட வேண்டும் போல் ஒரு தீவிர ஆர்வம் ஏற்பட்டது. அவனிடம் ஓடிய சிப்பாய் அவன் முகத்தைத் திருப்பிப் பார்த்தால் அது தன்னுடைய முகமாகவே இருக்கக் கண்டான். ஏதோ கண்ணாடியில் தன்னையே பார்த்துக் கொள்வது போல் இருந்தது. அப்போதுதான் அவன் தன் வயிற்றில் பயங்கரமாக வலிப்பதை உணர்ந்தான். தான் வலியுடன் சிறுகச் சிறுக சாகப் போகிறோம் என்று அவனுக்குத் தெரிந்து விட்டது. இந்த

வேதனையிலிருந்து மீள, தலையில் சுட்டுக் கொண்டு உடனடியாகச் சாகலாம் என்று பார்த்தால் துப்பாக்கியைத் தூக்கவே முடியவில்லை.

–

## கொடுங்கனவு 65

குண்டு வீச்சு முடிந்து மீண்டும் ஒரு கனத்த அமைதி நிலவியது. அந்த அமைதி மிகவும் வித்தியாசமானது. அதை நீங்கள் செவி கொடுத்துக் கேட்க முடியும். அந்த அமைதியின் சத்தத்தைக் கூர்ந்து கேட்டால் நிறைய விஷயங்கள் உங்கள் கவனத்துக்கு வரும். பக்கத்தில் செல்லப் பிராணிகள் விற்கும் கடையிலிருந்து பிராணிகளின் சலசலப்பு ஓசை கேட்டது. ஆக, அவை இங்கிருந்து தப்பிக்கவில்லை! இந்தப் பகுதியில் வாழ்ந்த மக்களால் தப்ப முடிந்ததா என்பதும் எனக்குச் சந்தேகமாகவே இருந்தது.

என் வீட்டு ஜன்னலைப் போலவே எல்லா ஜன்னல்களும் மூடிக் கிடந்தன. ஒரு பால்கனியில் குழந்தையின் துணிகள் கொடியில் தொங்கிக் கொண்டிருந்தன. அக்குழந்தையின் தாய்க்கு அத்துணிகளை எடுக்கும் அளவுக்கு துணிச்சல் வந்திருக்காது அல்லது அந்த வீட்டில் இருந்தவர்கள் வேறு இடத்துக்குச் சென்று விட்டார்களோ? இப்போது அந்த பால்கனியின் கதவு லேசாகத் திறந்தது. ஒரு பயந்த முகம் எட்டிப் பார்த்து விட்டு மறைந்தது. உள்ளேயிருந்து ஒரு கை நீண்டு அத்துணிகளைத் தொட்டுப் பார்த்தது. பிறகு ஒரு கர்ப்பிணிப் பெண் – அவள் வயிறு அவளுக்கு முன்னே துருத்திக் கொண்டிருந்தது – மிக மிக மெதுவாக நகர்ந்து வந்து அத்துணிகளை எடுத்தாள். பயந்து போயிருந்தாள். கைகள் நடுங்கியபடி குழந்தையின் துணிகளை ஏதோ திருடுவதைப் போல் எடுத்துக் கொண்டிருந்தாள். திடீரென்று ஒரு தோட்டா பாய்ந்து வந்தது. அதன் குறி அவளுடைய வயிறா? வயிற்றிலுள்ள கருவின் இதயமா? பால்கனியின் தரையில் விழுந்தாள் அந்தப் பெண். என்னால் அதற்கு மேல் அவளைப் பார்க்க முடியவில்லை. அந்தப் பகுதி மக்களுக்கு தனக்குத் தெரிந்த முறையில் 'காலை வணக்கம்' சொல்கிறான் சிப்பாய். யாரும் அந்த பால்கனியின் பக்கம் வரவில்லை. அவளை வீட்டுக்குள் இழுப்பதற்கு அவள் கணவனுக்குத் துணிச்சல் இருந்திருக்காது என்பது நிச்சயம். அங்கிருந்து ஒரு குழந்தையின் அழுகுரல் கேட்டது. ஒரு வேளை

அது அவளுடைய குழந்தையாக இருக்கலாம். அக்குழந்தையின் துணிகளை இனிமேல் அவள் துவைக்கவே போவதில்லை.

–

## கொடுங்கனவு 109

ஷகீர் ஒரு இரும்புக் கடை வைத்திருந்தான். அவன் பணக்காரனும் அல்ல. ஏழையுமல்ல, அழகானவனும் அல்ல. அசிங்கமானவனும் அல்ல. ஞானியும் அல்ல. திருடனும் அல்ல.

பெய்ரூட் நகரின் மையத்திலிருந்த மார்க்கெட்டில் இருந்தது ஷகீரின் கடை. ஓரளவு வருமானம் வந்து கொண்டிருந்தது. தன் ஏழு குழந்தைகளின் பள்ளிக்கூடச் செலவுக்குத் தேவையான அளவு மட்டும் வியாபாரத்தில் தில்லுமுல்லு செய்து கொள்ளுவான். ஒவ்வொரு முறை கட்டணம் உயர்த்தப்படும்போதும் தில்லுமுல்லு விகிதத்தை அதற்கேற்ப கூட்டிக்கொள்வான். விலைவாசி உயரும் போதும் அதே கதைதான். கூடவே இறைவனிடம் தன்னை மன்னிக்கும்படி வேண்டிக்கொண்டு காலம் கெட்டுப் போய்விட்டது பற்றிச் சலித்துக் கொள்வான்.

ஒருநாள் காலை அவன் கடைக்குச் செல்லும் வழியில் போலீஸார் சாலையை மறித்திருந்தனர். மார்க்கெட் எரிந்துவிட்டது என்றார்கள். இப்போது கடைக்காரர்கள் தங்கள் கடைகளின் கதியை அறிந்து கொள்ளச்செல்வதைத்தடுப்பதற்குப்பதிலாக,மார்க்கெட் எரிந்தபோது அதைத் தடுக்காமல் எங்கே போயிருந்தார்கள் என்று அவன் அவர்களிடம் கேட்டான். யாரும் பதில் சொல்லவில்லை. அன்றைய தினம் பதற்றத்திலேயே கழிந்தது. வருமானத்துக்கு ஒரே வழியாக இருந்த அவனுடைய கடையும் எரிந்துபோய் விட்டதா? எல்லா தினசரிகளையும் வாங்கி அதிலிருந்த புகைப்படங்களையெல்லாம் ஆராய்ந்தான். எரிந்துபோன கடைகளில் தன் கடையின் தடயம் தென்படுகிறதா என்று தேடினான்... இல்லை... இருக்காது... எரிந்து போன இந்தக் கடைக்கு இரண்டு ஜன்னல்கள் இருக்கிறதே... நம் கடைக்கு ஒரு ஜன்னல் தானே... ஒருவேளை, இந்தக் கடையோ... இல்லை, அவன் கடையின் விதானத்தில் ஒரு பழைய மர வேலைப்பாடு செய்யப்பட்ட பகுதி உண்டு. இந்தக் கடையில் அப்படி எதுவும் தெரியவில்லையே?

இந்தப் பதற்றத்திலேயே இரவும் அவன் தூங்கவில்லை. தன் குழந்தைகளையும், மனைவியையும் சபித்தான். காரணமில்லாமலேயே அவர்களோடு சண்டை போட்டான். அவனிடமிருந்து தப்பி அவர்கள் படுக்கையறைக்குச் சென்றார்கள். நம்மை நம்பி வாழும் அவர்கள் குறட்டை விட்டுத் தூங்கும்போது நம்மால் தூங்க முடியவில்லையே என்பதை எண்ணி மேலும் கோபமடைந்தான்.

மறுநாள் காலை கடைக்குப் புறப்பட்டான். அதுவே தன் சமாதியாக ஆனாலும் பரவாயில்லையென்று நினைத்துக் கொண்டான்... எந்தச் சூழ்நிலைக்கும் தயார்ப்படுத்திக்கொண்டே வந்திருந்தாலும், மார்க்கெட்டில் கடைக்காரர்களையும், பத்திரிகைக்காரர்களையும், புகைப்படக்காரர்களையும் பார்த்தபோது அவனுக்கு ஆச்சரியமாக இருந்தது.

முதலில் அவனால் தன் கடையைக் கண்டுபிடிக்க முடியவில்லை. காரணம், எங்கு பார்த்தாலும் எரிந்துபோன பொருட்களும், இடிந்த சுவர்களும், கரியுமாகக் கிடந்தது. கடைசியில் அவன் கடையைக் கண்டுபிடித்தபோது அவனால் தன் கண்களையே நம்ப முடியவில்லை.

அவன் கடையில் மிஞ்சிக் கிடந்த பொருளை எடுத்துக்கொண்டு திரும்பும்போது அதைப் பார்த்து அவனால் நம்பவே முடியவில்லை. காயலாங்கடைக்காரன்கூட அதை வாங்கிக்கொள்ள மாட்டான். அப்படி எரிந்து போயிருந்தது அது!

–

## கொடுங்கனவு 110

குழந்தைகளின் பசியைப்போக்குவதற்காக,வீட்டிலிருந்தபொருட்களை எடுத்துக் கொண்டு அல்–ஆம்ரா தெருவிற்குத் தன் பழைய காரில் கிளம்பினான் ஷகீர். அந்தச் சிறிய காரின் மேல் பொருட்களைப் பரப்பினான். சில பீங்கான் பாத்திரங்கள், தட்டு, ஸ்பூன் – இந்த மாதிரி பொருட்கள். மீதியை நடைபாதையில் வைத்து அதை வாங்குபவர்களுக்காகக் காத்திருந்தான். கூட்டம் அதிகமாகத்தான் இருந்தது. ஆனால் யாரும் வாங்குவதாகத் தெரியவில்லை. எல்லாம் ஒருமாதிரி விரோத பாவத்தில் இருப்பதாகத் தெரிந்தது. முன்பெல்லாம் அல்–ஆம்ராவின் நடைபாதைகளில் நடப்பதென்றால் அவனுக்கு மிகவும் சந்தோஷமாக இருக்கும். காரணம், அங்கு வரும் பெண்களின்

கால்களைத் திருட்டுதனமாகப் பார்த்து ரசிக்க முடியும். மனைவியின் கால்களை எங்கே ரசிப்பது? ஏகப்பட்ட குழந்தைகளின் தாயான அவள் கால்கள் ஏதோ புராதனமான மரங்களைப் போல் அல்லவா பெருத்துக் கிடந்தன! விழாக் காலங்களில் அவன் தன் குழந்தைகளில் ஒன்றை அழைத்துக் கொண்டு இந்த வழியில்தான் சினிமாவுக்குச் செல்வான். அப்போது இந்த இடமெங்கும் ஒரே வண்ணமயமாகவும், கோலாகலமாகவும், கொண்டாட்டமாகவும் இருக்கும். அதே சமயம், நடைபாதைகளில் உடல் ஊனமுற்ற பிச்சைக்காரர்களும் – அதில் பெரும்பான்மையானவர்கள் மோசடிப் பேர்வழிகள் – அமர்ந்திருப்பதையும் கவனித்திருக்கிறான்.

அதில் ஒரு குருட்டுப் பிச்சைக்காரனும் உண்டு. எப்போதும் அவன் புலம்பும் குரலில் உரத்துப் பாடிக் கொண்டிருப்பான். அவன் தன் கரகரத்த சத்தத்தை சற்றுக் குறைத்துக் கொள்ளட்டும் என்று நினைத்து அவனுக்குப் பிச்சை போடுவான் ஷகீர்... ஆனால் விதியின் விளையாட்டுத்தான் என்னே! இப்போது அந்தக் குருட்டுப் பிச்சைக்காரன் நின்ற அதே இடத்தில் தன் பொருட்களை வைத்துக் கொண்டு நின்று கொண்டிருக்கிறான் ஷகீர். ஆனால் அவனால் அந்த நடைபாதையிலிருந்த மற்ற விற்பனையாளர்களைப்போல் கூவிக்கூவி விற்க முடியவில்லை.

நாள் முழுதும் நின்றும் அவனால் அதிக பொருட்களை விற்க முடியவில்லை. ஒரு பெண் மற்றொருத்தியிடம் எல்லாப் பொருட்களும் திருடு போய்விட்டதாகச் சொல்லிக் கொண்டிருந்தாள். ஒரு குழந்தை குதித்துக் கொண்டு நடந்ததில் அவனுடைய விலையுயர்ந்த பொருள் ஒன்று உடைந்து போனது. ஆனால் அக்குழந்தையின் தாயோ தன் குழந்தை அவனால்தான் கீழே விழுந்தது என்று அவனைத் திட்டினாள்.

இவ்வளவுக்கும் அவன் அன்றைய நாள் முழுவதும் அல்–ஆம்ராவின் நடைபாதையில்தான் நின்று கொண்டிருந்தான், ஏதாவது ஒரு பொருள் விற்பனையாகும் என்ற எண்ணத்தில். அவ்வப்போது, மார்க்கெட்டிலிருந்த தன் கடையையும் அதில் தான் சொகுசாக அமர்ந்திருந்ததையும் எண்ணி வருத்தப்படுவான். இருட்டிய பிறகும் வீட்டுக்குத் திரும்பியபோது வீட்டுக்குப் பக்கத்திலிருந்த ஒரு சந்து முனையில் நின்று கொண்டிருந்த சிப்பாய் அவன் எவ்வளவு பணம் வைத்திருக்கிறான் என்று கேட்டான். கொஞ்சம்தான் பணம் கையிலிருந்தது. அதுதான் குழந்தைகளின் உணவுக்காக இருப்பது.

அந்தத் திருடனைப் பார்த்து “நீ யார்?” என்று கேட்டான் ஷகீர்.

“நான் ஒரு வேட்டைக்காரன்” என்றான் சிப்பாய்.

“அப்படியா? உங்களுக்கு வேண்டியதை எடுத்துக் கொள்ளுங்கள்” என்றான் அந்தப் பரிதாபத்துக்குரிய விற்பனையாளன்.

–

## கொடுங்கனவு 111

மறுநாள் அல்–ஆம்ரா தெருவுக்குச் செல்லும் வழியிலேயே ஷகீரைத் தடுத்து விட்டார்கள் போலீஸார். எனவே அவன் தன் சகாக்களுடன் பக்கத்திலிருந்த கிந்த்தாரி என்ற பகுதிக்குச் சென்று தன் பொருட்களைப் பரப்பி வைத்தான். உடனே மழை பெய்தது. காற்றும் பலமாக அடித்தது. வாடிக்கையாளர்களெல்லாம் கலைந்து சென்றார்கள். ஒரே ஒரு பெண்தான் காய்கறி நறுக்கும் கத்திக்காகவும், சில ஸ்பூன்களுக்காகவும் அவனோடு ஒரு மணி நேரம் பேசிக்கொண்டிருந்தாள். பிறகு கத்தியை விட்டுவிட்டு ஸ்பூன்களை மட்டும் வாங்கிக் கொண்டு போனாள். இரவில் வீட்டுக்குத் திரும்பும்போது, முந்தின தினம் பார்த்த அதே வேட்டைக்காரன் அவனை வழிமறித்து, அதேபோல் பணம் கேட்டான். கொஞ் சம்தான் பணம் கையிலிருந்தது. அதுதான் குழந்தைகளின் உணவுக்காக இருப்பது. இருந்தாலும் அவன் தயக்கமின்றி அதைக் கொடுத்தான். அவனுக்குக் களைப்பாகவும், பயமாகவும் இருந்தது. பணத்தைக் கொடுக்கும்போது “எவ்வளவு வேண்டுமானாலும் எடுத்துக்கொள்ளுங்கள்” என்றான்.

மூன்றாவது நாள் ஷகீர் தன் பொருட்களை அல்–கிந்த்தாரிக்கு எடுத்துச் சென்றபோது அந்த இடமே மழையாலும், புயலாலும், சண்டையாலும் சர்வநாசமாகிக் கிடந்தது. தரையெங்கும் துப்பாக்கித் தோட்டாக்கள் சிதறிக் கிடந்தன. எனவே அவன் அல்–ராஷாவுக்குச் சென்று அங்கே தன் கடையைப் பரப்பினான்... ஆனால் காற்றுதான் அவனுடைய வாடிக்கையாளன். மழைதான் தூக்குக்கயிறு.

(அல்–ராஷா: மேற்கு பெய்ரூட்டிலுள்ள கடற்கரை. உள்நாட்டுப் போருக்கு முனனே அந்த இடத்தில் நீச்சல் குளங்களும், ஆடம்பரமான கஃபேக்களும், பணக்காரக் குடியிருப்புகளுமாக இருந்தது. ஆனாலும் பெய்ரூட்டின் மையப் பகுதியில் சண்டை மும்முரமாகி அங்கிருந்த மார்க்கெட் எரிக்கப்பட்டதும், அந்த வியாபாரிகள் அனைவரும் அல் ராஷாவின் கடற்கரையில் ரெடிமேட் கடைகளைத் துவக்கினர்.)

வீடு திரும்பும்போது சந்து முனையில் நின்றுகொண்டிருந்தான் சிப்பாய். அவன் பேசுவதற்கு முன்னதாகவே அன்றைய வசூலை எடுத்துக் கொடுத்த ஷகீர் “என்ன வேண்டுமானாலும் எடுத்துக் கொள்ளுங்கள்” என்றான்.

நான்காவது நாள் ஷகீர் வேலைக்குச் செல்லவில்லை. நாள் பூராவும் வீட்டில் படுத்துத் தூங்கினான். இரவானதும் அந்த விற்காமல் போன காய்கறி வெட்டும் கத்தியை எடுத்துக்கொண்டு சந்து முனைக்குச் சென்று, வீட்டுக்குத் திரும்பும் விற்பனையாளன் ஒருவனுக்காகக் காத்திருக்க ஆரம்பித்தான்.

–

## கொடுங்கனவு 119

“சே... சகிக்க முடியாமல் குவிந்து விட்டது.”

ஒரு லாரி பிணங்கள் வந்து சேர்ந்ததும் இந்த வார்த்தைகளைத்தான் திரும்பத்திரும்ப சொல்லிக் கொண்டான் சாபிர்.

இப்போதுதான் அவனுக்கு முன்னால் பிணங்களைக் கொட்டி விட்டுச் சென்றது ஒரு லாரி. அவன்தான் அந்த நகரின் சவக்கிடங்குப் பாதுகாப்பாளன். அங்கு வரும் பிணங்களைப் பாதுகாக்க வேண்டியது அவன் பொறுப்பு. வேறு வார்த்தைகளில் சொன்னால், ‘உறைந்த கல்லறை’ யின் காவலன்.

“சே... சகிக்க முடியவில்லை.” கை கால்கள் துண்டிக்கப்பட்டு சிதைந்துபோன பிணங்கள் அவனைச் சுற்றிலும் கிடந்தன. எந்தப் பக்கம் போனாலும் அவன் பிணங்களைத்தான் மிதித்துக் கொண்டு செல்ல வேண்டியிருந்தது... இந்தக் குவியலெல்லாம் அவனை ஒன்றும் பாதிக்காது என்பது உண்மைதான்...

பொதுவாக அவனுடைய மேற்பார்வைக்கு உட்பட்ட சவக்கிடங்குகள் நிரம்பியிருப்பது பற்றி அவன் மகிழ்ச்சியடைவதே வழக்கம். ஆனால் இந்த சவக்கிடங்கில் 36 பிணங்களைத்தானே வைக்க முடியும்?

சினிமா தியேட்டரில் டிக்கட் கொடுத்துக் கொண்டிருக்கும்போது, எல்லா இருக்கைகளும் நிரம்பி, அதற்கு மேலும் கூட்டம் வந்தால்

"அவ்வளவுதான், டிக்கட் இல்லை. ஹவுஸ்புல்..." என்று சொல்வதில் மிகவும் சந்தோஷமடைவான். அதுதான் அவனுக்குத் தொழில்ரீதியான மனநிறைவை அளிக்கிறது.

ஆனால் பிரச்சினை என்னவென்றால், சவக்கிடங்கு நிறைந்து விடுவதால் இங்கே வரும் நூற்றுக்கணக்கான பிணங்களை என்ன செய்வதென்று தெரியவில்லை.

மன்னிப்புக் கேட்டுக் கொண்டு "இடமில்லை" என்று சொன்னால் சினிமா ரசிகர்கள் மாதிரி இந்தப் பிணங்கள் சென்று விடுவதில்லை. அவனுக்கு முன்னாலேயே ஒன்றன் மேல் ஒன்றாகக் குவிந்துவிடுகின்றன. அழுகிப் போவதற்கு முன்னால் ஐஸ் பெட்டிகளுக்குள் சென்று விட வேண்டும் என்று அவைகள் அவன் முகத்துக்கு நேரே ஊளையிடுகின்றன.

பெய்ரூட் நகரம் லாரி லாரியாகப் பிணங்களை அவன் மீது வீசியெறியும் போது அவனால் என்ன செய்ய முடியும்?

ஒரு பிணம் கத்தியது. "இதோ பார், நான் மந்திரியின் மைத்துனன்.... ஸன்னி முஸ்லீம், எனக்கு நீ இடம் கொடுக்காவிட்டால் என் மாமா உன்னை வேலையிலிருந்து நீக்கி விடுவார்."

மற்றொரு பிணம், "நானும் ஒரு மந்திரிக்கு மைத்துனன்தான். கிறிஸ்தவன்.எனக்கு நீ சவக்கிடங்கில் இடம் கொடுக்கவில்லையானால் நம் நாட்டின் மதச்சார்பற்ற தன்மை சீர் குலைந்துவிடும். எனவே இட ஒதுக்கீட்டின்படி எனக்குரிய இடத்தைக் கொடுத்துவிடு. இல்லாவிட்டால் என் மாமா, உன் தலையைச் சீவி விடுவார்" என்று கத்தியது.

மூன்றாவது பிணம் "நான் ஒரு யூதன். என்னுடைய இடம் எங்கே?" என்று அமைதியாகக் கேட்டது.

நான்காவது பிணம் சொன்னது. "இதோ பார். நான் ஒரு ஆதிவாசி. எனக்கு இடம் கொடுக்கவில்லையானால் என் உறவினர்கள் வந்து உன்னைப் பழிக்குப் பழி வாங்கிவிடுவார்கள். இல்லாவிட்டால் என் பேரன் பேத்திகள் உன் பேரன் பேத்திகளைப் பழி வாங்குவார்கள்."

ஐந்தாவது பிணம், "நான் பாராளுமன்றப் பிரதிநிதியின் மகன். இந்த பிணங்களையெல்லாம் அப்புறப்படுத்திவிட்டு என்னை உள்ளே போகச் செய். இல்லாவிட்டால் என் அப்பாவின் ராணுவம் உங்கள்

அனைவரையும் மறுபடியும் கொல்லும். சாபிர்... உடனடியாக நான் உள்ளே போகவேண்டும். இல்லாவிட்டால்... சரி, இல்லாவிட்டாலுக்கு என்ன அர்த்தம் என்று உனக்குத் தெரியும்!" என்று சொன்னது.

அவன் சவக்கிடங்கைத் திறந்தான். அடையாளம் இல்லாத பிணங்களைத் தூக்கியெறிந்தான். பிறகு வாசலில் நின்றுகொண்டு சொன்னான். "டிக்கட்ஸ்... டிக்கட்ஸ், ப்ளீஸ்... உங்கள் டிக்கட்டுகளைக் காட்டுங்கள். ஏழைப் பிணங்களும், சிபாரிசு இல்லாத பிணங்களும் சீக்கிரம் வெளியேறி விடுங்கள். டிக்கட்டோ அடையாள அட்டையோ இல்லாதவர்கள் இங்கிருந்து சென்று விடலாம். அவர்களுக்கு இங்கே இடமில்லை. ஏனென்றால் இது அரசாங்க சவக்கிடங்கு!"

–

## கொடுங்கனவு 144

தீயின் பெருஞ்சுவாலைகள் அந்த சிறைச்சாலையை விழுங்கிக் கொண்டிருந்தன. ஷாதி பயப்படவில்லை. அவனுக்குப் புரியவில்லை...

அவன் தொட்டதெல்லாம் பற்றிக்கொண்டது... எதை விட்டெறிந்தானோ அது கையெறி குண்டாக மாறியது... லெபனானின் 'மிதாஸாக' மாறிவிட்டான் அவன்.

புல்லில் கால் வைத்தால் புல் எரிந்தது. அவனால் வன்கலவி செய்யப்பட்ட பெண்கள் சாம்பலாகிப் போனார்கள். அவனைப் பார்த்த மாத்திரத்தில் சிறுவர்கள் விளையாட்டை நிறுத்திக் கொண்டார்கள். ஏன், தெருவில் திரியும் பூனைகளும் நாய்களும் கூட அவனைக் கண்டால் ஏதோ பேய் பிசாசைப் பார்த்து விட்டது போல் ஒதுங்கின.

முதலில் அவன் இதெல்லாம் தன்னுடைய வீணான கற்பனை என்றுதான் நினைத்தான். ஒருவேளை ஒரு நல்ல பெண்ணால், அவனைச் சூழ்ந்துள்ள இந்தப் பித்தத்தைத் தெளிவிக்க முடியலாம்.

அவன் தன் சகோதரியை நினைத்துப் பார்த்தான். அவளுக்கு ஒரு கடிதம் எழுதி அதை அவளுடைய படுக்கையறை ஜன்னலின் வழியே விட்டெறிந்துவிடலாம் என்று நினைத்தான்.

அவள் காதல் வயப்பட்டிருக்கும்போது படு முட்டாளாகவும், உணர்ச்சி வசப்பட்டவளாகவும் இருப்பதை கவனித்திருக்கிறான். அது

அவனுக்குப் பிடித்திருந்தது. சொல்லப்போனால், அது அவனுக்குத் தேவையாகவும் இருந்தது. கடிதத்தை எழுதினான். அதை ஒரு பந்தில் வைத்துக் கட்டி அவளுடைய அறை ஜன்னலின் வழியே எறிந்தான்.

நடந்தது என்னவென்றால், அந்தப் பந்து ஒரு கையெறி குண்டைப் போல் வெடித்தது. அவன் சகோதரியின் உடல் ஆகாயம் வரை தூக்கியெறிப்பட்டு சுக்குநூறாய்ச் சிதறியது. திகிலுடன் அவன் தன் கைகளையே பார்த்தான். அவன் தொடுவதெல்லாம் அழிவில் முடிந்தது. உண்மையில் அவன் ஒரு கேடு கெட்ட லெபனிய மிதாஸ்!

***

## நஜ்வா பரக்கத்

**லெ**பனானின் உள்நாட்டுப் போரின்போது அங்கிருந்து தப்பி பாரீஸுக்கு வந்து குடியேறிய எழுத்தாளர்களில் ஒருவர் Najwa Barakat. அதன் பிறகு பாரிஸே இன்று வரை அவரது வாழ்விடமாக இருந்து வருகிறது. அரபி மொழியிலேயே எழுதும் நஜ்வா பரக்கத்தின் இரண்டு முக்கியமான நாவல்கள்: *யா ஸலாம், பஸ்.*

*(பஸ் என்ற இந்த நாவல் பெய்ரூட்டிலிருந்து லெபனானின் தென் பகுதியிலுள்ள ஒரு கிராமத்துக்கு மலிவுக் கட்டணத்தில் பயணம் செய்து கொண்டிருக்கும் பயணிகளின் கதையைக் கூறுகிறது. வழியில் நடக்கும் மூன்று சம்பவங்களால் பயண நேரம் அதிகரிக்கிறது. ஒன்று, புயல்; இரண்டு, பயணத்தின் இடைவழியில் ஏறிய ஒரு கர்ப்பிணிக்கு பஸ்ஸிலேயே குழந்தை பிறந்து விடுகிறது. மூன்று, அந்த வழியாக வந்த போலீஸ் குழுவினர் பஸ்ஸை சோதனை செய்ய வேண்டும் என்று நிறுத்திவிடுகின்றனர்.)*

***

# பஸ்

நஜ்வா பரக்கத்

மற்றவர்களது சாமான்களைத் தூக்கும்போது சற்று கவனமாக இருக்கும்படி போர்ட்டர்களிடம் சொல்லிக்கொண்டிருந்தாள் கதூஜா. “இதோ பாருங்கள், இந்த சாமான்களெல்லாம் மணப்பெண்ணுக்கு சீர்வரிசையாகச் சென்று கொண்டிருக்கின்றன. எந்த இடத்திலும் கீறல் ஏற்பட்டுவிடக் கூடாது.”

பஸ்ஸின் மேல் பகுதியில் அச்சாமான்கள் ஏற்றப்பட்டுக் கொண்டிருந்தன. தன் தாயார் சொல்வதைக் கேட்டு அதை ஆமோதிக்கும் பாவனையில் பவ்யமாக தலையைக் குனிந்தாள் மணப்பெண். கட்டில், மெத்தை, மெத்தையில் திணிக்கும் தூவி, மெத்தை விரிப்பு, குஷன், கண்ணாடி எல்லாம் வெகு கவனமாகக் கட்டப்பட்டிருந்தன. பஸ்ஸின் மேல் பகுதியில் கூடைகள், மூட்டைகள் என்று மற்ற பயணிகளின் சாமான்களும் கீழே விழுந்து விடாமல் பஸ்ஸோடு சேர்த்துக் கட்டப்பட்டிருந்தன.

ஊர்ப் போய்ச் சேர்ந்ததும் தங்களுக்கு என்னவெல்லாம் காத்திருக்கிறதோ என்ற யோசனையில் ஆழ்ந்திருந்தார்கள் பயணிகள். கதூஜாவின் மகள் மரியம் பகல் கனவில் மூழ்கியிருந்தாள்.

தாயாரின் பார்வையிலிருந்து தப்பிக்க அவள் தன் கண்களை மூடிக் கொண்டாள். புது மணப்பெண்ணாக தான் செல்லப் போகும் இடத்தைப் பற்றிய நினைவுகள் அவளுக்குள் மிகுந்த ஆர்வத்தை உண்டாக்கியிருந்தன. காற்று வாங்குவதற்காக தலையைச் சற்று ஜன்னல் பக்கமாகக் கொண்டு சென்றதில் தலையை மூடியிருந்த துணியின் முடிச்சு அவிழ்ந்து, நிலத்தில் விழுந்த மீன் துள்ளிக் குதிப்பதைப் போல் தலைமுடி காற்றில் அலைந்தது. பக்கத்திலிருந்த பயணியின் கால் அருகே விழுந்து கிடந்த அந்தத் துணியைப் பாய்ந்து சென்று எடுத்த கதூஜா, ஒரு கையால் மரியத்தின் தலையை மறைக்க முயற்சி செய்தபடி “மூடிக்கொள், மூடிக்கொள்... கடவுள் உன் கௌரவத்தைக் காப்பாற்றட்டும்” என்றாள்.

பிறகு தன் பக்கத்தில் அமர்ந்திருந்த மல்லிக் அல்ராதியின் பக்கம் திரும்பி “மன்னித்துக் கொள்ளுங்கள், நீங்கள் ஆவணப் பதிவாளராக இருப்பதாகத்தானே சொன்னீர்கள்?” என்று கேட்டாள்.

“ஆமாம்” என்றார் அவர்.

“சொத்து, திருமணம் போன்ற விஷயங்களும் உங்களுக்குக் கீழ் வருமா?”

“ஆமாம்.”

கதூஜா தன் இருக்கையில் ஸ்திரமாக உட்கார்ந்துகொண்டு உரையாடலைத் தொடர்ந்தாள்.

“கடவுள்தான் உங்களை என்னிடம் அனுப்பியிருக்க வேண்டும். ஏனென்றால் உங்களுடைய சில ஆலோசனைகள் எனக்குத் தேவை. எங்கள் குடும்பத்தில் ஆண்களெல்லாம் இளவயதிலேயே இறந்து விடுகிறார்கள். இறைவனின் சித்தம் அப்படி...”

எழுந்து நின்ற அவள், யூசுஃபிடம் கொஞ்சம் தள்ளிக் கொள்ளச் சொல்லிவிட்டு அந்த ஆவணப் பதிவாளரின் பக்கத்தில் அமர்ந்து கொண்டாள்.

“என்ன சொல்லிக் கொண்டிருந்தேன்?”

“உங்கள் குடும்பத்தில் ஆண்களெல்லாம் இளவயதிலேயே இறந்து விடுகிறார்கள். இறைவனின் சித்தம் அப்படி என்று சொல்லிக்கொண்டிருந்தீர்கள்.”

“ம்... இறைவனின் சித்தம்... ஆண்கள் இறந்து விடுகிறார்கள். பெண்கள் விதவையாகிறார்கள்... அல்லது, அனாதையாகிறார்கள். வாரிசு இல்லாமல் சொத்து பூராவும் சிதறிப் போகிறது.”

கதூஜா சொன்ன ஒரு வார்த்தை யூசுஃபின் செவிகளில் சைரன் மாதிரி ஒலிக்க ஆரம்பித்ததால் பதற்றமானான் அவன். அதே சமயம் கதூஜா “எல்லாம் சரியாக இருக்கிறதா?” என்ற கேள்வியுடன் மரக்கட்டை போல் அமர்ந்திருந்த தன் மகள் பக்கம் திரும்பினாள்.

“இதோ இவள்தான் என் மகள். இறைவன் இவளைக் காப்பாற்றட்டும். இவளுக்கு விரைவில் திருமணம் நடக்கவுள்ளது. வீட்டுக்குத் தேவையான எல்லாப் பொருட்களையும் எடுத்து வந்திருக்கிறேன். கீறல் இல்லாமல் எல்லாம் ஒழுங்காக வந்து சேர சேண்டும். அந்தக் கண்ணாடியை நீங்கள் பார்த்தீர்களா? மார்க்கெட்டிலேயே மிகவும் விலை உயர்ந்தது அதுதான். அவளை நல்லபடியாக அவள் கணவன் வீட்டில் விட்டு விட்டுத் திரும்பி விடுவேன். உங்களுக்குத் திருமணமாகி விட்டதா?”

“இல்லை.”

“இறைவன் சித்தம்... என் பயம் என்னவென்றால் நாளை அவளுடைய கணவன் ஒரு அயோக்கியனாக மாறலாம். அவள் தந்தையின் சொத்தையெல்லாம் பிடுங்கிக் கொண்டு அவளை நடுத்தெருவில் விட்டுவிடலாம், யார் கண்டது? அதனால் நாம் முன்னெச்சரிக்கையாக இருந்து கொள்வது நல்லதில்லையா? அதற்குச் சட்டரீதியாக ஏதாவது வழி இருக்கிறதா?”

மல்லிக் அல் ராதியின் கண்கள் ஈரத்துடன் பளபளத்தன. அவன் வாயில் ஊறிய எச்சிலை விழுங்கியபடி பதில் சொன்னான். “அது மிகவும் சுலபம். சுதந்திரம் பற்றித் திருமண உடன்படிக்கையிலேயே எழுதிக் கொள்ளலாம்.”

“சுதந்திரம்?”

“ஆமாம். அதை ஒரு நிபந்தனையாக்கலாம். இப்போதும் ஒன்றும் தாமதமாகி விடவில்லை.”

“கொஞ்சம் விளக்கமாகச் சொல்லுங்களேன்.”

“அந்த நிபந்தனையின்படி உங்கள் மகள் தன் திருமணத்தை எப்போது வேண்டுமானாலும் ரத்து செய்து கொள்ள முடியும்.”

“ஓ... அது அவ்வளவு சுலபமா?”

(புயல் காரணமாக பஸ் நிறுத்தப்படுகிறது. டிரைவரின் உதவியாளன் தேநீர், குளிர் பானம் போன்றவற்றை விற்க ஆரம்பிக்கிறான். தேநீரில் சர்க்கரை குறைவாக இருப்பதால் பயணிகள் கூச்சல் போடுகிறார்கள். அப்போது முவாவியா என்ற ஒரு பயணி, ஒரு சீனி மூட்டை வைத்திருந்தது ஞாபகம் வர, தன்னிடமுள்ள உணவுப் பொருள் ஏதாவதை எடுத்துக் கொண்டு அந்தச் சீனி மூட்டையைத் தரும்படி கூறுகிறான் டிரைவரின் உதவியாளன். முவாவியா அவனை நீண்ட நேரம் உற்றுப் பார்த்து விட்டு எல்லோரும் கேட்கும் விதமாக உரத்துப் பதில் கூறுகிறான்.)

“இந்தச் சீனி மூட்டையைக் கவனியுங்கள். முப்பத்தைந்து வருடங்களுக்கு முன்னால் என் மனைவி இதை வாங்கி வரும்படி சொன்னாள். ஆனால் அதை நான் இப்போதுதான் வாங்கிக்கொண்டு போகிறேன். இது உங்களுக்கு வேண்டுமா?”

டிரைவரின் உதவியாளன் ஒன்றும் புரியாமல் விழிக்கிறான். சில பயணிகள் ஏதோ நகைச்சுவை என்று நினைத்துக் கொண்டு சிரிக்கிறார்கள்.

முவாவியா தனக்கு ஒரு முக்கியத்துவம் வந்து விட்டதுபோல் எண்ணி மற்றவர்களைப் பார்க்கிறான். கதூஜா தலையை ஆட்டியபடி “உங்களிடம் ஒரு கதை இருக்கிறது. சொல்லுங்கள்” என்கிறாள். எல்லோரும் புயலை மறந்துவிட்டு புதினா டீயைக் குடித்தபடி கதை கேட்க ஆயத்தமாகிறார்கள். அந்த வகையில் அவர்களுக்குப் பொழுது போகும்.

முவாவியா தன் தொண்டையைச் சரி செய்து கொள்கிறான்.

”என் வீட்டுக்கு எதிர்பாராமல் சில விருந்தாளிகள் வந்திருந்தார்கள். அவர்களோடு சிரித்துப் பேசிக் கொண்டிருந்தேன். அப்போது என் மனைவி தேநீர் போடுவதற்கு வீட்டில் சர்க்கரை இல்லை என்றாள். அதனால் அந்த விருந்தாளிகளிடம் ‘இதோ வந்து விடுகிறேன்’ என்று சொல்லி விட்டு சர்க்கரை வாங்கக் கடைக்குக் கிளம்பினேன். அங்கே போய்ப் பார்த்தால் கடை மூடியிருந்தது. மூடக்கூடிய அளவுக்கு இன்னும் நேரமாகியிருக்கவில்லை. ஏன் என்று விசாரித்தபோது கடைக்காரர் கடையை சீக்கிரமே மூடிவிட்டு சதுக்கத்தின் பக்கம் அவசரமாகச் சென்று விட்டார் என்று தெரிந்தது. அவரைத் தேடி

அங்கே சென்ற போது ஒரு மனிதனைச் சுற்றிக் கூட்டம் கூடியிருந்தது. அந்த மனிதன் மசூதியில் இமாம்கள் சொற்பொழிவு ஆற்றுவதுபோல் பிரமாதமாகப் பேசிக்கொண்டிருந்தான்.

“ஏ... அராபியர்களே... பாலஸ்தீனத்தை நாம் இழந்துவிட்டோம். புனிதப் போரின் மூலமாக நாம் அதைத் திரும்ப பெற்றாக வேண்டும்.”

அவனுடைய உணர்ச்சிகரமான சொற்கள் அங்கிருந்தவர்களை அப்படியே கட்டிப்போட்டது. அவர்களின் மனசாட்சியைப் பற்றி எரியச் செய்தது.

“இறைவனின் பெயரால் சொல்கிறேன். இழந்ததைத் திரும்ப அடையும் வரை நான் வீட்டுக்குச் செல்லப்போவதில்லை” என்று கத்தியபடியே வீட்டுச் சாவியைத் தூக்கியெறிந்துவிட்டு அவன் பின்னால் சென்றேன்.

பயணிகளிடையே ஒருவித மௌனம் கவிந்தது. உடைந்த ஜன்னல்களின் வழியே வீசிய காற்றின் சப்தம் அந்த மௌனத்தை மேலும் இறுக்கமாக்கியது. ஒரு வாய் தேநீரை அருந்திவிட்டு மீண்டும் தொடர்ந்தான் முவாவியா.

“எங்கள் கிராமத்திலிருந்து கிளம்பிய ஒரு சிறிய குழு பாலஸ்தீனத்தை நெருங்கும்வரை அந்தப் பேச்சாளனைப் பின் தொடர்ந்து சென்றது. ஒரு நதி, அதன் வழியில் சேரும் உபநதிகளால் பெருநதியாவதைப்போல் வழியிலேயே எங்களுடன் மேலும் பலர் சேர்ந்து கொண்டார்கள். பாலைவனத்தைக் கடக்கும்போது நாங்கள் அடைந்த சிரமங்களைப் பற்றியோ அல்லது அவ்வளவு நீண்ட தூரத்தைக் கால்நடையாக நடக்க சக்தியின்றி பாதியிலேயே நின்று விட்டவர்களைப் பற்றியோ நான் இங்கே விவரிக்கப் போவதில்லை. ஜமீல் அல்–பாக்தாதி என்பவனும் எங்களில் ஒருவனாக வந்தான். அவனுக்கு நடந்ததை நினைத்தால் என்னால் அழாமல் இருக்க முடியாது. அவன் ஆத்மா சாந்தியடையட்டும். ஒரு கட்டத்தில் எங்களுடைய உணவும், தண்ணீரும் தீர்ந்து போய்விட்டது. உதடுகள் சேற்றைப் போல் வெடித்து, நா வறண்டு, தோலும் கருகிவிட்டது. உங்கள் மூளையையே உருக்கி விடுவது போல் காய்ந்து கொண்டிருந்த சூரியனின் வெப்பத்தில் சிலர் மயங்கி விழுந்தார்கள். எங்களில் மூன்று பேர் தண்ணீரைத் தேடி வருவதாகச் சொல்லிக் கிளம்பினோம். இறைவனின் கருணையால் ஒரு கிணற்றைக் கண்டுபிடித்தோம். நான் ‘உள்ளே சென்று பார்த்து வருகிறேன்’ என்று இறங்கினேன். ஆனால்

ஜமீல் அல்–பாக்தாதி 'நான்தான் செல்வேன்' என்று அவனது குழந்தைகளின் மேல் ஆணையிட்டுக் கூறினான். கிணற்றின் கயிறு மிகவும் பழையதாக இருந்ததாலும், அவன்தான் எங்கள் மூவரில் குள்ளமாகவும் மெலிந்தும் இருந்ததாலும் நாங்கள் அவன் முடிவுக்கு ஒப்புக்கொண்டோம். கயிற்றை அவன் இடுப்பில் கட்டி இறக்கினோம். ஆனால் அவன் இறங்கியபோது கயிறு அறுந்துவிட்டது. சுவற்றில் மோதி அவன் எலும்புகள் நொறுங்கியதைத்தான் எங்களால் கேட்க முடிந்தது."

முவாவியா சற்று மௌனமானான். பிறகு டிரைவரின் உதவியாளனிடம் இன்னும் கொஞ்சம் தேநீர் கொண்டு வரச் சொல்லி சைகை செய்தான். வேகமாக ஒரு வாய் உறிஞ்சிவிட்டுக் கதையைத் தொடர்ந்தான்.

"தாகத்தோடும் பசியோடும் மேலும் நடந்தோம். ஒவ்வொரு இரவும் தூங்குவதற்கு முன் எங்களில் ஒருவன் வைத்திருந்த ஒரு சிறிய ரேடியோவைச் சுற்றி வட்டமாக அமர்ந்து போரைப் பற்றிய சமீபத்திய செய்திகளைக் கேட்போம். எல்லா திசைகளிலும் அராபிய ராணுவம் முன்னேறிச் செல்கிறது என்பது போன்ற நல்ல செய்திகள் வரும்போது நிம்மதிப் பெருமூச்சு விடுவோம். எங்கள் உத்வேகமும் தன்னம்பிக்கையும் அதிகமாகும். எதிரியைத் தோற்கடிக்கப்போகும் இந்தப் புனிதப் போரில் எங்களுடைய பங்கை அளிப்பதில் தவறி விடக் கூடாது என்ற ஆர்வத்தில் மறுநாள் பயணத்தில் எங்கள் நடையின் வேகம் கூடும்.

கடைசியாக நாங்கள் அந்த நாட்டுக்கு வந்து சேர்ந்தோம். எதிரிகளி டமிருந்தும் அவர்களின் தோட்டாக்களிலிருந்தும் தப்பிப்பதற்காக தங்கள் வீடுகளைப் புறக்கணித்து விட்டு சாலைகளில் அலைந்து கொண்டிருந்த பெண்களும், குழந்தைகளும், தள்ளாடும் முதியவர்களும் எங்களை வரவேற்றார்கள். எங்கும் ஓலமும், ஒப்பாரியுமாக இருந்தது. திரும்பின இடமெல்லாம் காயமடைந்த மக்கள் கூட்டம். சண்டை எப்படி நடக்கிறது, எதிரிகளின் இழப்பு எவ்வளவு, நம்முடைய வீரர்கள் எப்படிச் சண்டையிடுகிறார்கள் என்றெல்லாம் அவர்களிடம் கேட்டால் ஏதோ எங்களை வேற்றுக்கிரகவாசிகளைப் பார்ப்பதுபோல் பார்த்தார்கள். ரேடியோவில் ரத்த நாளங்களைத் துடிக்கச் செய்யும் வெற்றிப் பாடல்கள் ஒலித்துக் கொண்டிருந்தன. 'இதோ நெருங்கி விட்டது வெற்றி, எதிரிகளை ஒழித்துக் கட்டிவிட்டோம்' என்ற அறி விப்புகள் முழங்கிக் கொண்டிருந்தன. ஆனால் அகதிகளோ பெரும்

எண்ணிக்கையில் வந்துகொண்டிருந்தனர். அவர்களுக்கு அண்டை நாடுகளின் எல்லைப்பகுதியில் உணவும், உடையும், கம்பளிகளும் கொடுக்கப்பட்டன.

கடைசியில்தான் தெரிந்தது, நாங்கள் கலந்து கொள்வதற்காக வந்த சண்டை உண்மையில் நடக்கவே இல்லை என்பது. சண்டை நடந்து கொண்டிருந்தது ரேடியோவில்தான், நிஜத்தில் அல்ல. நான் என் துப்பாக்கியை எடுத்து உயர்த்திப் பிடித்தபடி சொன்னேன். 'இறைவன் மீது ஆணை! நாங்கள் இழந்ததைத் திரும்பிப் பெறும்வரை இந்தத் துப்பாக்கியைக் கீழே போட மாட்டேன். இனி பாலஸ்தீனத்தின் விடுதலைதான் என்னுடைய விடுதலை. அதற்காக எந்தத் தியாகத்தையும் செய்வேன். இப்போது இந்த விடுதலைப் போராட்டத்தைக் கைவிட்டால் வரலாறு நம்மைப் பற்றி என்ன சொல்லும்? நம் குழந்தைகளிடம் நாம் என்ன சொல்ல முடியும்? நம் இழப்பைப் பற்றியும் அது குறித்து நாம் ஒன்றுமே செய்யவில்லை என்பதையும் நாம் எப்படி விளக்க முடியும்?"

(மறுநாள் காலை புயல் விட்டதும் பஸ்ஸை மெதுவாக அந்தக் காட்டின் நடுவே செலுத்தினார் டிரைவர். பிறகு பாதை தெரியாததால் நிறுத்திவிட்டார். பின்னர் வெளிச்சம் வந்ததும்தான் தெரிந்தது, பஸ் ஒரு முகட்டின் விளிம்பில் நின்று கொண்டிருந்தது. கீழே கடற்கரையில் பல பெண்கள் பெரிதாக அழுது புலம்பிக் கொண்டிருந்தார்கள்.)

டிரைவரின் உதவியாளன் அதிர்ச்சியில் உறைந்து விட்டான். எங்கே இருக்கிறோம், என்ன செய்ய வேண்டும் என்பதே அவனுக்குப் புரியவில்லை. யாரிடம் வழி கேட்பது? இறைவனின் பெயரைத் திரும்பத் திரும்ப வாய் விட்டு சொல்லிக்கொண்டே நடந்தான். அப்போது திடீரென்று ஒரு உருவத்தின் மீது மோதி நின்றான். பயத்தில் அவன் உடல் நடுங்கியது. பார்த்தால் அது ஒரு பெண். அவள் கண்களில் எந்த உணர்ச்சியும் இல்லை. அவன் சற்றுக் குழம்பி மன்னிப்பு கேட்டான். ஆனால் அவள் "நீ இங்கே என்ன தேடுகிறாய்?" என்று கேட்டதும் சிறிது தைரியமடைந்தான்.

டிரைவரின் உதவியாளன் அவளிடம் தங்கள் கதையைச் சுருக்கமாகக் கூறினான். ஆனால் தாங்கள் பட்ட கஷ்டங்களை விவரிக்கும்போது அவனிடம் ஒரு நடிகனின் தோரணை தெரிந்தது.

அவள் அங்கே தன் கணவனுக்காகக் காத்திருப்பதாவும், ஆனால் அதில் இப்போது பயனில்லை, அவன் கடலில் மூழ்கியிருப்பான்

என்று நினைப்பதாகவும் கூறினாள். பிறகு, "நான் உனக்கு வழி காண்பிக்கிறேன். ஆனால் என்னை நீ பஸ்ஸில் ஏற்றிக்கொள்ள வேண்டும். பிரசவத்திற்கு நான் எங்கள் வீட்டுக்குப் போயாக வேண்டும்" என்றாள்.

அவளுடைய பெருத்த வயிறைப் பார்த்து வருத்தப்பட்டான் டிரைவரின் உதவியாளன். நடப்பதற்கே சிரமப்படும் அவளை ஏற்றிக்கொள்ள டிரைவர் ஒத்துக்கொள்வார் என்றே தோன்றியது. அங்கிருந்த ஆலிவ் தோட்டத்தைக் கடந்து, அவன் பஸ்ஸை நோக்கி நடந்தான். அப்போது, அவள் அவனைத் தடுத்து அவன் கையைப் பிடித்து அழைத்துச் சென்று, அங்கே அவள் மறைத்து வைத்திருந்த ஆலிவ் மூட்டையைக் காட்டினாள்.

"இதை என் கிராமத்தில் விற்றால் எனக்கும் என் குழந்தைக்கும் ஏதாவது துணி வாங்கலாம்" என்றாள்.

அவள் பின்னால் நடந்தான் டிரைவரின் உதவியாளன். அவள் கணவன் திரும்ப மாட்டான் என்று எப்படி அவள் அவ்வளவு உறுதியாகக் கூறுகிறாள் என்று அவனுக்கு ஆச்சரியமாக இருந்தது.

எல்லோரும் சொல்கிறார்களே, அதுபோல் ஏதாவது பெண்களுக்கே உரிய யூகிக்கும் திறனா? ஆனால் அந்த மூட்டையின் எடை மற்றும் அதன் சைஸ் காரணமாக அவனால் அதற்குமேல் அவளிடம் கேள்விகள் எதுவும் கேட்க முடியவில்லை. மூட்டையின் பாரத்தில் அவன் முழங்கால்கள் வளைந்தன. தோள்கள் நசுங்கி விடும்போல் தோன்றின.

அவர்கள் வந்து சேர்ந்தபோது பயணிகள் பஸ்ஸிலிருந்து இறங்கி மரங்களினிடையே நடந்தபடி புயலைப் பற்றியும், அந்த பஸ் விழ இருந்த படுபாதாளத்தைப் பற்றியும் பேசிக்கொண்டிருந்தார்கள். அவர்கள் கேட்ட கேள்விகளைப் புறக்கணித்துவிட்டு நேராக டிரைவரிடம் சென்றான் உதவியாளன். பிறகு இருவரும் ஒரு மரத்தின் கீழ் நின்று பேசிக்கொண்டிருந்தார்கள்.

(இந்த நாவலின் பிரதான பாத்திரங்களில் ஒருவன், அப்த் அல்–ஃபத்தா பென் ஸாலா. அவன் பில்லி, சூன்யம் போன்ற விஷயங்களில் தேர்ந்தவன். அவனுடைய பின்னணி சந்தேகத்துக்குரியதாக இருந்தது. அவன் தந்தையைப் பற்றி யாருக்கும் தெரியாது. அவன் அம்மா ஒரு பிரபலமான சமையல்காரி. வீட்டு விசேஷங்களிலும்,

திருமணங்களிலும், மரணம் நிகழ்ந்த வீடுகளிலும் சமைப்பவள். சிறு வயதில் தன் அம்மா செல்லும் வீடுகளுக்கெல்லாம் அவளுடன் சென்று, அவளுக்கு உதவியாக சமையலறையில் காய்கறிகள் நறுக்கிக் கொடுப்பான். பாத்திரம் துலக்குவான். அப்போது அந்த வீட்டுப் பெண்கள் அவனைக் கொஞ்சுவார்கள். சிரித்துப் பேசுவார்கள். இதனால் அவனுக்கு சிறுவயதிலிருந்தே பெண்களின் அண்மை பழகிப்போன ஒன்றாயிருந்தது. அப்படியொரு பெண்களின் உலகில் வளர்ந்தவன்தான் அப்த் அல்ஃபத்தா. தன் எதிர்கால வாழ்வை நிர்ண யித்த ஒரு சம்பவத்தைப் பற்றி இப்போது பஸ்ஸில் அமர்ந்தபடி யோசித்துக் கொண்டிருந்தான் அவன். ஒரு விதவையினால் நடத்தப்பட்டுக்கொண்டிருந்த ஒரு பேக்கரியில் நிற்கிறான் அவன்.)

"என்னிடம் சில்லறை இல்லை, அப்த் அல்-ஃபத்தா. நீ என்னுடன் வீட்டுக்கு வா" என்றாள் அவள். அவன் அந்த இருண்ட, குறுகிய நடைக்கூடத்தின் வழியே அவளைப் பின் தொடர்ந்து சென்று, அவள் படுக்கை அறைக்குள் நுழைந்ததும் அதன் கதவருகே நின்று கொண்டான். பகலாக இருந்தபோதிலும் அறையில் 'பிங்க்' நிற விளக்கு எரிந்துகொண்டிருந்தது. அந்த அறையிலிருந்த கண்ணாடியையும் ஒப்பனைப் பொருட்களையும் அதிசயித்துப் பார்த்துக் கொண்டிருந்த அவனை "வெட்கப்படாமல் உள்ளே வா... அந்தப் பெட்டியை எடு" என்றாள் அவள். உள்ளே சென்ற அவனை சுவருக்கும் தன் உடலுக்கும் இடையே வைத்து நசுக்கினாள் அந்தப் பெண்.

(இந்தச் சம்பவமே அவனுடைய அதியற்புதமான செக்ஸ் அனுபவங்களுக்குத் துவக்கமாக அமைந்தது. அந்த பேக்கரி பெண்ணுடனான உறவு மற்றவர்களின் கவனத்துக்குச் சென்றதும் அவள் அவனைத் தன் வீட்டின் ஒரு அறையில் முழுமையாகச் சிறைப்படுத்தினாள். (அவனுடைய சம்மதத்தோடுதான்). அவன் படிப்பதற்காக வெளியூர் சென்றிருப்பதாகப் பக்கத்து வீடுகளில் சொல்லிவிட்டாள். இதற்கிடையில் அந்தப் பெண் தன் கணவனின் பில்லி சூன்ய புத்தகங்கள் எல்லாவற்றையும் அவனிடம் கொடுத்து அவனுடைய அறிவுப் பசியையும் தீர்த்து வைத்தாள். இருவருக்குமான பாலியல் உறவு பற்றி நாவல் மிக விரிவாகவும் வலுவாகவும் விவரித்துச் செல்கிறது. அந்த இரண்டு வருட 'சிறை' அனுபவத்துக்குப் பிறகு வெளியே வரும் அப்த் அல்-ஃபத்தா தன்னுடைய தொழில் எது என்பதைத் தீர்மானித்துவிட்டான். அதில் அவன் நிபுணனாகவும் ஆகிவிட்டான். அந்தத் தொழில்: பெண்களின் தேவைகளைப் பூர்த்தி செய்வது!)

ஆக, நீண்ட காலத்துக்குப் பிறகு வெளிறிய முகத்துடன் வெளியுலகத்துக்குத் திரும்பிக் கொண்டிருந்த அப்த் அல்–ஃபத்தா சொஸ்தப்படுத்தும் கலையில் தேர்ச்சி பெற்றிருந்தான். அவனிடம் ஒரு பெரிய ஜெபமாலை இருந்தது. மேலும், நிறைய மருந்துகள், பொட்டலங்கள், மருத்துவக் குறிப்புகள் எல்லாம் இருந்தன. மக்கள் அவனை ஆரவார முழக்கமிட்டு வரவேற்றனர். அவன் நிகழ்த்தும் அதிசயங்களைப் பற்றி மயிர்க்கூச்செரியும் கதைகள் அக்கம்பக்கத்தில் பரவின.

“என்னை சொஸ்தப்படுத்துங்கள் ஹஸ்ரத்” என்று கூறிப் பெண்கள் அவன் காலில் விழுந்தார்கள். அல்லது, “என் கணவனை என்னிடம் திரும்பும்படிச் செய்யுங்கள்” என்று கூறிக் கதறினார்கள். கணவனுக்குப் பதிலாக காதலன், மகன் என்று எப்படி வேண்டுமானாலும் இருக்கும். அல்லது, “என் காதலனிடம் என்னைச் சேர்த்து வையுங்கள்.” அல்லது, “திருமணமாகாமலேயே செத்துவிடுவேன் போலிருக்கிறது. என்னைக் காப்பாற்றுங்கள்!” இப்படிப் பலவிதமான கோரிக்கைகள்... காதலினால் பெண்கள் நோய்வாய்ப்பட்டார்கள், வாடி வதங்கிப் போனார்கள். ஜின்கள் அரசாளும் உலகின் அடிமைகளான இந்த அற்புதமான ஜீவராசிகளைப் பற்றி மிகவும் வருந்தினான் அப்த் அல்–ஃபத்தா. அவர்களின் நிலை கண்டு அவன் இதயம் உருகியது. அவனது ஜீவரசத்துக்காக அப்பெண்களின் தளர்ந்த உடல்கள் ஏங்கிக் கிடந்தன. அதுதான் அவர்களின் வாழ்வை மீண்டும் மலரச் செய்தது. அவனது காமக்கோப்பையில் பழுத்த பழங்களைப் போல் அவர்கள் விழுந்தார்கள். பருவ மாறுதலினால் மேலும் சுவை கூடிய அவர்களின் உராய்வினால் எழுச்சியுற்ற அப்த் அல்–ஃபத்தா ஒரு பொலிகாளையைப் போல் அம்மேய்ச்சல் நிலங்களில் மேய்ந்து தள்ளினான்.

ஆனால் அப்த் அல்–ஃபத்தா ஒரு பெண்ணின் வேட்கையை நீண்ட காலம் தணிக்கும் வழக்கத்தை வைத்துக் கொள்வதில்லை. ஒரு வேட்டைக்காரனைப்போல் அல்லது ஒரு கொலைகாரனைப்போல் அவன் தன் கலையை ஒருமுறைதான் பயன்படுத்தினான். ஒருபோதும் இரண்டாம் முறை பிரயோகித்ததில்லை. அவ்வகையில் அவனால் நீண்ட கால உறவையும், அதனால் ஏற்படும் சிக்கல்களையும் தவிர்க்க முடிந்தது. முக்கியமாக, அப்பெண்களின் சகோதரர்கள், கணவர்கள், தந்தைகள், எல்லோரையும் அவனால் சுலபமாகத் தவிர்க்க முடிந்தது. மான்கள் மேயும் மேய்ச்சல் நிலங்களை அவன் மாற்றிக்கொண்டே யிருந்தான். காலத்தை விரயம் செய்ய முடியாதாகையால் அவன்

ஓடிக்கொண்டே இருந்தான். அவன் விட்டுச் சென்றதென்று எதுவுமே இல்லை. ஆனால் அவனுக்கு முன்னே தெரிந்ததோ அதியற்புதச் சுவை மிகுந்த கனிகள்.

இப்போது அவன் வடக்கிலுள்ள கிராமங்களை முடித்துவிட்டு தெற்கு நோக்கி புறப்பட்டிருக்கிறான். அவனுடைய பயணத்தில் ஹூஸ்னியா ஒரு நிறுத்தம்.

(அந்த பஸ்ஸின் பயணிகளில் ஒருத்தி ஹூஸ்னியா. அவள் தன் கணவனோடு பயணம் செய்து கொண்டிருந்தாள். கணவன் கசாப்புக் கடைக்காரன். உயரமாகவும், கவர்ச்சியாகவும் இருந்த அவள் ராஜ வம்சத்தைச் சேர்ந்தவளைப்போல் இருந்தாள். கணவனோ ஒடுங்கிப் போய், குள்ளமாக இருந்தான். அவளுடைய காமத்தைத் தூண்டுவதில் அப்த் அல் ஃபத்தாவுக்கு எந்தச் சிரமமும் இருக்கவில்லை. பயணத்தின் இடையில் ஏறிய அந்த கர்ப்பிணிப் பெண்ணுக்கு பிரசவவலி வந்து பஸ் ஒரு இரவில் நின்றபோது இருவரும் ரகசியமாக மரக்கூட்டங்களுக்கிடையே சந்திக்கின்றனர்.

கர்ப்பிணிப் பெண்ணின் பிரசவம் சிக்கலாகிறது. கதூஜாவின் உதவியால் பிரசவம் நல்லபடியாக முடிந்து அப்பெண்ணும் அவளுடைய ஆண் குழந்தையும் ஒரு குடியானவனின் வண்டியில் ஏற்றப்பட்டு, அவளுடைய கிராமத்துக்கு அனுப்பப்படுகின்றனர். அதன் பிறகு பஸ்ஸில் வேறொரு பிரச்சினையும் ஏற்படுகிறது. ரோந்துப் போலீஸால் பஸ் நிறுத்தப்படுகிறது. அதன் மேல் பகுதி போலீஸால் சோதனை செய்யப்படும்போது கதூஜாவின் கண்ணாடி உடைந்து ஆலிவ் மூட்டையில் விழுந்து மூட்டை பிரிந்து விடுகிறது. மூட்டைக்குள் கிடக்கிறது ஒரு துண்டிக்கப்பட்ட தலை. பஸ்ஸிலுள்ள அனைவர் மீதும் போலீஸின் சந்தேகக் கண் படிகிறது. அப்போது முவாவியா பின்னோக்கிச் சிந்திக்கிறான்.)

உண்மை தெரிந்தால் அவர்கள் நான் சொல்வதை நம்புவார்களா? நாளை அவர்களுக்கு என் பழைய வாழ்க்கை தெரிய வரும். உடனே அவர்கள் என்னைத்தான் சந்தேகப்படுவார்கள். முவாவியா, நீ ஒரு முட்டாள்! சிறையை விட்டு வெளியே வந்ததும் உன்னை யார் பொய் சொல்லச் சொன்னது? ஆனால் ஒரு பெண் ஆந்தை செய்த கொலையின் பழி என் மீது வந்து விழும் என்று எனக்கு எப்படித் தெரியும்? நான் அந்த மடையர்களிடம் சொல்லிக்கொண்டே யிருந்தேன். அந்தப் பெண்ணை அவர்கள் பஸ்ஸில் ஏற்றி

யிருக்காவிட்டால் இந்தப் பிரச்சினையே வந்திருக்காது. இத்தனை வருடங்களாக நான் பட்டதெல்லாம் போதாதா? அவளுக்குப் பிரசவ வலி எடுத்ததுமே அவளை வண்டியிலிருந்து இறக்கி விட்டிருந்தால் அவளுக்கு இந்தப் பாழாய்ப்போன சாக்குமூட்டையைப் பற்றி ஞாபகம் வந்திருக்கும். எவ்வளவு போலியான மக்கள்! நல்லது செய்வதுபோல் நடிக்கிறார்கள். ஆனால் உண்மையில் கருந்தேள்கள். எப்போது அவர்களை நம்ப ஆரம்பிக்கிறோமோ அந்தக் கணத்திலேயே தங்கள் கொடுக்கினால் கொட்டி விடுவார்கள்.

பெண்கள்! புழு பூச்சிகளை நசுக்குவதுபோல் அவர்களை நம் காலின் கீழே வைத்து நசுக்கிக் கொல்ல வேண்டும். கணவன் கடலில் மூழ்கி விட்டான் என்றும், தன் கிராமத்துக்குத் திரும்பிச் செல்லவேண்டும் என்றும் சொன்னாள் அந்தத் தேவடியாள்! சத்தியமே செய்வேன், அவள்தான் தன் கணவனைக் கொன்றிருக்க வேண்டும். அப்போதுதானே எல்லாரோடும் படுத்துக் கொள்ள முடியும்? சைத்தானுக்குப் பிறந்தவள்! நாயை அடித்துக் கொல்வதுபோல் கொல்ல வேண்டும். அந்தப் பயல் ஒரு சோப்ளாங்கியாக இருக்க வேண்டும். ம்... நாசமாய்ப் போனவள்... இந்தப் பெண்கள் எல்லோருமே நாசமாய்ப் போனவர்கள்தான்! ஒருத்தியைக் கூட நம்பமுடியாது. எல்லோரும் நரகத்துக்குதான் போவாள்கள்! சே... கொஞ்ச நேரம் தாமதமாக வந்து இந்த பஸ்ஸில் மட்டும் ஏறாமல் இருந்திருந்தால் எவ்வளவு நன்றாக இருந்திருக்கும்!

ஒருவேளை நாளை அவர்கள் என்னை விசாரிக்கிறார்கள் என்று வைத்துக்கொள்வோம். நான் என்ன, இத்தனை ஆண்டுகளையும் சிறையில் கழித்துவிட்டு வெளியே வந்த ஒருசில மணி நேரத்தில் மற்றொரு கொலையையும் செய்தேன் என்றா சொல்லப் போகிறேன்? எப்படியோ, அவன் ஒன்றும் விளையாட்டாகக் கொலை செய்கிற ஆள் இல்லை. இந்த ஆட்களுக்கும் அவனுக்கும் என்ன சம்பந்தம்? அவன் செய்த ஒரு கொலையால் அவனுக்கு ஆயுள் தண்டனை கிடைத்தது. பிறகு அது அவனுடைய நன்னடத்தையால் 35 ஆண்டுகளாகக் குறைந்தது. என்ன காரணமோ, அப்படித்தான் அவர்கள் சொன்னார்கள். ஆனால் அவனுடைய சகாக்கள் சொன்னது வேறு. சிறையில் கைதிகளின் எண்ணிக்கை மிகவும் அதிகரித்து விட்டதால் சிறையில் இடமில்லை. அதனால் அவனை விடுதலை செய்தார்கள். இதுதான் அவர்கள் சொன்னது.

சிறைக்குச் செல்லும்போது அவன் வயது 24. இப்போது அறுபது. நான் சொல்வதை அவர்கள் நம்பித்தான் ஆக வேண்டும். அவன்

செய்த குற்றம் அவனோடு வாழ்ந்து கொண்டிருந்த பெண்ணுக்கு எதிரானது. அந்தக் கொலைக்கு சரியான காரணம் இருந்தது. ஆனால் இந்தத் துண்டிக்கப்பட்ட தலைக்கும் அவனுக்கும் என்ன சம்பந்தம் இருக்க முடியும்? அவன் சொல்வதை அவர்கள் நம்புவார்களா? அந்தத் தலையின் சொந்தக்காரனை அவன் எங்கே சந்தித்திருக்க முடியும்? அவனுடைய சிறையிலா?

கடவுளே! சிறையிலிருந்து வெளியே வந்து சிறைக்கும் சுதந்திரத்துக்கும் இடையிலான அந்தச் சில அடி தூரத்தில் காலை வைத்ததும் அங்கே ஒருக்கணம் நின்று வானத்தைப் பார்த்தான். தெற்கிலிருக்கும் உன் கிராமத்தில் வாழ்வின் மிச்சமிருக்கும் நாட்களை அமைதியாகவும் சந்தோஷமாகவும் கழிப்பதற்கு இறைவனிடம் பிரார்த்தனை செய்து கொள், முவாவியா... பிறகு தனது கடந்த காலத்தின் இருண்ட பகுதியை ஞாபகப்படுத்திக் கொண்டிருந்த தன் பையைத் தூக்கியெறிந்துவிட்டு தன் கிராமத்துக்குச் செல்லும் பஸ்ஸைப் பிடிப்பதற்காகக் கிளம்பினான். பஸ் நிலையத்துக்கு அவன் வந்து சேர்ந்தபோது பஸ் கிளம்பும் நேரத்தைத் தாண்டியிருந்தாலும் டிரைவரின் உதவியாளன் ஊர்களின் பெயரைச் சொல்லிக் கூவிக்கொண்டிருந்தான். பஸ் புறப்பட்டுக்கொண்டிருந்தது. தனக்கு இனிமேல் நல்ல காலம்தான் என்பதற்கான சகுனம் அது என்று நினைத்தான் முவாவியா. ஆனால் பஸ்ஸைப் பிடிப்பதற்கு முன்பாக அவன் ஒரு கடைக்குச் சென்றான். ஏதாவது ஒரு பொருளை வாங்கலாம் என்பது அவன் எண்ணம். இவ்வளவு காலத்தில் இன்னும் எதுவும் அடியோடு மாறவில்லை என்பதை அவன் தனக்குத் தானே உறுதிப்படுத்திக்கொள்ள வேண்டியிருந்தது. பழையபடி தன்னால் இன்னமும் இருக்க முடியும் என்பதை உணர்த்திக்கொள்ள அவன் இப்படி ஏதாவது ஒன்றைச் செய்தாக வேண்டும். எனவே அவன் சர்க்கரையை வாங்கினான். வாங்க வேண்டும் என்ற சந்தோஷத்துக்காக மட்டுமல்ல; வாங்குவதென்பது சந்தோஷத்தைத் தந்தது என்றாலும் கூட, ஏதோ ஒரு வேலையை அரைகுறையாக விட்டு வைப்பதில் அவனுக்கு இஷ்டமில்லை என்பதாலேயே அதை வாங்கினான். அந்தரங்கத்தில் தொங்கிக்கொண்டிருந்த ஒருவனுக்குப் பிடிமானம் கிடைத்து விட்டது போல் அவன் அந்தச் சர்க்கரையை வாங்கினான். அவன் வாழ்க்கை 35 ஆண்டுகளாகத் தடைபட்டுப் போனதன் அறிகுறியே தெரியாதது போல், ஏதோ ஒரு சில நிமிடங்களுக்கு முன்னால்தான் சர்க்கரை வாங்க வீட்டிலிருந்து கிளம்பியவனைப் போல் அவன் அதை வாங்கினான்.

அது அவனுடைய முதல் காதல், முதல் திருமணம். அவள் ஒரு அழகான இளம் பெண். அவளுடைய ஒரு புன்னகை போதும், இதயத்தைப் பிழிந்துவிடும். சதைப்பற்றான மேனி. சர்க்கரையைப் போல் வெளுத்த நிறம். அவன் அவளை வெளியே செல்லக்கூடாது என்று சொல்லியிருந்தான். அவன் பக்கத்தில் இருக்கும்போதே மற்றவர்கள் அவளைப் பார்ப்பதை அவனால் சகிக்க முடியாதபோது, அவள் தனியாகச் செல்வதையும் அப்போது அவர்கள் பார்ப்பதையும் எப்படி அவனால் தாங்கிக் கொள்ள முடியும்? அவன் வெளியே போகும்போது அவளை வீட்டுக்குள் வைத்துப் பூட்டி விட்டு ஜன்னல்களையும் மூடித் தாளிட்டுக் கொண்டுதான் செல்வான். அப்படியும் அவள் புன்னகைத்தாள்.

அவள் புன்னகை சூரிய வெப்பத்தைப் போல் அவனைச் சுட்டெரித்தது. சூரியனின் ஒளியைப் போல் அவன் கண்களைக் குருடாக்கியது. இந்தச் சூரியன் எங்கிருந்து புறப்படுகிறதென்று அவனுக்குத் தெரியவில்லை. இதை எப்படி மறைய வைப்பதென்று புரியவில்லை. கடைசியில் அவனால் அதைச் சமாளிக்க முடியாமல் போனது. அதனால் அவளை அவன் முற்றுகை யிட்டான். தனிமைப்படுத்தினான். அனாதையாக்கினான். அவளது வேர்களையும் இலைகளையும் துண்டித்து இழிவு படுத்தினான். மிதித்துத் துவைத்தான். ஆனாலும் அவள் புன்னகைத்தாள். வெளிப்படையாக அல்ல, வாஸ்தவம். ஆனால் அவள் உள்ளுக்குள் சிரித்துக்கொண்டிருந்தாள். அச்சிரிப்பு அவள் உதடுகளிலும், கண்களிலும் வெளிப்பட்டதையும், அவளுடைய உள்ளாழத்திலிருந்து ஒழுகி வரும் அது இதழோரம் வந்து தங்கிக் கொள்வதையும், பிறகு அங்கிருந்து கட்புலனுக்குத் தெரியாத நுண்ணுயிரியாக அவனால் கைப்பற்றவே முடியாதபடி மின்னி ஒளிர்வதையும் அவனால் உணர முடிந்தது.

அவன் அவளுடைய உடைமைகளையெல்லாம் பறித்துக் கொண்டான். அவளுடைய நகைகளையும், ஆபரணங்களையும் கழற்றி விற்றான். ஆடைகளைக் களைந்து நிர்வாணப்படுத்தினான். அவளைக் கீழே தள்ளி முடியை அறுத்துப் போட்டான். கருங்குழல் கற்றைகள் சர்ப்பங்களைப் போல் தரையில் நெளிந்தன. அதனிடையே அவளுடைய வெளுத்த தோல் தெரிந்தது. இவ்வளவுக்குப் பிறகும் அவளால் எப்படி புன்னகைக்க முடிகிறது?

வேறு என்ன செய்யலாம் இவளை? தரையிலிருந்து எழுந்த அவள் ஒரு வாளியையும் விளக்குமாற்றையும் எடுத்து வந்து தரையைப்

பெருக்கி எல்லாவற்றையும் அள்ளிச் சுத்தமாக்கினாள். அப்போதும் அவள் புன்னகை அவளுடைய மொட்டைத் தலையினூடே ஊர்ந்து சென்று அவள் முதுகில் அலையலையாய் விழுந்தது. ஏன் அவள் கத்தவில்லை? ஏன் அவள் தன் தலையை சுவரில் மோதி அழுது ஆர்ப்பாட்டம் செய்யவில்லை? எது அவளை இது எல்லாவற்றையும் சகித்துக்கொள்ளச் செய்தது? எது அவளுக்கு இவ்வளவு சக்தியையும் வலிமையும் தந்தது? இப்படியே போய்க்கொண்டிருந்தால் அவள் அவனைக் கொன்று விடுவாள். நிச்சயம் அவன் கதையை முடித்து விடுவாள்.

இதற்கடுத்து என்ன செய்வது? மீண்டும் அவளைப் புறக்கணித்தான். தன் படுக்கையிலிருந்து அவளைத் துரத்தினான். தரையில் படுக்கச் செய்தான். ஆனாலும் அந்த ரகசியப் புன்னகை பேய் பிசாசுகளைப் போல், சூரியனைப் போல், 'ஜின்'னைப்போல் அவனைத் தொடர்ந்து கொண்டேயிருந்தது. அவனுடைய ஆன்மாவே அவனிடமிருந்து பறிக்கப்பட்டு விட்டது போல் ஆயிற்று.

ஒருநாள் அவன் அவளைத் தேநீர் தயாரிக்கச் சொன்னான். ஆனால் அதில் தேயிலை அதிகமாகி கடுஞ்சுவை கூடியிருந்தது. அவளைக் கண்டபடி திட்டிவிட்டு சர்க்கரை வாங்கி வருவதற்காக கடைக்குக் கிளம்பினான். செல்லும்போது வழக்கமாகப் பூட்டுவதைப் போல் வீட்டைப் பூட்டாமல் விட்டு விட்டு சிறிது தூரம் சென்று ஒளிந்து கொண்டான்.

வெகு நேரமாகியும் கதவு திறக்கப்படாமல் மூடியே இருந்தது. அவள் வெளியே வருவதற்கான அறிகுறியே தெரியவில்லை. அவனுக்கு சந்தோஷமாக இருந்தது. ஆனால் உடனேயே அவனுடைய வழக்கமான பயம் தொற்றிக்கொண்டது. காத்துக் கொண்டே யிருந்தான். பிறகு கதவு திறந்தது. அவன் தன் திட்டம் பலித்ததென்று புன்னகைத்தான். அவனுடைய வலையில் அவள் விழுந்து விட்டாள். சிறிது நேரம் அங்கிருந்த வால்னட் மரத்தின் கீழே சித்திரம்போல் அசையாமல் நின்றிருந்தாள். அவனால் அவளுடைய கண்களைப் பார்க்க முடியவில்லை. அவள் எங்கே பார்த்துக்கொண்டிருக்கிறாள் என்பதும் தெரியவில்லை. எதற்காக அவள் அப்படி அசையாமல் நின்று கொண்டிருக்கிறாள்? என்ன ஆயிற்று? சிறிது தூரம் நடந்த அவனை மேலும் செல்லவிடாமல் தடுத்தது ஓர் எண்ணம். ஒருவேளை யாரையாவது பார்ப்பதற்காக அல்லது யாராலாவது பார்க்கப்படுவதற்காக அங்கே வந்து நிற்கிறாளோ? அப்படியானால் அது யார்? அவன் திரும்பி தன் வீட்டின் பக்கம் ஓடினான்.

அடுத்தது என்ன? அவள் கண்ணாடியின் முன்னே அமர்ந்து ஒரு பச்சை வால்னட்டின் ஓட்டை உதடுகள் பழைய ஒயினைப் போல் சிவக்கும்படி தேய்த்துக் கொண்டிருக்கக் கண்டான். அவள் அவனுக்குத் துரோகமிழைக்கவில்லை. அவனுக்காக அவள் தன்னை மேலும் அழகாக்கிக்கொண்டிருந்தாள். தனியாகவே இருந்த அவளிடம் பயத்துக்கான எந்த அறிகுறியும் தெரியவில்லை. ஒரு திகைப்போ ஆச்சரியமோ கூட இல்லை. அவன் அவளை இழுத்து முத்தமிட்டான். அவள் விலகினாள். அவன் மீண்டும் அவளிடம் சென்று அவளைக் கடித்தான். ஆனால் அவள் அவனுடைய கரங்களில் ஐஸ் கட்டியைப் போல் உறைந்திருந்தாள். அவன் தன் உஷ்ணமான மூச்சை அவள் மீது விட்டான். ஆனால் அவள் புன்னகைக்கவில்லை. “யார் அது?” என்று கேட்டான். “யாருக்காக நீ ஒப்பனை செய்து கொண்டிருந்தாய்?” ‘உனக்காகத்தான்; நீதானே என்னுடைய கணவன்; நீதானே என் காதலன்... உனக்காகத்தான் ஒப்பனை செய்து கொண்டிருந்தேன்’ என்று அவள் கூறவில்லை. அதற்குப் பதிலாக அவள் அழ ஆரம்பித்தாள். அவன் அவளை அறைந்தான். உதைத்தான். அவள் அழுவதை நிறுத்தினாள். ஆனால் அவனுக்கு அவளை எதிர்க்கும் சக்தியில்லை என்று உணர்ந்தான். அவள் அவனுக்கு அறைகூவல் விடுப்பதாகத் தோன்றியது. “எனக்காக இல்லையென்றால் அதை யாருக்காகச் செய்தாய் வேசி?” என்று கத்திக்கொண்டே அவளை மீண்டும் தாக்கினான். ஒரு வார்த்தையையாவது உதிர்ப்பாள், தான் நிரபராதி என்று கூறுவாள், அல்லது அவனைத் திட்டுவாள், அல்லது அழுவாள், அல்லது அவனை சபிப்பாள், அல்லது குறைந்த பட்சம் வேறு எதையாவது செய்வாள் என்று அவன் எதிர்பார்த்தான். அவளை அடித்துக்கொண்டேயிருந்தான். மீண்டும் மீண்டும் மீண்டும் அடித்தான். அவளுடைய முழு தேகமே பழைய சிவப்பு ஒயினைப் போல் சிவந்து போகும்படி அடித்தான்.

அடுத்தது என்ன? எல்லாம் முடிந்தது. அவள் ரத்த வெள்ளத்தில் கிடந்தாள். வாயிலிருந்தும் காதுகளிலிருந்தும் ரத்தம் கொட்டிக் கொண்டிருந்தது. பிறகு அவள் உடலின் சலனம் நின்று போனது. அவன் கையால் சாக வேண்டுமென்று அவளுடைய விதி. யார் என்ன செய்ய முடியும்? அப்படித்தான் எழுதியிருந்தது. அவள் நிரபராதியாக இருந்திருந்தால் இப்படி அவளைப் போட்டு அடித்துத் துவைத்திருக்க மாட்டான்.

நாளை அந்தத் தலைக்கு அவர்கள் அவன் மீதுதான் பழிபோடப் போகிறார்கள். ஏற்கனவே அவன் ஒரு கொலை செய்திருக்கிறான்,

இல்லையா? தன் மனைவி ஒப்பனை செய்து கொண்டாள் என்பதற்காக அவளைக் கொலை செய்யக் கூடிய ஒருவன், ஒரு மனிதனின் முகம் தனக்குப் பிடிக்கவில்லை என்பதற்காகக் கூட அவனைக் கொல்லலாம் அல்லவா? நல்லது, அப்படியானால் என்னுடைய நிலையில் இருந்திருந்தால் நீங்களும் அதையேதான் செய்திருப்பீர்கள். அதுதான் அவனுடைய பதில். நான் அப்படிச் செய்ததற்காக வருந்துகிறேன். ஆனால் அவளுடைய விதி. விதியின் காரியத்துக்கு நான் ஒரு கருவி. அவ்வளவுதான். இல்லை. அதற்காக நான் வருத்தப்படவில்லை. சிறைக்குச் செல்வதில் ஒன்றும் அவமானம் இல்லை. சிறைகள் ஆண்களுக்கானவைதான்.

நல்லது, முடிவில் அவர்கள் என்னை வெளியில் விட்டார்கள். போராட்டத்தைப் பற்றிய பேச்சால் அந்தப் பிறவி மடையன் என் செவிகளைக் கிழித்துக் கொண்டிருந்தான். நான் அவனுடைய அடையாளத்தை எடுத்துக்கொண்டேன் என்பது மட்டும் அவனுக்குத் தெரிந்திருந்தால் போர்க் கைதியாகச் சிறைப்பட்டிருப்பதிலிருந்து விடுதலை கிடைத்தது போல் அவன் மகிழ்ச்சியடைந்திருப்பான். அவனுடைய நண்பன் ஜமீல் அல்–பாக்தாதி பற்றிய கதைகளைச் சொன்ன அவன்தான் என் அழிவுக்குக் காரணம். எல்லாம் எனக்கு மனப்பாடமாக ஆகிவிட்டது. பஸ்ஸிலிருந்த மடையர்களுக்கு நான் அதையெல்லாம் ஏதோ ஒரு புத்தகத்திலிருந்து சொல்வதைப்போல் சொன்னேன். அதிலென்ன பெரிய வித்தியாசம்? நான் ஒரு பொய்யனாகவே இருந்தாலும் நான் சொன்னது பொய்யல்ல. அல்லது ஒருவேளை, அந்தக் கதைகளெல்லாம் பொய்யாகாமல் இருந்தால், ஒவ்வொரு மனிதனுமே விடுதலைப் போராட்டத்தைப் பற்றிய ஒரு இதிகாசத்தை உருவாக்கிக் கொண்டுதான் இருக்கிறான் என்றே எடுத்துக்கொள்ள வேண்டும். அதை நம்பியது என் தவறா என்ன?

நான் சொன்னது பொய். அதை அவர்கள் நம்பினார்கள். என்னை மரியாதையோடு வேறு பார்த்தார்கள்! நான் மட்டும் உண்மையைச் சொல்லியிருந்தால் அந்த மரியாதை எனக்குக் கிடைத்திருக்குமா? நிச்சயம் கிடையாது. மக்கள் தேளைப் போன்றவர்கள். எந்த நிமிடம் அவர்களை நம்பத் துவங்குகிறோமோ அந்த நிமிடமே கொடுக்கால் கொட்டி விடுவார்கள்.

அடுத்தது என்ன?

***

## ஸஹர் கலிஃபாவின் வாழ்வும் எழுத்தும்

ஸஹர் கலிஃபா 1941ஆம் ஆண்டு பாலஸ்தீனத்தின் மேற்குக் கரையில் இஸ்ரேலியர்களால் ஆக்கிரமிக்கப்பட்ட நப்லூஸ் என்ற ஊரில் பிறந்தவர். பாலஸ்தீனத்தின் முதல் பெண்ணியவாதி. நாவலாசிரியர். பதினெட்டாவது வயதில் திருமணமான இவருக்கு மணவாழ்க்கை மிக மோசமாக அமைந்ததால் 13 ஆண்டுகள் கழித்து விவகாரத்து பெற்று, அமெரிக்காவில் மேற்படிப்புக்குச் சென்றார். 1968இல் அயோவா பல்கலைக்கழகத்தில் டாக்டர் பட்டம் பெற்றார். இவருடைய முதல் நாவல், *இனிமேலும் நாங்கள் உங்களுக்கு அடிமைகள் இல்லை* (1974). இந்நாவல் இஸ்ரேலியர்களால் தடைசெய்யப்பட்டது. அவருடைய மற்ற மூன்று நாவல்கள் *Wild Thorns* (1985), *The Sunflower* (1980), *The City Gate* (1990). இந்த மூன்று நாவல்களும் பாலஸ்தீனிய விடுதலைப் போராட்டத்தையும் அதில் பெண்களின் பங்கையும் ஆதாரமாகக் கொண்டவை. இவரது *Memoirs of an Unrealistic Woman* (1986) என்ற நாவல் குடும்ப அமைப்பின் வன்முறையையும், *The Inheritance* (1997) என்ற நாவல் தூரதேசங்களில் அகதிகளாக வாழும் பாலஸ்தீனியர்களின் பிரச்சினைகளையும் அடிப்படையாகக் கொண்டவை. இதைத்தொடர்ந்து வந்தது *A Shattered Summer* என்ற நாவல். இந்த நாவல் ஜெரூசலேம் நகரின் அராபிய அடையாளம் மறைந்து முழுக்க முழுக்க யூதத்தன்மை பெற்று வருவதைப் பற்றியது.

பாலஸ்தீன இலக்கியத்தில் மஹ்மூத் தார்விஷுக்கு அடுத்தபடியாகக் கருதப்படும் ஸஹர் கலிஃபா, இப்போது அம்மானிலும் (ஜோர்டான்) நப்லூஸிலும் மாறி மாறி

வசித்து வருகிறார். அரபி மொழியில் எழுதப்பட்ட இவரது நாவல்கள் எஸ்பஞோல், ஃப்ரெஞ்ச், ஹீப்ரூ, இத்தாலியன், ரஷ்யன், டச்சு, மலாய், ஸ்வீடிஷ், ஆங்கிலம் என்று பல மொழிகளில் மொழி பெயர்க்கப்பட்டுள்ளன.

***

பின்வருவது *The Star* என்ற ஜோர்டானிய பத்திரிகையில் 1998ஆம் ஆண்டு வெளிவந்த ஸஹர் கலிஃபாவின் பேட்டியிலிருந்து சில பகுதிகள்:

**உங்களுடைய வாழ்க்கையைப் பற்றி?**

நான் ஒரு சராசரி நடுத்தர வகுப்பைச் சேர்ந்த குடும்பத்திலிருந்து வந்தவள். பதினெட்டாவது வயதில் எனக்குத் திருமணம் நடந்தபோது என் கணவர் ஒரு அற்புதமான இளவரசராக இருப்பார் எனவும், நியூயார்க்கில் வேலை பார்த்து வந்த அவர், மூச்சைத் திணறடிக்கும் என் குடும்பச் சூழலிலிருந்து என்னைக் காப்பாற்றி நியூயார்க்குக்கு அழைத்துக் கொள்வார் எனவும் கனவு கண்டேன். ஆனால் அது வெறும் கனவாகவே போனது. 13 ஆண்டுகள் அந்தக் கொடுமையைச் சகித்துக் கொண்டேன். 1972இல் திருமண வாழ்விலிருந்து விடுதலை கிடைத்ததும் எழுதத் துவங்கினேன். திருமண வாழ்வில் நான் உயிரோடு இருந்தபடியே செத்துக் கொண்டிருப்பதாக உணர்ந்தேன். எனவே, அதற்குப் பிறகு போராடியபடியே சாகலாம் என்று முடிவு செய்தேன்.

**எது உங்களை முதலில் எழுதத் தூண்டியது?**

சிறு வயதிலிருந்தே எனக்கு அந்த விருப்பம் இருந்தது. நான் வாழ்ந்து கொண்டிருந்த இறுக்கமான, மூடிய சூழலே என்னை எழுதத் தூண்டியது.

**அரபி மொழியின் பேச்சு வடிவம், இலக்கிய வடிவம் இரண்டையும் முதன்முதலில் பயன்படுத்தியவர்களில் நீங்களும் ஒருவர். அது பற்றி...**

உண்மைதான். அதற்குக் காரணம் என்னவென்றால், சேரியில் வாழும் என்னுடைய ஒரு கதாபாத்திரம் இலக்கிய மொழியில் பேச முடியாது. அதேபோல், புத்திஜீவியான ஒரு பாத்திரம் சேரி மொழியில் பேச இயலாது. பலவிதமான மக்கள் வாழும் சமூகத்தில் நாம் வாழ்ந்து கொண்டிருக்கிறோம்.

**நீங்கள் மிக வெளிப்படையாகவும், அதிரடியான மொழியிலும் எழுதுகிறீர்கள். அதற்கான எதிர்வினை எப்படி இருக்கிறது?**

அப்படி எழுதுவதுதான் ஒரு நாவலின் நம்பகத்தன்மைக்கு ஏற்றது. தெருக்களில் பேசப்படும் மொழி எளிமையானதும், கொச்சையானதும் ஆகும். அரபி உட்பட எந்த மொழியும் புனிதமானது அல்ல. மொழியுடன் விளையாடுவது நம்முடைய உரிமை.

**உங்கள் எழுத்தைப் பற்றி?**

பாலஸ்தீனிய சமூகம் பற்றி நான் எழுதியது போல் வேறு யாரும் எழுதியதில்லை என்றே கருதுகிறேன். இந்தச் சமூகத்தை என் அளவுக்கு வேறு யாரும் வகுந்து பார்த்தில்லை. இச்சமூகம் பற்றி இவ்வளவு வெளிப்படையாகவும், கூர்மையாகவும் வேறு யாரும் எழுதியதில்லை. பாலஸ்தீனத்தில் என்ன நடந்து கொண்டிருக்கிறது என்பதை அறிந்து கொள்வதற்கு பல நாடுகளில் என்னுடைய நாவல்களையே வாசிக்கிறார்கள்.

**பாலஸ்தீனிய சமூகத்தைப் பற்றி எழுதுவதில் ஆண் எழுத்தாளர்களுக்கும் பெண் எழுத்தாளர்களுக்கும் வித்தியாசங்கள் இருப்பதாகக் கருதுகிறீர்களா?**

ஒரு பெண் எழுத்தாளர் என்ற முறையில் பாலஸ்தீனிய சமூகத்தின் பல்வேறுபட்ட அம்சங்களை நான் வெளிக்கொண்டு வந்திருக்கிறேன். சில ஆண்களுக்கும் அது சாத்தியம்தான். ஆனால் பொதுவாக ஆண்களிடம் அவர்களின் ஆன்மாவைத் துன்புறுத்தும் விஷயங்களை எதிர்கொள் வதற்கான துணிவும் தைரியமும் இருப்பதில்லை. பெண்களுக்கு அப்படியில்லை. ஏனென்றால், பெண் விளிம்புப் பகுதியைச் சேர்ந்தவள். எனவே விஷயங்களை அவளால் எதார்த்தமாகப் பார்க்க முடிகிறது. இருந்தாலும் இதை எல்லா பெண் எழுத்தாளர்களுக்கும் பொதுமைப்படுத்திவிட முடியாது. சில பெண்கள் தாங்கள் விளிம்புப் பகுதியிலிருந்து வந்தவர்கள் என்பதையே மறந்து விட்டு, மேட்டுக்குடியிடம் சேர்ந்துவிடுகிறார்கள். ஒருபெண் எழுத்தாளருக்குப் பெண்ணியம் பற்றிய கோட்பாட்டைவிட அது பற்றிய பிரக்ஞையே அவசியமானது. மத்தியதர வர்க்கத்தினர் அமைதியான முறையில் அமர்ந்து மிக அழகான இலக்கியப் படைப்புகளை உருவாக்கிவிட முடியும். ஆனால், துரதிர்ஷ்டவசமாக நம் சமூகத்தின் எதார்த்தம் அப்படி இல்லை.

**உலக இலக்கியத்திலும் அரபி இலக்கியத்திலும் உங்களுக்குப் பிடித்த எழுத்தாளர்கள்?**

என்னைப் பொறுத்தவரை தஸ்தயேவ்ஸ்கியை மிஞ்சியவர் யாருமில்லை. அரபி இலக்கியத்தில், Ghassan Khanafani, Yahya Yakhluf, Jabra Ibrahim Jabra, Fadwa Toukan.

***

**ஸஹர் கலிஃபாவின் நானும் என் வாழ்வும் என்ற கட்டுரையிலிருந்து சில பகுதிகள்:**

நான் பிறந்தவுடனேயே என் வீட்டில் ஒரு குப்பையைப்போல் கருதப்பட்டேன். ஏனென்றால், அக்குடும்பத்தில் எனக்கு முன்னே ஏழு பெண் குழந்தைகள் பிறந்திருந்தன. என் தந்தைக்கு அவருடைய பெயரையும், சொத்துக்களையும் ஸ்வீகரித்துக்கொள்வதற்கு ஒரு ஆண் வாரிசு தேவைப்பட்டது. அது என் பிறப்பினால் கெட்டுப் போனது. அது மட்டுமல்ல காரணம். அராபியப் பாரம்பரியத்தில் எட்டு பெண் குழந்தைகளுக்குத் தந்தையான, ஆண் வாரிசு இல்லாத ஒருவரின் ஆண்மைக்கு அவ்வளவாக கௌரவம் இல்லை. என் தாயின் நிலையோ அதை விட மோசம். மிக மிக துரதிர்ஷ்டசாலியாகவும், சபிக்கப்பட்டவராகவும் கருதி பல நாட்கள் அவர் அழுது கொண்டிருந்தார்.

இப்படிப்பட்ட ஒரு விரோதமான சூழலில் பிறந்ததால்தான் என்னுடைய பெண் இனத்தின் பரிதாபகரமான, கேவலமான நிலை எனக்குப் புரிந்தது. சிறு பிராயத்திலிருந்தே ஒரு பெண்ணாகப் பிறந்ததன் பாதகங்களைப் பற்றியும், வாழ்வின் ஒவ்வொரு தருணத்திலும் பின்பற்ற வேண்டிய விதிமுறைகளைப் பற்றியும் தொடர்ந்து பயிற்றுவிக்கப்பட்டுக் கொண்டிருந்தேன்.

இச்சூழலிலிருந்து தப்பிக்கவே நான் எழுத்தின் பக்கம் வந்தேன். எந்தச் சமூகத்தையும் நான் எனக்குரியதாகக் கருதவில்லை. நான் ஒரு வெளியாள், புறக்கணிக்கப்பட்டவள், இருக்க இடமில்லாமல் தனித்து விடப்பட்ட ஆன்மா என்றே உணர்ந்தேன். இதுதான் என் முதல் நாவலின் கருவாக அமைந்தது.

எனது கலகத்திற்கு என் தாயே முதல் தடையாக இருந்தார். நான் எதையாவது மோசமான முறையில் செய்துவைத்து விடுவேனா என்பதே அவருடைய முக்கியமான கவலையாக இருந்தது.

இப்படி பெண் குழந்தைகளாகவே பெற்றெடுத்து விட்டதில் வேறு அவருக்கு எக்கச்சக்கமான குற்றவுணர்வு. ஆனாலும் இந்தக் கவலைகளையெல்லாம் உள்மனதில் மறைத்துக்கொண்டு எஃகைப் போன்ற உறுதி படைத்த பெண்ணாகத் தன்னைக் காண்பித்துக்கொள்வார்.

என் தாயின் மன ஓட்டங்களை என்னால் படித்துவிட முடியும் என்பதால் அதுவே எனக்குச் சித்ரவதையாகவும் அமைந்தது. அவருடைய பாசாங்குகளையும் மீறி அவரை நான் பார்த்து விடுவதால் அவருக்கு என் மீது ஒரு தனிப்பட்ட வெறுப்பு இருந்தது. ஏனென்றால், அவர் என்னை நான் எப்படியிருக்கிறேனோ அந்த விதமே ஏற்றுக்கொள்ள மறுத்தார். அவரது பாசங்கையும், இரக்கமற்ற தன்மையையும் நான் பலமுறை சுட்டிக்காட்டி அவரை அழ வைத்திருக்கிறேன். அவரும் என்னைக் கழுத்தை நெறித்துக் கொல்லப் போவதாகச் சொல்லுவார். அப்படி அவரால் செய்ய முடியாமல் போனதால் என்னை ஜெருஸலேமிலுள்ள தங்கிப் படிக்கும் பள்ளிக்கு அனுப்பினார். இருப்பதிலேயே மிக மிகக் கண்டிப்பான பள்ளி அது. ஆனால் அந்தக் கன்னிகாஸ்த்ரீகளாலும் என்னை ஒன்றும் செய்ய முடியவில்லை.

அது ஒரு மோசமான திருமணம். வலியும் வேதனையும் கூடிய அந்த வாழ்விலும் இரண்டு நல்ல விஷயங்கள் சாத்தியமாயிற்று. இரண்டு அழகான புதல்விகள்; மற்றும், கணவர் தொடர்ந்து வெளிநாட்டிலேயே இருந்ததால் படிப்புக்கும் ஓவியத்துக்கும் கிடைத்த வாய்ப்பு. இக்கலை வடிவங்களின் மூலம் நான் என்னுடைய அறைக்குள் இருந்தபடியே ஆகாய மார்க்கமாகப் பறக்கவும், கடல் மார்க்கமாகப் பயணம் செய்யவும், நான் விரும்பிய இடங்களுக்கெல்லாம் செல்லவும் முடியும் என்பதைக் கண்டுகொண்டேன்.

பல நாவல்களின் கதாபாத்திரங்கள் மூலம் அப்பாத்திரங்களினூடே கூடு பாய்ந்து நான் வாழ முடிந்தது. ஒரே சமயத்தில் நான் நானாகவும், வேறொருவரகாகவும் இருக்க முடிந்தது. கற்பனை என்பது இந்த உலகையே தலைகீழாய்ப் புரட்டிப் போடக்கூடிய எல்லையற்ற சுதந்திரத்தைக் கொடுத்தது. என்னுடைய விருப்பங்கள் குறித்த சந்தேகங்கள் இருந்தன. ஆனால் அவராலும் என் தவறை நிரூபிக்க முடியவில்லை. அதனால் எங்கள் இருவரின் வாழ்க்கையையும் அவர் நரகமாக மாற்றினார். அப்போதுதான் எனக்கு என்ன தேவை, நான் என்ன செய்யப் போகிறேன் என்பது பற்றிய தீர்மானம்

எனக்குள் உருவானது. அந்த நிமிடமே அந்த வாழ்விலிருந்து நான் வெளியேறினேன். எனக்கு வார்த்தைகளும், வண்ணங்களும், இறக்கைகளும், இசையும் தேவையாக இருந்தன.

என் திருமண வாழ்வின்போது நடந்த மூன்று முக்கியமான நிகழ்வுகள் என் தாயுடனும், இந்த உலகுடனும் எனக்கு இருந்த உறவை மாற்றியமைத்தன. முதலாவதாக, எனக்குப் பிறகு பிறந்த என்னுடைய ஒரே சகோதரன் ஒரு கார் விபத்தில் மாட்டி, முதுகில் அடிபட்டு வாழ்நாள் முழுவதும் நடமாட முடியாமல் ஆனான். அப்போது அவன் வயது 15. என் அம்மா வாழ்க்கையின் மீதே நம்பிக்கையிழந்து சுருங்கிப் போனார். பல நாட்கள், பல வாரங்கள் அழுது கொண்டிருந்த என் அப்பா திடீரென்று ஒரு நாள் எழுந்து ஒரு இளம் பெண்ணைத் திருமணம் செய்து கொண்டார். நான் பெண்ணாகப் பிறந்ததை எண்ணி அந்தக் கணத்தைப்போல் வேறு எப்போதும் வெறுத்ததில்லை. என் அப்பாவைத் தேடிப் போய் எங்கள் மீது இரக்கம் காட்டுங்கள் என்று அவர் காலில் விழுந்து கதறினேன். ஆனால் என் வார்த்தைகளையும், கண்ணீரையும் அவரால் கேட்கவோ, பார்க்கவோ முடியவில்லை. “நான் என்ன செய்ய முடியும் பெண்ணே? கடவுளால் இது அனுமதிக்கப்பட்டிருக்கிறது. வாரிசே இல்லாமல் நான் சாக வேண்டும் என்று நீ விரும்புகிறாயா என்ன?” என்று கேட்டார் என் தந்தை. கடவுள் அனுமதித்திருப்பதால், நடமாட முடியாத என் தம்பியும், என் சகோதரிகளும், நானும் ஒன்றுக்கும் உதவாதவர்களாகவும், அவருடைய பெயரை அடுத்த தலைமுறைக்கு எடுத்துச் செல்ல முடியாதவர்களாவும் ஆகிவிட்டோம். அவர் சாகும் வரை அவர் சொன்ன வார்த்தைகள் என் மனதை விட்டு அகலவில்லை. ஒரு கால் நூற்றாண்டுக் காலம் குருதி வடியும் காயமாக நான் அவ்வார்த்தைகளைத் தாங்கிக் கொண்டிருந்தேன்.

அவர் இறப்பதற்கு முன் நான் ஒரு பிரபலமான எழுத்தாளராகத் தெரிய வந்த பிறகு ஒரு சமயம், நான் எழுதிய புத்தகங்களைப் பார்த்த அவர் “உன் பெயர் மட்டும்தானா? எங்கே என் பெயர்?” என்று இகழ்ச்சியுடன் கேட்டார். நான் ஒன்றும் புரியாததுபோல் அவரைப் பார்த்தேன்.

தந்தை இறந்ததும், என் அம்மாவின் துக்கம் மேலும் கூடியது. உயிரற்ற சவம் போல் ஆனார் அவர். அவருடைய அழகு, அறிவு, அதிகாரம் எல்லாமே அவரைவிட்டு அகன்றன. அப்போது அவர் வெறும் பூஜ்யமாகவே மாறினார். அப்போதுதான் முதல் தடவையாக எனக்குப் புரிந்தது. என் அம்மா, நான், என் சகோதரிகள், மற்றும்

எல்லாப் பெண்களுமே ஆணாதிக்கத்தால் பாதிக்கப்பட்டவர்கள், பலியானவர்கள் என்று. என் அம்மாவின் துயரத்தில் நான் இந்த உலகின் அத்தனை பெண்களின் துயரத்தையும் கண்டேன். அப்படித்தான் நான் பெண்ணியவாதியாக மாறினேன்.

1967இல் பாலஸ்தீனம் தோல்வியடைந்தது என் மண வாழ்க்கைக் காலகட்டத்தில் நடந்த மூன்றாவது துயர நிகழ்ச்சி. எங்களுடைய கலாச்சார வீழ்ச்சியின் விளைவே எங்களின் அரசியல் தோல்வி என்பதை நான் கண்டுபிடித்தேன். ஒரு உளுத்துப் போன மரம் வீழ்வது எவ்வாறு தவிர்க்க முடியாததோ அவ்வாறே 1967இல் எங்கள் வீழ்ச்சியும் நிகழ்ந்தது. உள்ளுக்குள் தோல்வியடைந்து விட்ட ஒன்று, எப்படி வெளியில் வெற்றியடைய முடியும்? சிகிச்சை நம்முடைய வீடுகளிலிருந்தும், அதிகாரத்தில் இருப்போரிடமிருந்தும் துவங்க வேண்டும். வீட்டிலும், பள்ளிக்கூடத்திலும், பல்கலைக்கழகத்திலும் ஒரு தனி மனிதரை உருவாக்கும் சட்ட திட்டங்களும், அடிப்படைகளும் மாற வேண்டும். பிறகுதான் அது தெருக்களுக்கு வர வேண்டும். தாய்மார்கள்தான் தேசம்; ஏனென்றால், அவர்கள்தான் எல்லாவற்றுக்கும் மூல ஊற்று.

பிறகு என் 32ஆவது வயதில் எல்லாவற்றையும் புதிதாகத் தொடங்கினேன். Birzeit பல்கலைக்கழகத்தில் ஆங்கில இலக்கியத்தில் சேர்ந்தேன். என் தோற்றம், பாவனை, என் ஆர்வம் எல்லாம் சேர்ந்து யாரையும் ஏமாற்றிவிடும். என் வயதுக்குப் பத்து ஆண்டுகள் குறைவாகவும், இளமையாகவும் தெரிந்தேன். விட்ட இடத்திலிருந்து என் இளமையைப் பிடித்துவிட முடியும் என்று தோன்றியது. மீண்டும் ஒரு டீன் ஏஜ் மாணவியைப்போல் பாவனை கொள்ளத் துவங்கினேன். மிகுந்த ஆர்வத்துடன் பார்ட்டிகளில் பாடினேன். நடனமாடினேன். கஃபே சண்டைகளில் ஈடுபட்டேன். பிறகு, என் பேராசிரியரின் மீது காதல் வயப்பட்டேன். அதைத் தொடர்ந்து நான்கு ஆண்டுகள் அந்த நம்பிக்கையற்ற காதலில் என் மனதையும், உடலையும் தொலைத்தேன். அவர் ஒரு அற்புதமான மனிதர். நல்ல திறமைசாலி. கனிவும், இனிமையும் மிகுந்தவர். நான் சந்தித்த மனிதர்களிலேயே அவரைப் போன்ற ஒரு சிறந்த மனிதர் வேறு யாருமில்லை. ஒரு குழந்தையைப் போல் வெகுளியானவர். அவரை நான் ஒரு கடவுளாகவே தொழ ஆரம்பித்தேன். நிச்சயம் அவரும் அதை ஊக்குவித்தார் என்றுதான் சொல்ல வேண்டும். ஒருநாள் அந்தக் கனவிலிருந்து எனக்கு விழிப்பு வந்தது. கண்ணாடியில் என்னையே பார்த்துக் கூறினேன். “நீ ஒரு முட்டாள். அவர் ஒன்றும்

கடவுள் அல்ல, மனிதன். அவர் மீதான உன் காதல் தன் சுயத்தைப் பற்றிய அவருடைய பிம்பத்திற்கு மட்டுமே பயன்தரக்கூடியது. உனக்கு அல்ல. அவரைப் பற்றிய உன் புகழ்ச்சியுரைகள் அவருடைய ஈகோவை ஊதிப் பெருக்கிக் கொள்ளவே உதவுகின்றன. மற்றபடி உன் இதயமும் காதலும் அவருக்கு ஒன்றுமேயில்லை. நான்கு ஆண்டுகள் கடந்து அவர் அதைத் தன் வார்த்தைகளின் மூலம் நிரூபித்தார். அவர் என்னிடம் மிக மிக மிருதுவாகச் சொன்னார். “நீ மிகுந்த புத்திசாலி, நீ என்னைச் சிந்திக்க வைக்கிறாய்.”

காதலில் நான் அடைந்த தோல்வி, வாழ்வில் எதையாவது சாதிக்க வேண்டும் என்ற என் ஆர்வத்தை மேலும் தூண்டிவிட்டது. இரண்டு செமஸ்டர்கள் விடுமுறை எடுத்துக்கொண்டு என் *Wild Thorns* நாவலை எழுதி முடித்தேன். அது நான் எதிர்பார்த்திராத வெற்றியைப் பெற்றது. பாலஸ்தீனம் ஆக்ரமிக்கப்பட்டபோது அங்கு நடந்தவைகளை வீரதீரக் கதைகளின் மூலம் பதிவு செய்திருந்தேன். ஆக்ரமிப்பின் போது எங்கள் சமநிலை குலைந்து நாங்கள் அனுபவித்த சித்ரவதைகளுக்கு அப்பால், எங்கள் வாழ்விலிருந்த சாகசம் கூடிய புரட்சிகரத்தன்மையையும், எல்லா மட்டங்களிலும் ஒரு நல்ல மாற்றத்தை நோக்கிச் செல்ல வேண்டியதன் அத்தியாவசியம் பற்றியும் ரொமான்டிசிஸத்தின் மூலமாக நான் வலியுறுத்த விரும்பினேன்.

*Wild Thorns* எழுதிக்கொண்டிருக்கும் போது ஒரு துடிப்பான இடதுசாரி இளைஞனைச் சந்தித்தேன். நல்ல புத்திசாலி. அவன் இந்த உலகை மாற்ற நினைத்தான். அப்போது என்னுடைய கனவும் அதுவாகத்தான் இருந்தது. ஆனால் நாங்கள் எங்கிருந்து துவங்குவது? அவன் நம்பிக்கையுடன் சொன்னான். “நாம் இந்த அமைப்பை மாற்றுவதிலிருந்து துவங்குவோம். சட்டங்களை உடைத்து நாமே மற்றவர்களுக்கு உதாரணமாக இருப்போம்.” ஆனால் நான் எனக்குள் சொல்லிக்கொண்டேன். “நான் ஏற்கனவே சட்டங்களை உடைத்தா யிற்று. ஆனாலும் எதுவும் நடந்ததாகத் தெரியவில்லை. மக்களின் சட்டம் மாறவில்லை. குடும்ப அமைப்பு மாறவில்லை. நானும் மாறவில்லை. ஆக, சமூகத்தை எதிர்த்துக் கலகம் செய்யும் ஒரு பெண் எப்படியிருக்க வேண்டும்? அமைப்புக்கு வெளியே இருந்தால் அவளால் ஏதாவது மாற்றத்தைக் கொண்டு வர முடியுமா?”

ஒரு கட்டத்தில் தலைமை பற்றிய விவாதத்தைத் துவக்க வேண்டியதன் அவசியத்தை உணர்ந்தேன். ஐம்பதுக்கும் மேற்பட்ட பிரதான புத்தி ஜீவிகள், புரட்சியாளர்கள், சிந்தனாவாதிகளுடன் ஆழமான, நீண்ட

நேர்காணல்களை நிகழ்த்தினேன். பிறகு அதேபோல், அவர்களுடைய மனைவிமார்கள், தோழிகள் போன்றோரையும் பேட்டி எடுத்தேன். ஆனால் நான் சற்றும் எதிர்பாராத விதத்தில் அமைந்தன அந்தப் பேட்டிகள். நானும், என் அம்மாவும், என் சகோதரிகளும் இன்னும் எங்களைப் போன்ற ஏராளமான பெண்களும் என்னவிதமான ஒடுக்குமுறைகளுக்கெல்லாம் ஆளானோமோ அதேவிதமான ஒடுக்குமுறைகளைத்தான் அந்தப் பெண்களும் அனுபவித்திருந்தனர். வடிவம்தான் சற்று மாறியிருந்ததே தவிர உள்ளடக்கத்தில் ஒரு சிறிதும் மாற்றமில்லை. மேலும் கொடுமை என்னவென்றால், இந்தப் பெண்களெல்லாம் படித்தவர்களாக இருந்தபோதிலும், தாழ்வு மனப்பான்மையும், சுய இகழ்ச்சியும் கலந்த ஒரு உணர்வாக அவர்களுக்குள் உருவாகியிருந்தது. ஒரு பெண் அரசியல், தொழில் மற்றும் கல்வி ரீதியாக எத்தகைய உயர்ந்த நிலையை அடைந்தாலும், அவள் எவ்வளவு தியாகங்களைச் செய்திருந்தாலும் ஆணை விட அவள் தாழ்ந்த நிலையில்தான் இருந்தாள். வீட்டையும், குடும்பத்தையும் கட்டுக்கோப்பாக வைத்துக்கொள்ள அவள் செய்யும் தியாகங்களும், சிறையிலும் பணியிடத்திலும் அவள் செய்யும் தியாகங்களும், மேற்கொள்ளும் போராட்டங்களும் கவனிக்கப்பட வேண்டிய அளவுக்கு முக்கியத்துவமில்லாதவை என்றே அந்தப் பெண்கள் கருதினர்.

எங்களுடைய முற்போக்கான, புரட்சிகரத் தலைவர்கள் அனைவரும் முந்தைய தலைமுறை ஆண்களின் கார்பன் காப்பிகளாகவே இருந்ததை நான் கண்டுபிடித்தேன். அவர்களுடைய உருவம் மட்டுமே நவீனமாக இருந்தது. மற்றபடி அவர்களின் தலைமை எவ்வளவு மோசமாக இருந்தது என்பதை நான் அறிந்தேன். சமூகத்தின் உள்ளார்ந்த பிரச்சினைகளில் கவனம் செலுத்தாததால் எங்கள் புரட்சி மலட்டுத்தனமாக அமைந்து விட்டது. நான் பார்த்தது, கேட்டது, கண்டுபிடித்தது ஒவ்வொன்றும் என் பயத்திற்கு புதிய பரிமாணங்களைத் தந்து கொண்டிருந்தது. விடியலுக்கான நம்பிக்கையே தெரியவில்லை. திரும்பத் திரும்ப நாங்கள் தோல்வியையே சந்திக்கப்போகிறோம். எங்களுக்கு விடுதலையே கிடைக்கப்போவதில்லை. இந்த அவநம்பிக்கையான முடிவுகளோடுதான் நான் *Sunflower* நாவலை எழுதத் தொடங்கினேன். உளவியல் ரீதியாக மிகவும் பாதிக்கப்பட்டு தொடர்ச்சியாக நோயில் விழுந்தேன்.

மீண்டும் காதல். வழக்கம்போல் மற்றொரு துயரம். அவர் திருமணமானவர். தன் மனைவியை விவாகரத்து செய்ய இருந்தார். எப்படியோ... அவர் சொன்னது அதுதான். நிச்சயமாக அவர்

நிலைமை பரிதாபகரமானதுதான். அதாவது, அவர் அப்படித்தான் சொன்னார். அவர் சொன்னதையெல்லாம் நான் அப்படியே நம்பினேன். ஆனால் உண்மை தெரிய சில வாரங்கள் கூட ஆகவில்லை. அவருக்கு அவர் மனைவி அலுத்து விட்டாள். அவருக்குக் கொஞ்சம் மாற்றமும், கேளிக்கையும் தேவைப்பட்டது. என் ஏமாற்றத்தையும் அதிர்ச்சியையும் தாண்டி, என் காயங்களைவிட வேதனை தரும் வேறொரு விஷயத்தையும் கண்டுபிடித்தேன்.

அதாவது, என்னுடைய அறிவு என் உதவிக்கு வருவதில்லை என்பதுதான் அது. உணர்ச்சிகளின் தாக்கத்தில் நான் அமிழ்ந்து போவதினின்றும் தடுப்பதற்கு அது எனக்கு உதவவில்லை. நான் இன்னமும் சிறுமியாகவே இருந்தேன். உணர்வுபூர்வமாக முதிர்ச்சி அடையாதவளாக இருந்தேன். அதானால்தான் நான் காதல் வயப்படும்போது என்னை நான் மறந்துவிடுகிறேன். என் வேலையையும், குறிக்கோள்களையும், ஏன், என்னுடைய இரண்டு மகள்களையும் கூட மறந்து விடுகிறேன்.

இந்த அத்தியாயத்திலிருந்து நான் கற்றுக்கொண்ட மிக முக்கியமான பாடம்: அரபிப் பெண்களின் உளவியல் பற்றிய ஆழமான பார்வை. சிறு பிராயத்தில் உருவாக்கப்படும் எங்களுடைய உணர்வுகள் நாங்கள் வளர்ந்த பிறகும் மாறுவதில்லை. அப்படியானால், சிறு வயதிலிருந்தே ஒடுக்கப்பட்டு வளர்ந்த பெண்கள் பெரியவர்களான பிறகும் முதிர்ச்சியடைவதற்கு எந்த வாய்ப்பும் இல்லையா? நான் பெரும் குழப்பத்திற்குள்ளானேன். மீண்டும் இலக்கியமே என்னைக் காப்பாற்றியது. இந்த முறை அது அயோவா பல்கலைக்கழக அமைப்பின் வடிவத்தில் வந்தது. மீண்டும் என்னுடைய காலிலேயே நிற்கவும், என் ஆன்மாவைத் திரும்ப வலுவேற்றிக் கொள்ளவும் கிடைத்த மற்றொரு வாய்ப்பு.

அப்போதுதான் *Sunflower* வெளிவந்தது. அந்த நாவலின் மூலம் மற்றொரு வெற்றியை அடைந்திருந்தேன். *Wild Thorns*-ஐப் போலவே அது பல மொழிகளில் மொழிபெயர்க்கப்பட்டதுடன் அரபியிலும் பல பதிப்புகள் வெளியாயிற்று. அக்கால கட்டத்தில் Birzeit பல்கலைக்கழகத்தில் பல அரசியல் அமைப்புகள் நுழைந்திருந்ததால் அவைகளுக்குள் அதிகாரத்திற்கான போட்டி ஏற்பட்டது. இச்சூழலில் நானும் அரசியலில் நுழைந்தேன். பாலஸ்தீனிய எழுத்தாளர்கள் அமைப்பை உருவாக்கினேன். முஸ்லீம் சகோதரர்களாலும், இடதுசாரி எழுத்தாளர்களாலும் தாக்கப்பட்டேன். 1980இல் என் ஆற்றல் வலுவிழந்தது. மாற்றத்தை விரும்பியது மனம். என்

இரண்டு மகள்களும் பள்ளிப் படிப்பை முடித்துவிட்டு வெளிநாடு சென்றிருந்தனர். எனவே Birzeit-ஐ விட்டு வெளியேறும்போது எனக்கு எந்த வருத்தமும் இல்லை.

அமெரிக்காவில், முழுக்க முழுக்க படிப்பிலேயே மூழ்கினேன். தொடர்ந்து வந்த பத்தாண்டுகளில் 'மேற்கு கரை'க்குத் திரும்பி வரும் வரை நான் எதுவுமே எழுதவில்லை.

அமெரிக்கா எனக்கு ஒரு அடைக்கலமாக அமைந்தது. என் காதல் தோல்வி, அரசியல் குழுக்களிடையே நடந்த போட்டிகள், சண்டைகள், ஊழல், லெபனானில் இஸ்ரேலின் படையெடுப்பு, பாலஸ்தீனியத் தலைவர்கள் துனிஷியாவுக்கு இடம் மாறியது எல்லாம் சேர்ந்து ஒரு அனாதையைப் போலானேன் நான். பழசெல்லாம் மறந்து போன ஒரு மனநிலை. ஒரு பாலைவனச்சோலை எனக்குத் தேவைப்பட்டது. அமெரிக்காவும், படிப்பும்தான் எனக்கு அந்த அமைதியை அளித்தன.

1987இல் Intifada உடைந்தது. சில வாரங்கள் சென்று நான் 'மேற்குக் கரை'க்குத் திரும்பியபோது அங்கே நான் கண்ட காட்சிகள் மூர்ச்சையடைய வைப்பதாய் இருந்தன. பெண்களும் குழந்தைகளும் தெருக்களில் அடிப்பட்டுக் கிடந்தார்கள். இளைஞர்களும், முதியவர்களும் சிறையில் அடைக்கப்பட்டிருந்தார்கள். அல்லது, குகைகளில் ஒளிந்து கொண்டிருந்தார்கள். எங்கு பார்த்தாலும் கண்ணீர்ப்புகை குண்டுகள், டாங்கிகள்... துப்பாக்கி ரவைகள் காற்றைக் கிழித்தப்படி பறந்து கொண்டிருந்தன. மசூதிகளெல்லாம் வெடிகுண்டுகளால் தகர்க்கப்பட்டுக் கிடந்தன. எங்கு பார்த்தாலும் வெள்ளம். ஏதோ கனவுலகில் நடப்பது போல் இருந்தது. வீரதீர சாகசங்களையெல்லாம் புத்தகத்தில் மட்டுமே கதைகளாகப் படித்து ரசிக்க முடியும் போல் தோன்றியது. பெண் என்பவள் தான் ஒன்றும் ஐந்து அல்ல; அவள்தான் புரட்சியின் இதயம், புரட்சியின் நாடித்துடிப்பு, புரட்சியின் உணர்வு, புரட்சியின் மனசாட்சி என்பதை அகில உலகத்துக்கும் நிரூபித்து விட்டாள். அந்தக் கனவிலிருந்து அந்தத் தருணத்திலிருந்து பிறந்ததுதான் *The Plaza Gate*.

மாத்ரித்தில் (Madrid) சமரசப் பேச்சு வார்த்தைகள் நடந்து கொண்டிருந்தபோதும், நாங்கள் சிறை வைக்கப்பட்ட நிலையில்தான் வாழ்ந்து கொண்டிருந்தோம். எங்கள் சக்தி அனைத்தையும் இழந்து வெறுமையாக இருந்தோம். எங்கள் தலைமை மீண்டும் ஒருமுறை பிளவுபட்ட போது அது எத்தனையாவது தடவை என்ற கணக்கையே மறந்து போனோம். எங்கும் ரவுடிகளின் ராஜ்ஜியம் தலைவி

ரித்தாடியது. இரண்டு விதமான ஆக்ரமிப்பில் இருந்தது எங்கள் வாழ்க்கை. ஒன்று, உள் ஆக்ரமிப்பு; இரண்டு, வெளியிலிருந்து வந்த ஆக்ரமிப்பு. பிறகு, பேச்சு வார்த்தைகளின் இறுதியில் உடன்படிக்கை ஏற்பட்டுவிட்டதாக அறிவிப்பு வந்தது. பிறகுதான் தெரிந்தது, அந்த அறிவிப்பு ஒரு மோசடி என்று. எங்கள் தீர்வு எங்கோ எட்டாத் தொலைவில் இருந்தது. எங்களின் நீண்ட காலக் கனவாக விளங்கிய விடுதலை, இப்போது கொடுங்கனவாக மாறியிருந்தது.

இந்த பின்னணியில்தான் *The Inheritance* நாவலை எழுதினேன். நாளுக்குநாள் வளர்ந்து கொண்டேயிருந்த எங்கள் வேதனையின் பிரதிபலிப்பே அந்த நாவல். எல்லா வகையிலும் தோற்கடிக்கப்பட்ட ஒரு மக்கள் கூட்டத்தின் கதை அது. புரட்சியால் தோற்கடிக்கப்பட்ட தலைவரின் கதை. குடும்பத்தால் தோற்கடிக்கப்பட்ட ஒரு தந்தையின் கதை. இந்த உலகத்தால் தோற்கடிக்கப்பட்ட குழந்தைகளின் கதை.

"இப்படியே ஓடிக்கொண்டிருந்தால் எப்படி? எழுத்தில் மட்டுமே வாழ்ந்து விட முடியுமா?" என்று சிலர் என்னைக் கேட்டார்கள். என்னுடைய எழுத்து எதார்த்தத்தின் அடிப்படையில் நிற்கிறது. அவமானம், ஆக்ரமிப்பு, கலகம் என்ற எதார்த்தம், விடுதலைக்கான ஏக்கம் – ஆனால் விடுதலையை அடைய முடியாத ஒரு மக்கள் கூட்டத்தின் எதார்த்தம் அது. விடுதலைக்காகத் தங்கள் உயிரையும், இளமையையும் பறிகொடுத்த மக்களின் எதார்த்தம். ஆனால், பிரச்சினையானது உள்ளிருந்தே அழுகிக்கொண்டிருப்பதால் அவர்களின் கனவுகள் நொறுங்கிப் போகின்றன. விடுதலைக்குப் பதிலாக மரணமே அவர்களுக்குப் பரிசாகக் கிடைக்கிறது. இந்த அழிவுக்குப் பிறகு அவர்கள் மீண்டும் கிளர்ந்தெழுந்து மீண்டும் கனவு காணத் துவங்குகிறார்கள். தங்களின் சிறைக்கொட்டடியிலிருந்து வெளியேறும் வரை அவர்களின் கனவு தொடர்ந்து கொண்டேதான் இருக்கும்.

இதெல்லாம் வெறும் கதையா? கற்பனையா?

என் எழுத்தினூடே என் வாழ்க்கையினூடே இந்த உண்மைகளை யெல்லாம் நான் கண்டுபிடித்தேன். கொடுங்கோன்மையை எதிர்த்துப் போராடும் வலிமைமிக்க புரட்சிகரப் போராளியானேன். அல்லது, அப்படி நான் கனவு கண்டேன். பயத்தையும், பீதியையும் தாண்டி அடிவானில் முளைத்தெழுந்த பனைமரம் நான். அல்லது அப்படி நான் கனவு கண்டேன். கனவில் நான் என்னையும் மீறுகிறேன். உலகைத் தலைகீழாகப் புரட்டிப் போடுகிறேன். கடவுளுக்காகவும்,

உண்மைக்காகவும் நான் பேச ஆரம்பிக்கிறேன். அப்பேச்சின் விலை வாளின் கூர்முனையாக இருந்தபோதிலும்...

*(அரபி மொழியிலிருந்து மூஸா அல்-ஹலூல் மற்றும் காத்தியா ஸக்காவினால் ஆங்கிலத்தில் மொழிபெயர்க்கப்பட்டு அல்-ஜதீத் (இளவேனில்: 2002) பத்திரிகையில் வெளிவந்தது.)*

***பின் வருவது The Inheritance நாவலிலிருந்து ஒரு பகுதி:***

*என் தந்தை 'மேற்குக் கரை'யிலுள்ள வாதி அல்-ரிஹான் என்ற ஊரில் பிறந்தவர். அந்த ஊருக்கும் நியூயார்க்குக்கும் மிகப் பெரிய இடைவெளி இருக்கிறது. வாதி அல்-ரிஹான் இந்த நியூயார்க்குக்கு நேர் எதிராகவே இருக்கும் என்று நம்புகிறேன். அந்த அழகான ஊரை நான் எப்போதும் கற்பனை செய்து பார்ப்பதுண்டு. தந்தையார் அந்த ஊரைப் பற்றி எப்போது குறிப்பிட்டாலும் நான் உடனே "நம்முடைய ஊருக்குத் திரும்புகிறோம்; நம்முடைய ஊருக்குத் திரும்புகிறோம்" என்று கத்திக் கொண்டே வீட்டுக்குள் ஓடுவேன். ஆனால் என்றுமே நாங்கள் அந்த ஊருக்குத் திரும்பியதில்லை.*

*என் தந்தை அந்த கிராமத்திலிருந்து நியூயார்க்குக்கு வந்து ஒரு அமெரிக்கப் பெண்ணை மணந்து கொள்வதோடு கதை ஆரம்பிக்கிறது. அந்த பெண்தான் என் அம்மா. அத்திருமணத்தின் மூலம் என் தந்தைக்கு பச்சைக் குடியுரிமை அட்டை கிடைத்துவிடுகிறது. அதன் பிறகு எதிர்பார்த்தவண்ணமே விவாகரத்து. ஒரு மளிகைக் கடை. பற்பல மனைவிகள். குழந்தைப் பட்டாளம். மளிகைக்கடை வைப்பதற்கு முன்னதாக என் தந்தை பல சிறிய பொருட்களை முதுகில் சுமந்தபடி வீட்டுக்கு வீடு சென்று புனித பூமியிலிருந்து வந்தது என்று சொல்லி வியாபாரம் செய்து வந்தார். ஒரு போத்தலில் தண்ணீரையும் கொஞ்சம் மணலையும் போட்டு "புனித நதியிலிருந்து வந்த புனித நீர், புனித மண்... ஜோர்டான் தேசத்தைப் பற்றித் தெரியுமா அம்மணி? யேசு கிறிஸ்து ஞானஸ்நானம் செய்த புனித நீர். உங்கள் குடும்பத்தில் யாருக்காவது ஞானஸ்நானம் செய்ய வேண்டியிருந்தால் இந்த அரிய வாய்ப்பை நழுவ விடாதீர்கள். நான் ஜெரூஸலேமிலிருந்து வந்திருக்கிறேன். இந்த நீர் ஜோர்டான் நதியிலிருந்து கொண்டு வந்தது" என்று சொல்லி விற்றுவிடுவார். அவருக்கு அவ்வளவாக ஆங்கிலம் பேச வராது. இருந்தாலும் மத்திய கிழக்கு நாடுகளுக்கே உரிய சாதுர்யத்துடன் ஒருவழியாக தான் சொல்ல நினைப்பதை எதிராளிக்குப் புரிய வைத்துவிடுவார்.*

பளபளப்புடன் கூடிய ஜிகினா துணிகளையும், ஊசி நூல்களையும் அந்த அமெரிக்கப் பெண்மணியின் முன்னே கடை பரப்பி "பாருங்கள் அம்மணி... எவ்வளவு அற்புதமாக இருக்கிறது இந்த கஃப்தான்! எவ்வளவோ தூரத்திலிருக்கும் அரேபியா தேசத்திலிருந்து வந்தது. கையாலேயே எம்ப்ராய்டரி செய்யப்பட்டது. அரேபியா தேசத்தைப் பற்றிக் கேள்விப்பட்டிருக்கிறர்களா? பாலைவனங்களையும், பேரீச்சை மரங்களையும் மணல்மேடுகளையும், ஒட்டகங்களையும், சாம்பிராணியையும், குரானையும் கொண்ட தேசம். மெக்காவைப் பற்றி உங்களுக்குத் தெரியுமா?" என்று தனது சொல்ஜாலங்களை எடுத்து விடுவார்.

அந்த அமெரிக்கப் பெண்மணி அவருடைய நூதனமான தோற்றத்திலும் பேச்சிலும் வசியமாகி "ஓ மெக்கா! ஓ அரேபியா! ஆமாம், ஆமாம்... கேள்விப்பட்டிருக்கிறேன்" என்று உணர்ச்சிவசப்பட்ட குரலில் சொல்லுவாள்.

"மெதுவாகப் பாருங்கள் அம்மணி... இதை... இதை..."

காண்பித்துக் கொண்டிருக்கும் போதே எதேச்சையாகக் கிடைத்தது போல் முதலாம் உசேனின் பழைய புகைப்படம் ஒன்றை எடுப்பார். "மேடம், இவர் யார் என்று தெரிகிறதா? என் தந்தை. அவர் ஒரு பெரிய இளவரசர். ஆனால் இளவயதில் இறந்து விட்டார். நான் சிறுவனாக இருந்தபோது *Bedouin* பழங்குடியினர் அவரது அரசைக் கைப்பற்றிக் கொண்டு அவரைக் கொன்று விட்டார்கள். நான் ஜெரூசலேமுக்குத் தப்பி ஓடிவிட்டேன். பிறகு அங்கிருந்து கெய்ரோ... பிறகு மராக்கெஷ்... மராக்கெஷிலிருந்து அமெரிக்காவுக்கு ஒரு படகின் மூலம் வந்து சேர்ந்தேன். தெரிகிறதா மேடம்... என் தந்தை ஒரு அரசன். அவரது மகனான நானோ ஒரு பிச்சைக்காரன்."

அந்தப் பெண்மணி அந்தப் புகைப்படத்திலுள்ள மன்னரின் உருவத்தையே வைத்த கண் வாங்காமல் பார்ப்பாள். ஒரு வெண்தாடி. ஒரு பெரிய தலைப்பாகை. அவள் கண்கள் கலங்கிவிடும்.

அப்போது என் தந்தை மீண்டும் கூறுவார்.

"பாருங்கள் மேடம்... என் தந்தை ஒரு பெரிய மன்னர்... நான் ஒரு பிச்சைக்காரன்."

"இல்லை, இல்லை. நிச்சயமாக நீங்கள் பிச்சைக்காரன் இல்லை!" என்று ஆட்சேபிப்பாள் அந்தப் பெண்மணி. என் தந்தையையும், புகைப்படத்தையும் மாறி மாறிப் பார்த்தபடி "நிச்சயமாக நீங்கள்

பிச்சைக்காரன் இல்லை” என்பாள். பிறகு மீண்டும் என் தந்தையை உற்றுப் பார்த்து, அவருடைய கரிய கண்களையும், பளபளக்கும் பெரிய மீசையையும் பார்த்தப்படி “நிச்சயமாக இவருடைய தந்தை ஒரு அரசன்தான்; இவரும் ஒரு இளவரசனைப் போலவேதான் இருக்கிறார்” என்று தனக்குள் முணுமுணுப்பாள்.

“நீங்களும் நிச்சயமாக இளவரசன்தான். நான் பந்தயம் கட்டத் தயார்.”

அந்தத் தருணத்தில் ஒரு பட்டுத் துணியை எடுத்து தன் தலையில் கட்டிக்கொண்டு, அந்தப் பெண்மணிக்கு முன்னே கம்பீரமாக நின்று அவளை மேலும் வசியப்படுத்தும் விதத்தில் “இப்போது?” என்பார் என் தந்தை.

அதற்கு மேல் என்ன சொல்ல இருக்கிறது? அந்தப் பெண்மணி “ஓ... என்னால் நம்பவே முடியவில்லை. நீங்கள் ஒரு இளவரசர்தான். அதற்காக நான் எதை வேண்டுமானாலும் பந்தயம் கட்டத் தயார்” என்று உணர்ச்சிவசப்பட்ட குரலில் கூறுவாள்.

உடனே அந்தப் பெண்ணின் அருகில் சென்று “நீங்களும் ஒரு இளவரசிதான் சுல்தானா. ஆண்டவன் மீது ஆணையிட்டுச் சொல்கிறேன். நீங்கள் ஒரு தேவதை! அழகின் உறவிடம்!” என்பார்.

மற்றொரு பட்டுத்துணியை எடுத்து அதை அந்தப் பெண்ணின் இடுப்பில் கட்டி, மீண்டும் இறைவனின் பெயரால் ஆணையிட்டு அவள் ஷெஹரஸாதை அப்படியே உரித்து வைத்திருக்கிறாள் என்றும், அராபிய சமூகம் அத்தனைக்குமான பொக்கிஷம் அவள் என்றும் கூறி “ஆமென்” என்று முடிப்பார். அந்தக் கணமே மூன்று முறை தலாக் சொல்லி தன் மனைவியை விவாகரத்து செய்துவிடுவார்.

இப்படியாகத்தான் ஹாங்காங்கில் செய்யப்பட்ட பொருட்களையெல்லாம் புனித பூமியின் பொருட்கள் என்றும், பழைய இளவரசர்களின் அரண்மனைகளைச் சேர்ந்தவை என்றும் சொல்லி அவரால் விற்க முடிந்தது. விரைவிலேயே ப்ருக்ளினில் அவர் ஒரு மளிகைக் கடையைத் திறந்தார்.

இந்தத் திறமைகளையெல்லாம் ஒருங்கே பெற்றிருந்த நான், பின்னாளில் ஒரு புகழ்பெற்ற எழுத்தாளராக ஆனேன். ஆனால், நான் இப்போது என்னவாக இருக்கிறேனோ அப்படி ஆவதற்கு முன்னால்,என் தந்தையின் தந்திரங்களையே நானும் மேற்கொண்டேன். கதை ஆரம்பித்தது எப்படியென்றால், என் மார்பில் முலைகள் வளர ஆரம்பித்தன. அங்கே நான் ஒருவித வலியை உணர்ந்தேன். என் மாற்றாந்தாய்

சொன்னார், குடும்பத்தில் தொடர்ந்து வந்து கொண்டிருக்கும் ஒரு பரம்பரை நோய் அது என்று. அந்த வியாதி எதுவரை என்னைக் கொண்டு வந்து விட்டது என்றால், சாவித் துவாரங்களின் வழியே மூடிய அறைகளுக்குள் என்ன நடக்கிறது என்று நான் பார்க்க ஆரம்பித்துவிட்டது வரை.

ஒருநாள் மொட்டைமாடியில் நின்று கொண்டு அங்கே ஒரு காதல் ஜோடி முத்தமிட்டுக்கொண்டிருப்பதைப் பார்த்து காதல், முத்தம் போன்ற விஷயங்களைப் பற்றி நான் பயின்று கொண்டிருந்த வேளையில் என் தந்தையிடம் கையும் களவுமாகப் பிடிப்பட்டேன். அப்போது எனக்குத் தோன்றிய ஒரே பொய்யைக் கூறித்தான் அந்த ஆபத்திலிருந்து என்னால் தப்பிக்க முடிந்தது. நான் நோன்பு இருப்பதாகவும், தொழுகைக்கான அழைப்பு வருகிறதா என்று பார்த்துக் கொண்டிருப்பதாகவும் அவரிடம் கூறினேன்.

“இஃப்தாருக்கு எப்போது சூரியன் அஸ்தமனமாகிறது? நான் எப்போது நோன்பை முடித்துக் கொள்ளலாம்?” என்று ஒன்றும் தெரியாதது போல் கேட்டேன். தொழுகைக்கான பிலாலின் அழைப்புக்காகக் காத்திருப்பதாகச் சொன்னேன்.

தினமும் ஐந்து வேளை தொழுகைக்கு அழைப்பு விடுப்பதன் மூலம் இந்த அமெரிக்காவையே இஸ்லாமிய மார்க்கத்திற்கு மாற்றிவிடும் திட்டமுள்ள ஒரு வயதான ஆள் பிலால். எங்கள் பக்கத்துவீட்டுக்காரர். முதலில் சற்று குழப்பத்துடன் என்னைப் பார்த்த தந்தை பிறகு நான் சொன்னதை நம்பிவிட்டார். அது மட்டுமல்ல, நான் சொன்னதை நானே நம்ப ஆரம்பித்துவிட்டேன். நாள் முழுதும் நோன்பு பிடித்தது போல் பசி வயிற்றைக் கிள்ளியது. ஈனமான குரலில் “எனக்குப் பசிக்கிறது, எனக்குப் பசிக்கிறது” என்று முனகினேன்.

இரவில் என் தந்தை, தன் மனைவியைக் கடிந்து கொண்டிருந்ததைக் கேட்டேன். “அந்தப் பெண்ணிடம் கொஞ்சம் இரக்கம் காட்டு. பட்டினி கிடந்து கிடந்து அவள் செத்துக் கொண்டிருக்கிறாள். எவ்வளவு மெலிந்து கிடக்கிறாள் என்று பார். இப்படி அவள் நோன்பு பிடிக்காத நாட்களுக்கும் சேர்த்து ஒரேடியாகப் பட்டினி கிடப்பது நல்லதுதானா என்று யோசி.”

“என்ன? உங்கள் பெண் நோன்பு பிடிக்கிறாளா? எந்நேரமும் எதையாவது தின்று கொண்டேயிருக்கும் அவளா நோன்பு பிடிக்கிறாள்? விட்டால் என்னையே மென்று விழுங்கிவிடுவாளே?

பத்து ஆள் சாப்பாட்டை அவள் இங்கே ஒரு ஆளாக விழுங்கிக்கொண்டிருக்கிறாள். ஆண்டவனே! அவள் ஒரு சைத்தான்... அந்த சைத்தானின் வாயிலிருந்து உண்மையே வராது. அவளிடமிருந்து நம்மை ஆண்டவன்தான் காப்பாற்ற வேண்டும். நம் பக்கத்து வீட்டுப் பெண் ஹோதா மாதிரிதான் அவளும் எதையாவது செய்து வைத்து, நமக்குத் தீராத அவமானத்தை ஏற்படுத்தி வைக்கப்போகிறாள் என்று நினைக்கிறேன்" என்றார் என் சித்தி.

ஹோதாவும் என்னை மாதிரி பாதி அமெரிக்கன். பதினைந்தாவது வயதில் அவள் கர்ப்பமடைந்தாள். அவளைத் துரத்திக்கொண்டு கையில் பெரிய கத்தியுடன் அவள் அப்பா தெருவில் ஓடினார். என் தந்தை அவரைத் தடுத்து நிறுத்த முயன்றார். ஆனால் முடியவில்லை. கடைசியில் இன்னும் இரண்டு பேர் சேர்ந்துதான் அவரை அமுக்கிப் பிடித்து அந்தக் கொலையைத் தடுக்க முடிந்தது.

ஆனால் சமயம் கிடைக்கும்போதெல்லாம் என் தந்தை சொல்லிக் கொண்டேயிருப்பார். "அந்தப் பெண்ணை அவர் கொன்று போட்டிருக்க வேண்டும். அவருக்கு எவ்வளவு பெரிய அவமானத்தை உண்டு பண்ணிவிட்டாள். நானாக இருந்திருந்தால் அவளைக் கொல்லாமல் விட்டிருக்க மாட்டேன்."

அவள் தந்தையிடமிருந்து தப்பிய ஹோதா அவளுடைய அமெரிக்கப் பாட்டி வீட்டில் அடைக்கலம் புகுந்தாள். அதற்குப் பிறகு அவளை நாங்கள் ப்ரூக்ளினில் பார்க்கவில்லை. ஆனால் அவளைப் பற்றிய வதந்திகள் மட்டும் வந்துக்கொண்டிருந்தன. அவள் தன் குழந்தையோடு இருப்பதாக சிலர் சொன்னார்கள். சிலர், அவள் அந்தக் குழந்தையை யாருக்கோ தத்துக் கொடுத்துவிட்டாகச் சொன்னார்கள். வேறு சிலரோ, அவளுக்கு அபார்ஷன் ஆகிவிட்டதாகச் சொன்னார்கள். இந்த வதந்திகள் எப்படியிருந்தாலும், அவளுடைய தந்தையின் கௌரவம் போனது போனதுதான் என்பதில் எல்லோரும் ஒருமித்த கருத்து கொண்டிருந்தார்கள்.

படுக்கையறையிலிருந்து என் தந்தையின் குரல் கேட்டது. "ஆண்டவா! தொழுகைக்காகக் காத்திருப்பதாக அல்லவா சொன்னாள்? என்னை எவ்வளவு பெரிய முட்டாளாக்கி விட்டாள்!"

அவர் பைப்பைப் புகைத்தபடி தன் மளிகைக் கடை வாசலில் இரண்டு நண்பர்களுடன் பேசிக் கொண்டிருந்தார். நான் ஒரு மூலையில் நின்றபடி ஆர்வத்துடன் கவனித்துக் கொண்டிருந்தேன்.

“எங்கள் நாடு” என்ற வார்த்தையைக் கேட்டதும் நான் உற்சாகத்தில் துள்ளினேன். படிக்கட்டுகளில் தாவிக் குதித்து இரண்டாவது தளத்துக்குச் சென்றேன். ‘எங்கள் நாடு’ என்ற வார்த்தை மவ்வாலைப் போல் இனிய இசையாக என் செவிகளில் ஒலித்தது. அந்த வார்த்தை அலாவுதீன் கதையில் வரும் அற்புத விளக்கைப் போல் இருந்தது எனக்கு. அப்பா சொல்லும் மாயாஜாலக் கதைகளில் வரும் புகை சூழ்ந்த பிரதேசங்களிலுள்ள ஜின்கள் உச்சரிக்கும் “ஹூ பாக்கே, ஓபாக்கே” என்ற மந்திர வார்த்தைகளைப் போலிருந்தது அந்த வார்த்தை.

கதவைத் தள்ளிக்கொண்டு உள்ளே சென்று “நம்முடைய ஊருக்குத் திரும்புகிறோம், நம்முடைய ஊருக்குத் திரும்புகிறோம்” என்று கத்தினேன்.

என் சித்தி தன் கையிலிருந்த அகப்பையை என்னை நோக்கி நீட்டியபடி “பொய் சொல்பவர்கள் நிச்சயமாய் நரகத்துக்குத்தான் போவார்கள்” என்றார்.

நான் அழுதபடி முன்பு சொன்னதையே திரும்பத் திரும்பச் சொல்லிக் கொண்டிருந்தேன். “அல்லாஹ்வின் கருணையால் நாம் நம்முடைய ஊருக்குத் திரும்புகிறோம். சந்தேகமிருந்தால் நீங்கள் போய் அப்பா சொல்வதைக் கேளுங்கள்” என்றேன். சிறிது நேரம் தயங்கிய என் சித்தி, பிறகு ஜன்னலருகே சென்று கீழே என் அப்பா பேசிக் கொண்டிருப்பதைக் கேட்டார். “எதற்காக நாம் காத்துக் கொண்டிருக்கிறோம். நண்பர்களே? இந்த அமெரிக்கக் குப்பையில் நாம் வாழ்ந்தது போதாதா? நம் எல்லோருக்கும் குழந்தைகள் இருக்கிறார்கள். அதாவது நான் சொல்ல வருவது என்னவென்றால், நம்முடைய பெண் குழந்தைகளும் இந்த அமெரிக்கப் பெண்களைப் போல் கெட்டுப் போக வேண்டுமா? நம் பெண் குழந்தைகள் பரிசுத்தமாக வளர்க்கப்பட்டுத் திருமணம் செய்து கொடுக்கப்பட வேண்டாமா?”

இரண்டு பேர் அவர் கூறுவதை ஆமோதிப்பதைப்போல் தலையாட்டினார்கள். என் தந்தை மேலும் உணர்ச்சிவசப்பட்டவரானார். தெருவின் மூலைக்கே கேட்கும் அளவுக்குப் பெருங்குரலெடுத்துப் பேசினார். “அங்கேதான் வாழ்க்கை இருக்கிறது. சகோதரர்களே! அங்கே தான் அரபி மொழி இருக்கிறது. அங்கே நாம் அரபியை உண்ணுகிறோம். அரபியைக் குடிக்கிறோம். அரபியை சுவாசிக்கிறோம். எல்லாமே அரபி! ஏதாவது உதவி வேண்டுமானால் அதைச்

செய்ய ஆயிரம் கைகள் நீளும். பணம் வேண்டுமானால் யாராவது நண்பரிடமிருந்து எடுத்துக் கொள்ளலாம். இந்த பேங்க், ட்ராஃப்ட் தலைவலியெல்லாம் கிடையாது. மாலை நேரத்தில் ஒரு கஃபேவுக்கோ, மசூதிக்கோ அல்லது திவானுக்கோ போகலாம். அங்கேதான் நிஜமான முஸ்லீம்களைப் பார்க்க முடியும். கிறித்தவர்கள் கூட அங்கே மிகுந்த நல்லிதயம் கொண்டவர்களாயிருக்கிறார்கள். நம்மைப் போலவே கடவுளுக்குப் பயந்தவர்கள். நாம் கடவுளை மசூதியில் தொழுகிறோம். அவர்கள் தேவாலயத்தில் தொழுகிறார்கள். இரண்டுக்கும் அதிக வித்தியாசமில்லை. ஆனால் இங்கே...? இந்தக் குப்பையிலிருந்து ஆண்டவன்தான் நம்மைக் காப்பாற்ற வேண்டும். இங்கே ஒரு விஷயமாவது ஒழுங்காக இருக்கிறதா, தயவு செய்து சொல்லுங்கள்?"

கேட்டுக்கொண்டிருந்த இருவரில் ஒருவர் 'ஹா...' என்ற சப்தத்துடன் கோபமாக உறுமினார். என் தந்தை தொடர்ந்தார். "தயவுசெய்து சொல்லுங்கள், சவூதி அரேபியாவில் இந்த அமெரிக்கர்கள் என்ன செய்து கொண்டிருக்கிறார்கள்? காபாவைப் பாதுகாக்கிறார்களா? ஜோர்டான் நதியில் ஞானஸ்நானம் செய்துகொண்டிருக்கிறார்களா? அல்லது, தராவி தொழுகையில் ஈடுபட்டிருக்கிறார்களா? தயவுசெய்து சொல்லுங்கள், இவர்கள் அங்கே என்ன செய்து கொண்டிருக்கிறார்கள்?"

இரண்டு பேரும் தங்கள் தலையை ஆட்டினார்களே தவிர, பதில் எதுவும் கூறவில்லை. இது என் தந்தையின் சீற்றத்தை அதிகப்படுத்தியது. அவர் அவர்களை நோக்கிக் கத்தினார். "பிலாவைப் போல் நீங்களும் தலையாட்டாதீர்கள். அவர்கள் அங்கே என்ன செய்து கொண்டிருக்கிறார்கள் என்று சொல்லுங்கள்." இரண்டு பேரில் ஒருவர் வாயைத் திறந்தார். "அவர்கள் நம்முடைய உணவைத் தின்று கொண்டு நம்மீது ஏறி சவாரி செய்து கொண்டிருக்கிறார்கள். சுருக்கமாகச் சொன்னால், அதுதான் விஷயம். ஆனால் அராபியர்களாகிய நாமோ கழுதைகளைப் போல் முட்டாள்களாக வாழ்ந்து கொண்டிருக்கிறோம். கழுதையே தேவலாம் என்று சொல்லுவேன். நம்மை அவர்கள் வெளிப்படையாக சூத்தடித்துக் கொண்டிருக்கிறார்கள்."

"ஆண்டவனே காப்பாற்று!" என்றார் என் தந்தை. அப்போது மற்றவர் குறுக்கிட்டார். "என்ன? அவர்கள் நம்மை சூத்தடிப்பதா? நான்தான் அவர்களுடைய பெண்களைப் புணர்ந்து கொண்டிருக்கிறேன். கறுப்பு, வெள்ளை என்று யாரையும் விட்டு வைப்பதில்லை. எல்லாரையும் புணர்கிறேன்."

“அப்படியானால் அதுதான் உங்களுடைய விருப்பம். அதுதான் அவர்களுடைய விருப்பமும். நீங்கள் அவர்களுடைய புதல்விகளோடும் அவர்கள் உங்கள் புதல்விகளோடும் படுத்துக்கொள்வீர்கள்? அதுதானே உங்கள் திட்டம்? ஆண்டவனே காப்பாற்று.”

முதலில் பேசியவர் சொன்னார். “அவர்கள் யாரும் என் பெண்களின் ரோமத்தைத் தொடுவதைக்கூட நான் அனுமதிக்கமாட்டேன்.”

“சரி, ஹோதாவின் விஷயம் என்ன? அவள் எங்கே இருக்கிறாள்?” என்று கேட்டார் என் தந்தை. அந்த மூன்று பேரும் தங்கள் தலையைக் குனிந்து எழும் வரை காத்திருந்த என் தந்தை மீண்டும் தொடர்ந்தார். “என் புதல்விகளை மெழுகுவர்த்தியைப்போல் பரிசுத்தமாகவும், பளிங்கைப்போல் தெளிவாகவும் அராபியப் பெண்களாகவே நான் வளர்க்க விரும்புகிறேன். இறைத்தூதரின் போதனைகளின்படி அவர்கள் அராபிய முஸ்லீம்களைத் திருமணம் செய்து கொள்வதே என்னுடைய விருப்பம். அவர்கள் இஸ்லாமியர்களால் கர்ப்பவதிகளாக வேண்டும். அமெரிக்கா எப்படியாவது நாசமாய்ப் போகட்டும். நான் என்னுடைய நாட்டுக்குத் திரும்பப் போகிறேன்.”

ஆனால் என் தந்தை கடைசிவரை அமெரிக்காவில்தான் இருந்தார். நியூஜெர்ஸியில் மற்றொரு மளிகைக்கடையும் திறந்தார். புது வீடு வாங்கினார். புதிதாக ஒரு திருமணம் செய்து கொண்டார். பிறகு, அவர் தன் கையில் பெரியதொரு கத்தியுடன் தெருவில் என்னை ஓட ஓட விரட்டினார். அப்போது என் வயது பதினைந்து.

***

# மரணத்தின் நிழலும் மலம் துடைக்கும் காகிதங்களும்

> இஸ்லாமில் பெண்கள் அடிமைப்படுத்தப்படுவதில்லை. எந்த மதத்திலுமே பெண்கள் அடிமைப்படுத்தப் படவில்லை. சில அரசியல் சக்திகளே பெண்களை அடிமைப்படுத்துவதற்கு மதத்தை உபயோகப்படுத்திக் கொள்கின்றன.
>
> *ஜூன் 21, 1996 அன்று லண்டனில் நடந்த பெண்கள் மாநாடு ஒன்றில் நவ்வல் அல்-ஸாதவி ஆற்றிய உரையில்.*

இன்றைய எகிப்திய இலக்கியத்தின் முன்னணி எழுத்தாளர் என உலக இலக்கிய வரைபடத்தில் குறிக்கப்படுவர் Nawal El-Saadawi. இவர் ஒரு பெண்ணியவாதி, சமூகவியல் மற்றும் உளவியல் அறிஞர், மருத்துவர், தீவிரமான களப்பணியாளர். இதுவரை 30 நூல்களை எழுதியுள்ளார். 12 மொழிகளில் இவரது நூல்கள் மொழிபெயர்க்கப்பட்டுள்ளன. கெய்ரோவுக்கு அருகில் நைல் நதிக்கரையில் அமைந்துள்ள காஃபர் தாஹ்லா என்ற கிராமத்தில் 1931ஆம் ஆண்டு பிறந்தார் நவ்வல் அல்-ஸாதவி. இவரது தந்தை கல்வி அமைச்சகத்தில் அதிகாரியாகப் பணியாற்றியவர். தாயார் மேல்தட்டு வர்க்கத்தைச் சேர்ந்தவர். அல்-ஸாதவியின் உடன்பிறந்தோர் எட்டுபேர். ஆறாவது வயதில் அல்-ஸாதவிக்கு circumcission செய்யப்பட்டது. மரபான பழக்கவழக்கங்களைக் கொண்ட குடும்பமாக இருந்தபோதிலும், ஒன்பது குழந்தைகளும் பள்ளிக்கு அனுப்பட்டனர்.

மதரீதியாக இருந்த தடைகளையும் மீறி 1955இல் கெய்ரோ பல்கலைக்கழகத்தில் டாக்டர் பட்டம் பெற்று, பின்னர் உளவியல் பட்ட மேற்படிப்பையும் முடித்தார் அல்-ஸாதவி. அதைத் தொடர்ந்து நியூயார்க் சென்று கொலம்பியா பல்கலைக்கழத்தில்

பொது சுகாதாரத் துறையில் 1966இல் பட்டம் பெற்றார். அஹமத் ஹெல்மி என்ற மருத்துவ மாணவரை மணந்தார். மணவாழ்க்கை விவாகரத்தில் முடிய, வேறொருவரை மணந்தார். ஆனால் இரண்டாவது கணவர் அல்–ஸாதவியின் எழுத்துக்குக் குறுக்கே நின்றதால் அவரையும் விவாகரத்து செய்தார். பின்னர் எகிப்தின் சுகாதாரத் துறையின் இயக்குனராக இருந்தபோது (1958–72) அதே துறையில் பணிபுரிந்த மருத்துவரும் எழுத்தாளருமான ஷெரிஃப் ஹெத்தாத்தா என்பவரை 1964இல் மணந்தார். ஷெரிஃப், அல்–ஸாதவியின் பல நூல்களை ஆங்கிலத்தில் மொழிபெயர்த்தார். இத்தம்பதியினரின் மகனும், மகளும்கூட எழுத்தாளர்களாக தடம் பதித்திருக்கின்றனர். ஹெத்தாத்தாவும், அல்–ஸாதவியைப் போல் ஒரு இடதுசாரி. அரசுக்கு எதிரான இடதுசாரி இயக்கங்களில் ஈடுபட்டு 13 ஆண்டுகள் சிறையில் இருந்தார் ஷெரிஃப் ஹெத்தாத்தா.

அல்–ஸாதவியின் எழுத்துக்கள் பாலியல் மற்றும் பெண்களின் பிரச்சினைகள் குறித்து வெளிப்படையாக இருந்ததால் அவை எகிப்தில் தடை செய்யப்பட்டன. சமூக விரோதி என அரசால் அறிவிக்கப்பட்ட அல்–ஸாதவியின் நூல்கள் பெரும்பாலும் லெபனானிலிருந்தே வெளியிடப்பட்டன.

1972ஆம் ஆண்டு அல்–ஸாதவியின் முதல் புத்தகமான *பெண்களும் பாலியலும்* வெளிவந்தது. அரசியல், மதம் மற்றும் பெண்களின் பாலியல் குறித்து இந்நூலில் ஆய்வு செய்தார் அல்–ஸாதவி. இந்நூல் எகிப்தின் அரசியல் வட்டாரத்தில் பெரும் சர்ச்சையை ஏற்படுத்தியதால் அவர் சுகாதாரத் துறையிலிருந்து பதவி நீக்கம் செய்யப்பட்டார். அதோடு, சுகாதாரம் குறித்த அரசுப் பத்திரிகையின் ஆசிரியர் கழகத்தின் பொதுச் செயலாளர் பதவியிலிருந்தும் வெளியேற்றப்பட்டார்.

ஐன் ஷாம்ஸ் பல்கலைக்கழகத்தின் மருத்துவத் துறையில் *Women and Neurosis in Egypt* என்ற தலைப்பில் ஆய்வு செய்தார் அல்–ஸதாவி. எகிப்தின் சிறைகளிலும், மருத்துவமனைகளிலும் இருந்த 20 பெண்களைப் பற்றிய இந்த ஆய்வுகள் இதே தலைப்பில் 1976 இல் புத்தகமாக வெளிவந்தது. இந்த ஆய்வுகளை அடிப்படையாகக் கொண்டதே இவரது புகழ்பெற்ற நாவலான *Women At Point Zero* (1975). இந்நாவலின் பிரதான பாத்திரமான ஃபிர்தௌஸ் சிறு வயதிலிருந்தே பாலியல் ரீதியாக வதைக்கப்பட்டவள். ஒரு கட்டத்தில் இவள் தனது pimp-ஐக் கொன்றுவிடுகிறாள். அவளுக்கு மரண

தண்டனை கிடைக்கிறது. கொல்லப்படுவதற்கு முன்தினம் அவளை ஒரு உளவியல் நிபுணர் சந்திக்கிறாள். அப்போது ஃபிர்தௌஸ் கூறுகிறாள். "எனக்கு எதுவும் தேவையில்லை. எனக்கு எதன் மீதும் நம்பிக்கையில்லை. எனக்கு எதைப் பற்றியும் அச்சமில்லை. எனவே நான் மிகவும் சுதந்திரமாக இருக்கிறேன். ஏனென்றால், வாழ்வில் நம்முடைய ஆசைகளும், நம்பிக்கைகளும், அச்சங்களும்தான் நம்மை அடிமைப்படுத்துகின்றன."

1975இல் வெளிவந்தது இவரது கட்டுரைத் தொகுப்பான *The Hidden Face of Eve*. இந்நூல் அடிப்படைவாதம், பெண்களின் பாலியல், விபச்சாரம், விவகாரத்து போன்றவைகளைப் பற்றி ஆய்வு செய்தது. (பெண்களின் பாலியல் குறித்து அரபி மொழியில் முதன் முதலில் எழுதியவர் நவ்வல் அல்-ஸாதவி என்பது குறிப்பிடத்தக்கது.) மேலும், சிறுவயதில் பெண்களின் பாலுறுப்பிலுள்ள clitoris-இன் முனையை வெட்டியெறிதல் (Clitoridectomy) என்ற பழக்கத்தைப் பற்றியும் இந்நூல் விரிவாகப் பேசுகிறது. (இப்பழக்கம் எகிப்தில் சில காலம் தடை செய்யப்பட்டிருந்த போதிலும் 90களில் மீண்டும் நடைமுறைக்கு வந்தது.) பெண்களின் காம வேட்கை கட்டுக்கடங்காமல் போய்விடுவதைத் தடுக்கவே பெண்களின் பாலுறுப்பு சிதைக்கப்படுவதாகக் கூறுகிறார் அல்-ஸாதவி.

1979–80இல் ஐ.நா. சபையின் மத்திய கிழக்கு நாடுகளின் பெண்கள் பிரிவு ஆலோசகராகப் பணி புரிந்த அல்-ஸாதவி, 1980இல் அன்வர் சதாத்தினால் அரசாங்க விரோதியாக அறிவிக்கப்பட்டு ஒரு மகளிர் சிறையில் அடைக்கப்பட்டார். அந்தக் குறிப்பிட்ட மகளிர் சிறை நவ்வல் அல்-ஸாதவிக்கு ஏற்கனவே பரிச்சயமாகியிருந்தது. எழுபதுகளில் அந்தச் சிறைவாசிகளைப் பற்றித்தான் அவர் ஆய்வு செய்திருந்தார். அப்போது அல்-ஸாதவி கூறினார். "நான் சதாத்தை நம்பியதால்தான் சிறையில் அடைக்கப்பட்டேன். எகிப்தில் ஜனநாயக அரசே நடைபெறுகிறது என்றார் சதாத். அவர் கூறியதை நம்பி நான் அரசை விமர்சித்தேன். கிடைத்தது சிறைவாசம்." சிறையில் அடைக்கப்பட்டபோதிலும் அவருடைய எழுத்தை அரசினால் தடை செய்ய முடியவில்லை. சிறையில் அவருக்குக் காகிதமும், பேனாவும் மறுக்கப்பட்டது. அந்த நிலையிலும் அவர் கழிவறையில் மலம் துடைக்கப் பயன்படும் டிஷ்யூ பேப்பரில் ஐப்ரோ பென்சிலை வைத்துக் கொண்டு தனது சிறைக்குறிப்புகளை எழுதினார்.

1982இல் சதாத்தின் மரணத்திற்குப் பிறகு அவருக்கு சிறையிலிருந்து விடுதலை கிடைத்தது. அதற்கு அடுத்த ஆண்டில் *Memoirs From The*

*Women's Prison*-ஐ வெளியிட்டார் அல்–ஸாதவி. அந்த நூலிலும் அவர் எகிப்தின் சர்வாதிகார அரசை எதிர்த்தே எழுதினார். இதற்கிடையில் அரபிப் பெண் எழுத்தாளர்களின் கூட்டமைப்பு ஒன்றை 1981இல் நிறுவினார் அல்–ஸாதவி. இந்த அமைப்பு 1991இல் எகிப்து அரசினால் தடை செய்யப்பட்டது.

தனது சிறைக்குறிப்புகளில் அல்–ஸாதவி எழுதுகிறார். "சிறையை விட்டு வெளியே வந்ததும் எனக்கு இரண்டு வழிகள் இருந்தன. ஆளும் வர்க்கத்தின் எண்ணற்ற அடிமைகளில் ஒருவராக ஆகலாம். அதன் மூலம் பாதுகாப்பும், வசதியும், அரசாங்கப் பரிசுகளும், 'மாபெரும் எழுத்தாளர்' என்ற பட்டமும், பதவியும் என்னைத் தேடி வரும். என் புகைப்படங்களைப் பத்திரிகைகளிலும் தொலைக்காட்சியிலும் பார்த்து மகிழலாம். இதற்கு மாறாக, வேறொரு வழியும் இருந்தது. அதன்படி, என் பழைய வழியிலேயே எழுதி இப்படி ஒரு சிறையை வந்தடைவது... நான் சிறு வயதில் பேனாவை எடுத்து எழுத ஆரம்பித்த திலிருந்தே ஆபத்தான பாதையில்தான் சென்று கொண்டிருக்கிறேன். பொய்யை நம்பி வாழும் இந்த உலகில் உண்மையைவிட அதிக ஆபத்தானது வேறு எதுவுமில்லை. ஆதாம், ஏவாள் காலத்திலிருந்தே அறிவு என்பது பாவமாகக் கருதப்பட்டு வரும் இவ்வுலகில் அறிவைவிட ஆபத்தானது வேறு எதுவுமில்லை... இந்த உலகில் எந்த சக்தியாலும் என் எழுத்தை என்னிடமிருந்து பிரித்துவிட முடியாது."

சிறையிலிருந்து வெளியே வந்த பிறகும் அல்–ஸாதவியின் உயிருக்கு ஆபத்து இருந்து கொண்டேயிருந்தது, முக்கியமாக மத அடிப்படை வாதிகளிடமிருந்து. எனவே, அவர் வீட்டு வாசலில் எப்போதும் துப்பாக்கி ஏந்திய காவலர்கள் இருந்து கொண்டேயிருந்தனர்.

ஒரு கட்டத்தில், கொலை மிரட்டல் தீவிரமாகவே தன் கணவருடன் 1992இல் அமெரிக்கா சென்று, அங்கே குடியேறினார் அல்–ஸாதவி. அங்கிருந்தபடியே தனது வாழ்க்கை வரலாற்றை எழுதி முடித்த அவர் 1996இல் எகிப்து திரும்பினார்.

எகிப்தின் அரசியல் நிர்ணயச் சட்டத்தின்படி பாராளுமன்ற உறுப்பினர்கள் தமக்குள் ஒருவரை அதிபர் தேர்தலுக்கான வேட்பாளராகப் பரிந்துரை செய்வர். இதற்குக் குறைந்த பட்சம், மூன்றில் இரண்டு பங்கு உறுப்பினர்களால் பரிந்துரை செய்யப்பட்டவரே அதிபர் தேர்தலில் நிற்பார். அங்கே பல கட்சி ஜனநாயகம் என்பது பேச்சளவில் மட்டுமே இருப்பதால் பாராளுமன்றத்தில் 95 சதவிகிதத்தினர் ஆளும் கட்சியினராகவே

இருப்பர். மேலும், அதிபருக்கு எதிராக ஓட்டளிப்பவர்களைப் பிடித்து சிறையில் அடைப்பதற்குத் தகுந்த ஏற்பாடுகளும் அங்கே உண்டு. எனவே தொடர்ந்து ஐந்து தேர்தல்களில் ஹோஸ்னி முபாரக்கே அதிபராகத் தேர்ந்தெடுக்கப்பட்டு வந்தார். ஒவ்வொரு தேர்தலும் ஆறு ஆண்டுகளுக்கு ஒருமுறை நடைபெறும். ஒவ்வொரு தேர்தலிலும் 90 சதவிகிதத்துக்கு மேல் வாக்குகள் பெற்று வெற்றி பெறுவார் முபாரக். அதிபரை எதிர்த்துப் போட்டியிடுவதற்கு வேட்பாளரே இருப்பதில்லை. 1982இல் அன்வர் சதாத் கொல்லப்பட்டதிலிருந்தே இந்த அபத்த நாடகம் எகிப்தில் நடந்து வந்தது. இதற்கெல்லாம் பக்கபலமாக இருப்பது அமெரிக்கா. மேலும், 1982இலிருந்தே அங்கே எமர்ஜென்ஸி நிலை அமுலில் இருந்து வந்தது. நவ்வல் அல்–ஸதாவியின் எழுத்தையும் அவரது இயக்கத்தையும் நாம் இத்தகைய சூழலில் வைத்தே புரிந்துகொள்ள முயற்சிக்க வேண்டும்.

2005இல் நடந்த அதிபர் தேர்தலில் நிற்கப் போவதாக அறிவித்தார் நவ்வல் அல்–ஸாதவி. அப்படியெனில் அவரை பாராளுமன்றத்தில் பரிந்துரைப்பது யார் என்ற கேள்வி எழுந்தது. “தேவையில்லை; நானே என்னை பரிந்துரை செய்து கொள்கிறேன்” என்றார் அல்–ஸதாவி. அச்சமயத்தில் இரண்டு முக்கிய சம்பவங்கள் நடந்தன. ஒன்று, கத்தலோனியா இன்டர்நேஷனல் என்ற அமைப்பு அல்–ஸாதவிக்கு 80,000 யூரோக்களை (சுமார் 90 லட்ச ரூபாய்) இலக்கியப் பரிசாக அளித்தது. இரண்டாவது, முபாரக் அரசு அல்–ஸாதவியின் கூட்டங்கள் அனைத்தையும் தடைசெய்தது. அவரால் அவருடைய சொந்த ஊரில் கூட யாரையும் சந்தித்துப் பேச முடியவில்லை. அப்போது அல்–ஸாதவி குறிப்பிட்டார். “நான் என்னுடைய கிராம மக்களை சுமார் அரை நூற்றாண்டுக் காலமாக சந்தித்துப் பேசி வருகிறேன். அப்படிப் பேசுவதால் இந்த அரசுக்கு என்ன ஆபத்து வந்து விடப் போகிறது?”

இதற்கு ஆளும் கட்சியைச் சேர்ந்த ஒரு பாராளுமன்ற உறுப்பினர் தகுந்த பதில் கூறினார். “நமது அரசியல் நிர்ணயச் சட்டத்தின்படி பாராளுமன்றத்தால் பரிந்துரைக்கப்பட்டவர் மட்டுமே அதிபர் தேர்தலில் நிற்க முடியும். ஆனால் அல்–ஸாதவி தன்னிச்சையாகவும், சட்டத்திற்குப் புறம்பாகவும் தேர்தலில் நிற்பதாக அறிவித்திருக்கிறார். எனவே அவர் மற்றவர்களைச் சந்தித்துத் தனக்காக வாக்கு சேகரிப்பது சட்டப்படி குற்றம்.”

அமெரிக்கா பற்றி அல்–ஸாதவி கூறுவது: “உலகில் இன்று இரண்டு அதிகார மையங்கள்தான் உள்ளன. ஒன்று, அமெரிக்கா; மற்றொன்று,

மக்கள். அமெரிக்க அதிபர் கென்னடி சுட்டுக் கொல்லப்பட்டபோது யாராவது அவர்களுடைய உள்நாட்டு விவகாரத்தில் தலையிட்டார்களா? அமெரிக்கா ஈராக்கினுள் நுழைந்தது முழுக்க முழுக்க அந்த நாட்டின் பெட்ரோலியத்தைத் திருடுவதற்காகத்தான்.”

2001ஆம் ஆண்டு அல்–ஸாதவி ஒரு பத்திரிகைக்கு அளித்த பேட்டியில் சில இஸ்லாமிய நடைமுறைகள் பற்றி மாற்றுக் கருத்துக்களைக் கூறியதால் மீண்டும் மதவாதிகளின் கோபத்துக்கு ஆளானார். அல்–ஸாதவியின் கருத்துக்கள் தன் மத உணர்வுகளைப் புண்படுத்துகின்றன என்று கூறி ஒருவர் நீதிமன்றத்தில் வழக்குத் தொடுத்தார். இவ்வாறான வழக்குகளுக்கு எகிப்திய நீதிமன்றம் வழங்கும் தீர்ப்பு, கட்டாய விவாகரத்து. இந்தச் சட்டத்தை அரசு திரும்பப் பெற வேண்டும் என்று எகிப்திய மனித உரிமை அமைப்புகளும், புத்திஜீவிகளும் போராடி வருகின்றனர். இச்சட்டத்தின்படி ஒருவர் மத விரோதி என்று நிருபிக்கப்பட்டால் அவருடைய கணவரோ மனைவியோ அவருடன் சேர்ந்து வாழக்கூடாது. ஏற்கனவே 1995இல் நாஸர் அபு ஸெய்த் என்ற ஒரு பேராசிரியர் இக்குற்றச்சாட்டின் பேரில் விவாகரத்து வழங்கப்பட்டு தண்டிக்கப்பட்டார். ஆனால் தீர்ப்பு கிடைத்ததும் நாஸர் அபு ஸெய்த் எகிப்தில் வாழவில்லை. தன் மனைவியுடன ஹாலந்து சென்றுவிட்டார். “நாங்கள் அப்படிச் செய்ய மாட்டோம். எங்களுக்கு விவாகரத்து தண்டனை வழங்கப்பட்டாலும், நாங்கள் எங்களுடைய வீட்டில் ஒன்றாகத்தான் வாழ்வோம். அவர்களால் என்ன செய்ய முடியும்?” என்று அறிவித்தனர் அல்–ஸாதவி தம்பதியினர். இந்தச் சம்பவத்துக்கு சற்று முன்னர்தான் பத்திரிகைகளில் மக்களும், பத்திரிக்கையாளர்களும் அல்–ஸாதவிக்கு மரண தண்டனை விதிக்க வேண்டும்என்று எழுதியிருந்தனர் என்பது குறிப்பிடத்தக்கது. அப்போது “நான் பயப்படவில்லை. என் கருத்துக்களுக்காக நான் சாகவும் தயாரக இருக்கிறேன்” என்று கூறினார் அல்–ஸாதவி. பொதுவாக எகிப்து கருத்துச் சுதந்திரத்திற்குப் பெயர் போன நாடு. கிரேக்க நாகரிகத்தைக் கொண்ட நாடு. அரசியல் ரீதியாகப் பல ஆண்டுகளாக எமர்ஜென்ஸி நிலை பிரகடனப்படுத்தப்பட்டிருந்தாலும், எகிப்து இன்றளவும் ஒரு permissive societyயாகவே இருந்து வருகிறது. எகிப்திய பெல்லி டான்ஸ் உலகப் புகழ் பெற்றது. அதைப்போலவே அந்நாட்டின் இரவு விடுதிகளும். ஆனாலும், சமீப காலமாகப் பழமைவாதிகளின் போராட்டம் தீவிரமடைந்துள்ளது. அதன் காரணம், எகிப்திய மக்களின் வறுமை, விபச்சாரம் போன்றவை. இது எல்லாவற்றையும் விடப் பிரதானமான காரணம், அமெரிக்காவின் ஊடுருவல்.

2004ஆம் ஆண்டு வெளிவந்த அல்–ஸாதவியின் மற்றொரு முக்கியமான புத்தகம் *Walking Through Fire.* இது அவருடைய சுயசரிதையின் இரண்டாம் பாகம். இதிலும் அவர் எகிப்திய சமூகத்தில் பெண்களின் நிலை குறித்துப் பேசுகிறார். (எகிப்தில் ஒரு பெண் மந்திரியாகக் கூட ஆகலாம். ஆனால் கணவனின் அனுமதியின்றி வெளிநாடு செல்ல முடியாது.)

மேலும், அந்நூலில் ஆண்களின் பலதார மணம், சொத்துரிமை, பெண்களின் பாலுறுப்பிலுள்ள க்ளிடோரிஸின் முனைப்பகுதியை வெட்டியெறிதல் போன்றவை பெண்களை எவ்வளவு மோசமாக அடிமைப்படுத்துகின்றன என்று ஆராய்கிறார் அல்–ஸாதவி. உதாரணமாக, பெண்களின் பாலுறுப்பைச் சிதைப்பது போல் பெண்கள் குழந்தைப் பருவத்திலிருந்தே உளவியல் ரீதியாகவும் சிதைக்கப்படுகிறார்கள். இதனால் பெண்கள் ஆணாதிக்கத்துக்குத் தாங்களாகவே முன் வந்து தம்மைச் சமர்ப்பித்துக்கொள்ளும் அவலம் நேர்கிறது என்கிறார்.

**நவ்வல் அல்–ஸாதவி எழுதியுள்ள சில முக்கியமான நூல்கள்:**

*Two Women in One (1973)* நாவல்

*Women From Point Zero* (1975) நாவல்

*The Death Of The Only Man On Earth* (1976) நாவல்

**சிறுகதைத் தொகுதிகள்:**

*A Moment Of Truth (1967)*

*The Thread and Root (1967)*

*The Demise of His Excellency, the Minister (1980)*

**பிற நூல்கள்:**

*Memoirs of a Woman Doctor (1988)*

*Women and Sex (1972)*

*Man and Sex (1973)*

*The Female is the Foundation (1988)*

*My Travels Around The World (1992)*

*Daughter of Isis (1999)* சுயசரிதை

(ஈஸிஸ் என்பது எகிப்திய புராணக் கதைகளில் வரும் ஒரு பாத்திரம். இப்பாத்திரத்தை வைத்து எகிப்திய நாடகசிரியான Tawfiq al-Hakim

இதே பெயரில் ஒரு நாடகம் எழுதினார். அந்நாடகத்தில் அவர் ஈஸிஸை கனவை வழிபடும் மனைவியாகச் சித்தரித்திருக்கிறார். தனது 'நவீனத்துவமும் பழமைக்குத் திரும்புதலும்' என்ற கட்டுரையில் இதை விமர்சித்து எழுதும் அல்–ஸாதவி 1986இல் *ஈஸிஸ்* என்ற நாடகத்தை எழுதினார். அதில் அவர் ஈஸிஸை எகிப்திய புராணத்தில் உள்ளபடியே ஒரு புரட்சிப் பெண்ணாகச் சித்தரித்தார். எகிப்தின் நாடகத் துறையினர் இந்நாடகத்தை அரங்கேற்ற மறுப்புத் தெரி வித்தனர்.)

***

# மாண்புமிகு மந்திரியின் மரணம்

நவ்வல் அல்-ஸாதவி

**அ**ம்மா, உங்கள் கையை என் தலையில் வைத்து நான் சிறுவனாக இருக்கும் போது வருடி விடுவீர்களே, அதுபோல் என் முடியையும், கழுத்தையும், மார்பையும் மிருதுவாக வருடிக்கொடுங்கள். எனக்கென்று இப்போது இருப்பது நீங்கள் மட்டும்தான். என் வாழ்வின் இந்தக் கடைசித் தருணத்தில் உங்கள் முகம்தான் நான் பார்க்க விரும்பும் முகம். கடந்த ஐந்து ஆண்டுகளாக நான் காணாமல் போனதற்காக நீங்கள் என்னைத் திட்ட வேண்டும் என்று எவ்வளவு ஆசைப்படுகிறேன் தெரியுமா? உங்களுக்கு மட்டுமல்ல, இந்த உலகம் பூராவுக்குமே நான் பார்ப்பதற்கு அரிதானவனாக இருந்தேன். என் மனைவி, என் வீடு, என் நண்பர்கள் என்று யாரையுமே என்னால் பார்க்க முடியவில்லை. ஏன், என்னையே என்னால் பார்க்க முடியவில்லை. கால்ஃப் விளையாடுவது எனக்கு எவ்வளவு பிடிக்கும் என்று உங்களுக்குத் தெரியும். ஆனால் கடந்த ஐந்து ஆண்டுகளில் ஒரு முறை கூட நான் கால்ஃப் ஆடவில்லை! என் முகத்தைப் பார்த்துக்கொள்வதற்குக் கூட எனக்கு அவகாசம் இல்லாமல் போய்விட்டது. வெளியே கிளம்பும்போது கண்ணாடியில் அவசர அவசரமாக என் டையை சரி செய்து கொள்வதோடு சரி, அல்லது சட்டைக்கும் பேண்ட்டுக்கும் கலர் பொருத்தம் சரியாக இருக்கிறதா

என்று பார்ப்பேன். அவ்வளவுதான். என் முகத்தையே பார்த்தால் கூட 'பார்ப்பது' என்பதன் உண்மையான அர்த்ததில் பார்த்திருக்க மாட்டேன். என் முகத்தை மட்டுமல்ல, அலுவலகத்திலோ சாலைகளிலோ தென்படும் முகங்களுக்குக் கூட இந்த கதிதான். என்னிடம் அவர்கள் பேசினாலும் அவர்கள் பேசுவதை நான் கேட்டிருக்க மாட்டேன். எவ்வளவு உரத்த குரலில் பேசியிருந்தாலும் சரி. உண்மையைச் சொல்வதென்றால், கார் ஹார்னின் பலத்த ஓசை கூட எனக்குக் கேட்டிருக்க வாய்ப்பில்லை. இதனால் நான் வாக்கிங் போவதைக் கூட நிறுத்த வேண்டியதாகிவிட்டது. கார்களின் ஹார்ன் சத்தம் கேட்காததால் பலமுறை கார்கள் என்னை இடித்துத் தள்ளுவது போல் ஆகிவிட்டது.

அம்மா, பார்க்கவும் முடியாத கேட்கவும் முடியாத ஒருவனைப்போல் ஆகிவிட்டேன். கிட்டத்தட்ட நான் இந்த உலகத்திலேயே இல்லை. அப்படியானால் எங்கே வாழ்ந்து கொண்டிருந்தேன்? நான் ஒன்றும் இறந்து விடவில்லை. என்னைப் பற்றிய இரங்கல் செய்தியை நான் நாளிதழ்களில் வாசிக்கவில்லை. என்னுடைய இடத்தில் இருக்கும் ஒருவனின் மரணச்செய்தி அப்படி ஒன்றும் சத்தமில்லாமல் வந்து போய்விடாது. பத்திரிகைகளில் தலைப்புச் செய்தி வராமல், நாட்டின் பிரதம மந்திரி தொடங்கி ஒவ்வொரு பிரமுகரும் வரிசையில் அணி வகுத்துச் செல்லும் பிரம்மாண்டமான ஊர்வலங்கள் இல்லாமல் என்னைப் போன்ற ஒருவன் இறந்துவிட முடியுமா? அப்படிப்பட்ட மரண ஊர்வலங்களைப் பார்த்து அந்த சவப்பெட்டியிலுள்ள மனிதன் நானாக இருக்கக்கூடாதா என்று நான் மிகவும் ஏங்கியிருக்கிறேன். ஆனால் நான் இதற்கு முன் சவப்பெட்டிக்குள் இருந்ததில்லை என்பதால் இன்னமும் நான் உங்களுடைய உலகத்தில்தான் வாழ்ந்து கொண்டிருக்கிறேன் என்று ஆகிறது. ஆனால் நான் அதைவிட அதிமுக்கியமான பல விஷயங்களில் ஈடுபட்டிருந்தேன்.

சில சமயங்களில் என் கைகால்களைக்கூட அசைக்க முடியாத அளவுக்குக் களைப்படைந்துவிடுவேன். ஆனாலும் என் மூளை மட்டும் வேலை செய்து கொண்டிருக்கும். வேறு சில சமயங்களில் சோர்வுற்ற என் மூளை சிந்திப்பதை நிறுத்திவிடும். ஆனால் உடம்பு வேலை செய்து கொண்டிருக்கும். அதன் போக்கில் ஆஃபீஸுக்குப் போகும். கூட்டங்களிலும் விழாக்களிலும் கலந்து கொள்ளும். மாநாடுகளில் தலைமையேற்கும். விமான நிலையங்களுக்குச் சென்று அரசு விருந்தினர்களை வரவேற்கும். சமயங்களில் பணி நிமித்தமாக வெளிநாடுகளுக்கும் பறக்கும். மூளையின் ஒத்துழைப்பின்றி என்

உடம்பு தனியாக இயங்கிக் கொண்டிருக்கும் தருணங்களில் அதைப் பார்த்து நான் மிகவும் ஆச்சரியப்படுவேன். ஆமாம் அம்மா, பயமாகக்கூட இருக்கும். குறிப்பாக, சில முக்கியமான அலுவலகச் சந்திப்புகளின்போது நான் முழுக் கவனத்துடன் இருக்க வேண்டியிருக்கும் தருணங்களில் அந்த பயம் வரும். ஆனால் என்னைப் பொறுத்தவரை முக்கியமான சந்திப்பு என்றால் அதிகாரத்தில் எனக்கு மேல் உள்ளவர்கள் தலைமை தாங்கும் சந்திப்புகள்தான். நான் மந்திரியானதிலிருந்தே எனக்கு மேல் உள்ள மந்திரிகளை எனக்கு பிடிக்காமல் போய்விட்டது. ஆனால் அவர்கள் மீதுள்ள வெறுப்பை அவர்கள் முன்னிலையில் வெளிப்படுத்தாமல் மறைத்துக்கொள்ளவும், அந்த வெறுப்பை வீட்டில் என் மனைவியின் மீதும் அலுவலகத்தில் எனக்குக் கீழுள்ளவர்கள் மீதும் காண்பிக்க நான் கற்றுக்கொண்டேன். அப்பாவும் அப்படித்தானே செய்து கொண்டிருந்தார்! பெரிய மந்திரிகள் என்றில்லை, ஒரு சாதாரண செக்‌ஷன் ஆஃபிஸராக இருந்தாலும் சரி, அல்லது ஒரு துறையின் நிர்வாக இயக்குனராக இருந்தாலும் சரி, என் வெறுப்பை நான் வெளிக்காட்டியதேயில்லை. அப்படியிருக்கும்போது, எனக்கு அடுத்த உயர்நிலையிலுள்ள மந்திரிதான் இந்த நாட்டின் அதிபர் என்றால் என்னுடைய கொந்தளிக்கும் உணர்வுகள் அடக்கப்பட்டு அடக்கப்பட்டு எந்த கதியில் இருந்திருக்கும் என்று யோசித்துப் பாருங்கள். அவருக்கு முன்னால் நான் என் கவனத்தை மிகக் கூர்மையாகத் தீட்டிக் கொண்டு விழிப்புடன் உட்கார்ந்திருப்பேன். என்னால் பதில் சொல்ல முடியாத எதையாவது அவர் கேட்டு வைக்கலாம். அல்லது ஒருவேளை நான் சரியான பதிலையே சொன்னாலும் அது அவர் விரும்பிய பதிலாக இல்லாமலிருக்கலாம்.

ஆமாம் அம்மா, இதுதான் நாங்கள் அரசியலில் கற்றுக்கொள்ளும் அரிச்சுவடிப் பாடம் என்று சொல்ல வேண்டும். சரியான பதில் என்பது எப்போதுமே தலைவர் விரும்புகிற பதிலாகத்தான் இருக்க வேண்டுமென்ற அவசியமில்லை. ஆனால் தலைவர் விரும்புகிற பதில்தான் எப்போதுமே சரியான பதிலாக இருந்தாக வேண்டும். ஒரு புத்திசாலியான மனிதனுக்கு சரியான உண்மையையும் தவறான உண்மையையும் பிரித்தறியத் தெரிந்திருக்க வேண்டும். அது எவ்வளவு சிரமமான வேலை தெரியுமா? ஆமாம் அம்மா, இந்த உலகிலேயே மிகச் சிரமமான வேலை அதுதான். தலைவரைச் சந்திக்கும்போது நான் என் மனதையும், உடம்பையும் மிகத் தீவிரமான கவனத்துடன் வைத்துக்கொள்வேன். இடது கை என் தொடை மீது இருக்கும்.

பேனாவைப் பிடித்துக் கொண்டிருக்கும் வலது கை தலைவரின் எந்த ஒரு சின்ன அசைவையும், சலனத்தையும் கூட வார்த்தையாக மாற்றிக்கொண்டிருக்கும். தலைவரது வலது கண்ணின் அசைவுக்கும் இடது கண்ணின் அசைவுக்கும் கூட நான் வித்தியாசமான பொருளறிந்து வைத்திருக்கிறேன். என் மூளை, என் கண்கள், என் காதுகள் அனைத்துமே தலைவரின் ஒவ்வொரு அசைவையும் கூர்ந்து கவனித்துக்கொண்டிருக்கும்.

ஆமாம் அம்மா, அம்மாதிரி தருணங்களில் என் உடலும், மனதும் ராடார் ஒயர்களைப் போல் மாறியிருக்கும். அதிலும், தலைவருக்குப் பக்கத்தில் நின்றுகொண்டிருந்தால் என் வயிற்றுத் தசையெல்லாம் ஏதோ மின்சாரக் கம்பிகளைத் தொட்டுக் கொண்டிருப்பதுபோல் அதிரும். என் வலது கை விரல்கள் நடுங்கும். வலது கையை இடது கையால் அழுத்தமாகப் பிடித்து என் மார்பிலோ, வயிற்றுக்கு அருகிலோ வைத்துக் கொண்டால்கூட அந்த நடுக்கம் தீராது. கையின் நிலை அப்படியென்றால், கால்கள் விறைத்துக் கொண்டிருக்கும். கேமரா வெளிச்சம் என் முகத்தின் மீது படும்போது என் உடம்பு முழுமையும் கேமராவில் படும்படி வைத்துக்கொள்வேன். அப்போதுதானே மக்கள் என்னைச் சரியாகப் பார்க்க முடியும்? சமயங்களில் என் இடது கையை வலது கையின் பிடியிலிருந்து விடுவித்துக்கொள்ள வேண்டும் என்று தோன்றும். ஆனால் விடுவிக்க முயற்சி செய்தால் கைகள் பாரமாக கனக்கும். வாத நோய் வந்தது போல் கைகள் அசைவற்றுக் கிடக்கும். ஆமாம், என்னருமை அம்மா, அதுதான் செய்தித்தாள்களில் நான் பார்க்கும் அவமானகரமான என் புகைப்படம். அந்தச் செய்தித்தாள்களை நான் என் குடும்பத்தினரிடமிருந்து மறைக்கவே முயல்வேன். குறிப்பாக, என் கடைக்குட்டியிடமிருந்து. அவள்தான் தன் பிஞ்சு விரல்களை என் புகைப்படத்தின் மீது வைத்து “அம்மா, இது அப்பா இல்லை!”என்பாள். ஆனால் அவள் அம்மாவோ மிகவும் பெருமையுடன் “இல்லை இல்லை... இது நிச்சயமாக அப்பாதான். பார், பிரதம மந்திரியுடன் நிற்கிறார்... எவ்வளவு பெரிய ஆள் உன் அப்பா!” என்பாள். என் மனைவியின் அந்தக் குரல் என் காதுகளில் ஒலித்துக்கொண்டேயிருக்கும். நிச்சயமாக இது அவளுடைய நிஜமான குரல் அல்ல. நிஜமான குரலை அவள் எங்கள் திருமண நாள் முதலே ஒளித்துக்கொண்டு விட்டாள் என்பது எனக்குத் தெரியும். அவள் தன்னுடைய உண்மையான உருவத்தை அடியாழம் தெரியாத ஒரு அதல பாதாளத்தில் மறைத்து வைத்துவிட்டாள். வெளியே தெரியாமல் அது புற்றுநோயைப் போல் உள்ளேயே வளர்த்து வருவதை சமயங்களில் என்னால் உணர முடிந்தது.

என்ன சொல்கிறீர்கள் அம்மா? என் கடைக்குட்டிப் பெண்ணின் தூய்மையான கண்களுக்கு முன்னால் நான் மிகவும் அவமானமடைகிறேன். காரணம், வேறு யாராலும் – ஏன் என்னாலும் கூட – கண்டு பிடிக்கமுடியாத என் உண்மையான உருவத்தை அவளுடைய கண்கள் கண்டுபிடித்து விடுகின்றன. ஒரு குழந்தையின் முன்னே எல்லாத் திரைகளும் மறைந்து விடும் என்று நீங்கள் என்னிடம் சொல்வீர்களே, அது உங்களுக்கு ஞாபகம் இருக்கிறதா அம்மா? நீங்கள் சொல்வதை அப்போது நான் நம்பவில்லை. ஆனால் இப்போது அது என் ஞாபகத்திற்கு வருகிறது. என் குழந்தை தனது அகன்ற கண்களை விரித்து என்னை உற்றுப் பார்க்கும்போது, அது ஒரு குழந்தையின் கண்கள் இல்லையோ என்று கூட நான் பயப்படுகிறேன். சாதாரணமாக எந்த ஒரு குழந்தைக்கும் அப்படி ஒரு தீர்க்கமான, துடுக்கான பார்வை – அதிலும் தான் பயப்பட வேண்டிய ஒரு மூத்த மனிதனைப் பார்த்து – இருக்க சாத்தியமில்லை என்றே நினைக்கிறேன். நான்தானே இந்தக் குடும்பத்தின் தலைவன் – என் மகளின் தந்தை? என்னிடம்தானே என் குடும்பத்தினர் அனைவரும் மரியாதையுடனும், பயபக்தியுடனும் நடந்துகொள்ள வேண்டும்?

ஆமாம்,இதே வார்த்தைகளைத்தான் நான் சிறுவனாக இருக்கும்போது உங்களிடமிருந்து அடிக்கடி கேட்டிருக்கிறேன். இவ்வார்த்தைகள் என் நினைவிலேயே தங்கிவிட்டன. இவ்வார்த்தைகளைத்தான் என் மனைவியிடமும் அடிக்கடி கூறி வருகிறேன். இவ்வார்த்தைகளைக் கூறும்போது எனக்குள் ஒரு கம்பீரமான உணர்வு தோன்றுவதுண்டு. என்னைச் சுற்றியுள்ளவர்களின் கண்களிலும் இவ்வுணர்வு பிரதிபலிப்பதை நான் கவனிப்பதுண்டு. நான் சொல்வதிலுள்ள உண்மையின் மீதான என் பிடிப்பு வலுவடைந்துக்கொண்டே சென்று, ஒரு கட்டத்தில், நான் கூறுவதுதான் நிரந்தரமான உண்மை என்றும், அதை மறுப்பவர்கள் என்னை நிந்திப்பவர்களென்றும் நம்ப ஆரம்பித்துவிட்டேன்.

ஒரு சிறிய நிலையிலிருந்து இன்று மந்திரியாகியிருக்கும் வரை யிலான இந்த நீண்ட அனுபவத்தில் என்னை மறுத்துக் கூறிய ஒரு ஊழியனைக் கூட நான் சந்தித்ததில்லை. அதனால்தான் அந்த ஒரே ஒரு பெண் என்னைக் கோபப்படுத்தும்போது என்னால் தாங்க முடியாமல் போனது. அவள் ஒன்றும் பெரிதாக எதையும் பேசி விடவில்லை. ஆனால் நான் சொல்லிய ஒவ்வொரு விஷயத்தையும் மறுத்ததன் மூலம் என்னை அறவே நிதானமிழக்கச் செய்துவிட்டாள். அதைத்தான் என்னால் தாங்க முடியவில்லை. நான் சொல்வதை

அவள் மறுத்ததாலோ, அல்லது ஒரு சாதாரண ஊழியர் ஒரு மந்திரியுடன் விவாதம் செய்ததாலோ, அல்லது ஒரு ஆணை ஒரு பெண் நேருக்கு நேர் எதிர்த்ததாலோ அல்லது மற்றவர்கள் என்னை "மாண்புமிகு மந்திரி அவர்களே!" என்று அழைக்கும்போது அவள் மட்டும் சாதாரணமாக சார் என்று அழைத்ததாலோ நான் கோபப்படவில்லை. மாறாக, அவள் என்னிடம் பேசியபோது அவள் கண்கள் நேருக்கு நேராக என் கண்களைச் சந்தித்தன. இது போன்ற ஒரு சம்பவம் என் வாழ்க்கையிலேயே நடந்ததில்லை. எனக்குக் கீழுள்ள யாருமே என்னைக் கண்கொண்டு பார்த்துப் பேசியதில்லை. அவள் என் கண்களை நேருக்கு நேர் கூர்ந்து பார்த்துப் பேசினாள். அதுவே என்னைக் கோபப்படுத்தியது. அதனால் மட்டுமல்ல. அவள் என்னை எப்படி அவ்வாறு பார்க்கலாம் என்ற காரணத்தையும் என்னால் கண்டுபிடிக்க முடியவில்லை. எவ்வளவு துணிச்சல் இருந்தால் அவள் என்னை அப்படிப் பார்த்திருப்பாள்!

அம்மா, அந்தப் பெண் எப்படி அவ்வாறு என்னைப் பார்த்தாள் என்று எனக்குத் தெரிய வேண்டும். அதைக் கண்டுபிடிக்க வேண்டும் என்ற வெறி என்னை எங்கெங்கோ துரத்தியடித்தது. ஒருநாள் அவளை என் அறைக்கு வரச் சொல்லியிருந்தேன். வந்தவள் நின்று கொண்டே யிருந்தாள். நான் கவனிக்காதது போல் எழுதிக்கொண்டிருந்தேன். அவளை நிற்க வைத்தப்படியே ஃபோனில் ஒருவரோடு சிரித்துப் பேசினேன். அப்போது நடந்த ஆச்சரியமான விஷயம் என்னவென்றால், அவளும் என்னைக் கவனிக்காதது போல், என் குரலைக் கேட்காதது போல் அந்த அறையிலிருந்த ஒரு படத்தையே வேடிக்கை பார்த்துக் கொண்டிருந்தாள். தொலைபேசி உரையாடல் முடிந்த பிறகாவது அவள் என்னைப் பார்ப்பாள் என்று எதிர்பார்த்தேன். ஆனால், நான் ஒரு ஆளே அந்த அறையில் இல்லாததைப்போல் அந்தப் படத்தைப் பார்த்துக்கொண்டிருந்தாள். பிறகு நிதானமாகத் திரும்பி என்னைக் கூர்ந்து பார்த்தாள். என் ஆடைகளே கழன்று விழுந்துவிட்டதைப் போல் நான் நடுங்கிப்போனேன். இதேபோன்ற அவமான உணர்வைத்தான் என் மகள் என்னைப் பார்க்கும்போதும் உணர்ந்திருக்கிறேன். ஆனால் இப்போது அந்த அவமான உணர்வு கோபமாக மாறி அவளை பதிலுக்குத் தாக்க வேண்டும் என்று தோன்றியது. திடீரென்று நான் அவளிடம் கத்திக்கொண்டிருந்தேன். "உனக்கு எவ்வளவு திமிர் இருக்க வேண்டும்? என்னைப் பற்றி நீ என்ன நினைத்துக் கொண்டிருக்கிறாய்? நீ இங்கே ஒரு சாதாரண குமாஸ்தா என்பதும் நான் ஒரு மந்திரி என்பதும் உனக்குத் தெரியாது?

படுக்கையில் ஒரு ஆணுக்குக் கீழே கிடப்பதைத் தவிர உன்னால் வேறு எதைச் சாதித்துவிட முடியும்?"

என்ன சொல்கிறீர்கள் அம்மா? இந்த வார்த்தைகளை ஒரு ஆணிடமிருந்து கேட்க நேரும் எந்தப் பெண்ணுமே மயக்கமடைந்து விழுந்துவிடுவாள். அதிலும் அந்த ஆண் ஒரு மந்திரி என்றால், நிலைமையைப் பற்றி யோசிக்கவே தேவையில்லை. அதோடு, என் அலுவலகம் ஒன்றும் தனி அறை அல்ல. என்னுடைய விசாலமான அறையில் உயர் அதிகாரிகள் பலருடைய இருக்கைகளும் உள்ளன. ஆனால் ஆச்சரியம் என்னவென்றால், அந்தப் பெண் எதைப்பற்றியும் சட்டை செய்ததாகத் தெரியவில்லை. அவளுக்கு இதனால் எந்தச் சங்கடமும் ஏற்படாதது போல் தெரிந்தது. தலையைக்கூட குனியவில்லை என்றால் பார்த்துக்கொள்ளுங்களேன். என் வாழ்க்கையிலேயே எனக்கு இப்படி ஒரு அவமானம் நடந்ததில்லை. அதிலும் அத்தனை பேருக்கு முன்னால்!

என் பதவியின் காரணமாக மற்றவர்கள் என் மீது வைத்திருந்த மரியாதை என் கோபத்தை இன்னும் அதிகப்படுத்தியது. எப்படி ஒரு பெண் இதை எனக்குச் செய்ய முடியும்? நான் ஒரு மந்திரி அல்ல என்பது போல் அவள் எப்படி என்னை உணரச் செய்ய முடியும்? என் அதிகாரத்தை, என் கம்பீரத்தை, என் ஆண்மையை எப்படி அவள் உருக்குலைக்க முடியும்? அன்றைய தினமே ஜுரம் 105 டிகிரிக்குப் போய்விட்டது. தலையெல்லாம் ஒரே பாரம். மறுநாள் ஆஃபீஸே போக முடியவில்லை. அவளுக்குத் தகுந்த தண்டனை அளித்து உத்தரவிட்ட பிறகுதான் என் கோபமும் ஜுரமும் அடங்கியது.

ஆனால் அம்மா, உங்களால் கற்பனை செய்ய முடிகிறதா? அவளை என்னால் ஒன்றுமே செய்ய முடியவில்லை. அந்த ஆஃபீஸில்தான் அவள் இருந்துகொண்டிருந்தாள் என்று அவ்வப்போது மற்றவர்கள் என்னிடம் சொன்னார்கள். ஒருவகையில் நான் அவளை ரகியமாக உளவு பார்க்கிறேன் என்றே எனக்குத் தோன்றியது. அவளைப் பற்றி ஏதாவது கெட்ட செய்தி – அதாவது, ஒரு விபத்தில் இறந்துவிட்டாள் என்பது போல் – வரும் என்றே எந்நேரமும் நான் எதிர்பார்க்க ஆரம்பித்தேன். இருந்தாலும் அவளுக்கு எதுவுமே ஆகவில்லை. அவளும் இந்த உலகில் உயிரோடுதான் வாழ்ந்து கொண்டிருந்தாள். ஒருமுறை அவளை நான் எதேச்சையாகச் சந்திக்க நேர்ந்தது. அவளிடம் எந்த மாற்றமும் தெரியவில்லை. அதே நேர்க்குத்தான, தீர்க்கமான பார்வை. எனக்கு வெறி வந்ததன் காரணம், என்னுடைய

அதிகாரத்தால் அவளை எதுவுமே செய்ய முடியவில்லை என்பதுதான். ஆனால் அவளோ மிக அமைதியாக இருந்தாள். நான்தான் பதற்றமடைந்தேன். அவளுடைய அண்மையே என்னை அச்சுறுத்தியது.

இந்த நிலைக்கு நான் எப்படி வந்து சேர்ந்தேன் என்று தெரியவில்லை. ஒரு சாதாரண ஐந்தாம் நிலை, ஆறாம் நிலை ஊழியரால் ஒரு மந்திரியை எப்படி பீதியடையச் செய்ய முடியும்? நான் என் வாழ்வில் செய்தே அறியாத ஒரு காரியத்தை அவள் செய்தாள். அதிகாரத்தில் எனக்கு மேல் உள்ளவர்களை நான் என்றுமே நேருக்கு நேர் கண்கொண்டு பார்த்ததில்லை. நீங்களும் யாரையும் நேருக்கு நேர் கண்கொண்டு பார்த்து நான் அறிந்ததில்லை. அம்மா, நீங்கள் அப்படி ஒரே ஒரு முறையாவது பார்த்திருந்தால் கூட என்னால் இந்தப் பெண்ணின் செய்கையைத் தாங்கிக்கொண்டிருந்திருக்க முடியும்.

அப்பாவின் கண்களை நீங்கள் நேருக்கு நேர் கண்கொண்டு பார்த்திருந்தால் நானும் அவருடைய கண்களை நேருக்கு நேர் கண்கொண்டு பார்த்திருக்க முடியும். அதேபோல் எல்லோரையும் – அதிகாரத்தில் எனக்கு மேல் உள்ளவர்களையும் – நேருக்கு நேர் கண் கொண்டு பார்த்ததேயில்லை. நீங்கள் எப்படியிருந்தீர்களோ அதையேதான் நானும் பின்பற்றுகிறேன். ஏன் நீங்கள் அப்பாவை நேருக்கு நேர் கண்கொண்டு பார்க்கவில்லை? ஒரே ஒருமுறை நீங்கள் அப்படிப் பார்த்திருந்தால் அவரைப் பற்றிய பீதி என்னிடமிருந்து அகன்றிருக்கும். அதேபோல், பிற்பாடு என் வாழ்வில் எனக்கு மேல்நிலையிலிருந்த அதிகாரிகள் மற்றும் மந்திரிகள் மேலிருந்த பீதியும் அகன்றிருக்கும்.

நான் சிறுவனாக இருந்தபோது உங்களுடைய மிருதுவான, அன்பான கைகளால் என்னைத் தட்டிக்கொடுப்பீர்களே, அதுபோல இப்போது என்னைத் தட்டிக் கொடுங்கள். உங்கள் ஒருவரிடம்தான் நான் என் இதயத்தைத் திறந்து என் துக்கத்தைப் பற்றிப் பேச முடியும். மந்திரி பதவி போனது மட்டுமல்ல, அது எப்படிப் போனது என்பதுதான் உண்மையிலேயே துயரமானது. வேறு ஏதாவது சீரியஸான பிரச்சினையால் பதவி பறிபோயிருந்தால் அது சற்று ஆறுதலாக இருந்திருக்கும். ஆனால், எனக்கு நடந்தது முழுக்க முழுக்க அபத்தமானது. எந்தவித தர்க்கத்திலும் அடங்காதது. ஒருநாள் காலையில் தினசரியைத் திறந்து பார்த்த போது புதிய மந்திரிசபையில் என் பெயர் இல்லாததைக் கண்டேன். உடனே நான் என் அடையாளத்தையே இழந்துவிட்டது

போலவும், என் பெயர் என்னிடமிருந்து பிரிந்து போய்விட்டது போலவும், இப்போது எனக்கு எந்தப் பெயருமே இல்லாதது போலவும் உணர்ந்தேன். தொடர்ந்து ஒவ்வொரு நாளும் தினசரிகளில் என் பெயரைத் தேடினேன். பெயர் இல்லாது போகவே நான் என் பெயரை இழந்துவிட்டேன் என்று எனக்கு உறுதியாயிற்று. அது மட்டுமல்ல அம்மா, இந்தத் தொலைபேசி – எப்போதும், எந்நேரமும் அடித்துக் கொண்டேயிருக்கும் இந்தத் தொலைப்பேசியும் என்னிடமிருந்து பிரிந்து விட்டது போல் தோன்றியது. அப்போதுதான் நான் எதையெல்லாம் இழந்திருக்கிறேன் என்று புரிந்தது. அந்த அமைதியான தொலைபேசியின் அருகே சென்று அமர்ந்தேன். நான் அப்படி அமர்ந்திருப்பதை என் வீட்டார் கவனித்துவிடுவார்களோ என்ற அச்சத்துடனேயே நான் அப்படி அமர்ந்திருந்தேன். அதனால் நான் தொலைபேசி அழைப்புக்காகக் காத்திருக்கவில்லை என்பது போல் பாவனை புரிய ஆரம்பித்தேன். ஆனால் உண்மையில் அப்போது ஒரு ஆணோ, பெண்ணோ, இளைஞனோ, கிழவனோ, மனிதனோ, மிருகமோ – ஏன் ஒரு கழுதை கூப்பிட்டிருந்தால் கூட பாய்ந்து சென்று அந்தத் தொலைபேசியை எடுத்திருப்பேன். திடீரென்று ஒரு விஷயம் எனக்குப் புலப்பட்டது. அந்த உபகரணத்தை இதுநாள் வரை நான் வெறுப்பதாகவே சொல்லி வந்தேன். அது தவறு. உண்மையில் அந்த உபகரணம் எனக்கு மிகவும் பிரியமானதாக இருந்திருக்கிறது. எப்போதும் அடித்துக்கொண்டிருந்த அதன் சத்தம் என் உடலில் ஒருவித இன்ப அதிர்வுகளை ஏற்படுத்திக் கொண்டிருந்திருக்கிறது. செக்ஸை விடவும், காதலை விடவும், உணவை விடவும் அது ஒரு விசேஷமான போதை. அந்த போதையில் நம் களைப்பு அகன்று விடும். கனவில் கூட நம் மூளை உற்சாகத்துடன் வேலை செய்யும். சுட்டெரிக்கும் வெயிலில் முகத்தில் புன்னகையுடன் ஒரு அரசு விருந்தினரை வரவேற்க விமான நிலையத்தில் நின்று கொண்டிருந்தேன் என்றால் – இரண்டு கால்களையும் இடுக்கிக் கொண்டு, வலது கையை இடது கையால் இறுகப் பற்றி மார்பிலோ வயிற்றின் அருகிலோ வைத்துக்கொண்டு ஒரு கூட்டத்திலோ மாநாட்டிலோ விறைப்புடன் உட்கார்ந்திருந்தேன் என்றால் – இதற்கெல்லாம் காரணம், அந்த போதை தந்த இன்பம்தான்!

ஓ... என் அம்மா! அந்த இன்பமெல்லாம் ஒரு சின்னஞ்சிறு விஷயத்தினால் பறி போய்விட்டது. அதோடு ஒப்பிடும்போது மற்ற எல்லாமே சிறிய விஷயம்தான். இந்த இழப்பு மரணத்துக்குச் சமமானது. ஒருநாள் என் நாற்காலியில் மிகுந்த எதிர்ப்பார்ப்புடன்

அமர்ந்திருக்கிறேன். எப்போதும் போலவேதான் அமர்ந்திருந்தேன். ஆனாலும் என்னவோ தெரியவில்லை... என் மனம் கட்டுப்பாடில்லாமல் எங்கெங்கோ திரிந்து கொண்டிருந்தது... கிட்டத்தட்ட என்னை விட்டு என் மனம் பிரிந்து போய்விட்டது போலவே தோன்றியது. இது மட்டும் வேறு எங்காவது நடந்திருந்தால் பெரிய பிரச்சினையாகியிருக்கும். நல்லவேளை, பிரதம மந்திரி தலைமை தாங்கும் ஒரு கூட்டத்தில் எனக்கு அப்படி நடந்து கொண்டிருந்தது. சற்று நேரத்தில் நான் சமர்ப்பிக்க வேண்டிய ஆண்டறிக்கை பற்றியோ அல்லது புதிய பட்ஜெட்டைப் பற்றியோ நான் யோசித்துக் கொண்டிருக்கவில்லை என்பது அப்போது ஒரு ஆறுதல்.

ஆனால், துரதிஷ்டவசமாக நான் அந்தப் பெண்ணைப் பற்றி அப்போது யோசித்துக் கொண்டிருந்தேன். அவளை முதன்முதலாகப் பார்த்த நாளை சபித்துக் கொண்டிருந்தேன். ஏனென்றால், அன்றிலிருந்துதான் அவளைப் பற்றியே நான் யோசிக்க ஆரம்பித்தேன். ஒருவேளை அவள் ஒரு பெண் என்ற விஷயத்தைப் பற்றி யோசித்துக்கொண்டிருந்தாலாவது சற்று ஆறுதலாக இருந்திருக்கும். ஏனென்றால் என்ன இருந்தாலும் ஒரு ஆண் – அவன் எவ்வளவுதான் பெரிய பதவியில் இருந்தாலும் ஒரு பெண்ணைப் பற்றி நினைப்பது சகஜம்தான் அல்லவா? ஆனால், இந்த விஷயத்தில் அப்படியும் இல்லையே? அவள் என் கண்களுக்கு ஒரு பெண்ணாகவே தெரியவில்லை. மந்திரியின் அலுவலகத்தில் வேலை பார்க்கும் ஒரு கடைநிலை ஊழியர். அப்படித்தான் அந்தப் பெண்ணைப் பற்றி என்னால் யோசிக்க முடிந்தது. அப்படியானால் அந்த மோசமான சந்திப்பின்போது மந்திரியின் நாற்காலியில் அமர்ந்திருந்தது யார்? நிச்சயம் நான் அல்ல. என்னால் எப்படி அந்த அவமானத்தைத் தாங்கிக் கொண்டிருந்திருக்க முடியும்? இந்த எண்ணத்தை என் மூளை யிலிருந்து விரட்டிவிட முயற்சிக்கிறேன். ஆனால் முடியவில்லை. அந்த எண்ணம் என்னைத் தீவிரமாக ஆக்ரமித்துவிட்டதால் ஒரு கட்டத்தில் என் இடது கையால் அதை விரட்டியடிக்க ஆரம்பித்தேன். வலது கை வழக்கம்போல் பேனாவைப் பிடித்துக்கொண்டிருந்தது. அப்போது என்னை யாராவது பார்த்திருந்தால் நான் ஏதோ ஈயை விரட்டிக்கொண்டிருப்பதாகத்தான் நினைத்திருப்பார்கள். நகரிலேயே அந்த அறைதான் படு சுத்தமானது என்பதால் நான் அப்படிக் கையை ஆட்டுவதை மற்றவர்கள் கவனித்துவிட்டார்கள். நான் மற்றவர்களின் கவனத்துக்கு ஆளாவதை எப்போதுமே

விரும்புவதில்லை. அதனால்தான் முக்கியமான கூட்டங்களின்போது நான் யார் கண்ணிலும் படாமல் ஒரு மூலையில் சென்று அமர்ந்து கொள்வது வழக்கம். அப்போதுதான் கேள்விகளிலிருந்து தப்பிக்க முடியும்.

கேள்விகளைப் பற்றி எனக்குப் பயமே கிடையாது. ஏனென்றால் எனக்கு பதில்கள் தெரியாது. 1+1 = 2 என்பது போன்ற தெளிவான கேள்விகளுக்குத்தான் என்னால் பதில் சொல்ல முடியும். ஆனால் என்னுடைய பயம் என்னவென்றால், சரியான பதிலைச் சொல்லி விடுவேனோ என்பதுதான்.

அன்றைய தினம்தான் என் மீது கவிழ்ந்தது அந்தப் பேரிடர். என் கையை தலைவர் கவனித்துவிட்டார். பிறகு அவர் கவனம் முழுவதும் என் மீதே குவிந்துவிட்டது. அப்போது அவருடைய பார்வை, நான் சிறுவனாக இருக்கும் போது அப்பா பார்ப்பாரே, அந்தப் பார்வையைப் போலவே இருந்தது. வகுப்பறையில் ஆசிரியரின் பார்வையிலிருந்து தப்ப நான் என்னவெல்லாம் செய்வேன். எப்படியெல்லாம் நகர்வேன் என்பது அத்தருணத்தில் எனக்கு ஞாபகம் வந்தது. ஆனால் இந்த முறை அவர் என்னைக் கவனிப்பதை நான் தாமதமாகவே கவனித்ததால் தப்பிக்க முடியாமல் போயிற்று. ஒருவேளை அன்றைய தினம் நான் என்னுடைய முழுத்திறமையுடன் இல்லையோ என்னவோ? அல்லது, மீண்டும் ஜுரம் வந்திருக்கலாம். அவர் பார்வை என் மீது மரணத்தின் பாரத்துடன் இறங்கியது. அடுத்து அவர் என்னைக் கேள்வி கேட்டபோது என் வாய் ஏதோ அடுத்த மனிதர் ஒருவரின் வாயைப்போல், ஒரு முட்டாளின் வாயைப்போல் திறந்தது. ஒரு முட்டாள்தனமான பதிலையும் சொல்லி வைத்தது.

நான் சொல்லியிருக்க வேண்டிய பதில் அது அல்ல. சொல்லி யிருக்க வேண்டியது தலைவருக்கு விருப்பமான பதில். அரசியலின் அரிச்சுவடி – நான் கற்ற முதல் பாடம் – அதுதானே? சரியாக அந்தத் தருணத்தில் அதை மறந்து போனேன். அதை நான் அப்போது மறந்து போனது பற்றி பிறகு வெகுவாக துக்கப்பட்டேன். அந்தத் தருணத்தில் என் மார்பின் மீது மிகப் பெரிய பாரம் ஒன்று கவிழ்ந்தது போல் தோன்றியது. என் வலுவான கைகளால் கூடத் தடுக்க முடியாத பாரம்... வசியத்துக்கு ஆளானதைப் போல் அமர்ந்திருந்த என் உடலால் தாங்க முடியாத பாரம்... நான் அமர்ந்திருந்த பூமியினால் கூட தாங்க முடியாத பாரம்...

ஆமாம் அம்மா... எல்லாம் அடங்கிவிட்டதைப் போல் உணர்கிறேன்... இப்போது என் கடைசி நிமிடங்களில் இந்த உலகை விட்டுப் பிரியும் இந்தத் தருணத்தில் நான் அமைதியடைகிறேன். ஆனால் அம்மா இப்போதும் கூட என்னை ஒரே ஒரு கவலை பிடித்து ஆட்டுகிறது. ஆம்... என் பக்கத்திலிருக்கும் தொலைபேசி ஒரே ஒரு முறை அடித்து, யாராவது என்னை "மாண்புமிகு மந்திரி அவர்களே!" என்று அழைத்தால் போதும். அதைத் கேட்பதற்கு நான் எவ்வளவு ஏங்குகிறேன் தெரியுமா? அம்மா ஒருமுறை நான் இறப்பதற்கு முன் அந்த இன்பமான வார்த்தைகளைக் கேட்க முடியாதா? "மாண்புமிகு மந்திரி அவர்களே...!"

***

# தீயின் கதைகள்

## எமிலி நஸ்ரல்லா

*"வரலாற்றின் மிகப் பெரிய கொடூரத்தை அனுபவித்த ஒரு இனம், எப்படி அதேவித கொடூரத்தை மற்றொரு மனிதக் கூட்டத்தின் மீது பிரயோகிக்கிறது என்பது ஆச்சரியமான விஷயம்."*

–லுப்னா ஹுசேன், சவூதி அரேபிய எழுத்தாளர்.

*"உங்களுக்கு சிகரெட் பற்ற வைக்க ஒரு தீக்குச்சி கிடைக்கவில்லையெனில், ஒரு தேசத்தையே கொளுத்திவிடுங்கள்."*

–சிரியாவைச் சேரந்த கவிஞரும், நாடாகரசிரியருமான Mohammed al- Maghout-இன் *Stand Up, Sit Down, Shut Up* என்ற நாடகத்தில் வரும் வசனம்.

மொழிபெயர்ப்பு என்பதை ஒரு அரசியல் செயல்பாடு என்றே நான் கருதுகிறேன். அந்நிய மொழியில் வந்துள்ள ஒரு கதை எனக்குப் பிடித்திருக்கிறது என்ற காரணத்திற்காகவே அதை நான் மொழி பெயர்த்துவிட மாட்டேன். அந்த மொழியுடனும், அம்மொழி சார்ந்த சமூகம் மற்றும் கலாச்சாரத்துடனும் எனக்கு ஒரு ரத்த உறவோ அல்லது, தத்துவார்த்தரீதியான உறவோ இருக்க வேண்டும். அப்போதுதான் அம்மொழிபெயர்ப்பில் என்னால் ஈடுபட முடியும்.

கேரளத்தில் ஒரு இஸ்லாமிய அமைப்பு நடத்தும் *மாத்யமம்* என்ற இலக்கியப் பத்திரிகையில் ஒருமுறை தொடர்ந்து இரண்டு ஆண்டுகளாக நான் அரபி இலக்கியம் மற்றும் அரபி இசை பற்றி மட்டுமே எழுதி வந்ததைப் பார்த்த அதன் ஆசிரியர் அதற்கான

காரணத்தைக் கேட்டார். நான் பிறந்து வளர்ந்த சூழலுக்கும் அரபி இலக்கியம் காட்டும் உலகுக்கும் உள்ள ஒற்றுமையே அதற்குக் காரணம் என்று பதில் கூறினேன். அதற்கு உதாரணம், லெபனானைச் சேர்ந்த எழுத்தாளர் எமிலி நஸ்ரல்லா.

எமிலியின் எழுத்துக்களில் இரண்டு பிரதானமான தன்மைகளை நாம் காணமுடியும். ஒன்று, சொந்த பூமியை விட்டு வேறு இடத்தில் வாழ்வதன் (Diaspora) துக்கம். இரண்டு, போரின் அவலம்.

எமிலியின் கதாபாத்திரங்கள் பெரும்பாலும் பெண்கள். அதிலும், பிழைப்புக்காக வெளிநாடு சென்றுவிட்ட தங்கள் தகப்பனையும், சகோதரனையும், கணவனையும் எதிர்பார்த்துக் காத்துக்கொண்டிருக்கும் பெண்கள். எமிலியின் கதைகளைப் படிக்கும்போது நான் பிறந்து வளர்ந்த ஊரின் பெண்கள் தங்கள் கதைகளைச் சொல்வது போலவே உணர்கிறேன்.

லெபனானிலிருந்து ஒரு அகதியாக அமெரிக்கா சென்று வாழ்ந்த திரும்பிய தன் மாமா கூறிய நியூயார்க் நகரப் பெண்கள் பற்றிய கதைகளைத் தன் பள்ளிப்பருவத்தில் கேட்டதை நினைவுகூறும் எமிலி, தன் எழுத்துலகப் பிரவேசத்துக்கு அவரே காரணம் என்கிறார். அந்த மாமா கலீல் ஜிப்ரானின் நெருங்கிய நண்பராகவும் இருந்தவர்.

எமிலியின் சகோதர, சகோதரிகள் அனைவரும் லெபனானை விட்டு வெளியேறி கனடாவில் வசிக்கிறார்கள். “இந்த வலியே என்னை எழுதத் தூண்டியது” என்கிறார் எமிலி.

இவருடைய *Sleeping Amber (1995)* என்ற நாவலில் வரும் வயதான தம்பதிகள் லெபனானில் இருக்க, அவர்களின் குழந்தைகள் அனைவரும் மேற்கத்திய நாடுகளில் வசிக்கிறார்கள். அந்த வயதான தம்பதிகளின் தனிமையின் வலியையே அந்த நாவல் பேசுகிறது.

அதேபோல் எமிலி கனடா சென்று தன் உறவினர்களைப் பார்த்தபோது, அவர்களும் தங்கள் வேர்களை விட்டுப் பிரிந்து மிகக் கொடுமையான தனிமையில் வாழ்வதைக் கண்டார். இதுதான் இவரது *Flight Against Time* நாவலின் கரு.

எமிலி நஸ்ரல்லா எப்போதுமே தன் நாட்டை விட்டு வெளியேறுவது பற்றி யோசித்ததில்லை. “அப்படிச் செய்வது

எழுதுவதையே நிறுத்தி விடுவதற்குச் சமமாகும்" என்கிறார். சமீபத்தில் நடந்த இஸ்ரேலிய ஆக்ரமிப்பின்போது கூட எமிலி பெய்ரூட்டை விட்டு வெளியேறவில்லை.

ஒவ்வொரு செப்டம்பர் மாதமும் லெபனானில் வசிக்கும் பறவைகள் அனைத்தும் சரியான சீதோஷ்ண நிலை தேடி லெபானானை விட்டு வெளிப்பிரதேசங்களுக்குப் பறந்துவிடும். இதையே தலைப்பாகக் கொண்டு *செப்டம்பர் மாதப் பறவைகள்* என்று ஒரு நாவல் எழுதினார் எமிலி. அவர் தன் பேரன் பேத்திகளுக்காகச் சொன்ன கதைகள் அனைத்தும் குழந்தைக் கதைகளாகத் தொகுக்கப்பட்டுள்ளன.

என்னுடன் பல ஆண்டுகள் கடிதத் தொடர்பில் இருந்த நஸ்ரல்லாவுக்குச் சென்ற மாதம் இந்தத் தொகுப்பைப் பற்றி ஒரு கடிதம் எழுதியிருந்தேன். உடனுக்குடன் பதில் எழுதி விடும் நஸ்ரல்லாவிடமிருந்து எந்த பதிலும் இல்லாமல் போகவே கூகிளில் தேடினேன். 87 ஆண்டுகள் நிறை வாழ்வு வாழ்ந்த எமிலி நஸ்ரல்லா இந்த ஆண்டு(2018) மார்ச் மாதம்தான் காலமானார் என்ற செய்தியை அறிந்தேன்.

ஒருமுறை கனடாவின் ஆர்க்டிக் பகுதியில் உள்ள Baffin தீவுக்குச் சென்று அங்குள்ள Inuit மக்களுடன் தங்கி அவர்கள் கூறிய கதைகளைத் தொகுத்து ஒரு புத்தகமாக வெளியிட்டார். *பனிக் கம்பளம்*என்ற அந்த நூல் அவருடைய குழந்தைகளுக்கான கதைத் தொகுப்பில் முக்கியமான ஒன்று. "அந்தப் பழங்குடி மக்கள் மிகவும் அன்பானவர்கள். பழங்களையும், காய்கறிகளையும் அவர்கள் பார்த்ததேயில்லை. மிக எளிமையான வாழ்க்கை அவர்களுடையது. அங்கே ஒரு மூதாட்டி எனக்குச் சொன்ன கதைகளே *பனிக் கம்பளம்* என்ற தொகுப்பு" என்கிறார் எமிலி.

பிறகு டொரன்டோ நகருக்கு வரும் எமிலி அங்கே ஒரு இன்யூட் இனப் பெண்ணைச் சந்திக்கிறார். அந்தப் பெண் தன்னுடைய நிலத்தையும், மக்களையும் விட்டுப் பிரிந்து டொரண்டோ நகரில் தன்னைப் பிணைத்துக் கொள்ளமுடியாமல் ஒரு அகதியைப் போல் வாழ்வதைக் காண்கிறார். "உலகம் பூராவும் மனித அனுபவங்கள் ஒரே மாதிரியாகத்தான் உள்ளன" என்று அப்போது எழுதினார் எமிலி.

தெற்கு லெபனானில் ஒரு கிராமத்தில் பிறந்து வளர்ந்த எமிலி நஸ்ரல்லா, ஒரு பேராசிரியராகவும், சில காலம்

பத்திரிகையாளராகவும் பணிபுரிந்தார். தன் வாழ்நாள் முழுவதும் பெண்களைப் பற்றி மட்டுமே எழுதி வந்த நஸ்ரல்லாவின் *Flight Against Time* என்ற நாவலைப் படித்துவிட்டு பத்துப் பதினைந்து ஆண்டுகளுக்கு முன்பு அவரை நான் தொடர்பு கொண்டேன். அதற்கு எழுதிய பதிலில் அவர், "நான் ஒரு பெண்ணியவாதி அல்ல, என்னை மிஸ் என்று அழைக்க வேண்டாம். மிஸஸ் என்றே அழையுங்கள். எனக்கு ஒரு கணவரும் (ஃபிலிப் நஸ்ரல்லா) நான்கு குழந்தைகளும் உள்ளனர்" என்று எழுதினார்.

அதிலிருந்து நான் அவரை அம்மா என்றே அழைக்க ஆரம்பித்தேன். வாரம் ஒரு கடிதம் எழுதும் அவரிடமிருந்து 2006ஆம் ஆண்டு ஜூலை-ஆகஸ்ட் மாதங்களில் (லெபனானில் இஸ்ரேலிய துருப்புகள் நுழைந்து, குண்டு வீசித் தாக்குதல் நடத்திய கால கட்டம்) எந்தத் தகவலும் இல்லாது போகவே மிகவும் துடித்துப் போனேன்.

அதன்பிறகு அவரிடமிருந்துவந்தகடிதத்தில்தான் அதிர்ஷ்டவசமாகப் பிழைத்துக்கொண்டதாகவும், ஆனால் தன்னுடைய நாடும், தன் மக்களும் அப்படி இல்லை என்றும் எழுதியிருந்தார். அவருடைய *Explosion: Bearing Witness* என்ற சிறுகதையை *பொம்மை* என்ற தலைப்பில் மொழிபெயர்த்திருக்கிறேன்.

***

# பொம்மை

**எமிலி நஸ்ரல்லா**

**எ**னக்குத் தெரியவில்லை, யார் அந்த வார்த்தைகளை எனக்காக எழுதியதென்று. என் மகளை இழுத்துக்கொண்டு சாலையின் நடு விலிருந்த பாதுகாப்பான இடம் தேடி ஓடியபோது என் பாக்கெட்டிலிருந்து விழுந்த பேனாவா இதை எழுதியது? அல்லது, இடிபாடுகளுக்கிடையிலிருந்து எடுக்கப்பட்டு தனது புதிய சருமமான பிளாஸ்டிக் பைகளில் திணிக்கப்பட்ட என் உடல் எழுதியதா?

'உடல்' என்று சொல்லும்போது இந்த நகரத்திலிருந்து மிஞ்சிய சதைத் துண்டங்களையே நான் குறிப்பிடுகிறேன் என்பதை நீங்கள் புரிந்துகொள்ள வேண்டும். ஏனென்றால், இந்த சதைக் குவியலுக்கும், சற்று முன்னே ஒரு கையில் கார் சாவியையும், ஒரு கையில் செல்லக்குட்டி நைனாரையும் பற்றியபடி சூப்பர் மார்க்கெட்டை நோக்கி நடந்த அந்த உயரமான உருவத்துக்கும் எந்தச் சம்பந்தமும் இல்லை. நைனார் – அவளுடைய பெற்றோரின் அருமைச் செல்லம், அவர்களின் கண்மணி, அவர்களது ஜீவன், அவர்களின் வாழ்க்கைக்கு ஒவ்வொரு நாளும் புதுப்புது வண்ணத்தையும், மணத்தையும் கொடுத்துக்கொண்டிருந்தவள்.

அது ஒரு சனிக்கிழமை காலை. வழக்கத்துக்குச் சற்று மாறாக சீக்கிரமாகவே எழுந்து என் படுக்கைக்கு வந்து என்னை எழுப்பினாள் நைனார். உறக்கம் கலைந்தும் கலையாமலும், "என்ன செல்லம்?" என்று கேட்டேன்.

"எழுந்திரு, இன்றைக்கு சூப்பர் மார்கெட்டில் எனக்கு முட்டைக்கோஸ் பொம்மை வாங்கித் தருவதாக சொல்லியிருக்கிறாய்."

நான் அவளை ஆசுவாசப்படுத்துவதற்காக, "தூக்கத்தில் கூட உன் முட்டைக்கோஸ் பொம்மை பற்றித்தான் கனவு கண்டாயா?" என்று கேட்டேன்.

அவளுக்கு என் கேள்வி பிடிக்கவில்லை. அதற்குப் பதில் சொல்லாமல் என் கையைப் பிடித்து இழுத்துக் கொண்டிருந்தாள்.

உண்மையில் இன்றுதான் நான் வீட்டுச் சாமான்களை வாங்க வேண்டும் என்று இரண்டு நாட்களுக்கு முன்பு திட்டமிட்டு வைத்திருந்தேன். நல்லவேளையாக இன்று நைனாருக்கு அந்த பொம்மையை வாங்கி விடலாம். இல்லாவிட்டால் இதற்கெல்லாம் எனக்கு நேரம் கிடைக்காது. நான் வேலைக்குச் செல்லும் பெண் என்பதால் கடவுளையும், என் உயர் அதிகாரியையும், குடும்பத் தலைவரையும் திருப்திப்படுத்தும் விதத்தில் என் ஒவ்வொரு நிமிடத்தையும் திட்டமிட வேண்டும்.

"இன்னும் இரண்டு மணி நேரம் இருக்கிறது கண்ணே... சூப்பர் மார்க்கெட்டும் பக்கத்தில்தான் இருக்கிறது. நிச்சயம் வாங்கிவிடலாம்" என்றேன்.

ஆனால் நான் சொல்வதை அவள் கவனிப்பதாகத் தெரியவில்லை. காரின் கண்ணாடிக்கு வெளியே தெரியும் கடலை மிகுந்த ஆச்சரியத்துடன் பார்த்துக்கொண்டிருந்தாள். நான் பக்கத்தில் இருப்பதுகூட அவள் கவனத்தில் இல்லை.

காரை நிறுத்திவிட்டு இருவரும் சூப்பர் மார்க்கெட்டின் உள்ளே சென்றோம். இல்லை, நான் நடந்து சென்றேன்; நைனார் தேனீயைப் போல் வட்டமடித்துக்கொண்டே ஓடினாள். அப்போது அவளைப் பார்த்தபோது தேன் சிந்தும் கண்களோடும், ரோஜாப்பூ இதழ்களோடும் ஒரு இளவேனிற் காலத்து மலரைப் போலவே தோன்றினாள்.

சாமான்களைப் போடும் தள்ளுவண்டி ஒன்றை இழுத்துக்கொண்டே "நாம் இங்கிருந்து ஆரம்பிப்போம்" என்று உத்தரவிட்டாள். அவளுடைய சின்னஞ்சிறிய விரல், பொம்மைகள் பிரிவைக் காண்பித்துக்கொண்டிருந்தது. முதலில் நாம் வீட்டுக்குத் தேவையான மளிகைச் சாமான்களை முடித்துக்கொண்டு, பிற்பாடு அந்த மந்திரலோகத்துக்கு வருவோம் என்று சொன்னேன்.

என் திட்டம் அவளுக்குப் பிடித்திருந்தது. ஆனாலும் ஒரு விஷயம் அவளுக்குக் கோபத்தையும் குழப்பத்தையும் ஏற்படுத்தியது.

"ஏன், பொம்மை மட்டும் வீட்டுக்குத் தேவையான பொருள் இல்லையா?"

மன்னிக்கவே முடியாத என் தவறை என் புன்னகையால் மறைக்கப் பார்த்தேன். "ஆமாம் கண்ணே. பொம்மையும் வீட்டுக்குத் தேவையானது தான். ஆனால் அது மளிகைச் சாமான்களைவிட முக்கியமானது. அதனால் அதை நாம் கடைசியாக வாங்கினால்தான் நிதானமாகப் பார்த்து வாங்க முடியும்." நான் சொன்னது புரிந்ததோ இல்லையோ, என் குரலில் தெரிந்த அக்கறையைப் புரிந்துகொண்டு அமைதியானாள் நைனார்.

சீக்கிரம் பொம்மைப் பிரிவுக்குச் செல்ல வேண்டும் என்ற ஆர்வத்தில் சாமான்களை எடுத்துப் போடுவதில் எனக்கு உதவி செய்தாள்.

கடையில் கூட்டமாக இருந்தது. சனிக்கிழமை கூட்டம். என்னைப் போலவே பல பெண்கள் குழந்தைகளுடன் வந்திருந்தார்கள். இப்போதைய நிலைமையில் சூப்பர் மார்க்கெட் வருவது என்பதே ஏதோ ஒரு சுற்றுலா செல்வதைப் போல் ஆகியிருந்தது. ஆனால் மக்களின் ஒவ்வொரு செயலிலும் மிகப்பெரிய அபாயத்தை எதிர்கொள்ளும் பய உணர்வைக் காண முடிந்தது. ஏனென்றால், அபாயம் என்பது ஒரு குறிப்பிட்ட நேரத்துக்கும், இடத்துக்குமான விஷயமாக இல்லை. எங்கிருந்தோ ஒரு தெரியாத இடத்திலிருந்து றெக்கை கட்டிக்கொண்டு நமது வீடுகளிலும், நகரங்களிலும் வந்து விழுந்தது ஆபத்து. அது விழுந்த பிறகு பார்த்தால் அந்த இடம் மனிதர்கள் வாழ்ந்த சுவடே தெரியாமல் ஒரு மயானமாக மாறிப்போனது.

சில நாட்களுக்கு முன்பு கூட அப்படித்தான் நடந்தது. எங்களுடைய ஒவ்வொரு நடவடிக்கையிலும் அந்த பயம் தெரிந்தது. நாங்கள் அதை மறக்க நினைத்தாலும் ஞாபகம் என்ற நரகக்குழிக்கே திரும்பத்

திரும்பத் தள்ளப்பட்டுவிடுகிறோம். நேற்று ஒரு இடம், முந்தாநாள் ஒரு இடம், அதற்கும் முன்பு ஒரு இடம். முன்பு பின்பு, அங்கே இங்கே என்று எல்லா இடத்திலும் எங்களுக்காகக் காத்திருந்தது மரணம்.

“அம்மா, அது ஒரு புதிய பொம்மை. அரபியில் அதன் அர்த்தம் முட்டைக்கோஸ். ஒரு துணியில் முட்டைக்கோஸை அடைத்தது போல் இருக்கும். நானாவுக்கு அது லண்டனிலிருந்து கிடைத்தது. ஜூஜூவுக்கு அவளுடைய அத்தை வாங்கிக் கொடுத்திருக்கிறார்கள். எனக்கும் ஒன்று வாங்கிக் கொடு அம்மா. எனக்கு அந்தப் பொம்மை ரொம்ப ரொம்பப் பிடிக்கும்.”

என் அனுமதியில்லாமலேயே ஒரு பொம்மையை எடுத்துக்கொண்ட நைனார், அதைத் தன் நெஞ்சோடு அனைத்து முத்தமிட்டாள். எனக்குப் பொறாமையாக இருந்தது. நான் அவளைப்போல் இருந்தபோது எங்களுக்கெல்லாம் இவ்வளவு பொம்மைகள் கிடையாது. அதிகபட்சம் எங்களுக்கு கிடைத்தது, தையல் மெஷினிலிருந்து விழும் கிழிந்த துணிகளும் சில பித்தான்களும்தான். அதை வைத்துக் கொண்டுதான் எங்கள் சிருஷ்டி வேலையை ஆரம்பிப்போம்.

சில மணி நேரங்களில் அந்தக் கிழிந்த துணிகளும், பித்தான்களும் ஒரு அழகிய ரோஜா நிறக் கன்னங்களுடைய பொம்மையாக மாறிவிடும். பொம்மை உருவான பிறகு அதற்குப் பெயர் வைக்கும் வேலை துவங்கும். எங்கள் ஊரில் பார்க்கவே முடியாத பெயர்களாகக் கண்டுபிடிப்போம். மார்ஸிபான், ஃபர்ஃபர, ஷென்ஷென், டுட்டா... அர்த்தமில்லாத இந்தச் சொற்கள் எங்கள் பொம்மைகளின் பெயர்களாக மாறிய பிறகு அவற்றுக்குப் புதுவித அர்த்தம் உண்டாகிவிடும்.

நைனாரின் தலைமுறை அதிர்ஷ்டம் செய்த ஒன்று. அவர்களுடைய பொம்மை அழகான வண்ணப் பெட்டிகளில் வைக்கப்பட்டு வருகிறது. தையல் மிஷினிலிருந்து விழுந்த துணிகளோ பித்தான்களோ தேவை யில்லை. பொம்மை பொம்மையாக வருகிறதா, பேயாக வருகிறதா என்கிற பதற்றமெல்லாம் இல்லை.

உண்மையில், நைனாருக்கும் அவளை ஒத்த சிறுவர்களுக்கும் பிரியமான இந்த முட்டைக்கோஸ் பொம்மை, மனிதனுக்கும் பேய்க்கும் இடையில் விடுபட்ட ஒரு தொடர்பை நினைவுபடுத்துவதாகவே தோன்றியது. அதானால்தான் அவர்களுக்கு இந்தப் பொம்மையின் மேல் இவ்வளவு இஷ்டமோ? அல்லது, பெரிய கம்பெனிகளின் விளம்பர யுக்தியோ?

இந்த ஆராய்ச்சியெல்லாம் எனக்கு எதற்கு இப்போது? இப்போதைய பிரச்சினை என்னவென்றால், இவ்வளவு பணம் கொடுத்து இப்படி ஒரு அசிங்கமான பொம்மையை வாங்க வேண்டுமா என்பதுதான்.

இதையெல்லாம் நான் நைனாரிடம் சொல்லவில்லை. இப்படியெல்லாம் ஒரு குழந்தையின் கனவைக் கலைப்பது சரியாகுமா? ஆனால் நான் அவளிடம் இந்த முட்டைக்கோஸுக்கு பதிலாக வேறொரு அழகான பொம்மையை வாங்கிக்கொள்ளலாமா என்று கேட்டேன். சர்வதேச சினிமாவை ஞாபகப்படுத்தும் பல மொம்மைகள் அங்கே வைக்கப்பட்டிருந்தன.

"அதெல்லாம் பழைய மாடல் பொம்மைகள்" என்று சொல்லி விட்டாள் நைனார்.

என் மகளைப் பற்றி எனக்கு நன்றாகத் தெரியும். ஆனால் இந்த அளவுக்கு ஒரு தலைமுறை இடைவெளி பற்றியெல்லாம் புரிந்து கொள்ளக்கூடியவள் என்பது இப்போதுதான் தெரிந்தது. எனக்குப் பிடித்ததெல்லாம் அவளுக்குப் பிடித்திருக்க வேண்டும் என்ற அவசியமில்லை என்பதை நான்தான் தெரிந்துகொண்டிருக்க வேண்டும்.

கடைசியில் அவள் என் பர்ஸை எடுத்து என் கையில் கொடுத்தாள். இனிமேலும் இது பற்றி யோசித்துக் கொண்டிருக்க முடியாது "நீ சொன்னது போல் இப்போது இதை வாங்கிக் கொடுக்கப் போகிறாயா, இல்லையா?" என்று கேட்பது போலிருந்தது நைனாரின் பார்வை.

"இதோ வாங்கி விடுகி...." வாக்கியத்தைச் சொல்லி முடிப்பதற்குள் அது நடந்துவிட்டது.

திறந்த வாயை மூடுவதற்குள், வாயையே இழந்துவிட்டதுபோல் உணர்ந்தேன். பணத்தை எடுக்க பர்ஸுக்குள் விட்ட கை என்னிடமிருந்து கிழிந்து எங்கோ பறந்து சென்று விழுந்தது. எனக்கு நடந்தது போலவே எல்லோருக்கும் நடந்தது. ஒவ்வொருவரும் பீஸ் பீஸாகக் கிழிந்து சிதறினார்கள். நைனார் என் பக்கத்தில் தான் இருந்தாள். நைனார்... எங்கே போனாள் நைனார்? முட்டைக்கோஸ் பொம்மையை இறுக்கமாகப் பிடித்துக் கொண்டு என் பக்கத்தில் நின்று கொண்டிருந்தாளே? என் பக்கத்தில்... என் பக்கத்தில்? என் பக்கம் என்றால்? நான் யார்? முன்பு நான் இருந்தேன். ஆனால் இப்போது மின்னலை விட வேகமாக என்னுடைய நான்

சுக்குநூறாகப் பிய்ந்து அந்த இடம் பூராவும் சிதறிக்கிடக்கிறதே? வெடிச்சப்தம் எனக்குக் கேட்கவில்லை என்பது உண்மைதான். ஒருவேளை வெடியின் சப்தம் என் காதுகளை வந்தடைவதற்கு முன்பே என் காதுகள் கிழிந்திருக்கலாம்.

எதுவும் நிச்சயமாகத் தெரியவில்லை. எல்லா மூலையிலும் நான் சிதறிக்கிடந்தேன். என் கால்கள் மட்டும் ஓக் மரத்தின் கிளைகளைப் போல் நின்ற இடத்தில் நின்று கொண்டிருந்தது. ஆனால் என் மற்ற பாகங்களைக் காணோம்.

என் ஞாபகம் சிறகடித்துப் பறந்து நைனாரின் முகத்தைக் கொண்டு வந்தது. இல்லை, அது நைனாரின் முகம் இல்லை. அது நைனாரின் ஆவி. சில ஆண்டுகளின் தூரத்தில் கடந்து செல்லும் ஒரு ஆவி. பிறகு அது என்னை நோக்கி வருவதை உணர்ந்தேன். சந்தோஷத்தில் கத்தினேன். ஆனால், தொண்டையே இல்லாமல் எப்படிக் கத்த முடியும்? அதோ கிடக்கிறது என்னுடைய பர்ஸ். என் மனம் அதைப் பதிவு செய்கிறது. நான் கொண்டுவந்திருந்த அனைத்தும் கதவுகளின் வழியே பறந்துசென்று கொண்டிருந்தன. ஆனால் கதவுகள் இல்லையே?

மேலே ஆகாயம் தெரிந்தது. ஆகாயத்தின் வழியே நெருப்பு மழை பொழிந்து கொண்டிருந்தது. ஆமாம். எங்கும் ஒரே புகை மண்டலம். ஆனால் புகை விலகியதும் எல்லாம் பழைய பொலிவை அடைந்து விடும். குண்டு வெடித்த இடத்திலிருந்துதான் புகை வந்துகொண்டிருந்தது. வெறுப்பின் புகை. விரோதத்தின் புகை.

இந்தக் கதையை இந்த இடத்தில் முடித்துக்கொள்ள என்னை நீங்கள் அனுமதிப்பீர்கள் என்று நினைக்கிறேன். இதற்கு மேலும் இதைப் பற்றி உங்களுக்குச் சொல்வது சாத்தியமில்லை. என் உடலும் வாயும் முகமும் துண்டு துண்டாகக் கிழிந்து நெருப்பில் தீய்ந்து கருகிவிட்டன.

என் செல்ல மலர், அந்த அழகிய ரோஜா, நைனார்... எப்படி அவள் பொம்மையை எடுத்துக்கொள்ளாமல் இந்தக் கடையை விட்டு வெளியேறினாள்? அதற்கு நான் பணம் கொடுக்கவில்லை. நன்றாக ஞாபகம் இருக்கிறது. அதற்கு நான் பணம் கொடுக்கவில்லை.

***

## சாரு நிவேதிதா

18.12.1953இல் திருவாரூர் மாவட்டத்தில் திருத்துறைப்பூண்டிக்கு அருகில் உள்ள இடும்பாவனம் என்ற ஊரில் பிறந்தார். வளர்ந்ததும் பள்ளிப் படிப்பும் நாகூரில். கல்லூரிப் படிப்பு காரைக்கால், தஞ் சாவூர், திருச்சி. கல்லூரிப் படிப்பை முடிக்கவில்லை. சென்னையில் ஒரு ஆண்டு சிறைத்துறையில் எழுத்தர் பணி. 1978இலிருந்து 1990 வரை தில்லி நிர்வாகம் சிவில் சப்ளைஸ் துறையில் ஸ்டெனோ. பின்னர் பனிரண்டு ஆண்டுகள் தமிழ்நாடு அஞ்சல் துறையில் பணி. 2002 இலிருந்து முழுநேர எழுத்து.

இகனாமிக் டைம்ஸ் நாளிதழின் அகில இந்தியப் பதிப்பில், 2001 2010 என்ற பத்தாண்டுகளின் சாதனையாளர் பட்டியலில் தமிழகத்திலிருந்து இடம் பெற்ற இரண்டு பேர்களில் ஒருவர் சாரு நிவேதிதா.

இவரது நாவல் 'ஸீரோ டிகிரி' Jan Michalski சர்வதேசப் பரிசுக்குப் பரிந்துரைக்கப்பட்டது. ஹார்ப்பர் காலின்ஸ் தொகுத்த, இந்தியாவின் ஐம்பது முக்கிய புத்தகங்களில் ஒன்றாகவும் தேர்ந்தெடுக்கப்பட்டது.

ஆங்கிலப் பத்திரிகைகளில் இவர் எழுதும் கட்டுரைகள் சர்வதேச அளவில் கவனம் பெற்றவை. லண்டனிலிருந்து வெளியாகும் PS Publication-இன் Exotic Gothic தொகுதியில் இவரது Diabolically Yours என்ற பேய்க்கதை ஆங்கிலத்தில் வெளியாகி உள்ளது. தற்சமயம் லண்டனிலிருந்து வெளிவரும் ArtReview Asia என்ற பத்திரிகையில் தொடர் கட்டுரை எழுதி வருகிறார்.

இவரது எழுத்தை ஆங்கில விமர்சகர்கள் விளதிமீர் நபக்கோவ், வில்லியம் பர்ரோஸ், கேத்தி ஆக்கர் போன்ற எழுத்தாளர்களோடு ஒப்பிடுகிறார்கள். உலகின் முக்கியமான transgressive வகை எழுத்தாளர்களில் ஒருவராகக் கருதப்படுகிறார் சாரு நிவேதிதா. தற்போது சென்னையில் வசிக்கிறார்.

**நாவல்**

1. எக்ஸிஸ்டென்ஷியலிஸமும் ஃபேன்சி பனியனும்
2. ஸீரோ டிகிரி
3. ராஸ லீலா
4. காமரூப கதைகள்
5. தேகம்
6. புதிய எக்ஸைல்
7. Marginal Man

**சிறுகதைத் தொகுப்பு**

1. கர்னாடக முரசும் நவீன தமிழ் இலக்கியத்தின் மீதான ஓர் அமைப்பியல் ஆய்வும்
2. நேநோ
3. மதுமிதா சொன்ன பாம்பு கதைகள்
4. ஷேக்ஸ்பியரின் மின்னஞ்சல் முகவரி
5. ஊரின் மிக அழகான பெண் (மொழிபெயர்ப்புச் சிறுகதைகள்)
6. Morgue Keeper கிண்டிலில் வெளியான ஆங்கில சிறுகதைகள்
7. முத்துக்கள் பத்து (தேர்ந்தெடுத்த சிறுகதைகள்)
8. Diabolically Yours எக்ஸாட்டிக் காத்திக் தொகுதி 5, பகுதி 2இல் வெளிவந்த சிறுகதை (Exotic Gothic 5, Vol. II)

**கட்டுரைத் தொகுப்பு**

1. கோணல் பக்கங்கள் 1
2. கோணல் பக்கங்கள் 2
3. கோணல் பக்கங்கள் 3
4. கலகம் காதல் இசை
5. வாழ்வது எப்படி?
6. எனக்குக் குழந்தைகளைப் பிடிக்காது
7. அதிகாரம் அமைதி சுதந்திரம்
8. கனவுகளின் மொழிபெயர்ப்பாளன்
9. திசை அறியும் பறவைகள்
10. கடவுளும் நானும்
11. மூடுபனிச் சாலை
12. ஆஸாதி... ஆஸாதி... ஆஸாதி...
13. தப்புத் தாளங்கள்
14. வரம்பு மீறிய பிரதிகள்
15. தாந்தேயின் சிறுத்தை
16. கடவுளும் சைத்தானும்
17. கலையும் காமமும்
18. மலாவி என்றொரு தேசம்
19. கெட்ட வார்த்தை
20. மனம் கொத்திப் பறவை
21. எங்கே உன் கடவுள்?
22. கடைசிப் பக்கங்கள்
23. பழுப்பு நிறப் பக்கங்கள் (தொகுதி 1)
24. சரசம் சல்லாபம் சாமியார்
25. வேற்றுலகவாசியின் டயரிக் குறிப்புகள்

26. Unfaithfully Yours
27. கலையும் போலியும்

**சினிமா**

1. லத்தீன் அமெரிக்க சினிமா ஓர் அறிமுகம்
2. சினிமா: அலைந்து திரிபவனின் அழகியல்
3. சினிமா சினிமா
4. தீராக்காதலி
5. நரகத்திலிருந்து ஒரு குரல்
6. கனவுகளின் நடனம்
7. Towards A Third Cinema

**கேள்வி பதில்**

1. அருகில் வராதே
2. அறம் பொருள் இன்பம்

**பயணக் கட்டுரை**

1. நிலவு தேயாத தேசம்
2. To Byzantium: A Turkey Travelogue

**நேர்காணல்**

1. ஒழுங்கின்மையின் வெறியாட்டம்
2. இச்சைகளின் இருள்வெளி (நளினி ஜமீலாவுடன் ஒரு உரையாடல்)

**நாடகம்**

ரெண்டாம் ஆட்டம்

**இணையதளம்**

www.charuonline.com
www.charunivedita.com

www.ingramcontent.com/pod-product-compliance
Ingram Content Group UK Ltd.
Pitfield, Milton Keynes, MK11 3LW, UK
UKHW042135021026
15589UKWH00003B/849

9 789388 860451